பணம் படைக்கும் கலை

பணம் படைக்கும் கலை

என். சொக்கன்

ZDP
SPECIFICS

Title : Panam Padaikkum Kalai
Author's Name : N Chokkan

Published by ZDP Specifics

ZDP Specifics
(An imprint of Zero Degree Publishing)
No.75 & 76, Ist Floor, Kuppusamy Street,
Balaji Nagar,
Padi,
Chennai - 600050

Website: www.zerodegreepublishing.com
E Mail id: zerodegreepublishing@gmail.com
Phone: 89250 61999

ZDP Specifics First Edition : May 2025

ISBN : 978-93-48439-82-6

TITLE NO ZDPS : 113

Rs.410/-

Layout : G.Selva kumar
Cover Design : Vijayan, Creative Studio
Printed at Manipal Technologies, India.

Disclaimer:

This book offers general information and educational content on personal finance and investing for informational purposes only. It does not constitute financial, investment, tax, legal, or accounting advice. The author and publisher are not financial advisors and do not provide personalized recommendations. Investing involves risk, including potential loss of principal, and past performance is not indicative of future results. Laws and financial products are subject to change. Readers are urged to conduct their own research and consult with qualified professionals who can consider their individual circumstances before making any financial decisions based on the information provided herein.

The strategies and examples discussed may not be suitable for everyone and do not guarantee specific outcomes. The author and publisher disclaim any liability for any loss or damage arising from the use of or reliance on this book's content. By reading this book, you acknowledge that the information is not a substitute for professional advice and agree to these terms.

பொறுப்பு துறப்பு:

இந்தப் புத்தகம் தனிநபர் நிதி மேலாண்மை, சேமித்தல் மற்றும் முதலீட்டைப்பற்றிய பொதுத் தகவல்கள் மற்றும் கல்வி சார்ந்த உள்ளடக்கங்களைத் தகவல் நோக்கங்களுக்காக மட்டும் வழங்குகிறது. இதை நிதி, முதலீடு, வரி, சட்ட அல்லது கணக்கியல் அறிவுரையாகக் கருதக்கூடாது. இந்நூலின் ஆசிரியர் மற்றும் பதிப்பாளர் நிதி ஆலோசகர்கள் அல்லர், அவர்கள் தனிப்பட்ட நிதிப் பரிந்துரைகள் எவற்றையும் வழங்குவதில்லை. இங்கு பேசப்படும் முதலீடுகளில் ஆபத்து இருக்கலாம், போட்ட முதலுக்கு இழப்புகூட ஏற்படலாம், மேலும் முந்தைய செயல்திறனை அடிப்படையாகக் கொண்டு வருங்கால முடிவுகளைத் தீர்மானிக்க இயலாது. சட்டங்கள் மற்றும் நிதித் தயாரிப்புகள் மாறக்கூடியவை. வாசகர்கள் இங்கு வழங்கப்பட்டிருக்கும் தகவல்களின் அடிப்படையில் நிதித் தீர்மானங்களை எடுப்பதற்கு முன்னால் தங்களுடைய சொந்த ஆராய்ச்சியை மேற்கொள்ளவேண்டும். மற்றும் தகுதி பெற்ற, தங்களுடைய தனிப்பட்ட சூழ்நிலைகளைக் கருத்தில் கொண்டு திட்டமிடக்கூடிய தொழில் வல்லுனர்களிடம் பேசவேண்டும் என்று நாங்கள் பரிந்துரைக்கிறோம்.

இங்கு பேசப்பட்டுள்ள வியூகங்களும் எடுத்துக்காட்டுகளும் எல்லாருக்கும் பொருந்தாமலிருக்கலாம். இவை குறிப்பிட்ட பலன்களை அளிக்கும் என்று உத்தரவாதம் இல்லை. இந்தப் புத்தகத்தின் உள்ளடக்கத்தைப் பயன்படுத்துவதால் அல்லது அதைச் சார்ந்திருப்பதால் ஏற்படக்கூடிய எந்த இழப்புக்கும் அல்லது சேதத்திற்கும் ஆசிரியரும் பதிப்பாளரும் பொறுப்பாகமாட்டார்கள். இந்தப் புத்தகத்தைப் படிப்பதன்மூலம், இங்குள்ள தகவல்கள் தொழில்முறை அறிவுரைக்கு இணையாகாது என்று நீங்கள் ஒப்புக்கொள்கிறீர்கள், இந்த நிபந்தனைகளை ஏற்றுக்கொள்கிறீர்கள்.

உள்ளே...

பகுதி 5: சுயதொழில், மற்ற வருவாய் வழிகள்

பகுதி 6: செலவு செய்தல்

பகுதி 7: கடன் & கடன் அட்டை (Credit Card)

பகுதி 8: சேமிப்பும் முதலீடும்

பகுதி 9: நிதித் திட்டமிடல் (Financial Planning)

பகுதி 10: முதலீட்டு வழிகள்

பகுதி 11: நிதிப் பழக்கமும் நிதி ஒழுக்கமும்

முன்னுரை

நிதி மேலாண்மையைப்பற்றிப் புரியும்படி தமிழில் ஒரு புத்தகம் எழுதவேண்டும் என்பது என்னுடைய நெடுநாள் கனவு. ஏனெனில், நான் தேடியவரையில் அப்படி ஒரு புத்தகம் எனக்குக் கிடைக்கவில்லை. கிடைத்தவை ஆழமாகச் சென்று அச்சுறுத்தின, அல்லது, மேலோட்டமாகச் சில தலைப்புகளைப் பேசிவிட்டு 'மேலும் தெரிந்துகொள்ள நிறையப் படியுங்கள்' என்றன. முதன்முதலாக வேலைக்குச் செல்கிற ஒருவர், அல்லது சொந்தத் தொழில் தொடங்குகிற ஒருவர் பணம் தொடர்பாக என்னவெல்லாம் தெரிந்துகொள்ளவேண்டும், எதையெல்லாம் செய்யவேண்டும், எதையெல்லாம் செய்யக்கூடாது என்று முழுமையாக அடிக்கோடிட்டுக் காட்டுகின்ற ஒரு கையேட்டுப் புத்தகத்தை நான் எதிர்பார்த்தேன். அது தென்படாததால் நானே அதை எழுதத் தீர்மானித்தேன்.

நான் பொருளாதார மாணவன் அல்லன். ஒருவிதத்தில் அதுதான் இந்தப் புத்தகத்தை எழுதவேண்டும் என்று என்னைச் செலுத்தியது. பள்ளியில், கல்லூரியில் கற்றுக்கொண்ட விஷயங்கள் பணம் தொடர்பான அடிப்படை அறிவைக்கூட நமக்கு அளிக்கவில்லையே என்கிற ஆதங்கத்தில் நிறையப் படித்தேன், பலருடன் பேசினேன், அவர்களைக் கேனத்தனமான கேள்விகளால் துன்புறுத்தித் தோண்டித் துருவிக் கற்றுக்கொண்டேன், பலவற்றை முயன்றுபார்த்தேன், பல பிழைகள் செய்தேன், கற்றுக்கொண்டேன், கணக்கெடுத்தேன், எடைபோட்டேன், திருத்தங்கள் செய்தேன், செயல்முறைகளைக் கூர்மைப்

படுத்தினேன், அவை அனைத்தையும் இங்கு வரிசைப்படத் தொகுத்துள்ளேன்.

நீங்கள் எந்தத் தொழிலில் இருந்தாலும், நிதி மேலாண்மை உங்களுடைய இரண்டாம் தொழில். இதைச் சரியாகச் செய்தால்தான் முதல் தொழிலில் சம்பாதிக்கிறவை தங்கும். அவ்விதத்தில் இந்நூல் எல்லாருக்குமானது.

சம்பாதித்தல், வரி, சேமித்தல், கடன், சேமிப்பு, முதலீடு, ஒழுக்கங்கள், பழக்கங்கள் எனப் பல்வேறு உட்தலைப்புகளில் இந்நூலை அமைத்துள்ளேன். பணத்தைப்பற்றிக் கற்க விரும்பும் அனைவருக்கும் இது ஒரு நல்ல தொடக்கமாக இருக்கும் என்று உறுதியாக நம்புகிறேன். இதைப் படிக்கிற அனைவரும் மேலும் மேலும் பணம் படைக்க வாழ்த்துகள்!

என்றும் அன்புடன்,
என். சொக்கன்,
பெங்களூரு

பகுதி 1 : அறிமுகம்

1. பணப் பார்வை

தொண்ணூறுகளில் பெரும் புகழ் பெற்ற காதல் திரைப்படம் அது. ஒட்டுமொத்தத் தமிழ்நாட்டையும் ஒரு புயலைப்போல் அள்ளிக்கொண்டது, குறிப்பாக, இளைஞர்களை.

அப்போது கல்லூரி மாணவர்களாக இருந்த நானும் என்னுடைய நண்பர்களும் அந்தப் படத்தைப் பலமுறை விரும்பிப் பார்த்தோம், அதில் இடம்பெற்ற காதல் வழியும் பாடல்களையும் வசனங்களையும் அடிக்கடி முணுமுணுத்தோம், கண்களில் ரோஜாப்பூ மின்னத் திரிந்தோம்.

ஆனால், இதெல்லாம் நடந்து கால் நூற்றாண்டுக்குப்பிறகு இன்றைக்கு நான் அந்தப் படத்தைப்பற்றி எண்ணும்போது, அதன் நாயகனோ நாயகியோ என் நினைவுக்கு வரவில்லை, அவர்களுடைய காவியக் காதலைத் தாண்டி வேறொரு காட்சிதான் என் மனத்தில் அழுத்தமாகப் பதிந்திருக்கிறது.

அந்தக் காட்சியில் இரண்டு பெண்மணிகள் ஒரு புடைவைக் கடைக்குச் செல்வார்கள். ஒருவர் 635 ரூபாய்க்குப் புடைவை வாங்குவார். இன்னொருவர் 800 ரூபாய்க்குப் புடைவை வாங்குவார். இருவரும் கடைக்காரரிடம் தள்ளுபடி கேட்பார்கள். ஆனால், கடைக்காரர் அதை மறுத்துவிடுவார். ஏனெனில், அவருடைய கடையில் ஆயிரம் ரூபாய்க்கு மேல் புடைவை வாங்கினால்தான் தள்ளுபடி கிடைக்கும்.

இதைப் பார்த்த நாயகன் அந்த இரண்டு புடைவைகளையும் தனித்தனியாக வாங்காமல், இரண்டையும் ஒன்றாகச் சேர்த்து பில் போடச் சொல்வான். இப்போது மொத்த பில் தொகை ஆயிரத்தைத் தாண்டிவிடுவதால், இரண்டு புடைவைகளுக்கும் தள்ளுபடி கிடைத்துவிடும்.

அந்தப் படத்தில் இந்தக் காட்சி சில நிமிடங்கள்தான் வரும். கதையில் அது ஒரு பெரிய திருப்புமுனை என்றும் சொல்லமுடியாது. ஆனாலும் அது என் மனத்தில் நன்றாகப் பதிந்துவிட்டது. ஏனெனில், கிட்டத்தட்ட இதேபோன்ற காட்சிகளை வேறுவிதத்தில், வேறு வடிவங்களில் நான் பலமுறை பார்த்திருக்கிறேன், வியந்திருக்கிறேன்.

எடுத்துக்காட்டாக, சில வாரங்களுக்கு முன்னால் எங்கள் தெருவில் ஒரு புதிய கடை தொடங்கினார்கள். திறப்புவிழாவை முன்னிட்டு, 400 ரூபாய்க்குப் பொருள் வாங்குகிற எல்லாருக்கும் அரைக் கிலோ இனிப்புப் பெட்டி இலவசமாக வழங்குவதாக அறிவித்திருந்தார்கள்.

இலவசம், இனிப்பு... போதாதா? நானும் அந்தக் கடைக்குச் சென்றேன். சரியாக 410 ரூபாய்க்குப் பொருட்களை வாங்கிக்கொண்டு வரிசையில் நின்றேன்.

எனக்கு முன்னால் ஒரு கணவரும் மனைவியும் நின்றிருந்தார்கள். கடைக்காரர் அவர்களுடைய பொருட்களை வாங்கிக் கணக்கிட்டு, '850 ரூபாய் ஆச்சு' என்றார்.

மறுகணம், அவர்கள் இருவரும் ஒரே குரலில், 'ரெண்டு பில்லாப் பிரிச்சுப் போடுங்க' என்றார்கள். கடைக்காரரும் புன்னகையோடு அந்தப் பொருட்களைத் தனித்தனியாகப் பிரித்து இரண்டு பில்களைத் தயாரித்தார். அவர்களிடம் பணம் பெற்றுக்கொண்டு இரண்டு இனிப்புப் பெட்டிகளை எடுத்துக் கொடுத்தார்.

அன்றைக்கு அந்தப் புடைவைக்கடையில் இரண்டு பில்கள் ஒன்றாக்கப்பட்டன. இன்றைக்கு இந்த மளிகைக்கடையில் ஒரு பில் இரண்டாக்கப்பட்டது. ஆனால், இந்த இரண்டு சூழ்நிலைகளிலும் நோக்கம் ஒன்றுதான்: பத்தை ஒன்றாக்கியோ, ஒன்றைப் பத்தாக்கியோ நம்முடைய வரவைப் பெருக்கிக்கொள்ளவேண்டும்!

தள்ளுபடிக்காக இரண்டு புடைவைகளை ஒன்றாக வாங்குவதோ, இலவச இனிப்புப் பெட்டிக்காக மளிகைப் பொருட்களைப் பிரித்து

வாங்குவதோ சட்டப்படி தவறில்லை. சொல்லப்போனால், அது அவர்களுடைய உரிமை.

இங்கு 10% தள்ளுபடியோ, அந்த இனிப்புப் பெட்டியோ ஒரு பெரிய விஷயம் இல்லை. அது இருக்கிறது, அதைப் பயன்படுத்திக்கொள்ளலாம், பயன்படுத்திக்கொள்ளவேண்டும், நம் பணத்துக்கான அதிகபட்ச மதிப்பைப் பெறவேண்டும் என்கிற மனநிலை இருக்கிறதல்லவா? அதைத்தான் நாம் கவனிக்கவேண்டும். அது படிப்பு, வேலை, தொழில் முயற்சி, செலவுகள், முதலீடு, சமூகப் பணிகள் என அனைத்திலும் வெளிப்படும்போது, இந்தச் சிறு துளிகள் சேர்ந்து பெரிய செல்வ வெள்ளமாக மாறும்.

இந்த நுட்பத்தை மிக இயல்பாகப் புரிந்துகொள்கிறவர்கள் உலகெங்கும் இருக்கிறார்கள், அவர்களால் மட்டும்தான் வாழ்க்கை வழங்குகிற எண்ணற்ற சிறிய, நடுத்தர, பெரிய பண வாய்ப்புகளை அடையாளம் காணவும் பயன்படுத்திக்கொள்ளவும் இயலுகிறது.

இன்னொருபக்கம், இப்படிச் சிந்திக்கத் தெரியாதவர்களும் ஏராளமாக இருக்கிறார்கள். இவர்கள்தான் உலகில் பெரும்பான்மை. இவர்களும் தாங்கள் தேர்ந்தெடுத்த துறையில் நன்கு வேலை செய்து சம்பாதிப்பார்கள், அதைச் செலவுசெய்வார்கள், சேமிப்பார்கள், முதலீடு செய்வார்கள். ஆனால், இவையெல்லாம் எப்படி நடக்கிறது, ஏன் நடக்கிறது, சரியாக நடக்கிறதா, அல்லது மாற்றங்கள் தேவையா என்றெல்லாம் இவர்கள் சிந்திப்பதில்லை. ஏதோ நடக்கிறது, மகிழ்ச்சி, அவ்வளவுதான்.

IQ எனப்படும் *Intelligence Quotient, EQ* எனப்படும் *Emotional Quotient* போல, *FQ* எனப்படும் *Financial Quotient*ம் நமக்குத் தேவைப்படுகிறது. அதாவது, தகவல் அறிவு, உணர்வு அறிவைப்போல் நிதி அறிவையும் நாம் வளர்த்துக்கொள்ளவேண்டியிருக்கிறது. அதுதான் இந்த விளையாட்டை எப்படி விளையாடவேண்டும் என்று நமக்குக் கற்றுக்கொடுக்கிறது. அது இல்லாவிட்டால், நாம் மிகப் பல விஷயங்களைக் காலத்தின் போக்கில் விட்டுவிடவேண்டியதுதான், சூழ்நிலையின் கருணையை நம்பியிருக்கவேண்டியதுதான். அது மிகப் பெரிய ஆபத்து என்பதை நாம் உணர்வதில்லை.

ஒருவர் கிரிக்கெட் விதிமுறைகளே தெரியாமல் அந்த விளையாட்டில் நுழைகிறார் என்று வைத்துக்கொள்வோம். அவர்கூடச்

சும்மா மட்டையைச் சுழற்றினால் ஒரு பந்து எக்குத்தப்பாகச் சிக்ஸருக்குப் பறந்துவிடக்கூடும். ஆனால், அடுத்த பந்திலும் அது நடக்கும் என்பதற்கு எந்த உத்தரவாதமும் இல்லை. அவர் சதமடிப்பார், அவருடைய அணி போட்டியில் வெற்றியடையும் என்றெல்லாம் அவரும் எதிர்பார்க்கமாட்டார், மற்றவர்களும் எதிர்பார்க்கமாட்டார்கள்.

அதுபோல, பணத்தைப்பற்றிச் சரியாகப் புரிந்துகொள்ளாதவர்கள் கூடச் சில நல்ல நிதித் தீர்மானங்களை எடுத்துவிடக்கூடும், அது அவர்களுடைய வாழ்க்கையை முன்னேற்றக்கூடும். ஆனால், அதைப் புரிந்துகொண்டு செயல்படும்போது அவருக்கு என்னவெல்லாம் கிடைக்கக்கூடும் என்பதைக் கருத்தில் கொண்டு சிந்திக்கும்போது, இப்போது அவர் கூண்டுக்குள் இருக்கிறார் என்பதுதான் உண்மை. அங்கிருந்து வெளியில் வந்தால்தான் உலகம் எத்தனை பெரியது என்று அவர் புரிந்துகொள்வார், தான் முன்பு இருந்த கூண்டு எத்தனைச் சிறியது என்பதையும்.

அதனால், நாம் ஒவ்வொருவரும் பணத்தைப் பற்றிய தெளிவான, கூர்மையான, மிகக் கவனமான பார்வையை வளர்த்துக்கொள்ளவேண்டும். அது இந்தப் பக்கம் வருகிறது, அந்தப் பக்கம் போகிறது என்றில்லாமல், எங்கிருந்தெல்லாம் வருகிறது, எங்கிருந்தெல்லாம் வரலாம், வந்தது எங்கு தங்குகிறது, அங்கு என்ன நடக்கிறது, ஏதேனும் கசிவுகள் உண்டா, அது தானாக வளர என்ன வழி, அதற்கு வரக்கூடிய ஆபத்துகளுக்கு என்ன மாற்று என்றெல்லாம் சிந்திக்கப் பழகவேண்டும்.

இதையெல்லாம் நாம் ஏன் கற்றுக்கொள்ளவேண்டும்? இதனால் என்ன நன்மை?

'பொருள் இல்லார்க்கு இவ்வுலகம் இல்லை' என்று திருவள்ளுவர் சொன்னது பல நூறு ஆண்டுகளுக்கு முன்னால். அவருடைய காலத்திலேயே அதுதான் நிலைமை என்றால், இன்றைக்கு நாம் அதைப் பலமடங்கு பெரிதாக்கி எடுத்துக்கொள்ளவேண்டும்.

இருப்பவர்களுக்கும் இல்லாதவர்களுக்கும் இடையிலான மிகப் பெரிய இடைவெளியை நாம் கண்ணெதிரில் பார்க்கிறோம். பணம் இருக்கிறவர்கள் யாரையும் எதிர்பார்க்காமல் சொந்தக் காலில் நிற்கிறார்கள், மற்றவர்கள் எல்லாவற்றுக்கும் பிறரைச்

சார்ந்திருக்கிறார்கள். இதில் நாடு, மத, இன, மொழி, பாலின, வயது வேறுபாடெல்லாம் இல்லை. மிகச் சில அரிதினும் அரிதான விதிவிலக்குகளைமட்டுமே கொண்ட பிரபஞ்ச உண்மை இது.

ஆக, பணம் என்பது நமக்கு விடுதலையுணர்வைக் கொடுக்கிறது. நாம் எப்படி வாழப்போகிறோம் என்பதைத் தீர்மானிப்பது அதுதான். அப்படியெனில், அதை எப்படிப் பெறுவது, எப்படிக் காப்பது என்றெல்லாம் நாம் தெரிந்துகொள்வதுதானே நமக்கு விடுதலை தரும் வழி?

இதன் பொருள், நாமெல்லாம் பணப்பேய்களாக மாறிவிடவேண்டும், அதைத்தவிர வேறு எதையும் பொருட்படுத்தக்கூடாது என்பதில்லை. கிரிக்கெட் விதிமுறைகளைக் கற்றுக்கொண்டு அரங்கத்துள் நுழைபவன் அந்த ஆட்டத்தின் வெற்றி, தோல்வியைத் தீர்மானிக்கவல்லவனாக இருக்கிறான். அதுபோல நாமும் நம் எதிர்காலத்தைக் கட்டுப்படுத்தக்கூடிய நிதி அணுகுமுறையைப் பழகிக்கொள்ளவேண்டும். அவ்வளவுதான்.

எழுதுபவனுக்கும் எழுத்தாளனுக்கும் உள்ள வேறுபாடு, முதலாமவன் எழுதுகிறான், அடுத்தவன் எழுத்தை ஆளுகிறான். அந்த வேறுபாடுதான் பணம் சம்பாதிக்கிறவர்களுக்கும் பணத்தைச் சரியாகக் கையாள்கிறவர்களுக்கும் இடையில் உள்ளது. நாம் எப்படியாவது அந்த இரண்டாவது கட்சிக்குள் நுழைந்துவிடவேண்டும். நம்முடைய வளமான, செழிப்பான எதிர்காலத்துக்கு நாம் எடுக்கக்கூடிய மிகப் பெரிய தீர்மானம் அதுதான்.

இது நமக்குமட்டுமில்லை, மொத்தச் சமூகத்துக்கும் உதவக்கூடியது. நன்கு சம்பாதித்தவனால்தான் அதைப் பிறருக்குக் கொடுத்து உதவ இயலும். உலகின் மிகப் பெரிய கொடை வள்ளல்களெல்லாம் பணக்காரர்கள்தான்.

ஆனால் ஏனோ, நம்முடைய கல்வி முறை இந்த நிதி அறிவை முற்றிலும் புறக்கணித்துவிடுகிறது. அநேகமாக நம் எல்லாருக்கும் தெரிந்திருக்கும் நிதி சார்ந்த உண்மைகள் நம்முடைய பெற்றோரோ உறவினர்களோ நண்பர்களோ எடுத்துச்சொன்னவையாகத்தான் இருக்கும். அதுகூடப் பலருக்குக் கிடைப்பதில்லை.

இதனால், பெரும்பாலானோருடைய நிதிப் பழக்கங்கள் இருட்டில் கல்லெறிகிற வகையாகத்தான் இருக்கின்றன. சில நேரங்களில் அந்தக் கல் அவர்கள் தலையிலேயேகூட விழுந்துவிடுகிறது.

சிலர் இந்த ஆபத்தைப் புரிந்துகொண்டு பணத்தைப்பற்றி அறிந்துகொள்ளவேண்டும் என்று முனைகிறார்கள். ஆனால், அவர்களுக்குப் படிக்கக் கிடைக்கும் கட்டுரைகள், புத்தகங்கள், பேச்சுகள், பயிற்சிகள் அனைத்திலும் கடினமான, யாருக்கும் எளிதில் விளங்காத கலைச்சொற்கள் நிறைந்து கிடக்கின்றன, 'இதெல்லாம் உனக்குப் புரியாதுப்பா' என்று அவர்களை விரட்டிவிடுகின்றன. அவர்களும் வேறு வழியில்லாமல் *U*-டர்ன் எடுத்துத் திரும்பி வந்துவிடுகிறார்கள்.

இன்னொருபக்கம், பணம் மோசமானது, நிம்மதியைக் கெடுப்பது, பணக்காரர்கள் எல்லாரும் துன்பத்தில் வாடுகிறார்கள் என்பதுபோன்ற ஒரு மனநிலையும் நமக்கு இருக்கிறது. அதனாலும் பணத்தைக் கூர்ந்து கவனிப்பதையோ, வளர்ப்பதையோ குற்றமாக நினைக்கிறவர்கள் இருக்கிறார்கள்.

அந்த எண்ணத்தை முதலில் மாற்றுவோம். அடுத்தவர்களைக் கெடுக்காமல் சம்பாதிப்பதும், அப்படிச் சம்பாதித்ததைச் சேமிப்பதும், வளர்ப்பதும், பெருக்குவதும் குற்றம் இல்லை. நாம் ஒவ்வொருவரும் செய்யவேண்டிய கடமை. இந்த எண்ணம் மனத்தில் பதிந்துவிட்டால், வெள்ளெழுத்து வந்தவன் புதுக் கண்ணாடி அணிந்ததைப்போல் நாம் உலகைப் புதிதாகப் பார்ப்போம், திரும்பும் திசையெல்லாம் வாய்ப்புகள் தெரியத் தொடங்கும்.

இது எளிமையில்லை. ஆனால், எல்லாரும் கற்றுக்கொள்ளக் கூடியதுதான். சிக்கலில்லாமல் பொறுமையாகப் பார்ப்போம், அச்சமின்றிப் பழகிக்கொள்வோம்.

★★★

2. வாளி நிறையத் தண்ணீர்

உங்களிடம் ஒரு பெரிய வாளி இருக்கிறது. அதை ஒரு குழாயின்கீழ் வைக்கிறீர்கள், குழாயைத் திறந்துவிடுகிறீர்கள். குழாயிலிருந்து தண்ணீர் கொட்டுகிறது, வாளியை நிறைக்கிறது.

ஆனால், அந்த வாளியில் சில ஓட்டைகளும் இருக்கின்றன. சிறிய ஓட்டைகள், நடுத்தர ஓட்டைகள், பெரிய ஓட்டைகள்... அவை அனைத்திலிருந்தும் தண்ணீர் வெளியேறிக்கொண்டிருக்கிறது.

அதாவது, குழாயிலிருந்து வரும் தண்ணீர் ஒருபுறம், ஓட்டைகளின் வழியாக வெளியேறும் தண்ணீர் இன்னொருபுறம். இந்த இரண்டையும் கூட்டிக்கழித்துப் பார்த்தால் மீதியிருக்கிற தண்ணீர்தான் அந்த வாளியில் தங்கும்.

இப்போது உங்கள் பகுதியில் கடுமையான தண்ணீர்த் தட்டுப்பாடு. ஒரு நாளைக்குச் சில மணிநேரம்தான் தண்ணீர் வரும். அதை வைத்துத்தான் வீட்டில் எல்லாரும் குளிக்கவேண்டும்.

இதன் பொருள், நீங்கள் அந்த வாளியில் இயன்றவரை கூடுதலான அளவு தண்ணீரைச் சேர்க்கவேண்டும். அப்போதுதான் நாள்முழுக்கத் தண்ணீர்ச் சிக்கல் இருக்காது.

இந்தச் சூழ்நிலையில் நீங்கள் என்னென்ன செய்வீர்கள்? எப்படி உங்கள் வீட்டில் தண்ணீர்ச் சிக்கல் இல்லாதபடி பார்த்துக்கொள்வீர்கள்?

தண்ணீர்த் தட்டுப்பாடு இல்லாத ஊருக்குக் குடிபெயர்ந்துவிடுவேன் என்றோ, அந்த வாளியைத் தூக்கிப் போட்டுவிட்டு ஓட்டையில்லாத வேறு வாளியை வாங்கிவிடுவேன் என்றோ பதில் சொல்லக்கூடாது. உலகில் தடைகளுக்கும் ஓட்டைகளுக்கும் முடிவில்லை. நாம் அவற்றோடு சேர்ந்துதான் வாழ்ந்தாகவேண்டும். இந்தக் கோணத்தில் சிந்தித்தால் நீங்கள் எடுக்கக்கூடிய எதார்த்தமான நடவடிக்கைகள் இவைதான்:

1. குழாயின் விட்டத்தைப் பெரிதாக்கி மேலும் தண்ணீர் வரச்செய்வீர்கள். அல்லது, வேறு ஏதாவது ஒரு வழியில் உள்வருகிற தண்ணீர் அளவைக் கூட்டுவீர்கள்
2. இருக்கிற குழாயோடு இன்னொரு குழாயைச் சேர்க்கமுடியுமா என்று ஆராய்வீர்கள்
3. வாளியில் இருக்கும் ஓட்டைகளை அடைக்க முயல்வீர்கள், அல்லது, அவற்றின் அளவைச் சிறிதாக்கித் தண்ணீர்க் கசிவைக் குறைக்கப் பாடுபடுவீர்கள்
4. அதையும் மீறி வாளியிலிருந்து கசிகிற தண்ணீரை வேறு ஒரு பாத்திரத்தில் பிடித்துவைத்துப் பயன்படுத்த இயலுமா என்று பார்ப்பீர்கள்
5. வீட்டில் எல்லாரிடமும் தண்ணீரை வீணடிக்கவேண்டாம் என்று சொல்வீர்கள், குறைந்த அளவு தண்ணீரில் அழுக்குத் தீரக் குளிப்பதற்குப் பழகிக்கொள்வீர்கள்

இந்த எடுத்துக்காட்டைப் பணத்துக்குப் பொருத்தினால், குழாய்தான் உங்களுடைய சம்பளம், அல்லது, வேறு வழிகளில் உங்களுக்கு வருகிற வருமானம். அந்த வாளியில் உள்ள ஓட்டைகள்தான் உங்களுடைய செலவுகள். வாளியில் தங்குகிற நீர்தான் உங்களுடைய சேமிப்பு, தொலைநோக்கில் சொல்வதென்றால், உங்களுடைய சொத்து. அதை வைத்துத்தான் நீங்கள் உங்களுடைய வருங்காலத் தேவைகளையும் செலவுகளையும் சமாளிக்கவேண்டும்.

வாளியில் சேர்கிற தண்ணீரில் எல்லாரும் குளிக்கவேண்டும் என்பது ஒருநாள் சிக்கல். உங்கள் சொத்து உங்களுடைய குடும்பத்தின் வருங்காலத் தேவைகள் அனைத்துக்கும் போதுமானதாக இருக்கவேண்டும் என்பது வாழ்நாள் சிக்கல். எனினும், அடிப்படையில் இந்த இரண்டுக்கும் கணக்கு ஒன்றுதான்:

வாளியில் தங்கும் நீர் = குழாயில் வருகிற தண்ணீர் - ஓட்டைகளில் செல்கிற தண்ணீர்

சேமிப்பு (அல்லது, சொத்து) = அந்தந்த மாதத்துக்கான வரவுகள் - அந்தந்த மாதத்துக்கான செலவுகள்

வருதல், செல்லுதல் என்கிற சொற்களுக்கும் வரவு, செலவு என்கிற சொற்களுக்கும் உள்ள பொருத்தத்தைக் கூர்ந்து கவனியுங்கள். வெளியிலிருந்து நமக்கு வருகிற பணத்தைத்தான் வரவு, வருவாய் என்றெல்லாம் அழைக்கிறோம். நம்மிடமிருந்து வெளியில் செல்கிற பணத்தைச் செலவு என்கிறோம்.

வாளியின்மீது திறந்துவிடப்பட்ட குழாயைப்போல் நமக்குப் பணம் வருகிறது. அந்த வாளியில் உள்ள ஓட்டைகளைப்போல் செலவுகளின் வழியாக அந்தப் பணம் வெளியேறிக்கொண்டிருக்கிறது. இந்த இரண்டுக்கும் நடுவில் உள்ள வேறுபாட்டை நாம் தக்கவைத்துக்கொள்கிறோம். அதுதான் நம்முடைய வருங்காலத் தேவைகளுக்குப் பயன்படப்போகிறது.

ஒவ்வொரு மாதமும் வருகிற தண்ணீரெல்லாம் ஓட்டைகளின் வழியாக அந்தந்த மாதம் வெளியேறிவிட்டால், அடுத்து எப்போது தண்ணீர் வரும் என்று எதிர்நோக்கிக் காத்திருக்கவேண்டியதுதான். அதுபோல, வரும் பணத்தையெல்லாம் உடனுக்குடன் செலவு செய்துவிட்டால், வாழ்நாள்முழுக்க அடுத்த மாதச் சம்பளத்தை எதிர்நோக்கி வாழவேண்டியதுதான். அப்படி வாழ்வது சாத்தியம்தான். ஆனால், அப்போது நம் வாழ்க்கையில் வரக்கூடிய, கண்டிப்பாக வரப்போகிற பெரிய செலவுகளைச் சமாளிப்பது கடினமாகிவிடும். வயது ஆக ஆக, நம்முடைய வேலை செய்கிற வேகமும் துடிப்பும் குறையக் குறைய இது மேலும் மேலும் கடினமாகும். அதனால்தான் வரவைப் பெருக்கி, செலவைக் கட்டுப்படுத்தி வாளியில் தண்ணீரைச் சிறுகச் சிறுகச் சேமிப்பது முக்கியமாகிறது. நகை, வண்டி, வீடு, நிலம் போன்றவற்றை வாங்குவது, மகனை, மகளைக் கல்லூரியில் சேர்ப்பது, வெளிநாட்டுச் சுற்றுலா, எதிர்பாராத மருத்துவக் கட்டணம் போன்றவற்றைச் சமாளிப்பதற்கு வாளியில் தங்கியுள்ள தண்ணீர் பயன்படும். அதைவிடப் பெரிய விஷயம், நாம் இன்னொருவரை எதிர்பார்க்காமல் வாழவைக்கும், நம்

குடும்பத்தின் ஒட்டுமொத்தப் பொருளாதார நிலையை அடுத்த உயர் அடுக்குக்குக் கொண்டுசெல்லும்.

பணத்தைப் பொறுத்தவரை எல்லாருக்கும் குழாய்கள் தெரிகின்றன. அதாவது, சம்பளம், வாடகை, கடையில் விற்பனை... இப்படி எந்தெந்த வழிகளில் பணம் வருகிறது என்பதை நாம் அறிந்திருக்கிறோம். பெரும்பாலானோர் இதை ஓரளவு துல்லியமாகவே கணக்கிட்டுச் சொல்லிவிடுவார்கள். எடுத்துக்காட்டாக, 'என் சம்பளம், என் மனைவி சம்பளம், ஊர்ல ஒரு வீடு வாடகைக்கு விட்டிருக்கேன், வங்கியில போட்ட பணத்துக்குக் கொஞ்சம் வட்டி வருது... இதையெல்லாம் கூட்டிக்கழிச்சுப் பார்த்தா எங்களுக்கு மாசம் முப்பதாயிரம் வருமானம்' என்பார்கள்.

அதேபோல், நமக்கு ஓட்டைகளும் தெரிகின்றன. அதாவது, மளிகைப் பொருட்கள், காய்கறிகள், பயணம், பள்ளிக் கட்டணம்... இப்படி எந்தெந்த வழிகளில் பணம் நம்மிடமிருந்து வெளியேறுகிறது என்பதை நாம் அறிந்திருக்கிறோம். ஆனால், அது எவ்வளவு என்பது எல்லாருக்கும் தெரிந்திருக்காது.

இந்த அடிப்படையில் பார்த்தால், மக்களில் இரண்டு வகை:

1. சிலர் தங்களுடைய செலவுகள் அனைத்தையும் ஒரு குறிப்பேட்டில் (அல்லது, செல்பேசியில், கணினியில்) எழுதிவைப்பார்கள். பொதுக் கழிப்பறையில் உச்சா போவதற்கு 2 ரூபாய் கொடுத்ததில் தொடங்கி நகை வாங்கிய பல்லாயிரங்கள்வரை அனைத்தையும் உடனுக்குடன் பதிவுசெய்துவிடுவார்கள். இதனால், மாதக் கடைசியில் அந்த மாதம் தங்களுக்கு எவ்வளவு செலவானது, அது எந்தெந்த வகைகளில் செலவானது என்றெல்லாம் அவர்கள் துல்லியமாகச் சொல்லிவிடுவார்கள். அதை எப்படிக் கட்டுப்படுத்தலாம், மேம்படுத்தலாம் என்று சிந்திப்பார்கள்.

2. பலர் செலவு செய்வதுடன் சரி. அவற்றை எழுதிவைக்கிற பழக்கமில்லை. தங்களுடைய மாதச் செலவு எவ்வளவு என்று இவர்களுக்குக் குத்துமதிப்பாகத் தெரியும். அவ்வளவுதான். அதற்குமேல் எந்த மாற்றங்களுக்கோ முன்னேற்றங்களுக்கோ இடமில்லை.

நம்முடைய செலவுகளைத் துல்லியமாகத் தெரிந்துவைத்திருப்பது அவ்வளவு முக்கியமா என்றால், ஆம், இல்லை என்று இரண்டு பதில்களையும் சொல்லலாம்.

ஏராளமாகச் சம்பாதிக்கிறவர்களுக்கு, அல்லது, ஏற்கெனவே பெரிய அளவில் சொத்து வைத்திருக்கிறவர்களுக்குத் தங்களுடைய செலவுகள் தெரியாவிட்டாலும் பெரிய சிக்கலில்லை. உண்மையில் அவர்களும் செலவு எழுதத்தான் வேண்டும். ஆனால், அதைப்பற்றிப் பின்னர் பேசுவோம். இப்போதைக்கு, அவர்கள் செலவு எழுதாவிட்டாலும் உலகம் புரண்டுவிடாது. ஏனெனில், அவர்கள் வீட்டில் ஐந்தாறு பெரிய குழாய்களில் நாள்முழுக்கத் தண்ணீர் கொட்டுகிறது. அதனால், ஓட்டைகளைப்பற்றி அவர்கள் அலட்டிக்கொள்வதில்லை.

வருத்தமான உண்மை, பெரும்பாலானோர் இந்த முதல் வகையில் இல்லை. அவர்களிடம் இருப்பது ஒரு குழாய்தான், அதில் அளவாகத்தான் தண்ணீர் வருகிறது, அதுவும் ஒரு குறிப்பிட்ட நேரம்தான் வருகிறது. அதனால், அவர்கள் ஓட்டைகளைக் கவனிக்கவேண்டும், கட்டுப்படுத்தவேண்டும். அப்போதுதான் அவர்களுடைய வாளியில் போதுமான அளவு தண்ணீர் தங்கும்.

சுருக்கமாகச் சொல்வதென்றால், நம் சேமிப்பை, சொத்தைப் பெருக்குவதற்கு இரண்டு வழிகள்: வரவைப் பெருக்குவது, செலவைக் கட்டுப்படுத்துவது. எடுத்துக்காட்டாக:

- ஐம்பதாயிரம் சம்பாதிக்கிறவர் நாற்பதாயிரம் செலவு செய்கிறார் என்றால், அவருடைய சேமிப்பு 50,000 - 40,000 = 10,000.
- அவர் தன்னுடைய சம்பளத்தை ஐயாயிரம் உயர்த்தினால் (50,000 + 5,000 = 55,000) அவருடைய சேமிப்பும் உயரும்: 55,000 - 40,000 = 15,000.
- அல்லது, அவர் தன்னுடைய செலவுகளை ஐயாயிரம் குறைத்தாலும் (40,000 - 5,000 = 35,000) அவருடைய சேமிப்பு உயரும்: 50,000 - 35,000 = 15,000.
- அவர் ஒரே நேரத்தில் இந்த இரண்டையும் செய்தால் அவருடைய சேமிப்பு மேலும் உயரும்: 55,000 - 35,000 = 20,000

ஒப்பீட்டளவில் பார்த்தால், சம்பளத்தை உயர்த்துவது நம் கையில்

இல்லை. செலவுகளைக் கட்டுப்படுத்துவது ஓரளவு நம் கையில் இருக்கிறது. அதனால், பெரும்பாலானோர் இந்த இரண்டாவது வழியில்தான் கூடுதல் கவனம் செலுத்துகிறார்கள்.

ஆனால், ஒரு கட்டத்துக்குமேல் செலவைக் கட்டுப்படுத்துவதும் நம் கட்டுப்பாட்டில் இருப்பதில்லை. ரொம்பச் சிக்கனம் பார்த்தால் அது கஞ்சத்தனத்தில் போய் நிற்கும். அதன்மூலம் வாழ்க்கையை நம்மால் முழுக்க அனுபவிக்க இயலாது.

செலவைக் குறைப்பதற்கு ஓர் எல்லை இருக்கிறது. ஆனால், வரவை உயர்த்துவதற்கு வானம்தான் எல்லை. திட்டமிட்டுச் செயல்பட்டுச் சில ஆண்டுகளில் தங்கள் வருமானத்தை இரட்டிப்பாக்கிக் கொண்டவர்களெல்லாம் இங்கு உண்டு. நாம் அந்த அளவுக்குச் செல்லாவிட்டாலும், சரியான முன்னெடுப்புகளின்மூலம் சம்பளத்தை உயர்த்தலாம், முதலீடுகளைக் கூர்மையாக்கி அவற்றின்மூலம் வருமானம் பெறலாம், கூடுதல் வருவாய்க்கான வழிகளைத் தேடலாம்.

அதனால், நாம் வாளியைக் கொஞ்சம் பெரிதாக்கிச் சிந்திப்போம். நம்முடைய சேமிப்பை, சொத்தை ஒரு பிரம்மாண்டமான தண்ணீர்த் தொட்டி என்று வைத்துக்கொள்வோம். அதன் மேற்புறமிருந்து பல குழாய்களில் தண்ணீர் கொட்டப்போகிறது, அல்லது, சொட்டுச்சொட்டாக வரப்போகிறது. அதன் கீழ்ப்புறத்திலிருந்து பல குழாய்களில் தண்ணீர் வெளியேறப்போகிறது. இவை அனைத்தையும் கட்டுப்படுத்துகிற தலைவராக நாம் இருக்கப்போகிறோம்.

மேற்கத்திய இசை நிகழ்ச்சிகளில் ஏராளமான இசைக் கலைஞர்கள் அமர்ந்திருப்பார்கள். அவர்களுக்கு முன்னால் *Conductor* (இசை நடத்துநர்) ஒருவர் நின்றிருப்பார். அவருடைய விரலசைவின்படி அந்தக் கலைஞர்கள் செயல்படுவார்கள். அதன்மூலம் அழகான இசை எழும்.

பண விஷயத்தில் நாமும் அப்படி ஒரு வேலையைத்தான் செய்யப்போகிறோம். ஆனால், இங்கு ஒரு வேறுபாடு: எல்லா இசைக் கலைஞர்களும், அதாவது, உள்வருகிற, வெளிச்செல்லுகிற எல்லாக் குழாய்களும் நம் பேச்சை நூறு சதவிகிதம் கேட்கப்போவதில்லை. சிலர் முரண்டுபிடிப்பார்கள், சிலர் 'நீ சொல்றதைக் கேட்கமாட்டேன்' என்று கையைக்

கட்டிக்கொண்டு உட்கார்ந்துவிடுவார்கள். எல்லாரையும் அரவணைத்துச்சென்று வேலை வாங்கவேண்டும், ஓரளவு நல்ல இசையைக் கொண்டுவரவேண்டும். அதுதான் பணம் படைக்கும் கலையின் அடிப்படை.

★★★

பகுதி 2 : சம்பளமும் வசதிகளும்

3. சம்பள ஆராய்ச்சி

நமக்குப் பணத்தைக் கொண்டுவரும் குழாய்களை வருவாய் மூலங்கள் அல்லது வழிகள் *(Income Sources/Channels)* என்கிறார்கள். இதை நாம் எளிமையாகப் 'பணவழிகள்' என்று சொல்வோம்.

எடுத்துக்காட்டாக, ஒருவர் அலுவலகம் சென்று வேலை பார்த்துச் சம்பளம் பெறுகிறார், இன்னொருவர் கடை வைத்துப் பொருட்களை விற்கிறார், வேறொருவர் ஒரு வீட்டைக் கட்டி வாடகைக்கு விட்டிருக்கிறார், இன்னொருவர் வயலில் நெல் விளைவித்து, அதை அறுவடை செய்து விற்கிறார்... இப்படி ஒவ்வொருவரும் தங்களுடைய சூழ்நிலை, விருப்பங்கள், வாய்ப்புகள், தேவைகள், திறமைகளைப் பொறுத்து ஒரு வழியில் அல்லது பல வழிகளில் பணம் சம்பாதிக்கிறார்கள்.

சில தலைமுறைகளுக்கு முன்னால், ஒருவருக்கு ஒரு பணவழி போதும் என்கிற கருத்து இருந்தது. ஆனால் இன்றைக்கு, ஒன்றுக்கு மேற்பட்ட பணவழிகள் இருந்தால்தான் பாதுகாப்பு என்கிறார்கள், ஒரே ஒரு பணவழியோடு இருக்கிறவர்களை வலியச் சென்று கூடுதல் பணவழிகளைத் தேடச்சொல்கிறார்கள். அது ஏன்?

ஒரு கிரிக்கெட் அணியில் நன்றாக விளையாடக்கூடிய மட்டைவீச்சாளர்கள் பலர் இருக்கிறார்கள். ஆனால், என்றைக்காவது அவர்கள் எல்லாரும் மொத்தமாகச் சொதப்பிவிடும்போது பந்துவீச்சாளர் ஒருவர் ஏழெட்டு சிக்ஸர்களை அடித்து அந்த அணியைக் காப்பாற்றிவிடுகிறார். அப்போது அவரை 'ஆல்ரவுண்டர்', அதாவது, பல துறை வல்லுநர் என்கிறார்கள்.

எந்தக் கிரிக்கெட் அணியிலும் இதுபோல் ஒன்றுக்கு மேற்பட்ட திறமைகளைக் கொண்டவர்களுக்குத் தனி மதிப்பு உள்ளது.

அதுபோல, நிதி உலகிலும் நாம் ஆல்ரவுண்டர்களாக இருக்கவேண்டும் என்ற கருத்து பரவலாகிவருகிறது. 'அதான் மாசம் பிறந்ததும் சுளையாச் சம்பளம் வருதே' என்று சும்மா இருந்துவிடாமல், ஓய்வு நேரத்தில் நாலு பேருக்குப் பாடம் சொல்லிக்கொடுத்துச் சம்பாதியுங்கள், பங்குச் சந்தையில் முதலீடு செய்து வருமானம் பாருங்கள் என்றெல்லாம் அறிவுரை சொல்கிறார்கள்.

ஒரு பணவழியைவிட நான்கைந்து பணவழிகள் மேலானவை என்பதில் ஐயமில்லை. ஆனால், அதற்கான வாய்ப்பு எல்லாருக்கும் அமைந்துவிடாது. குறிப்பாக, அந்த ஒரு பணவழியே நம்மை நன்றாகப் பிழிந்தெடுத்தபிறகுதான் கிடைக்கிறது என்றால், அதன்பிறகு வேறொரு பணவழியைத் தேடுவதற்கோ, அதற்கென்று தனியாக உழைப்பதற்கோ நம்மிடம் தெம்பு இருக்காது.

அதேபோல், ஒரே நேரத்தில் நான்கைந்து முயல்களைத் துரத்தினால் ஒன்றுகூட நமக்கு அகப்படாது. அதற்குப் பதிலாக, ஒரு முயலைத் தேர்ந்தெடுத்து முழுக் கவனத்தையும் அதன்மீது குவித்தால் வெற்றிக்கான வாய்ப்புகள் கூடுதலாகும்.

அதனால், நாம் இந்த விதிமுறையைக் கொஞ்சம் எதார்த்தமாக மாற்றியமைத்துக்கொள்வோம்: ஒரு நல்ல, வலுவான, நம்பகமான பணவழியை நம்முடைய முதல் இலக்காகக் கொள்ளவேண்டும். அது நன்கு நிலைபெற்றபிறகு, கூடுதல் பணவழிகளைத் தேடலாம், தேடவேண்டும்.

அப்படி உலகில் பெரும்பாலான மக்கள் தேர்ந்தெடுக்கிற, அல்லது, அவர்களுக்கு இயல்பாகக் கிடைக்கிற முதல் பணவழி, வேலை பார்த்துச் சம்பளம் பெறுவது. வயலில் நாற்று நடுகிறவர்களில் தொடங்கி விண்வெளிக் கப்பல்களை வடிவமைத்துச் செலுத்துகிற அறிவியலாளர்கள்வரை எல்லாரும் இந்த வகையின்கீழ் வருகிறார்கள்.

சம்பளம் என்பது நாம் செய்கிற வேலைக்கு ஈடாக வழங்கப்படும் கூலி. இது மணிக்கணக்கிலோ, நாள்கணக்கிலோ, வாரக்கணக்கிலோ, மாதக்கணக்கிலோ, வேறுவிதமாகவோ வழங்கப்படலாம்.

பெரும்பாலும் இது பணமாகத்தான் கொடுக்கப்படுகிறது. அரிதாகச் சில சூழ்நிலைகளில் இது பொருளாக, அல்லது பங்குகளாகவும் கொடுக்கப்படலாம். இது கொடுப்பவருக்கும் பெறுபவருக்கும் இடையிலான ஒப்பந்தத்தின் அடிப்படையில் அமைகிறது.

ஒருவர் ஒரு கடையில், தொழிற்சாலையில் அல்லது நிறுவனத்தில் வேலைக்குச் சேர்கிறார் என்றால், அவர்கள் அந்த வேலையின் எதிர்பார்ப்புகளையும் அதற்கு வழங்கப்படும் சம்பளம், மற்ற வசதிகளையும் விளக்கி அவருக்கு ஒரு கடிதம் (*Offer Letter*) கொடுக்கிறார்கள். அவர் அதை ஏற்றுக்கொண்டு கையொப்பமிட்டதும், அவருக்கும் அந்த வணிக அமைப்புக்கும் இடையில் ஓர் ஒப்பந்தம் உருவாகிறது. அதன்பிறகு, அவர் அதன்படி வேலைசெய்யவேண்டும், அவர்கள் அதன்படி அவருக்குச் சம்பளம் கொடுக்கவேண்டும். இருவரில் யார் சொதப்பினாலும் மற்றவர் நீதிமன்றத்துக்குச் செல்லலாம், எதிராளிமீது வழக்கு தொடுத்துத் தங்களுக்கு உரிமையானதைப் பெறலாம்.

ஆனால், எல்லா வேலைகளிலும் இதுபோன்ற சட்ட ஒப்பந்தங்கள் கையொப்பமாவதில்லை. எடுத்துக்காட்டாக, ஒருவர் தன்னுடைய காருக்கு ஓட்டுநர் வைத்திருக்கிறார். அவருக்கும் அவருடைய ஓட்டுநருக்கும் இடையில் எந்த ஒப்பந்தமும் கையொப்பமிடப்படவில்லை. ஆனால், அவர் மாதம் பிறந்தால் ஓட்டுநருக்குச் சம்பளம் கொடுத்துவிடுகிறார். அந்த ஓட்டுநரும் அவருடைய எதிர்பார்ப்பின்படி வண்டியை ஓட்டுகிறார்.

இந்த ஓட்டுநரைப்போன்றவர்கள் *Informal Workers* முறைசாராத் தொழிலாளர் வகையில் வருகிறார்கள். முறையான ஒப்பந்தத்தின்கீழ் வேலை செய்கிறவர்களுடன் ஒப்பிடும்போது இவர்களுக்குப் பல சிக்கல்கள் வருகிற வாய்ப்பு இருக்கிறது. ஆனால், உலகெங்கும் ஏராளமான எண்ணிக்கையில் மக்கள் முறைசாராப் பணிகளில் ஈடுபட்டுக்கொண்டுதான் இருக்கிறார்கள். பலருக்கு அதுதான் கிடைக்கிற ஒரே வாய்ப்பாகவும் இருக்கிறது. அதனால், அரசாங்கங்களும் தொழில் நிறுவனங்களும் இதைக் கட்டுப்படுத்தித் தொழிலாளர்களுடைய நலனைப் பாதுகாக்கும் முயற்சிகளில் ஈடுபட்டுக்கொண்டிருக்கிறார்கள்.

நம்முடைய வேலை ஒப்பந்தம் முறையாகக் கையொப்பமிடப் பட்டிருந்தாலும் சரி, வாயால் சொல்லப்பட்டதாக இருந்தாலும்

சரி, அதை நன்றாகப் புரிந்துகொள்ளவேண்டும், எதைச் செய்தால் என்ன நடக்கும் என்பதைத் தெளிவாக விளங்கிக்கொள்ளவேண்டும். ஏனெனில், இதில் குழப்பம் ஏற்பட்டால் நம்முடைய பணவழியில் தடங்கல் உண்டாகிவிடக்கூடும்.

எடுத்துக்காட்டாக, நீங்கள் அலுவலகத்துக்கு ஒரு குறிப்பிட்ட நேரத்தில் வரவேண்டும், அதற்குமேல் தாமதமாக வந்தால் முதன்முறை வாய்வழியாகச் சொல்லப்படும், இரண்டாவது முறை எழுத்து வடிவில் சொல்லப்படும், மூன்றாவது முறை அரை நாள் சம்பளம் பிடிக்கப்படும் என்று உங்களுடைய பணி ஒப்பந்தத்தில் இருக்கிறது என்று வைத்துக்கொள்வோம். இந்தத் தகவலை நீங்கள் படித்தோ, கேட்டோ புரிந்துகொள்ளாவிட்டால், உங்களையும் அறியாமல் அந்தத் தவற்றைச் செய்து அரை நாள் சம்பளத்தை இழக்க நேரிடலாம்.

உண்மையில் பணி ஒப்பந்தம் என்பது மிகச் சிக்கலான ஓர் ஆவணம். அது பெரும்பாலும் நிறுவனங்களுக்கு நன்மை தரும்வகையில்தான் எழுதப்பட்டிருக்கும். சில நேரங்களில் அது பணியாளர்களுக்கு(அதாவது, நமக்கு)த் தீமை தருவதாகக்கூட அமைந்துவிடலாம். அதனால்தான் வேலையில் சேர்வதற்கு முன்பாகவே இந்த ஒப்பந்தத்தைப் பொறுமையாகப் படிக்கவேண்டும், புரியாதவற்றை விளக்கச்சொல்லிக் கேட்கவேண்டும். தேவைப்பட்டால் ஒரு வழக்கறிஞருடைய உதவியையும் பயன்படுத்திக்கொள்ளலாம்.

பணி ஒப்பந்தத்தில் இப்படிப் பல்வேறு நுட்பங்கள் இருந்தாலும், இப்போது நம்முடைய ஆர்வம் பணத்தில்தான். அதனால், அதைப்பற்றிக் கொஞ்சம் ஆழமாகப் பேசுவோம்.

பெரும்பாலானோர் சம்பளத்தை ஒற்றை எண்ணாகத்தான் பார்க்கிறார்கள். அதாவது, மாதந்தோறும் நம் கையில் கிடைக்கிற, அல்லது, நம் வங்கிக் கணக்குக்கு வருகிற தொகை எவ்வளவு என்பதுதான் அவர்களுக்குத் தெரிந்திருக்கிறது. அதுமட்டும்தான் அவர்களுக்கு முதன்மையாகத் தோன்றுகிறது.

ஆனால், சம்பளம் என்பது பல பகுதிகளைக் கொண்ட எண். அவை ஒவ்வொன்றையும் நாம் புரிந்துகொண்டு சரியாகப்

பயன்படுத்திக்கொண்டால், வேலையின்மூலம் கிடைக்கும் ஒட்டுமொத்தப் பலன்களைப் பெருக்கிக்கொள்ளலாம்.

எடுத்துக்காட்டாக, உங்கள் சம்பளத்தில் *LTA* எனப்படும் *Leave Travel Allowance* என்ற பகுதி இருக்கிறது என்று வைத்துக்கொள்வோம். இந்தத் தொகை நீங்கள் விடுமுறை எடுத்துக்கொண்டு குடும்பத்துடன் எங்காவது பயணம் செய்வதற்கென உங்களுக்குத் தரப்படுகிறது. இதற்குச் சில வரிச் சலுகைகள்கூட உண்டு. ஆனால், அந்தச் சலுகைகளைப் பெறவேண்டுமென்றால், நீங்கள் உண்மையில் விடுமுறை எடுத்திருக்கவேண்டும், அந்த நேரத்தில் உங்களுடைய நிறுவனத்தின் விதிமுறைகளுக்கு உட்பட்டு எங்காவது பயணம் செய்திருக்கவேண்டும், அதற்கான சான்றுகளை உரிய நேரத்தில் நிறுவனத்திடம் சமர்ப்பிக்கவேண்டும். இதையெல்லாம் ஒழுங்காகச் செய்தால், உங்களுடைய வரி ஆயிரக்கணக்கில் குறையும். அதாவது, உங்களுடைய வருவாய் ஆயிரக்கணக்கில் கூடும்.

LTA என்பது ஒரு சிறிய எடுத்துக்காட்டுதான். இப்படிச் சம்பளத்தில் வெவ்வேறு பகுதிகள் இருக்கின்றன. அவற்றில் சிலவற்றை நம்மால் எதுவும் செய்யமுடியாது. சிலவற்றை நாம் சிறிதளவு மாற்றியமைக்கலாம். சிலவற்றைப் பெரிதளவு மாற்றியமைக்கலாம். நாம் என்ன செய்கிறோம் என்பதைப் பொறுத்து நம்முடைய சம்பளம் ஏறும், இறங்கும்.

ஆனால், இந்த மாற்றங்கள் அனைத்தையும் என்னால் உங்களுக்கு விளக்கமுடியாது, யாராலும் விளக்கமுடியாது. ஏனெனில், ஒவ்வொரு நிறுவனமும் தன்னுடைய சம்பளத்தை வெவ்வேறுவிதமாக, வெவ்வேறு பகுதிகளுடன் அமைக்கிறது. அதில் எந்தப் பகுதியை எந்த அளவுக்கு மாற்றியமைக்கலாம், அப்படி மாற்றியமைத்தால் என்ன நன்மை என்கிற விதிமுறைகளும் நிறுவனத்துக்கு நிறுவனம் மாறுபடுகின்றன.

அதனால், வேலைக்குச் சேர்வதற்கு முன்னால், அல்லது, வேலைக்குச் சேர்ந்தவுடன் நாம் செய்யவேண்டிய முதன்மையான கடமை, நம்முடைய சம்பளத்தை அக்கு வேறு ஆணி வேறாகப் பிரித்துப்போட்டு ஆராய்வதுதான், அதில் என்னென்ன உள்ளது, எதை எப்படி மாற்றலாம் என்றெல்லாம் புரிந்துகொண்டு வேண்டிய மாற்றங்களைச் செய்வதுதான்.

'அட, இருக்கிற வேலை போதாதா? இதையெல்லாம் யார் சார் செய்வாங்க?' என்று அலுத்துக்கொள்ளவேண்டாம். இதன்மூலம் உங்களுக்குக் கணிசமான கூடுதல் வருவாய் வரக்கூடும் என்பதை மறந்துவிடாதீர்கள். நீங்கள் நினைப்பதுபோல் இது கடினமும் இல்லை:

1. உங்கள் நிறுவனத்தில் உள்ள மூத்த ஊழியர்களிடம், குறிப்பாக, பல ஆண்டுகள் அதே நிறுவனத்தில் பழம் தின்று கொட்டை போட்டவர்களிடம் பேசுங்கள், அவர்கள் தங்கள் சம்பளத்தை எப்படியெல்லாம் மாற்றியமைத்திருக்கிறார்கள், அதனால் அவர்களுக்கு என்ன நன்மை, தீமை என்று கேட்டுப் புரிந்துகொள்ளுங்கள்.

2. HR (Human Resources/மனித வளப் பிரிவு) அல்லது Finance (நிதிப் பிரிவு) ஊழியர்களிடம் பேசுங்கள். இதுபற்றிய ஆவணங்கள், எடுத்துக்காட்டுகள் உள்ளனவா என்று கேளுங்கள். அவர்கள் இதை உங்களுக்கு விளக்கியாகவேண்டும், உதவியாகவேண்டும். அது அவர்களுடைய வேலை.

3. இந்த இரண்டும் ஒத்துவராவிட்டால், உங்களுடைய நிதி ஆலோசகரிடம் *(Financial Advisor)* உங்களுடைய சம்பள அறிக்கையைக் *(Salary Slip)* காண்பித்து அவருடைய அறிவுரைகளைக் கேளுங்கள். புரியாவிட்டால், கேள்வி கேட்டுத் தெளிவுபடுத்திக்கொள்ளுங்கள். அதன்பிறகு, அந்த அறிவுரைகளை மதித்துப் பின்பற்றுங்கள்.

என்ன? 'எனக்கு நிதி ஆலோசகர் யாருமில்லை' என்கிறீர்களா? அவரை முதலில் பிடியுங்கள். குடும்ப மருத்துவர்போல, குடும்ப நிதி ஆலோசகர் ஒருவர் கண்டிப்பாக இருக்கவேண்டும், இதுபோன்ற விஷயங்களில் அவருடைய அறிவுரையைப் பெறவேண்டும். அவருக்குக் கொடுக்கிற கட்டணத்தை மிச்சப்படுத்தலாம் என்று நினைத்தீர்கள் என்றால், எட்டணா சேமித்து ஏழெட்டு ரூபாயை இழந்துவிடுவீர்கள்.

★★★

4. கும்பளம்

முன்பெல்லாம் யாராவது தன்னுடைய வேலையைப்பற்றி அல்லது தொழிலைப்பற்றிப் பேசினால், ‘அது சரி, மாசாமாசம் சம்பளம் எவ்வளவு வருது? கிம்பளம் ஏதும் உண்டா?’ என்று கேட்பார்கள்.

சம்பளம் புரிகிறது. அதென்ன கிம்பளம்?

நாம் எல்லாரும் வண்டி, கிண்டி, கலாட்டா, கிலாட்டா, வம்பு, கிம்பு, மழை, கிழை என்பதுபோன்ற இரட்டைச் சொற்களைக் கேட்டிருப்போம், பயன்படுத்தியிருப்போம். இவற்றுள் வண்டி, கலாட்டா, வம்பு, மழை ஆகிய சொற்களுக்குப் பொருள் உண்டு, அவற்றோடு வருகிற கிண்டி, கிலாட்டா, கிம்பு, கிழை போன்ற சொற்களுக்குப் பொருள் கிடையாது. அதுபோல, சம்பளத்துடன் கிம்பளமும் சேர்த்துச் சொல்லப்படுகிறது. அதற்குத் தனிப் பொருள் எதுவும் இல்லை.

ஆனால், பேச்சுவழக்கில் கிம்பளம் என்பது ஒருவர் தன்னுடைய பணியைப் பயன்படுத்தி முறையற்ற வகையில் சேர்க்கும் பணம் என்கிற பொருள் வந்துவிட்டது. எடுத்துக்காட்டாக, காவல்துறை அலுவலர் ஒருவர் அரசாங்கத்திடம் வாங்குவது சம்பளம், பொதுமக்களை மிரட்டி வாங்கும் லஞ்சப் பணம் கிம்பளம். அப்படி அகரமுதலி சொல்லவில்லை, மக்கள் நம்புகிறார்கள்.

வேலைக்குச் செல்கிற எல்லாருக்கும் சட்டப்படி சம்பளம் உண்டு. சிலருக்குச் சட்டத்தை மீறிக் கிம்பளம் கிடைக்கிறது. இந்த இரண்டையும் தாண்டி மூன்றாவதாக ஒன்றும் உண்டு: சம்பளத்தோடு கிடைக்கிற பண வசதிகள் அல்லது பணமல்லாத வசதிகள். இதற்கு யாரும் இன்னும் பெயர் வைக்கவில்லை. நாம் இதைக் 'கும்பளம்' என்று அழைப்போம்.

சம்பளத்தைப்போல் கும்பளமும் சட்டப்படியானதுதான், நம்முடைய உழைப்புக்குக் கூலியாக வழங்கப்படுவதுதான். நிறுவனங்கள் ஒருவருடைய சம்பளத்தையும் கும்பளத்தையும் சேர்த்து அவருடைய CTC (Cost To Company) என்று அழைக்கிறார்கள். அதாவது, உங்களை வேலைக்கு அமர்த்துவதன்மூலம் நிறுவனத்துக்கு மாதந்தோறும் அல்லது ஆண்டுதோறும் ஆகிற செலவு, உங்கள் சம்பளமும் கும்பளமும்.

சட்டத்துக்கு எதிரான கிம்பளத்தை நாம் ஊக்குவிக்கவில்லை, ஊக்குவிக்கக்கூடாது. ஆனால், கும்பளம் நம்முடைய உரிமை. அதைப் பலர் புரிந்துகொள்வதில்லை, கூர்ந்து கவனிப்பதில்லை என்பது வருத்தத்துக்குரிய செய்தி.

எடுத்துக்காட்டாக, ஒரு நிறுவனம் தன்னிடம் வேலை செய்கிற அனைவருக்கும் அலுவலகம் வந்து செல்வதற்குப் பேருந்து வசதியை வழங்குகிறது என்று வைத்துக்கொள்வோம். ஆனால், அங்கு வேலை செய்கிற ஒருவர் இதைப்பற்றித் தெரிந்துகொள்ளாமல் தன்னுடைய சொந்தச் செலவில் பேருந்திலோ சொந்த அல்லது வாடகை வண்டியிலோ அலுவலகத்துக்கு வந்துசெல்கிறார். இப்படி அவர் நாள்தோறும் பேருந்துச் சீட்டுக்கு அல்லது பெட்ரோல்/டீசலுக்கு 50 ரூபாய் செலவுசெய்கிறார் என்று வைத்துக்கொண்டால், வாரத்துக்கு 250 ரூபாய், மாதத்துக்கு 1000 ரூபாய் அவர் வீணாகச் செலவழிக்கிறார். வேறுவிதமாகச் சொல்வதென்றால், தனக்குக் கிடைக்கவேண்டிய 1000 ரூபாய் கும்பளத்தை இழக்கிறார்.

'அலுவலகப் பேருந்தெல்லாம் ஒரு குறிப்பிட்ட நேரத்துக்குதான் சார் வரும். அதெல்லாம் எனக்குச் சரிப்படாது. கூடுதலா ஆயிரம் ரூபாய் செலவுசெஞ்சாலும் பரவாயில்லை, நாம நினைச்ச நேரத்துல நினைச்சமாதிரி வசதியா வரணும், போகணும்' என்று சிலர் சொல்வார்கள். அதில் தவறில்லை. ஆனால், அங்கு வேலை

செய்கிறவர்களுக்கு இப்படி ஒரு வசதி இருக்கிறது என்பதையே தெரிந்துகொள்ளாமல் இருப்பது தவறு.

இங்கு அலுவலகப் பேருந்து என்பது ஓர் எடுத்துக்காட்டுதான். இப்படி ஒவ்வொரு நிறுவனமும் தன்னுடைய ஊழியர்கள் நலத்துக்கென ஏராளமான கும்பள வசதிகளை ஏற்படுத்தியிருக்கிறார்கள். அதை அவர்கள் பெருமையுடன் சொல்கிறார்கள், விளம்பரப்படுத்துகிறார்கள், அவற்றைப் பயன்படுத்திக்கொள்ளும்படி தங்கள் ஊழியர்களை ஊக்குவிக்கிறார்கள். சொல்லப்போனால், இதற்கென்றே அந்த நிறுவனங்களில் வேலைக்குச் சேர்கிறவர்கள்கூட உண்டு.

எடுத்துக்காட்டாக, எனக்குத் தெரிந்த சில நிறுவனங்களில் மூன்று வேளையும் உணவு இலவசம். அத்தோடு, 24 மணிநேரமும் காஃபி, தேநீர், சான்ட்விச், பிஸ்கெட், பழச்சாறு போன்றவை கிடைக்கும். அங்கு வேலை செய்கிறவர்கள், குறிப்பாக, திருமணமாகாத இளைஞர்கள் மாதத்தில் பெரும்பாலான நாட்கள் உணவுக்கென்று ஒரு ரூபாய்கூடச் செலவழிப்பதில்லை. கணக்கிட்டுப் பார்த்தால் இந்தக் கும்பளம் ஒரு பெரிய தொகையாக இருக்கும்!

நிறுவனங்கள் சம்பளத்தைப்போல் கும்பளத்திலும் மிகுந்த கவனம் செலுத்துகின்றன. பணியாளர்கள்தான் ஒரு நிறுவனத்தின் மிகப் பெரிய சொத்து என்பதால், அவர்களுக்கு நல்ல வசதிகளைச் செய்துகொடுத்து மகிழ்ச்சியான பணிச்சூழலை உண்டாக்குகிறார்கள்.

இதில் ஒரு ரகசியம், வேலைப்பளு கூடுதலாக இருக்கும் இடங்களில் கும்பள வசதிகளும் கூடுதலாக இருக்கும். ‘எப்படியும் நல்லாக் கசக்கிப் பிழியப்போறாங்க, அதனால, இந்த வசதிகளையெல்லாம் கொஞ்சம் நல்லா அனுபவிச்சுக்குவோம்’ என்று பணியாளர்கள் இவற்றை உரிமையுடன் பயன்படுத்திக்கொள்கிறார்கள்.

கும்பள வசதிகளில் சில, அரசாங்கத்தால் வலியுறுத்தப்படுகின்றன. அதாவது, சட்டப்படி நிறுவனங்கள் தங்களுடைய பணியாளர்களுக்கு இந்த வசதிகளைச் செய்து தரவேண்டும். வேறு சில வசதிகளை நிறுவனங்கள் விரும்பிச் செய்கின்றன. அதாவது, புதிய பணியாளர்களை ஈர்ப்பதற்கு இந்த வசதிகளை ஒரு தூண்டிலாகப் பயன்படுத்திக்கொள்கின்றன. இன்னும் சில வசதிகள்

பக்கத்து நிறுவனங்களைப் பார்த்துக் காப்பியடிக்கப்படுகின்றன, அதாவது, 'அவங்க செய்யறாங்க, நாமும் செய்யணும், இல்லாட்டி நம்ம மக்கள் அங்க தாவிடுவாங்க' என்ற அச்சத்தில் செய்யப்படு கின்றன.

காரணம் எதுவானாலும், நம் கும்பளம் நம் உரிமை. அவற்றை முழுக்கப் பயன்படுத்திக்கொள்ளவேண்டும், அதற்கு, அவற்றை முழுக்கத் தெரிந்துகொள்ளவேண்டும்.

பொதுவாக எதெல்லாம் கும்பளத்தின்கீழ் வரும்?

நம்முடைய வரையறையின்படி, மாதந்தோறும் வருகிற சம்பளத்தைத் தாண்டி வருகிற எல்லாம் கும்பளம்தான். எடுத்துக்காட்டாக:

- பணியாளர் வருங்கால வைப்பு நிதி *(PF: Provident Fund)* அல்லது தேசிய ஓய்வூதியத் திட்டத்துக்கு *(NPS: National Pension Scheme)* உங்கள் சார்பாக நிறுவனம் செலுத்துகிற பணம்
- உங்களுடைய திறமை, செயல்பாடு, சாதனைகள், நிறுவனம் பெறும் லாபத்தின் அடிப்படையில் வழங்கப்படும் மாறக்கூடிய சம்பளம் *(Variable Salary)*, ஊக்கத்தொகை *(Bonus/Incentive)* போன்றவை
- சில குறிப்பிட்ட பணிகள் அல்லது சாதனைகளை நிகழ்த்தும்போது, அல்லது, ஒரே நிறுவனத்தில் பல ஆண்டுகள் பணியாற்றும்போது 5 ஆண்டுகள், 10 ஆண்டுகள், 15 ஆண்டுகள் போன்ற பணி மைல்கற்களுக்கு ஏற்ப வழங்கப்படும் பரிசுத்தொகைகள்
- உங்களைத் தன்னுடைய நிறுவனத்தில் வேலைக்குச் சேரத் தூண்டும்வகையில் வழங்கப்படும் *Sign-on Bonus*, அங்கு தொடர்ந்து இருக்கச்செய்யும்வகையில் வழங்கப்படும் *Loyalty Bonus*, உங்களுக்குத் தெரிந்த திறமையாளர்களை இந்த நிறுவனத்தில் சேரும்படி பரிந்துரைத்ததற்காக வழங்கப்படும் *Referral Bonus* போன்றவை
- நிறுவனத்தின்மூலம் வழங்கப்படும் பங்குகள் *(Stocks)*, அவற்றுக்குக் கிடைக்கும் லாபப்பங்குத் தொகை *(Dividend)*
- அலுவலகம் வந்து செல்வதற்கான வண்டி வசதி

- *அலுவலகத்தில் வழங்கப்படும் வசதிகள் (உணவகம், உடற்பயிற்சிக் கூடம், மருந்தகம் போன்றவை)*
- *விழாக்காலப் பரிசுகள்*
- *விடுமுறை வசதிகள், பயன்படுத்தப்படாத விடுமுறைகளைக் காசாக்கிக்கொள்ளும் வசதி*
- *மருத்துவ, ஆயுள் காப்பீடு*
- *செல்ஃபோன், இணையப் பயன்பாட்டுக்கான கட்டணம்*
- *வேலை சார்ந்து பயணம் செய்யும்போது அதற்கான வசதிகள் (விமானம், தங்குமிடம், உணவு, உள்ளூர்ப் போக்குவரத்து, பயணக் காப்பீடு போன்றவை)*
- *பணியாளர்களுடைய கூடுதல் கல்வித் தேவைகளுக்கான உதவித்தொகை*
- *ஒரு நிறுவனத்தில் தொடர்ந்து பல ஆண்டுகள் பணியாற்றிவிட்டு வேலையை விட்டுச் செல்லும்போது வழங்கப்படும் பணிக்கொடை (Gratuity)*

இது ஒரு மிகச் சிறிய பட்டியல்தான். ஒவ்வொரு நிறுவனமும் இப்படி வெவ்வேறுவிதமான வசதிகளை வழங்குகின்றன என்பதால் முழுமையான பட்டியல் எங்கும் கிடைக்காது. அதனால், உங்களுடைய நிறுவனத்தில் என்னென்ன வசதிகள் உண்டு என்பதை நீங்கள்தான் விசாரிக்கவேண்டும், ஒரு காற்புள்ளி, அரைப்புள்ளி மீதமில்லாமல் அவற்றைப்பற்றித் தெரிந்துகொள்ளவேண்டும், அவற்றில் எதெது உங்களுக்குப் பொருந்தும் என்று சிந்தித்து அவற்றைப் பயன்படுத்திக்கொள்ளவேண்டும்.

மேலுள்ள பட்டியலில் முதன்மையான சிலவற்றைப்பற்றிச் சற்று விரிவாகப் பேசவேண்டும். முதலில், *Variable Salary* எனப்படும் மாறக்கூடிய சம்பளம்.

Fixed Salary எனப்படும் நிலையான சம்பளம் ஒவ்வொரு மாதமும் ஒரு குறிப்பிட்ட நாளில் உங்களுக்கு முழுமையாக (அதாவது, வரியைப் பிடித்துக்கொண்டு) வழங்கப்படுகிறது. இது உங்களுடைய வேலைத்திறமையைப் பொறுத்து ஏறாது, இறங்காது. ஆண்டுக்கு ஒரு முறை அல்லது இரு முறை உங்களுடைய

திறமை, நிறுவனத்தின் நிலைமை, பொதுவான சந்தைச் சூழல் ஆகியவற்றின் அடிப்படையில் இதை ஒரு குறிப்பிட்ட சதவிகிதம் உயர்த்துவார்கள். இது சம்பள உயர்வு *(Hike)* எனப்படும்.

Variable Salary என்பதும் சம்பளம்தான். ஆனால், அது பெரும்பாலும் மாதாமாதம் கிடைக்காது, இது உங்களுடைய சம்பளத்தின் ஒரு குறிப்பிட்ட சதவிகிதமாக மாதாமாதம் கணக்கிடப்பட்டு ஆண்டு நிறைவில் மொத்தமாக வழங்கப்படும். ஆனால், இது முழுக்கக் கிடைக்கும் என்று எந்த உத்தரவாதமும் இல்லை. குறைவாகவும் கிடைக்கலாம், கூடுதலாகவும் கிடைக்கலாம்.

எடுத்துக்காட்டாக, ஒருவருடைய மாதச் சம்பளம் 1000 ரூபாய் என்று வைத்துக்கொள்வோம். இது அவருக்கு மாதந்தோறும் கிடைத்துவிடும். இத்துடன் கூடுதலாக, இதில் 10% அவருக்கு மாறக்கூடிய சம்பளமாக வழங்கப்படுகிறது. அதாவது, மாதம் ரூ.100, ஆண்டுக்கு ரூ.1200.

ஆனால், ஆண்டு நிறைவில் இந்தத் தொகையை அவருக்கு அப்படியே கொடுத்துவிடமாட்டார்கள். அதற்குப் பல கணக்குகள் இருக்கும். எடுத்துக்காட்டாக, நிறுவனம் எப்படிச் செயல்பட்டிருக்கிறது, எவ்வளவு லாபம் சம்பாதித்திருக்கிறது, அவர் வேலை செய்யும் பிரிவு எப்படிச் செயல்பட்டிருக்கிறது, அவருடன் இணையாக வேலை செய்வோர் எப்படிச் செயல்பட்டிருக்கிறார்கள், அவர் தனிப்பட்டமுறையில் எப்படிச் செயல்பட்டிருக்கிறார், சந்தை எப்படி இருக்கிறது, நிறுவனத்துக்குக் கூடுதல் முதலீடு தேவைப்படுகிறதா... இப்படிப் பலவற்றைச் சிந்தித்துக் கணக்கிட்டு அவருக்கு ரூ. 1200 கிடைக்கலாம், ரூ.1000 கிடைக்கலாம், ரூ.1500கூடக் கிடைக்கலாம், மோசமான ஆண்டுகளில் ஒரு ரூபாய்கூடக் கிடைக்காமல்போகவும் வாய்ப்புண்டு.

இதனால், பலர் மாறக்கூடிய சம்பளத்தைத் தங்களுடைய வருவாயாக நினைப்பதில்லை. அது எவ்வளவு கிடைத்தாலும் மகிழ்ச்சி என்று நினைத்துக்கொள்கிறார்கள்.

இது மன அழுத்தம் இல்லாமல் இருப்பதற்கான நல்ல உத்திதான். ஆனால், அது நமக்கு உரிமையான தொகை என்ற கோணத்தில் பார்க்கும்போது, அப்படி அலட்சியமாக இருக்கவேண்டியதில்லை. அந்த மாறக்கூடிய சம்பளத்தை முழுமையாகப் பெறுவதற்கு,

அல்லது, அதற்குமேல் பத்து ரூபாய் பெறுவதற்கு நாம் என்ன செய்யவேண்டும் என்று சிந்திக்கலாம், மேலாளருடன் இதைப்பற்றி அவ்வப்போது பேசலாம், அதன்மூலம் நம் ஒட்டுமொத்த வருமானத்தை மேம்படுத்திக்கொள்ளலாம்.

இப்படி யோசியுங்கள்: மாறக்கூடிய சம்பளம் என்பது அந்த ஆண்டில்மட்டும் நீங்கள் பெறக்கூடிய உரிமை. அதை விட்டால் ஓடிவிடும், அடுத்த ஆண்டுக்குச் செல்லாது. அதனால், அந்த 12 மாதங்களுக்குள் செயல்படவேண்டும், கைக்கு எட்டிவிட்ட அந்தப் பணத்தை வாய்க்கு எட்டச்செய்வதற்கு நாம் என்ன செய்யவேண்டும் என்பதைத் தெரிந்துகொண்டு, அதை நாம் சரியாகச் செய்கிறோமா என்பதைத் தொடர்ந்து உறுதிப்படுத்திக்கொள்வதன்மூலம் அந்த உரிமையைக் காசாக்கிக்கொள்ளவேண்டும்.

★★★

5. ஓய்வுக்கால நிதி

சிறுவயதில் 'எறும்பும் வெட்டுக்கிளியும்' என்று ஒரு கதை படித்திருப்பீர்கள், அல்லது, கேட்டிருப்பீர்கள். அந்தக் கதை உங்களுக்கு நினைவிருக்கிறதா?

காட்டில் ஓர் எறும்பு சுறுசுறுப்பாக உழைத்துத் தானியங்களைச் சேர்த்துவைக்கும். வெட்டுக்கிளியோ, 'வாழ்க்கை வாழ்வதற்கே' என்று பாடித் திரிந்துகொண்டிருக்கும். பின்னர் பனிக்காலம் வந்ததும் எறும்பு தான் சேர்த்துவைத்த தானியங்களைக் கொண்டு மகிழ்ச்சியாக வாழும். வெட்டுக்கிளியோ பசியில் வாடித் துவண்டுபோகும்.

சிறுவர்களுக்கு உழைப்பின் மேன்மையை உணர்த்துவதற்கெனச் சொல்லப்படும் இந்தக் கதையைப் பெரியவர்களுக்கும் சொல்லலாம். ஆனால், அதன் நீதியைச் சற்று மாற்றவேண்டியிருக்கும்: உழைக்கும்போதே சேமிக்கவேண்டும். அப்போதுதான் பின்னாட்களில் உழைக்கமுடியாத சூழல் வரும்போது அந்தச் சேமிப்பு நமக்குக் கைகொடுக்கும்.

அதாவது, நாம் வேலைக்குச் சென்று அல்லது சொந்தத் தொழில் செய்து சம்பாதித்துக்கொண்டிருக்கும்போது, அதில் ஒரு பகுதியை நம்முடைய ஓய்வுக்காலத்துக்கென ஒதுக்கிவைத்துவிடவேண்டும். அதன்பிறகு, அந்த ஓய்வுக்காலம் வரும்வரை அந்தத் தொகையைத் தொடக்கூடாது.

இதைச் சொல்வது எளிது. செய்வது மிகக் கடினம். ஏனெனில், ஒருவர் தன்னுடைய ஓய்வுக்காலத்துக்கு முன்பாகப் பல நிதிச் சிக்கல்களைச் சந்திக்கக்கூடும், சிறிய, பெரிய செலவுகள் அவருடைய கழுத்தை வளைக்கக்கூடும், கடன் சுமை ஏறக்கூடும், ஏதாவது ஒரு நல்ல முதலீட்டு வாய்ப்பு அவரைக் கவர்ந்திழுக்கக்கூடும், வீடு வாங்கவேண்டும், நிலம் வாங்கவேண்டும், நகை வாங்கவேண்டும் என்பதுபோன்ற ஆசைகள் வரக்கூடும், எதிர்பாராத மருத்துவ அல்லது கல்விச் செலவுகள் வரக்கூடும்... அதுபோன்ற சூழ்நிலைகளில் கைக்கெட்டும் தொலைவில் பணத்தை வைத்துக்கொண்டு ஒருவரால் சும்மா இருக்கமுடியுமா?

எடுத்துக்காட்டாக, ஒருவர் பத்து ஆண்டுகளாகத் தன்னுடைய ஓய்வுக்காலத்துக்கெனச் சேமித்துவருகிறார். அந்தக் கணக்கில் மொத்தம் ஐந்து லட்சரூபாய் சேர்ந்திருக்கிறது. அப்போது அவருக்கு ஒரு திடீர்ச் செலவு வருமானால், அந்த ஐந்து லட்சத்தில் கைவைக்கலாம் என்றுதானே அவருக்குத் தோன்றும்? 'இப்போதைக்கு அவசரத்துக்கு இந்தப் பணத்தை எடுத்துக்கறேன். அப்புறம் பணம் கிடைக்கும்போது இதைப் பழையபடி நிரப்பிடறேன்' என்றுதானே அவர் நினைப்பார்?

மேலோட்டமாகப் பார்த்தால், அவர் அப்படி நினைப்பதில் எந்தத் தவறும் இல்லைதான். ஏனெனில், அது அவருடைய பணம். கஷ்டப்பட்டுச் சேர்த்தவருக்கு அதை எப்படிச் செலவுசெய்யவேண்டும் என்று தீர்மானிக்கிற உரிமையும் உண்டு.

ஆனால், இதை அவர் அடிக்கடி செய்துகொண்டிருந்தால், ஓய்வுக்காலத்துக்கென்று இந்தப் பணத்தை ஒதுக்கிவைத்திருக்கிறோம் என்கிற எண்ணம் கொஞ்சங்கொஞ்சமாக மறக்கத் தொடங்கும். அதுவும் மற்ற சேமிப்புகளைப்போல்தான், அவ்வப்போது எடுத்துச் செலவுசெய்துகொள்ளலாம், பின்னர் நிரப்பிவைத்துவிடலாம் என்று அவர் நினைக்கத் தொடங்குவார். இந்தத் 'திரும்ப நிரப்பும்' பழக்கத்தில் அவர் சற்று அலட்சியமாக இருந்துவிட்டால், அவருடைய உண்மையான ஓய்வுக்காலம் வரும்போது அவரிடம் இருக்கக்கூடிய செல்வம் ஒப்பீட்டளவில் மிகக் குறைவாகத்தான் இருக்கும். அது பூஜ்ஜியமாக இருக்கிற ஆபத்துகூட உண்டு.

இன்னொரு சிக்கல், ஓய்வுக்காலத்துக்கென்று ஒதுக்கிவைத்த பணத்தை அடிக்கடி எடுத்து, நிரப்பிக்கொண்டிருந்தால், அதன்

தொடர்ந்து வளர்கிற *(Compounding)* தன்மை பாதிக்கப்படும். இதுவும் அவருடைய ஓய்வுக்கால நிதியைக் *(Retirement Corpus)* கணிசமாகப் பாதிக்கும்.

நம் ஊரில் பிள்ளைகளைத் தங்களுடைய ஓய்வுக்கால முதலீடாக நினைக்கிற பழக்கம் உண்டு. 'யாருக்கு சார் செலவு செய்யறேன்? என் சொந்தப் பையனுக்குத்தானே? நாளைக்கு அவன் வளர்ந்து பெரியவனாகி என்னை உட்காரவெச்சுக் காப்பாத்துவான்' என்பார்கள் பலர்.

இப்படி நினைக்கிறவர்களுடைய விருப்பம் வருங்காலத்தில் அப்படியே நிறைவேறினால் மகிழ்ச்சிதான். ஆனால், ஒருவேளை நிறைவேறாவிட்டால்? அந்த நேரத்தில் அவர்கள் எங்கு சென்று சம்பாதிக்கமுடியும்? யாரிடம் உதவி கேட்கமுடியும்?

அதனால், என்னதான் பிள்ளைகள் இருந்தாலும், அவர்கள் மிக நல்லவர்களாக, தந்தை, தாயை உட்காரவைத்துச் சாப்பாடு போடக்கூடியவர்களாக, மருத்துவம் பார்க்கிறவர்களாக இருந்தாலும், ஒவ்வொருவரும் தங்களுக்கென்று ஓய்வுக்கால நிதியைச் சேமித்துவைப்பது முக்கியம். சம்பாதிக்கிற காலத்தில் வெவ்வேறு செலவுகளுக்கென்று அதில் அடிக்கடி கை வைக்காமல் இருப்பது மேலும் முக்கியம்.

இதற்கு ஒரே வழி, ஒருவருடைய ஓய்வுக்கால நிதிக்கென்று ஒரு தனிக் கணக்கு இருக்கவேண்டும். அது ஒருவழிச்சாலையைப்போல் *(One Way Road)* செயல்படவேண்டும். அதாவது, பணம் உள்ளே வரலாம், வெளியே போகக்கூடாது.

பதறவேண்டாம். அது உங்களுடைய பணம், கண்டிப்பாக உங்களுக்குத் திரும்பக் கிடைக்கும். ஆனால், உடனடியாகக் கிடைக்காது, நினைத்தபோதெல்லாம் அதில் கை வைக்கமுடியாது, நீங்கள் ஓய்வுபெற்றபின்னர்தான் அதை உங்களுக்குத் திருப்பிக் கொடுப்பார்கள்.

ஒருவேளை, ஓய்வுபெறுவதற்கு முன்பாகத் தவிர்க்கமுடியாத கட்டாயக் காரணங்களுக்காக உங்களுக்கு அந்தப் பணம் தேவைப்பட்டால், சில கட்டுப்பாடுகளுடன் அந்தப் பணத்தை எடுத்துக்கொள்ளலாம். ஆனால், அதை முடிந்தவரை தவிர்ப்பது நல்லது.

ஆக, ஒருவர் வேலை செய்து சம்பாதிக்கும்போது மாதந்தோறும் இந்தக் கணக்கில் பணம் போடுகிறார். பின்னர் அவர் ஓய்வுபெறும்போது, அதுவரை அவர் முதலீடு செய்த அசலும் அதற்குக் கிடைத்த வட்டியும் அவருக்கு மொத்தமாக வழங்கப்படும். அந்தப் பணத்தை வைத்து அவர் தன்னுடைய ஓய்வுக்காலச் செலவுகளைத் திட்டமிட்டுக்கொள்ளலாம். ஒருவேளை, அவர் ஓய்வு பெறும் வயதை எட்டுவதற்குமுன்னால் இறந்துவிட்டால், இந்தத் தொகை அவருடைய வாரிசுகளுக்குக் கிடைக்கும்.

நம்முடைய கும்பளத்தின் பகுதிகளான பணியாளர் வருங்கால வைப்பு நிதி *(PF: Provident Fund)* அல்லது தேசிய ஓய்வூதியத் திட்டம் *(NPS: National Pension Scheme)* ஆகியவை இந்த ஒருவழிச்சாலைக் கணக்குகளுக்கு நல்ல எடுத்துக்காட்டுகள். இவற்றில் நீங்களும் பணம் போடலாம், உங்களுடைய நிறுவனமும் பணம் போடலாம். இந்த இரு வகை முதலீடுகளும் சேர்ந்து வளரும், பின்னாட்களில் உங்களுக்குப் பயன்படும்.

இதில் மிகப் பெரிய வசதி, நாம் மாதந்தோறும் வங்கிக்குச் சென்று இந்தத் தொகைகளைச் செலுத்தவேண்டியதில்லை. நமக்குச் சம்பளம் தருகிற நிறுவனமே அந்தப் பணத்தைப் பிடித்துக்கொண்டு அரசாங்கத்துக்கு அனுப்பிவிடும். கட்டாயச் சேமிப்புதான்!

இன்னொரு நன்மை, இதுபோன்ற ஓய்வுக்கால முதலீடுகளுக்கு வரிச் சலுகையும் உண்டு. அதன்மூலம் நீங்கள் இன்னும் பணத்தை மிச்சப்படுத்தலாம்.

ஓய்வுக்காலத் திட்டமிடல் என்பது மிகப் பெரிய தலைப்பு. பின்னர் அதைப்பற்றி விரிவாகப் பேசுவோம். இப்போதைக்கு, நம்முடைய கும்பளத்தில் மேற்சொன்ன இரண்டு கணக்குகளும் உண்டா, இல்லையா என்பதைக் கவனியுங்கள், அவற்றின்மூலம் ஒவ்வொரு மாதமும் எவ்வளவு தொகை நம் ஓய்வுக்காலக் கணக்கில் சேர்கிறது, அது எப்படி வளர்கிறது என்பதைத் தெரிந்துகொள்ளுங்கள்.

இதற்கு நீங்கள் உங்களுடைய சம்பள அறிக்கையைப் பார்க்கவேண்டும், அதில் உள்ள *PF, NPS* தொகைகளைக் குறித்துக்கொள்ளவேண்டும், இந்தத் தொகைகளை உங்களுடைய நிதி ஆலோசகரிடம் காண்பித்து, 'இந்தச் சேமிப்பு சரிதானா? போதுமா? நான் இன்னும் சேமிக்க வழி உண்டா? இதன்மூலம்

எனக்குக் கிடைக்கும் வரிச் சலுகை எவ்வளவு? அதை மேலும் கூடுதலாக்க இயலுமா?' என்றெல்லாம் கேட்டுப் புரிந்துகொள்ள வேண்டும்.

சில நிறுவனங்களில் PF, NPS போன்ற கும்பள வசதிகள் இல்லாமலிருக்கலாம். ஒருவேளை, உங்களுடைய சம்பள அறிக்கையில் இவை விடுபட்டிருந்தால், உங்களுடைய நிறுவனத்தின் நிதிப்பிரிவினரிடம் சென்று பேசுங்கள், 'மாதந்தோறும் PF, NPS பிடித்தத்தின்மூலம் நான் என்னுடைய ஓய்வுக்காலத்துக்குச் சேமிக்க விரும்புகிறேன். அதற்கு என்ன வழி?' என்று கேட்டுத் தெளிவு பெறுங்கள்.

நம்முடைய PF, NPS கணக்குகளில் எவ்வளவு தொகை சேர்ந்துள்ளது என்று எப்படித் தெரிந்துகொள்வது?

https://www.epfindia.gov.in என்ற இணையதளத்தில் நம்முடைய PF கணக்கை அணுகலாம். *https://www.cra-nsdl.com/CRA/* என்ற இணையதளத்தில் நம்முடைய NPS கணக்கை அணுகலாம்.

நம்முடைய PF தொகை எப்படி வளர்கிறது என்பது நம் கையில் இல்லை. ஏனெனில், அதற்கான வட்டித் தொகை அரசாங்கத்தால் தீர்மானிக்கப்படுகிறது.

ஆனால், NPSல் நாம் சில சிறிய, பெரிய மாற்றங்களைச் செய்து நம்முடைய பணத்தின் வளர்ச்சியைக் கட்டுப்படுத்தலாம். இதற்கான வழிகளைப்பற்றி இணையத்தில் படியுங்கள், அல்லது, உங்கள் நிதி ஆலோசகரிடம் பேசுங்கள்.

நீங்கள் வேலை மாறும்போது, PF, NPS கணக்குகளை மாற்றவேண்டியதில்லை. அவற்றை ஒரு நிறுவனத்திலிருந்து இன்னொரு நிறுவனத்துக்கு மாற்றுவதற்குத் தெளிவான வழிமுறைகள் இருக்கின்றன. நீங்கள் புதிதாக வேலைக்குச் சேரும் நிறுவனத்தில் இதற்கான வசதிகள் இருக்கும். முதல் சில மாதங்களுக்குள் இதைப்பற்றி விசாரித்து வேண்டிய மாற்றங்களைச் செய்துவிடுங்கள். புதிய நிறுவனத்தில் செலுத்தப்படும். PF, NPS தொகைகள் அதே கணக்குக்குச் சரியாக வருகின்றனவா என்று மேற்சொன்ன இணையதளங்களைப் பார்த்து உறுதிப்படுத்திக்கொள்ளுங்கள்.

அதேபோல், நீங்கள் ஓய்வுபெறும் வயதை நெருங்கும்போது, *PF*, *NPS* கணக்குகளிலிருந்து பணம் எடுப்பது எப்படி, *NPS*மூலம் மாதந்தோறும் கிடைக்கும் ஓய்வூதியத் தொகையைப் பெறுவது எப்படி என்பதற்கான வழிமுறைகளைத் தெரிந்துகொள்ளுங்கள். குறிப்பாக, மொத்தமாகக் கிடைக்கப்போகும் அந்தப் பெரிய தொகையை அப்படியே செலவு செய்து தீர்த்துவிடாமல் எங்கு பாதுகாப்பாக முதலீடு செய்வது, அதை எப்படி எடுத்துப் பயன்படுத்துவது என்பதைப்பற்றியும் யோசிக்கத் தொடங்குங்கள்.

★★★

6. விட்டாச்சு லீவு!

என்னுடைய நெருங்கிய நண்பர் ஒருவர் சொந்தமாக ஒரு மென்பொருள் நிறுவனம் வைத்திருக்கிறார். அந்த நிறுவனத்தில் சுமார் ஐம்பது பேர் வேலை செய்கிறார்கள்.

ஒவ்வோர் ஆண்டும் செப்டம்பர் மாதத்தில் இவர் ஒரு வேலை செய்வார். தன்னிடம் வேலை செய்கிற ஐம்பது பேரும் அந்த ஆண்டில் (அதாவது, ஜனவரி முதல் ஆகஸ்ட்வரை) எத்தனை நாள் விடுமுறை எடுத்திருக்கிறார்கள் என்று கணக்கெடுத்துப் பார்ப்பார். யாராவது மிகக் குறைவான அளவில் விடுமுறை எடுத்திருந்தால், அவர்களைத் தனிப்பட்ட முறையில் தொலைபேசியில் அழைத்துப் பேசுவார், 'நீ என்ன செய்வேன்னு எனக்குத் தெரியாது, மீதியிருக்கிற நாலு மாசத்துல நீ உன்னோட எல்லா விடுமுறைகளையும் எடுத்துத் தீர்த்துடணும். டிசம்பர் 31ம் தேதி உன்னோட கணக்குல ஒரு நாள்கூட விடுமுறை மீதியிருக்கக்கூடாது' என்பார்.

அவரிடம் வேலை பார்க்கிற பெரும்பாலானோர் விடுமுறை என்றால் என்ன என்றே தெரியாத உத்தமர்கள். எப்போதாவது உடம்பு சரியில்லை, மாமா பையனுக்குக் காதுகுத்து என்றால் அரை நாள் விடுமுறை எடுப்பார்கள், அப்போதும் செல்ஃபோனில் அலுவலக மின்னஞ்சல்களைத்தான் படித்துக்கொண்டிருப்பார்கள். அந்த அளவு பொறுப்பானவர்கள், அல்லது, வேலையைத்தவிர வேறேதும் தெரியாதவர்கள்.

இந்த மனநிலையை என்னுடைய நண்பர் சிறிதும் விரும்பவில்லை. அவர்கள் இப்படிக் கண்மூடித்தனமாக உழைத்தால் தன்னுடைய நிறுவனத்துக்கு நல்லதுதானே என்கிற குறுகிய மனப்பான்மை அவரிடம் கிடையாது. போதுமான ஓய்வு எடுத்துக்கொண்டால்தான் அவர்கள் உடலும் மனமும் இதமாக இருக்கும், நெடுநாட்களுக்கு உழைப்பார்கள், சுறுசுறுப்பாகவும் படைப்பார்வத்துடனும் செயல்படுவார்கள் என்கிற தொலைநோக்குச் சிந்தனை கொண்டவர் அவர்.

ஆனால், அவர் ஒவ்வொரு செப்டம்பரிலும் இப்படி விடுமுறைக் கணக்குப் போட்டுத் தொலைபேசியில் மிரட்டினாலும், அவரிடம் வேலை செய்கிற பலர் போதுமான அளவு விடுமுறை எடுக்கவில்லை. அதனால், ஒவ்வோராண்டும் டிசம்பர் 25 முதல் ஜனவரி 1வரை அலுவலகத்தை இழுத்து மூடத் தொடங்கினார் அவர். அதாவது, எல்லாருக்கும் கட்டாய ஓய்வு. அவர்கள் வீட்டில் சும்மா உட்கார்ந்திருக்கலாம், அல்லது, குடும்பத்துடன் நான்கு இடங்களைச் சுற்றிப்பார்க்கலாம். ஆனால், அலுவலகத்துக்கு மட்டும் வரக்கூடாது.

இப்படி ஒரு வாரம் அலுவலகத்தை இழுத்து மூடினால் தொழில் என்ன ஆகும் என்றெல்லாம் கவலைப்படாதீர்கள். கிறிஸ்துமஸ் நேரத்தில் பெரும்பாலான மென்பொருள் நிறுவனங்கள் வேலை இல்லாமல் ஈ ஓட்டிக்கொண்டுதான் இருக்கும். அதற்குப் பதிலாக அலுவலகத்தை இழுத்து மூடிவிட்டால் பணியாளர்களுக்குத் தேவையான ஓய்வாவது கிடைக்கும் என்பதுதான் என் நண்பருடைய திட்டம்.

பத்துப் பதினைந்து ஆண்டுகளுக்கு முன்னால், இவருடைய சிந்தனை புதுமையானதாகக் கருதப்பட்டிருக்கும். ஆனால், இன்றைக்குப் பல சிறிய, பெரிய நிறுவனங்கள் இப்படிச் செய்வதைப் பார்க்கிறேன். அதாவது, பணியாளர்கள் ஒழுங்காக விடுமுறை எடுக்கிறார்கள் என்பதைக் கவனமாகப் பார்த்து உறுதிசெய்வது, அதன்மூலம், அவர்கள் வேலையில் மூழ்கிக் கருகிப்போய்விடாமல் *(Burnout)* தடுப்பது, அவர்களுடைய தொலைநோக்குச் செயல்திறனை மேம்படுத்துவது.

பணியாளர்கள் ஒவ்வொருவருக்கும் ஆண்டுக்கு இத்தனை நாள் விடுமுறை தரப்படவேண்டும் என்று அரசாங்கமே சட்டம்

போட்டிருக்கிறது. ஆனாலும் நம் ஊரில் பெரும்பாலானோர் விடுமுறையை அசிங்கமான, தேவையில்லாத, தொடக்கூடாத விஷயமாகக் கருதுகிறார்கள்.

இதற்குக் காரணம், சிறுவயதிலிருந்தே ‘பள்ளிக்கு விடுமுறை எடுப்பது தவறு’ என்கிற எண்ணம் நம் மனத்தில் அழுத்தமாகப் பதிக்கப்பட்டுவிடுகிறது. ஒரு குழந்தை ‘உடம்பு சரியில்லைம்மா, இன்னிக்கு ஒருநாள்மட்டும் லீவ் எடுத்துக்கறேன்’ என்று உண்மையைச் சொன்னால்கூட, ‘அந்தக் கதையே வேணாம், ஒழுங்காக் குளிச்சுட்டுப் பள்ளிக்கூடத்துக்குக் கிளம்பு’ என்றுதான் பெரும்பாலான பெற்றோர் அதட்டுகிறார்கள். இதனால், எந்த ராஜா எந்தப் பட்டணம் போனாலும் நாம் பள்ளிக்கு (அல்லது கல்லூரிக்கு, அல்லது வேலைக்கு) மட்டம் போடக்கூடாது என்கிற மனப்போக்கை அவர்களுக்குள் உருவாக்கிவிடுகிறார்கள்.

தேவையில்லாமல் விடுமுறை எடுக்கக்கூடாது என்பது உண்மைதான், அது ஒரு நல்ல பழக்கம்தான். ஆனால், அதை இப்படி மிகையாகப் பழக்கினால், தேவை இருந்தாலும் விடுமுறை எடுக்காமல் சமாளிக்கவேண்டும் என்கிற தேவையில்லாத எண்ணம் வந்துவிடும். அதன்பிறகு, எந்தத் தேவைக்கு விடுமுறை எடுக்கலாம் என்பதே நமக்குப் புரியாது. ஒரு நாள் விடுமுறை எடுத்தாலும் அதை எண்ணிக் குற்றவுணர்ச்சி கொள்ளத் தொடங்கிவிடுவோம்.

உண்மையில், விடுமுறை என்பது நம் உடலுக்கும் மனத்துக்கும் கட்டாயம் தேவைப்படுகிற இடைவெளி. நாள்தோறும் குறிப்பிட்ட சில மணிநேரங்கள் தூங்குவதைப்போல்தான் விடுமுறை எடுப்பதும். அது நம்மைப் புத்துணர்வாக்கிச் செயல்திறனை மேம்படுத்தக்கூடியது.

அட, அதெல்லாம் இல்லாவிட்டாலும், கஷ்டப்பட்டு உழைக்கிற ஒருவர் விடுமுறை எடுத்து அதை அனுபவிப்பதில் தவறில்லை. சட்டமும் நிறுவன விதிகளும்கூட அதைத்தான் சொல்கின்றன.

பணத்தைப்பற்றிப் பேசிக்கொண்டிருக்கையில் விடுமுறையைப்பற்றிய இந்த நீண்ட விளக்கம் எதற்கு என்றால், விடுமுறையும் நம்முடைய கும்பளத்தின் ஒரு பகுதிதான். அதையும் நாம் பயன்படுத்திக்கொள்ளவேண்டும், ஒருவிதத்தில் அதுவும் நம் பணம்தான்.

இப்படி யோசியுங்கள்: உங்களுடைய ஆண்டுச் சம்பளம் 2500 ரூபாய் என்று வைத்துக்கொள்வோம். ஓர் ஆண்டில் 52 வாரங்கள் உள்ளன. அதாவது, சுமார் 260 நாட்கள். இதில் 10 நாட்கள் தீபாவளி, பொங்கல் போன்ற பண்டிகை விடுமுறைகளைக் கழித்துவிட்டால், 250 நாட்கள்.

ஆனால், நீங்கள் அந்த 250 நாட்களும் வேலை செய்யவேண்டும் என்று கட்டாயமில்லை. மருத்துவ விடுமுறை (Sick Leave), சிறப்புரிமை விடுமுறை (Privilege Leave), இயல்பு விடுமுறை (Casual Leave) என்று ஆண்டுக்குச் சுமார் 25 நாட்கள் விடுமுறை எடுத்துக்கொள்ளலாம் என்று உங்களுடைய வேலை ஒப்பந்தத்தில் இருக்கிறது. அது உங்கள் உரிமை. எப்போது வேண்டுமானாலும் (போதுமான முன் அறிவிப்புடன்) நீங்கள் அந்த விடுமுறைகளைப் பயன்படுத்திக்கொள்ளலாம். கெஞ்சவேண்டியதில்லை, உரிமையுடன் கேட்கலாம். நீங்கள் ஏன் விடுமுறை எடுக்கிறீர்கள் என்று காரணம்கூடச் சொல்லவேண்டியதில்லை.

ஒருவேளை, நீங்கள் ஆண்டுமுழுவதும் ஒரு நாள்கூட விடுமுறை எடுக்காவிட்டால், 250 நாள் வேலை செய்து 2500 ரூபாய் சம்பளம் பெறுகிறீர்கள். அதாவது, ஒரு நாளைக்கு 10 ரூபாய் சம்பாதிக்கிறீர்கள் (2500÷250=10).

அதற்குப் பதிலாக, நீங்கள் அந்த 25 விடுமுறை நாட்களையும் பயன்படுத்திக்கொண்டால், 225 நாள்மட்டும் வேலை செய்து அதே 2500 ரூபாய் சம்பளம் பெறுகிறீர்கள். அதாவது, ஒரு நாளைக்கு 11.11 ரூபாய் சம்பாதிக்கிறீர்கள் (2500÷225=11.11).

ஆக, விடுமுறையின்மூலம் உங்களுக்குக் கிடைக்கும் ஓய்வு, புத்துணர்ச்சி, செயலூக்கத்தையெல்லாம் விட்டுவிட்டால்கூட, அது உங்களுடைய அன்றாடச் சம்பளத்தைக் கூட்டக்கூடியது. குறைந்த வேலை, அதே சம்பளம், கசக்குமா என்ன?

விடுமுறைகளின்மூலம் இன்னொரு வகைப் பண வரவும் உண்டு. சில நிறுவனங்களில் பயன்படுத்திக்கொள்ளாத சிறப்புரிமை விடுமுறைகளைப் பணமாக்கிக்கொள்ளும் வசதி இருக்கும். இது உங்களுடைய சம்பளத்துடன் சேர்த்துத் தரப்படும்.

சில நிறுவனங்கள் LTA (Leave Travel Allowance) என்ற வசதியை வழங்குகின்றன. இதன்மூலம், விடுமுறையின்போது நீங்கள்

செய்கிற பயணச் செலவுகளுக்கு வரிச் சலுகை பெறலாம். இதுவும் உங்களுக்குப் பணத்தை மிச்சப்படுத்திக்கொடுக்கும்.

அதனால், ஆண்டுமுழுவதும் தேவை உள்ளபோதெல்லாம் விடுமுறை எடுத்துக்கொள்ளுங்கள். குறிப்பாக, அடுத்த ஆண்டுக்குக் கொண்டுசெல்ல இயலாத *(Carryover* ஆகாத) விடுமுறைகளை ஒரு நாள்கூட மீதி வைக்காமல் செலவழித்துவிடுங்கள். ஏனெனில், அவற்றைப் பயன்படுத்திக்கொள்ளாவிட்டால் உங்களுக்குதான் இழப்பு.

மேற்சொன்ன என்னுடைய நண்பரைப்போல் நீங்களும் ஒவ்வொரு செப்டம்பர் மாதத்திலும் உங்களுடைய தனிப்பட்ட விடுமுறைக் கணக்கைப் புரட்டிப் பார்க்கலாம்:

- என்னிடம் இன்னும் எத்தனை நாள் விடுமுறைகள் மீதமுள்ளன?
- அவை எந்த வகை விடுமுறைகள்? ஒருவேளை நான் அவற்றைப் பயன்படுத்தாவிட்டால் அடுத்த ஆண்டுக்குக் கொண்டுசெல்ல இயலுமா? இயலாது என்றால், அவற்றை எப்படிப் பயன்படுத்துவது?
- காசாக்கக்கூடிய விடுமுறைகள் எவையேனும் உள்ளனவா? ஆம் எனில், அவற்றைக் காசாக்குவதற்கு நான் எப்போது விண்ணப்பிக்கவேண்டும்?
- என்னுடைய விடுமுறைச் செலவுகளுக்கு வரிச் சலுகை ஏதும் கிடைக்குமா? ஆம் எனில், அதற்கான விண்ணப்பத்தை நான் எப்போது சமர்ப்பிக்கவேண்டும்?

இதையெல்லாம் ஆராய்வதற்கு மிஞ்சிப்போனால் அரை மணிநேரம் ஆகும். ஆனால், அதன்மூலம் நமக்குக் கிடைக்கக்கூடிய பண, பணமல்லாத வரவுகள் ஏராளம்.

விடுமுறை உரிமைகளைப் பயன்படுத்திக்கொள்வதற்கு ஒரு குறிப்பிட்ட மனநிலை வேண்டும். அதாவது, அவை நமக்குச் சொந்தமானவை, இன்னொருவர் நமக்குத் தரும் சலுகை இல்லை என்கிற உணர்வு வேண்டும்.

என்னுடைய ஆந்திர நண்பர் ஒருவர் நடிகர் மகேஷ் பாபு ரசிகர். மகேஷ் பாபுவின் புதிய திரைப்படங்கள் வெளியாகிற

நாட்களிலெல்லாம் அவர் அலுவலகத்துக்கு விடுமுறை எடுப்பார், 'சினிமா பார்க்கச் செல்கிறேன்' என்றே விடுமுறைக் கடிதத்தில் குறிப்பிடுவார். கூலியைப்போல் விடுமுறையும் உழைப்பவனுடைய உரிமைதான்.

அதனால், விடுமுறைக் கும்பளத்தைச் சரியாகப் பயன்படுத்திக்கொள்வோம். சரியான முன் அறிவிப்பு, திட்டமிடலுடன் எடுக்கப்படும் விடுமுறைகளை எந்த நிறுவனமும் மறுக்காது, மறுக்கக்கூடாது.

★★★

பகுதி 3 : ஆயுள் காப்பீடு, நலக் காப்பீடு (Insurance)

7. ஆயுள் காப்பீடு

'கடவுளை நம்புங்கள். ஆனால், உங்கள் ஒட்டகத்தைக் கட்டிவையுங்கள்' என்று ஒரு பழைய அறிவுரை உண்டு. காலப்போக்கில் இதில் ஒட்டகத்துக்குப் பதில் மிதிவண்டி, வீட்டுக் கதவு என ஏதேதோ நுழைந்துவிட்டன. ஆனால், இவை அனைத்தின் மையச் செய்தி ஒன்றுதான்: வாழ்க்கையின்மீது நம்பிக்கை வேண்டும், ஆனால், எதார்த்தமாகவும் சிந்தித்துச் செயல்படவேண்டும்.

முதன்முதலாக வேலைக்குச் சென்று சம்பாதிக்கத் தொடங்குகிற ஒருவர், மாதந்தோறும் தான் வழங்கப்போகும் உழைப்பையும், அதனால் தனக்குக் கிடைக்கப்போகும் சம்பளத்தையும் மையமாகக் கொண்டு தன்னுடைய வாழ்க்கைப் பாதையைக் கற்பனை செய்கிறார், படிப்படியாகத் திட்டமிடுகிறார். அந்தத் திட்டம் கிட்டத்தட்ட இப்படி இருக்கும்:

1. இப்போது எனக்குச் சம்பளம் குறைவுதான். ஆனால், நான் நன்கு வேலை செய்து திறமைகள், அனுபவத்தைப் பெறும்போது சம்பளமும் அதற்கேற்ப உயரும்.

2. அதே நேரம், திருமணம், குழந்தைகள், வீடு, கார் என்று என்னுடைய பொறுப்புகளும் உயரும், செலவுகளும் கூடும். எனக்குக் கூடுதலாக வரும் சம்பளத்தின்மூலம் அவற்றை நான் சமாளிப்பேன், என்னுடைய வருங்காலத்துக்கெனவும் சேர்த்துவைப்பேன்.

3. எனக்குச் சுமார் அறுபது வயதாகும்போது, என்னால் வேலை செய்யமுடியாத சூழ்நிலை ஏற்படும். அப்போது நான் என்னுடைய சேமிப்பைக் கொண்டு அதே வாழ்க்கைமுறையைத் தொடர்வேன். என் பிள்ளைகள், பேரப் பிள்ளைகளுக்கும் ஓரளவு செல்வத்தை விட்டுச்செல்வேன்.

மேலுள்ள திட்டம் முழுவதும் 'நம்பிக்கை' என்ற பிரிவின்கீழ் வருகிறது. அது நல்லதுதான். நம்மால் தொடர்ந்து வளர இயலும், நம் வாழ்க்கையைச் சமாளிக்க இயலும், நிறைவோடு வாழ இயலும் என்கிற எண்ணம் உள்ளுக்குள் இருப்பது நிம்மதியைத் தரும், ஊக்கத்துடன் உழைக்கச்செய்யும்.

அதே நேரம், நாம் திட்டமிட்டுள்ள பாதையில் 'குறுக்க ஒரு கௌசிக் வந்தா?' என்கிற கேள்வியும் நமக்கு வரவேண்டும். இந்த இடத்தில்(மட்டும்) சற்று எதிர்மறைச் சிந்தனையோடு செயல்படுவது நல்லது.

எடுத்துக்காட்டாக, ஒருவேளை நமக்கு வேலை போய்விட்டால்? நாம் வேலை செய்கிற நிறுவனம் நஷ்டமாகி மூடப்பட்டுவிட்டால்? நமக்கு ஒரு விபத்தில் காயம் பட்டு வேலை செய்ய இயலாத சூழ்நிலை வந்துவிட்டால்? அட, உயிரே போய்விட்டால்? அப்போது நம் நிலைமை என்ன ஆகும்? நம் குடும்பத்தின் நிலைமை என்ன ஆகும்? அன்றாட, மாதச் செலவுகளைச் சமாளிக்க என்ன வழி? ஏதாவது கடன் இருந்தால் அதைத் திரும்பக் கட்டுவது எப்படி? பிள்ளைகளின் படிப்பு, திருமணம் போன்றவை என்ன ஆகும்?

பலர் இதையெல்லாம் சிந்திக்க விரும்புவதில்லை. 'நெருப்பு' என்று சொன்னால் வாய் வெந்துவிடும் என்கிற பழைய அச்சம்தான் அதற்குக் காரணம். 'நான் யார் பொழப்பையும் கெடுக்கலை. எனக்கு இதெல்லாம் நடக்காது' என்று சிரித்து மழுப்பிவிடுகிறார்கள்.

நடக்காது என்கிற நம்பிக்கை நல்லது. கடவுள் அருளால் இவையெல்லாம் யாருக்கும் நடக்காமலே இருக்கட்டும். ஆனால், ஒருவேளை நடந்துவிட்டால்? அதற்கான சிறு வாய்ப்பு இருக்கிறது என்றுதான் நிகழ்தகவுக் கணக்கு சொல்கிறது. நம் உலக அறிவும் நடைமுறையும் அதை உறுதிப்படுத்துகின்றன. துரதிருஷ்டவசமாக அந்தச் சிறு வாய்ப்பு உண்மையாகிவிட்டால்

நமக்கோ நம் குடும்பத்துக்கோ எந்தப் பிரச்சனையும் வராமலிருக்க வேண்டுமில்லையா? அதற்கு இப்போதே ஏதாவது செய்யவேண்டும், ஒட்டகத்தைக் கட்டிப்போடவேண்டும்.

காப்பீடு (Insurance) என்பது 'நடக்கக்கூடாத ஒன்று நடந்துவிட்டால் என்ன செய்வது?' என்கிற கேள்விக்கான பதில், அந்தச் சூழ்நிலையில் நம்முடைய, நம் குடும்பத்தின் பாதுகாப்பை உறுதிசெய்கிற ஓர் ஏற்பாடு.

பலவகைக் காப்பீடுகள் உள்ளன. இப்போது நாம் கும்பளத்தைப்பற்றிப் பேசிக்கொண்டிருப்பதால், அதில் பொதுவாக இடம்பெறுகிற முக்கியமான இரண்டு காப்பீடுகளைமட்டும் இங்கு பார்ப்போம்: ஆயுள் காப்பீடு, மருத்துவக் காப்பீடு.

ஆயுள் காப்பீடு என்பது ஒருவருடைய உயிரை அடிப்படையாகக் கொண்டது. அதாவது, ஒரு குறிப்பிட்ட நபர் ஒரு குறிப்பிட்ட வயதுக்குள் இறக்க நேரிட்டால் அவருடைய குடும்பத்தினருக்கு ஒரு பெரிய தொகை கிடைக்கும்வண்ணம் இது அமைகிறது.

அந்தத் தொகையை யார் வழங்குவார்கள்?

இந்தியாவில் *Life Insurance Corporation (LIC), National Insurance, SBI Life Insurance, HDFC Life Insurnace* என்று பல காப்பீட்டு நிறுவனங்கள் இருக்கின்றன. இதுபோல் உலகெங்கும் நூற்றுக்கணக்கான அரசு, தனியார் காப்பீட்டு நிறுவனங்கள் உண்டு. இவை அந்தந்த நாட்டில் உள்ள மக்களுடைய பெயர்களில் காப்பீட்டுத் திட்டங்களை (இவற்றைப் 'பாலிசிகள்' என்கிறார்கள்) வழங்குகின்றன, அதற்குக் கட்டணமாக ஆண்டுதோறும் ஒரு குறிப்பிட்ட தொகையைப் பெற்றுக்கொள்கின்றன (இந்தத் தொகையைப் 'பிரீமியம்' என்கிறார்கள்). அதன்பிறகு, காப்பீடு முடிவதற்குள் அந்த நபர் இறக்க நேரிட்டால், அவருடைய குடும்பத்தினர் அந்தக் காப்பீட்டு நிறுவனத்தைத் தொடர்புகொண்டு காப்பீட்டுத் தொகையைப் பெற்றுக்கொள்ளலாம்.

யார் வேண்டுமானாலும் ஆயுள் காப்பீடு எடுக்கலாம். ஆனால், பொதுவாக இது சம்பாதிக்கும் நபர்களின்மீதுதான் எடுக்கப்படுகிறது. ஏனெனில், அவர்களுடைய குடும்பம் அவர்களின் சம்பளத்தை நம்பியிருக்கிறது. நாளைக்கு அவர்களுக்கு ஏதாவது ஆகிவிட்டால்,

அந்த வருமானம் நின்றுவிடும், அந்தக் குடும்பம் பாதிக்கப்படும், அந்த இழப்பைக் காப்பீட்டுத் தொகை ஈடுசெய்யும்.

அதனால், தன்னுடைய குடும்பத்துக்காகச் சம்பாதிக்கும் ஒவ்வொருவரும் ஆயுள் காப்பீடு எடுக்கவேண்டும், ஒழுங்காகப் பிரீமியம் செலுத்தவேண்டும், ஓய்வு பெறும் வயதுவரை அந்த ஆயுள் காப்பீடு உயிருடன் இருக்கும்படி பார்த்துக்கொள்ளவேண்டும். அது தரும் மன நிம்மதி மிகப் பெரியது.

ஆயுள் காப்பீட்டை நாம் தனிப்பட்டமுறையிலும் எடுக்கலாம். ஆனால், பல நிறுவனங்கள் கும்பளத்தின் ஒரு பகுதியாகத் தங்கள் பணியாளர்கள்மீது கணிசமான தொகைக்கு ஆயுள் காப்பீட்டை எடுத்துத் தருகின்றன. இதன் பொருள், காப்பீட்டுப் 'பிரீமியத்தை அந்தப் பணியாளர் செலுத்தவேண்டியதில்லை, அவருடைய நிறுவனம் செலுத்திவிடும்.

காப்பீட்டை யார் எடுக்கிறார்கள் என்பது முக்கியமில்லை. அந்தக் காப்பீட்டுத் தொகை எவ்வளவு என்பதுதான் முக்கியம். ஒருவேளை நீங்கள் இல்லாவிட்டால் உங்களுடைய குடும்பம் தன்னுடைய சொந்தக் காலில் நிற்கும்வரை இதேபோல் தொடர்ந்து வாழ்வதற்கு எத்தனை ஆண்டுகள் ஆகும், அதற்கு அவர்களுக்கு எவ்வளவு தொகை செலவாகும் என்று கணக்கிட்டுப் பார்த்துத் தீர்மானியுங்கள். ஒருவேளை நீங்கள் ஏதாவது கடன் வாங்கியிருந்தால் (முக்கியமாக, வீட்டுக் கடன்) திருப்பிச் செலுத்தவேண்டிய மீதிக் கடன் தொகையையும் அதில் சேர்த்துக்கொள்ளுங்கள்.

முக்கியமாக, இன்றைய செலவுகளைமட்டும் மனத்தில் வைத்து இதைக் கணக்கிடக்கூடாது. இது வருங்காலத்தில் கிடைக்கப்போகிற தொகை என்பதால், வருங்காலச் செலவுகளை எண்ணிப்பார்க்கவேண்டும். பணவீக்கத்தால் செலவுகள் ஆண்டுக்கு ஆண்டு ஏறிக்கொண்டுதான் போகும். இன்றைக்கு மாதம் இருபதாயிரம் ரூபாய் செலவாகிற வீட்டில் வருங்காலத்தில் முப்பதாயிரம், நாற்பதாயிரம் ரூபாய்கூடச் செலவாகலாம். அதனால், காப்பீட்டுத் தொகையும் அதற்கு இணையாக இருக்கவேண்டும்.

இப்படியெல்லாம் கணக்கிட்டால் உங்களுக்குக் கிடைக்கிற

ஆயுள் காப்பீட்டுத் தொகை பெரியதாகத்தான் இருக்கும். அதற்கான பிரீமியமும் கணிசமாக இருக்கும். ஆனால், அதற்கு அச்சப்பட்டுக்கொண்டு குறைந்த காப்பீட்டுத் தொகையில் பாலிசி எடுத்தால் நாளைக்கு உங்கள் குடும்பம் சிரமப்படும், நீங்கள் எந்த நோக்கத்துக்காகக் காப்பீடு எடுக்கிறீர்களோ அது அடிபட்டுவிடும்.

அதனால், இந்த விஷயத்தில் கஞ்சத்தனம் வேண்டாம். சரியான தொகைக்குக் காப்பீடு எடுத்துப் பிரீமியத்தைச் செலுத்திவிடவேண்டும். அது செலவு இல்லை, மிகச் சிறந்த முதலீடு.

ஒருவேளை, நீங்கள் கணக்கிட்ட காப்பீட்டுத் தொகை உங்கள் நிறுவனம் தருகிற கும்பளத்தின்கீழ் வரும் ஆயுள் காப்பீட்டுத் தொகையைவிடக் குறைவாக இருந்தால், மிகவும் நல்லது. நீங்கள் ஒரு பைசா செலவழிக்காமல் வேண்டிய காப்பீட்டைப் பெற்றுவிடலாம். அப்படி இல்லாவிட்டால், துண்டு விழும் தொகைக்கு வெளியில் ஒரு கூடுதல் ஆயுள் காப்பீடு எடுத்துக்கொள்ளுங்கள். அதற்குப் பிரீமியம் குறைவாகத்தான் இருக்கும்.

இந்தத் திட்டத்தில் ஒரே ஒரு சிக்கல், நாளைக்கே உங்களுக்கு வேலை போய்விட்டால் அந்த ஆயுள் காப்பீடு அப்படியே நின்றுபோய்விடும். அப்போது நீங்கள் புதிதாக ஓர் ஆயுள் காப்பீட்டுப் பாலிசியைத் தேடிப் பிடித்து வாங்கும்வரை உங்கள் குடும்பத்துக்குப் பாதுகாப்பு இருக்காது. அத்துடன், உங்கள் வயது ஏற ஏற, ஆயுள் காப்பீட்டுப் பிரீமியம் தொகையும் ஏறும்.

அதனால், வேலையில் இருப்பவர்கள், கும்பளத்தின்மூலம் ஆயுள் காப்பீடு பெறுகிறவர்களும்கூடத் தங்களுக்கென்று கூடுதலாக ஒரு தனிப்பட்ட ஆயுள் காப்பீடு எடுப்பதுதான் நல்லது என்கிறார்கள். ஆனால், அது கட்டாயமில்லை. உங்களுக்கு எது சரிப்படும் என்று சிந்தித்துத் தீர்மானியுங்கள். மிகவும் குழப்பமாக இருந்தால், காப்பீட்டு வல்லுனர் ஒருவரிடம் பேசுங்கள். அவரிடம் உங்களுடைய கேள்விகளைக் கேளுங்கள், அனைத்துக்கும் தெளிவான பதில் கிடைக்கும்வரை விடாதீர்கள்.

அதேபோல், வேலையில் சேர்ந்தவுடன் அங்குள்ள ஆயுள் காப்பீட்டு விதிமுறைகள், வழிமுறைகளை ஒருமுறை படியுங்கள். அதற்கென்று ஏதாவது படிவம் நிரப்பவேண்டியிருக்கும், அதில்

உங்கள் குடும்பத்தினர், வாரிசுத் தகவல்களையெல்லாம் கொடுக்கவேண்டியிருக்கும். சில அலுவலகங்களில் அவர்களாகத் தருகிற காப்பீட்டுக்கு மேல், நாமாகப் பணம் செலுத்திக் கூடுதல் காப்பீடு பெறுகிற வசதி இருக்கும். தேவைப்பட்டால் அதைத் தேர்ந்தெடுத்துக்கொள்ளுங்கள். அதன்பிறகு, அவர்கள் உங்கள் சம்பளத்திலிருந்து அந்தக் கூடுதல் பிரீமியத்தைப் பிடித்துக்கொள்வார்கள், உங்களுக்குக் கூடுதல் காப்பீடு கிடைத்துவிடும்.

இந்த வேலைகளையெல்லாம் முறையாகச் செய்தபின்னர், உங்களுக்கென்று ஒரு காப்பீட்டுப் பாலிசி எண் கொடுப்பார்கள். அதை உங்கள் வீட்டில் அல்லது நண்பர்கள் வட்டத்தில் நம்பிக்கையான ஒருவரிடம் கொடுத்து, ஆயுள் காப்பீட்டைப்பற்றிய முழுத் தகவல்களையும் அவர்களிடம் சொல்லிவிடுங்கள். நாளைக்கு உங்கள் குடும்பம் அந்தப் பாலிசியைப் பயன்படுத்தவேண்டிய சூழ்நிலை ஏற்பட்டால், அவர்கள் உங்கள் குடும்பத்துக்கு உதவுவார்கள்.

காப்பீடு என்பது சோர்வோடு நினைக்கவேண்டிய, தவிர்க்கவேண்டிய விஷயமே இல்லை. அது ஒரு கூடுதல் பாதுகாப்பு ஏற்பாடுதான். மற்றபடி, அந்த ஆயுள் காப்பீடு உங்களுக்குப் பயன்படாமல் போகும் என்று நினைத்துக்கொள்ளுங்கள், தொண்ணூறு வயதில் அந்தப் பாலிசித் தாளைப் பார்த்து நீங்கள் வாய் விட்டுச் சிரிப்பதாகக் கற்பனை செய்துகொள்ளுங்கள். அதுவே நடக்கும்.

★★★

8. மருத்துவக் காப்பீடு

ஆயுள் காப்பீடு உயிருக்குக் காவல் என்றால், நலக் காப்பீடு உடலுக்கும் மனத்துக்கும் காவல்.

உலகெங்கும் மருத்துவச் செலவுகள் ஆண்டுக்கு ஆண்டு உயர்ந்துகொண்டிருக்கின்றன. குறிப்பாக, மருத்துவமனையில் சேர்த்துச் செய்யவேண்டிய அறுவைச் சிகிச்சைகள், அதற்கு முந்தைய, பிந்தைய பரிசோதனைகள், மருந்துகள் போன்றவற்றின் விலை மிக அதிகம். இதனால், பெரும்பாலான குடும்பங்கள் '*one hospital bill away from poverty*' என்கிறார்கள். அதாவது, ஒரே ஒருமுறை மருத்துவமனையில் அனுமதிக்கப்பட்டுச் சிகிச்சை பெற்றுத் திரும்பினால் இவர்களுடைய பொருளாதார நிலை தலைகீழாகப் புரட்டிப்போடப்பட்டுவிடுகிறது. ஓரளவு சேமிப்புடன் நன்கு குடும்பம் நடத்திக்கொண்டிருந்தவர்கள் திடீரென்று 'வரவு எட்டணா, செலவும் எட்டணா' என்று திகைத்து நிற்கிறார்கள். சிலர் அதைவிட மோசமாகக் கடன் வலைக்குள் சிக்கிக்கொள்கிறார்கள்.

ஆக, சம்பாதிக்கிறவருடைய உயிர் போனால் அவருடைய குடும்பம் என்ன செய்யும் என்று சிந்திக்கிற மாற்று ஏற்பாட்டைப்போல், சம்பாதிக்கிறவருக்கோ, அவரைச் சார்ந்திருக்கிற மனைவி, கணவர், பிள்ளைகள், பெற்றோர், மாமனார், மாமியார் போன்றோருக்கோ உடல்நலம், மனநலம் சரியில்லாமல் போனால், அதற்கு மருத்துவமனையில் சேர்ந்து சிகிச்சை பெறவேண்டியிருந்தால் அந்தச் செலவை எப்படிச் சமாளிப்பது என்பதற்கான ஓர் ஏற்பாடு

தேவைப்படுகிறது. இதைத்தான் நலக் காப்பீடு *(Health Insurance)* செய்கிறது.

நலக் காப்பீட்டை ஒருவர் தனியாகவும் எடுத்துக்கொள்ளலாம், தன்னுடைய குடும்பத்தில் உள்ள மற்றவர்களையும் சேர்த்து ஒரே காப்பீடாகவும் எடுக்கலாம். பிறந்த குழந்தை முதல் சீனியர் சிட்டிசன்வரை யாருக்கு வேண்டுமானாலும் நலக் குறைபாடுகள் வரலாம் என்பதால், யாரெல்லாம் நம்மைச் சார்ந்திருக்கிறார்களோ, அவர்களையெல்லாம் நலக் காப்பீட்டுப் பாலிசியில் சேர்த்துவிடவேண்டும்.

அதேபோல், நலக் காப்பீட்டுக்கான தொகையிலும் கஞ்சத்தனம் பார்க்கக்கூடாது. நம் ஊரில் பெரும்பாலானோருக்கு மருத்துவச் செலவு எவ்வளவு பெரியதாக இருக்கக்கூடும் என்கிற குத்துமதிப்பான கணக்குகூடத் தெரியாது. அவர்கள் அதை மிக மிகக் குறைத்து மதிப்பிட்டுவிடுகிறார்கள். அல்லது, 'நாம்தான் இளவயதில் இருக்கிறோமே, நாம்தான் தினமும் உடற்பயிற்சி செய்கிறோமே, நம் குடும்பத்தில்தான் யாருக்கும் எந்தக் கெட்ட பழக்கமும் இல்லையே. நமக்கு என்ன ஆகப்போகிறது?' என்று நேர்விதமாக நினைத்துவிடுகிறார்கள். இதனால், அவர்கள் அரை மனத்துடன் சிறிய தொகைக்குக் காப்பீடு பெறுகிறார்கள், அல்லது, ஏதாவது மருத்துவச் சிக்கல் வந்தால் பார்த்துக்கொள்ளலாம் என்று அதைத் தள்ளிப்போட்டுவிடுகிறார்கள்.

மருத்துவச் சிக்கல்கள் வயது, உடல் தகுதி, பழக்கவழக்கங்களையெல்லாம் பார்த்து வருவதில்லை. யாருக்கும் எப்போதும் எதுவும் நடக்கலாம் என்பதுதான் எதார்த்தம். அதனால், இப்போது ஏதோ ஒரு நம்பிக்கையில் குறைந்த தொகைக்குக் காப்பீடு எடுத்து, அல்லது காப்பீடே எடுக்காமல் விட்டுப் பின்னர் யாருக்காவது ஒரு பெரிய நலப் பிரச்சனை வந்துவிட்டால்? அப்போது செலவைச் சமாளிக்க இயலாமல் திணறுவதைவிட, கூடுதல் வட்டியில் கடனுக்கு அலைவதைவிட, நீண்ட நாள் சேமிப்பில் கை வைப்பதைவிட, இப்போதே 'நமக்கு ஏதாவது நலச் சிக்கல் வந்துவிட்டால்?' என்று எதிர்மறையாகச் சிந்தித்து, போதுமான தொகைக்குக் காப்பீடு பெறுவது நல்லது. அதனால் வருகிற கூடுதல் பிரீமியம் தொகையை வீண் செலவாக நினைக்காமல் ஆண்டுதோறும் ஒழுங்காகக் கட்டிவிடுவது இன்னும் நல்லது.

சிலர் மருத்துவக் காப்பீடு எடுத்துவிட்டு, அந்த ஆண்டுமுழுக்கத் தங்கள் குடும்பத்தில் யாருக்கும் எந்த மருத்துவச் சிக்கல்களும் வராவிட்டால் ஏமாற்றமடைகிறார்கள். இது முற்றிலும் முட்டாள்தனமான எண்ணம். சொல்லப்போனால், மருத்துவக் காப்பீடு எடுக்கும்போதே, 'இந்தக் காப்பீட்டுக்குத் தேவையே இல்லாமல் போகவேண்டும். நம் வீட்டில் எல்லாரும் எப்போதும் நலமாக இருக்கவேண்டும்' என்று எண்ணிக்கொள்வதுதான் சிறப்பு.

இதில் இன்னொரு நன்மை, பல மருத்துவக் காப்பீட்டு நிறுவனங்கள் இப்படி நலமாக வாழும் குடும்பங்களுக்குக் கூடுதல் நன்மைகளைக் கொடுக்கிறார்கள். அதாவது, உங்கள் பாலிசியில் இடம்பெற்றிருக்கிற அனைவரும் ஆண்டுமுழுக்க மருத்துவமனையில் அனுமதிக்கப்படாமல் இருந்தால், அடுத்த ஆண்டு அதே பிரீமியம் தொகைக்கு உங்களுக்குக் கூடுதல் காப்பீடு வழங்குகிறார்கள், அல்லது, வேறு சில சலுகைகளைத் தருகிறார்கள். நோயற்ற வாழ்வு ஒரு குறைவற்ற செல்வம் என்பது உண்மை. அது இப்படிச் சில கூடுதல் செல்வங்களையும் கொடுக்கிறது.

எவ்வளவு தொகைக்கு மருத்துவக் காப்பீடு எடுக்கவேண்டும்?

இது உங்கள் வயது, உங்கள் குடும்பத்தில் உள்ளோரின் எண்ணிக்கை, அவர்களுடைய வயது, நீங்கள் வசிக்கும் இடம் நகரமா, பேரூரா, சிற்றூரா, கிராமமா, உங்களுடைய நலம் சார்ந்த பழக்கவழக்கங்கள் எப்படிப்பட்டவை என்று பல விஷயங்களைப் பொறுத்து மாறுபடும். ஒரே எண் எல்லாருக்கும் பொருந்தாது.

அதனால், இதைப்பற்றிக் கொஞ்சம் கூடுதலாகப் படியுங்கள், உங்கள் குடும்ப மருத்துவரிடம் பேசுங்கள், காப்பீட்டுச் சேவை வழங்குகிற வல்லுனர்களிடம் உரையாடுங்கள். அதன் அடிப்படையில் உங்களுடைய காப்பீட்டுத் தொகையைத் தீர்மானியுங்கள்.

ஆயுள் காப்பீட்டைப்போலவே, பல நிறுவனங்கள் தங்களுடைய பணியாளர்களுக்கும் அவர்களுடைய நெருங்கிய உறவுகளுக்கும் மருத்துவக் காப்பீட்டை இலவசமாக வழங்குகிறார்கள். அதாவது, தங்களிடம் வேலை செய்கிற எல்லாருக்கும் ஒரு குறிப்பிட்ட தொகைக்கான காப்பீட்டைக் கொடுத்து, அதற்கான பிரீமியத்தை அவர்களே மாதந்தோறும் கட்டிவிடுகிறார்கள். அந்தத்

தொகையிலான காப்பீடு உங்களுக்குப் போதும் என்றால், நீங்கள் கூடுதலாக எதுவும் செய்யவேண்டியதில்லை.

ஒருவேளை, அவர்கள் தருவதைவிடக் கூடுதல் காப்பீடு உங்களுக்குத் தேவைப்பட்டால், பல நிறுவனங்கள் அதற்கான வசதியையும் கொடுக்கிறார்கள். அதாவது, அந்தக் கூடுதல் காப்பீட்டுக்கான பிரீமியம் தொகையை உங்கள் சம்பளத்திலிருந்து மாதந்தோறும் பெற்றுக்கொண்டு உங்கள் மருத்துவக் காப்பீட்டுத் தொகையை ஏற்றிவிடுகிறார்கள்.

உங்கள் நிறுவனத்தில் இந்த வசதி இல்லாவிட்டாலும் பரவாயில்லை. நீங்கள் வெளியில் எந்தக் கூடுதல் தொகைக்கு இன்னொரு மருத்துவக் காப்பீடு எடுத்துக்கொள்ளலாம். இதற்கென்றே *Top Up Health Insurance* என்று ஒரு காப்பீட்டுத் திட்டம்கூட இருக்கிறது.

அலுவலகத்தில், வெளியில் என நீங்கள் எங்கு மருத்துவக் காப்பீடு எடுத்தாலும் சரி, நீங்கள் செலுத்தும் பிரீமியம் தொகைக்கு வருமான வரி விலக்குகூட உண்டு. அதனால், உங்கள் அலுவலகத்தில் வரி கணக்கிடும் பிரிவினருக்கு இதைப்பற்றித் தெரிவித்துவிடுங்கள். அது உங்களுக்கு ஒரு சிறிய கூடுதல் வருவாய்தானே!

ஒரு வீட்டில் கணவர், மனைவி இருவரும் வேலைக்குச் செல்கிறார்கள் என்றால், இருவருக்கும் மருத்துவக் காப்பீடு உள்ளது என்றால், அவர்களுடைய குடும்பத்துக்கு இருமடங்குத் தொகைக்குக் காப்பீடு கிடைக்கக்கூடும், அவர்களுடைய பிள்ளைகள் வேலைக்குச் செல்லும்போது இந்தத் தொகை இன்னும் கூடும்.

அலுவலகக் கும்பளத்தின்கீழ் மருத்துவக் காப்பீடு பெறுவது வசதிதான், செலவு மிச்சம்தான். ஆனால், ஆயுள் காப்பீட்டைப்போலவே, இந்தக் காப்பீடும் உங்களுக்கு வேலை போய்விட்டால் நின்றுவிடும். நீங்கள் இன்னொரு வேலையில் சேரும்வரை உங்கள் குடும்பத்துக்கு மருத்துவப் பாதுகாப்பு கிடைக்காது.

இன்னொரு சிக்கல், நீங்கள் வேலை மாறும்போது மருத்துவக் காப்பீட்டுப் பாலிசியும் மாறுகிறது. அதாவது, நீங்கள் ஒரு பாலிசியை நிறுத்திவிட்டு இன்னொரு பாலிசியை எடுக்கிறீர்கள். அந்தச் சூழ்நிலையில், உங்களுக்கோ உங்கள் குடும்ப உறுப்பினர்களுக்கோ ஏற்கெனவே இருக்கக்கூடிய நோய்களுக்கு

(Pre-existing illnesses) இந்தப் புதிய பாலிசி காப்பீடு வழங்குமா, ஒருவேளை உடனடியாக வழங்காது என்றால் எத்தனை நாட்களுக்குப்பின் வழங்கும், அதனிடையில் உங்களுக்கு ஏதேனும் மருத்துவ நெருக்கடி ஏற்பட்டால் மாற்று ஏற்பாடு என்ன என்று யோசித்துக்கொள்ளவேண்டும்.

இது நோய்களுக்குமட்டுமில்லை, பிரசவச் செலவுகளுக்கும் பொருந்தும். அதாவது, கர்ப்பமாக இருக்கிற ஒருவர் அல்லது அவருடைய கணவர் வேலை மாறினால், அதன்மூலம் மருத்துவக் காப்பீடும் புதிதாக எடுக்கப்பட்டால், அவருடைய பிரசவச் செலவுகள் புதிய பாலிசியின்மூலம் வழங்கப்படுமா, இந்த விஷயத்தில் முந்தைய பாலிசிக்கும் இதற்கும் ஏதாவது குறிப்பிடக்கூடிய வேறுபாடுகள் உண்டா என்று கவனமாகப் பார்க்கவேண்டும்.

இப்படிப் பல காரணங்களால், அலுவலகத்தின்மூலம் கிடைக்கும் மருத்துவக் காப்பீட்டோடு நிறுத்திவிடாமல், தனிப்பட்டமுறையில் ஒரு மருத்துவக் காப்பீடு எடுத்துக்கொள்வது நல்லது என்கிறார்கள். குறிப்பாக, உங்களுடைய வயது குறைவாக இருக்கும்போது, எந்த நோய்களும் இல்லாமல் இருக்கிற நேரத்தில் தனிப்பட்ட மருத்துவக் காப்பீடு எடுத்துக்கொண்டால் பிரீமியம் கணிசமாகக் குறையும். இதைப்பற்றியும் யோசியுங்கள்.

ஆயுள் காப்பீடு, மருத்துவக் காப்பீடு ஆகிய இரண்டையும் தனியார், அரசுக் காப்பீட்டு நிறுவனங்கள் வழங்குகின்றன. அரசாங்கமே வழங்குகிற காப்பீட்டுத் திட்டங்களும் உள்ளன. இவற்றில் காப்பீட்டுத் தொகை பெரிதாக இருக்காது. ஆனால், அதற்கேற்பப் பிரீமியமும் குறைவாக இருக்கும். அதனால், செலவை நினைத்துக் காப்பீட்டைத் தள்ளிப்போடுகிறவர்கள் எந்தக் காப்பீடும் இல்லாமல் இருப்பதைவிட, இப்படிப்பட்ட அரசு வசதிகளைப் பயன்படுத்திக்கொள்வது நல்லது.

அலுவலகக் கும்பளத்தின்கீழ் மருத்துவக் காப்பீடு பெறுகிறவர்கள் கவனத்தில் வைக்கவேண்டிய சில விஷயங்கள்:

- ஒரு நிறுவனத்தில் வேலைக்குச் சேர்வதற்குமுன்பாக, அல்லது, சேர்ந்தவுடன், அவர்களுடைய மருத்துவக் காப்பீட்டு விவரங்களை முழுக்கப் படிக்கவேண்டும். அவர்களிடம்

எந்தெந்தச் சலுகைகள் உண்டு, எதெல்லாம் இல்லை என்று தெரிந்துகொள்ளவேண்டும். எடுத்துக்காட்டாக, சில நிறுவனங்களின் மருத்துவக் காப்பீட்டில் ஒரு குறிப்பிட்ட தொகைவரையிலான பல் மருத்துவச் செலவுகள் திரும்ப வழங்கப்படும். வேறு சில நிறுவனங்களில் அது இருக்காது. இப்படி உங்கள் நிறுவனத்தின் காப்பீட்டில் எதெல்லாம் உண்டு, எவ்வளவு தொகைக்கு உண்டு, அதில் என்னென்ன வரம்புகள், கட்டுப்பாடுகள் என்று துல்லியமாகத் தெரிந்துகொள்ளவேண்டும். இதில் குழப்பம் இருந்தால், மருத்துவக் காப்பீடுபற்றிய கேள்விகளுக்கென்று உங்கள் நிறுவனத்தில் ஓர் உதவித் தொலைபேசி எண் அல்லது மின்னஞ்சல் இருக்கும். அல்லது, யாராவது அலுவலகத்துக்குள் ஒரு மூலையில் மேசை போட்டு அமர்ந்திருப்பார்கள். அவர்களிடம் பேசுங்கள், அனைத்துக் கேள்விகளையும் கேட்டுத் தெளிவு பெறுங்கள். மருத்துவக் காப்பீடு தொடர்பான உங்கள் உரிமைகளை முழுக்கத் தெரிந்துகொள்ளுங்கள்

- வேலைக்குச் சேர்ந்த முதல் நாள், மருத்துவக் காப்பீட்டுப் படிவத்தை வாங்கி அதில் உங்களுடைய குடும்பத்தினரைப்பற்றிய அனைத்துத் தகவல்களையும் மிகத் துல்லியமாக நிரப்பிவிடவேண்டும்

- சில வாரங்களுக்குப்பின், அவர்களிடமிருந்து மருத்துவக் காப்பீட்டு அட்டை வரும். அல்லது, அட்டையின் மின்வடிவத்தை மின்னஞ்சலில் அனுப்பிவைப்பார்கள். அதை நாமே அச்சிட்டுக்கொள்ளவேண்டும்

- மருத்துவக் காப்பீட்டு அட்டையைப் பாதுகாப்பாக வைக்கவேண்டும், வீட்டில் உள்ள இன்னொருவரிடம் அதைப்பற்றிச் சொல்லவேண்டும், 'நம் வீட்டில் யாருக்காவது மருத்துவச் சிக்கல் வந்தால், யாரையாவது மருத்துவமனையில் அனுமதிக்கவேண்டிய சூழல் வந்தால், இந்த அட்டையை எடுத்துப் பயன்படுத்துங்கள்' என்று விளக்கவேண்டும்

- மருத்துவக் காப்பீட்டை வழங்கும் நிறுவனத்தின் இணையதளத்தில் உள்ள மருத்துவமனைகள் பட்டியலை எடுத்துப் பார்க்கவேண்டும், நம் வீட்டுக்கு அருகில் உள்ள

எந்தெந்த மருத்துவமனைகளில் *Cashless* வசதி உள்ளது என்று தெரிந்துகொள்ளவேண்டும். நம் வீட்டில் யாராவது மருத்துவமனையில் சேர நேர்ந்தால், அப்போது நாம் அந்த மருத்துவமனைக்குப் பணம் கட்டாமல் மருத்துவக் காப்பீட்டு நிறுவனமே நேரடியாகப் பணம் செலுத்தும் வசதியைத்தான் *Cashless* என்கிறார்கள். இதில் நம் கையிலிருந்து பணம் செல்வதில்லை என்பதால், மருத்துவ நெருக்கடிகளின்போது இந்த மருத்துவமனைகளுக்குதான் நாம் முன்னுரிமை தரவேண்டும்

- அந்த மருத்துவக் காப்பீடு தொடர்பான கேள்விகளுக்குப் பதிலளிக்க, சிக்கல்களைத் தீர்க்க ஓர் உதவித் தொலைபேசி எண் இருக்கும். அது அந்த மருத்துவக் காப்பீட்டு அட்டையிலேயே அச்சிடப்பட்டிருக்கும். அதை நம் செல்ஃபோனில் குறித்துவைத்துக்கொள்ளவேண்டும்
- இந்தப் படிவத்தை ஒருமுறை நிரப்பினால் போதாது. திருமணமானதும் மனைவி/கணவர் பெயரை அதில் சேர்க்கவேண்டும், குழந்தை பிறந்ததும் அந்தக் குழந்தையின் பெயரைச் சேர்க்கவேண்டும். இதையெல்லாம் உடனுக்குடன் செய்யவேண்டும். ஒரு நாள்கூடத் தாமதப்படுத்தக்கூடாது
- ஒரு வேலையிலிருந்து விலகவேண்டிய சூழ்நிலை ஏற்பட்டால், புதிய நிறுவனத்திலும் இதே வசதி உண்டா, இதே தொகைக்கு மருத்துவக் காப்பீடு உண்டா என்று விசாரிக்கவேண்டும். அவ்வாறு இல்லை என்றால், உடனடியாக மாற்று நடவடிக்கைகளை எடுக்கவேண்டும்

சரி, இவையெல்லாம் அமைதிக் காலத்தில் செய்யவேண்டியவை. போர்க் காலத்தில், அதாவது, யாரையாவது மருத்துவமனையில் சேர்க்கவேண்டிய சூழ்நிலையில் நம் மருத்துவக் காப்பீட்டில் உள்ள அனைத்து வசதிகளையும் நன்கு பயன்படுத்திக்கொண்டு நலம் பெறுவது எப்படி?

★★★

9. சிகிச்சை, சிக்கல்கள், தீர்வுகள்

வீட்டில் ஒருவர் மருத்துவமனையில் அனுமதிக்கப்படுகிறார் என்பது யாருக்கும் மிகுந்த பதற்றத்தை உண்டாக்கக்கூடிய சூழல். அந்த நேரத்தில் மக்கள் என்ன செய்வது, எப்படிச் செய்வது என்று புரியாமல் குழம்பிப்போய் நிற்பதுதான் இயல்பு.

அந்த நேரத்தில் உங்களுக்குள் எழக்கூடிய ஆயிரம் கேள்விகளில் முக்கியமான இரண்டு:

> செலவுக்கு என்ன செய்வது?
>
> நம் கையில் இருக்கிற, அல்லது நாம் புரட்டக்கூடிய பணம் இந்த மருத்துவச் செலவுக்குப் போதுமா?

ஒருவர் மருத்துவக் காப்பீடு எடுத்திருந்தால், அல்லது, தான் பணியாற்றுகிற நிறுவனத்தின்மூலம் மருத்துவக் காப்பீடு பெற்றிருந்தால் அவருக்கு இந்தக் கேள்விகள் வராது என்று நினைத்துவிடவேண்டாம். மருத்துவக் காப்பீடு என்பது ஒரு குறிப்பிட்ட தொகைவரையில்தான். ஒருவேளை, அந்த ஆண்டில் அவருக்கும் அவருடைய குடும்ப உறுப்பினர்களுக்கும் ஆகிற ஒட்டுமொத்த மருத்துவச் செலவுகள் அந்தத் தொகையைத் தாண்டிவிட்டால், கூடுதல் தொகையை அவர் தன்னுடைய சொந்தச் சேமிப்பிலிருந்துதான் எடுத்துக் கொடுக்கவேண்டும்.

அதனால், மருத்துவக் காப்பீடு வைத்திருப்பவர்களுக்கும் பணச் சிக்கல் வரலாம். இந்த விஷயத்தில் மற்றவர்களைவிட அவர்களுக்கு ஆபத்து குறைவு. அவ்வளவுதான்.

சிலர் மருத்துவக் காப்பீட்டு அட்டையை *ATM* அட்டையைப்போல் நினைக்கிறார்கள், அதாவது, அதை எடுத்து நீட்டினால் மருத்துவமனையில் தங்களுக்கு எல்லாச் சிகிச்சைகளும் இலவசமாகக் கிடைத்துவிடும் என்று நினைக்கிறார்கள். இது முற்றிலும் தவறு.

மருத்துவக் காப்பீட்டு அட்டை என்பது உங்களுக்கு மருத்துவக் காப்பீடு இருக்கிறது என்பதை உறுதிப்படுத்துகிற அடையாள அட்டை. அவ்வளவுதான். அதை வைத்து நீங்களோ மருத்துவமனையோ நேரடியாகப் பணம் எடுக்கமுடியாது.

அப்படியானால், அந்த அட்டை எதற்கு?

அந்த அட்டையை வைத்து நீங்களும் மருத்துவமனையும் காப்பீட்டு நிறுவனமும் உரையாடலாம், மருத்துவச் செலவுகளுக்கு ஆவன செய்யலாம். இந்த உரையாடல் இப்படி அமையும்:

1

முதலில், யாருக்கு மருத்துவ நெருக்கடி, அதற்கு என்ன சிகிச்சை பரிந்துரைக்கப்படுகிறது, அதைச் செய்வதற்கு எவ்வளவு நாளாகும், எவ்வளவு செலவாகும், என்னமாதிரியான செலவுகள் இருக்கும் (அறை வாடகை, மருந்துகள், பரிசோதனைகள், அறுவைச் சிகிச்சை போன்றவை)... இப்படிப் பல தகவல்களை மருத்துவமனையினர் உங்களுடைய மருத்துவக் காப்பீட்டு நிறுவனத்துக்குத் தெரிவிப் பார்கள். பெரும்பாலான மருத்துவமனைகளில் இதற்கென்று ஒரு தனிப் பிரிவே இருக்கும். நீங்கள் அவர்களுடன் சேர்ந்து பணியாற்றவேண்டும், அவர்கள் கேட்கும் தகவல்களைக் கொடுக்கவேண்டும்.

எடுத்துக்காட்டாக, உங்களுடைய மருத்துவக் காப்பீட்டு அட்டை, அலுவலகப் பணியாளர் அட்டை, ஆதார் அட்டை, மருத்துவ வரலாறு, பரிசோதனை முடிவுகள்... இப்படி அவர்கள் எதிர்பார்க்கிற ஆவணங்களையெல்லாம் நீங்கள் திரட்டிக் கொடுக்கவேண்டும். இவற்றை அவர்கள் முறையாகத் தொகுத்து, உரிய மருத்துவப் பரிந்துரையுடன் மருத்துவக் காப்பீட்டு நிறுவனத்துக்கு அனுப்பிவைப்பார்கள்.

2

இப்படி அனுப்பப்படும் தகவல்களை மருத்துவக் காப்பீட்டு

நிறுவனம் (அதாவது, அவர்களுடைய அங்கீகாரம் பெற்ற ஓர் இடை நிறுவனம்) ஆராயும், இந்தக் குறிப்பிட்ட மருத்துவச் சிகிச்சை உங்களுடைய காப்பீட்டின்மூலம் பாதுகாக்கப்படுகிறதா, நீங்கள் எதிர்பார்க்கும் செலவுகளைக் கொடுக்கலாமா என்று தீர்மானிக்கும். அதன் அடிப்படையில் *Pre-Authorization* எனப்படும் முன்அங்கீகாரத்தை மருத்துவமனைக்கு அனுப்பிவைக்கும்.

இந்த முன்அங்கீகாரம் என்பது கிட்டத்தட்ட பணத்துக்குச் சமம். அதாவது, 'நீங்கள் இந்த மருத்துவச் சிகிச்சையை இந்த நபருக்கு வழங்கலாம். இந்தக் குறிப்பிட்ட செலவுகளுக்கான பணத்தை நாங்கள் செலுத்திவிடுவோம்' என்று மருத்துவமனைக்கு மருத்துவக் காப்பீட்டு நிறுவனம் உறுதியளிக்கிறது. அவர்கள் அதை வைத்துக்கொண்டு சிகிச்சையைத் தொடங்குவார்கள்.

3

சிகிச்சையின்போது, அதுபற்றிய தகவல்கள் உடனுக்குடன் மருத்துவக் காப்பீட்டு நிறுவனத்துக்கு அனுப்பப்படும். இதை நாம் செய்யவேண்டியதில்லை. அந்த மருத்துவமனையைச் சேர்ந்த காப்பீட்டுப் பிரிவினர் (மருத்துவமனை அனுமதியின்போது உங்களுடன் சேர்ந்து பணியாற்றிய அதே ஆட்கள்தான்) செய்துவிடுவார்கள். அவர்களுக்கு ஏதேனும் கூடுதல் தகவல்கள் தேவைப்பட்டால், உங்களிடம் கேட்டுப் பெற்றுக்கொள்வார்கள்.

4

ஒருவேளை, சிகிச்சை நினைத்ததுபோல் நடக்கவில்லை என்றால், முன்பு எதிர்பார்த்ததைவிடக் கூடுதல் செலவாகும், அல்லது, இன்னும் சில நாட்கள் மருத்துவமனையில் தங்கவேண்டியிருக்கும் என்று தெரிந்தால், மேற்கண்ட 1, 2 ஆகிய படிநிலைகளை மீண்டும் செய்யவேண்டும். அதாவது, அந்தக் கூடுதல் தொகைக்கு மீண்டும் அங்கீகாரம் பெறவேண்டும். இதற்கும் நீங்களும் காப்பீட்டுப் பிரிவினரும் சேர்ந்து பணியாற்றவேண்டும்.

5

சிகிச்சை முடிந்ததும், மருத்துவச் செலவு அறிக்கை (*Bill*) தயாரிக்கப்படும். இதில் எந்தெந்தச் செலவுகள் காப்பீட்டு நிறுவனத்தால் ஏற்றுக்கொள்ளப்பட்டனவோ, அவற்றைக்

கழித்துக்கொண்டு மீதியுள்ள பணத்தை நீங்கள் செலுத்தினால் போதும்.

மருத்துவக் காப்பீடு இருந்தாலும் நாம் கையிலிருந்து பணம் செலுத்தவேண்டுமா?

அது உங்களுடைய காப்பீட்டின் தன்மையைப் பொறுத்தது. ஒருவேளை, அந்தச் சிகிச்சைக்கான அனைத்துச் செலவுகளும் உங்கள் காப்பீட்டின்கீழ் பாதுகாக்கப்பட்டுள்ளன என்றால், நீங்கள் பணம் செலுத்தவேண்டியிருக்காது. ஆனால், பல காப்பீடுகளில் சில குறிப்பிட்ட செலவுகள் (எடுத்துக்காட்டாக, அனுமதிக் கட்டணம், அறுவைச் சிகிச்சைக்குப் பயன்படுத்தப்பட்ட கையுறை போன்றவை) அனுமதிக்கப்படுவதில்லை. இவற்றுக்கு நீங்கள்தான் பணம் செலவழிக்கவேண்டும்.

சில மருத்துவக் காப்பீடுகளில் *Co-Pay* எனப்படும் இணைப் பணம் செலுத்தல் விதிமுறை இருக்கும். எடுத்துக்காட்டாக, மொத்த மருத்துவச் செலவில் 10% நீங்கள் செலுத்தவேண்டும். மீதியுள்ள 90%ஐத்தான் அவர்கள் செலுத்துவார்கள்.

இதையெல்லாம் மருத்துவச் சிகிச்சையின்போது தெரிந்துகொண்டு அதிர்ச்சியடையக்கூடாது. அதற்காகத்தான் நிறுவனத்தில் சேர்ந்தவுடன் மருத்துவக் காப்பீட்டு விதிமுறைகளை முழுக்கப் படிக்கவேண்டும். இயன்றால், மருத்துவக் காப்பீட்டைப் பயன்படுத்திக்கொண்ட பணியாளர் ஒருவருடன் பேசி அவருடைய அனுபவத்தைத் தெரிந்துகொள்ளலாம், எதையெல்லாம் நினைவில் வைத்துக்கொள்ளவேண்டும் என்று புரிந்துகொள்ளலாம்.

முக்கியமாக, இதுவரை நாம் பார்த்தது *"Happy Path"* எனப்படும் நல்ல பாதை. எல்லா மருத்துவச் சிகிச்சைகளின்போதும் இப்படி நடக்கும் என்று கட்டாயம் இல்லை. இதில் ஆயிரம் குழப்பங்கள் வரலாம், காப்பீட்டு நிறுவனத்தால் முன்னும் பின்னும் கேள்விகள், ஐயங்கள் எழுப்பப்படலாம், உங்களுடைய நியாயமான கோரிக்கைகள்கூட மறுக்கப்படலாம், அதையெல்லாம் சமாளிக்கவேண்டும்.

நம் அன்புக்குரிய ஒருவர் மருத்துவமனையில் அனுமதிக்கப் பட்டிருக்கும்போது இதையெல்லாம் பொறுமையாகக் கவனித்துச் சரிசெய்வது பெரும் மன அழுத்தத்தை உண்டாக்கக்கூடியது.

இயன்றால், இதுபோன்ற வேலைகளைப் பதற்றமின்றிச் செய்யக்கூடிய உறவினர் அல்லது நண்பர் ஒருவருடைய உதவியைக் கேட்டுப் பெற்றுக்கொள்ளுங்கள். அதாவது, உங்கள் சார்பாக அவர் காப்பீட்டுப் பிரிவுடன் உரையாடுவார், சிறிய சிக்கல்களை அவரே சமாளிப்பார், பெரிய சிக்கல்களுக்குமட்டும் அவர் உங்களிடம் வருவார்.

சில நிறுவனங்களில், தங்களுடைய பணியாளர்களின் மருத்துவக் காப்பீட்டுச் சிக்கல்களுக்கு உதவுவதற்கென்று தனிப் பிரிவை உண்டாக்கியிருப்பார்கள், அல்லது, அவற்றில் உதவக்கூடிய ஒரு தனி நபரை அடையாளம் கண்டிப்பார்கள். உங்கள் நிறுவனத்தில் அப்படி யாராவது இருந்தால், அவருடைய தொலைபேசி எண்ணை (அல்லது, அந்தப் பிரிவின் பொதுவான தொலைபேசி எண்ணை) உங்கள் தொலைபேசியில் குறித்துவைத்துக்கொள்ளுங்கள். பெரிய சிக்கல்களின்போது அவர்களைத் தலையிட்டுப் பேசச் சொல்லுங்கள். காப்பீட்டு நிறுவனங்களில் அவர்களுடைய பேச்சுக்குத் தனி மதிப்பு இருக்கும், உங்கள் சிக்கலும் விரைவில் தீரும்.

இன்னொரு விஷயம், மேற்சொன்ன அனைத்தும் *Cashless* எனப்படுகிற, நீங்கள் முன்கூட்டியே பணம் எதுவும் செலுத்தவேண்டிய தேவை இல்லாத மருத்துவச் சிகிச்சைக்கான வழிமுறைகள். எல்லா மருத்துவமனைகளிலும் இந்த *Cashless* வசதி இருக்காது. ஒருவேளை, நீங்கள் செல்கிற மருத்துவமனையில் அந்த வசதி இல்லாவிட்டால், நீங்கள் கையிலிருந்து பணம் செலவழிக்கவேண்டும். பின்னர் மருத்துவக் காப்பீட்டு நிறுவனத்தைத் தொடர்புகொண்டு, நீங்கள் மேற்கொண்ட மருத்துவச் சிகிச்சையைப்பற்றி விளக்கி, அந்தப் பணத்தைத் திரும்பப் பெறவேண்டும். அது இன்னும் பெரிய தலைவலி. சில நேரங்களில் உங்களுடைய கோரிக்கை நிராகரிக்கப்படுகிற வாய்ப்பும் உண்டு.

அதனால், உங்கள் மருத்துவக் காப்பீட்டின்கீழ் *Cashless* வசதியை வழங்குகிற மருத்துவமனைகள் எவை என்று முன்கூட்டியே தெரிந்துகொள்ளுங்கள், அதில் உங்கள் வீட்டுக்குப் பக்கத்தில் இருக்கும் நான்கைந்து மருத்துவமனைகளைக் குறித்து வைத்துக் கொள்ளுங்கள். ஏதாவது மருத்துவ நெருக்கடி என்றால் இந்த

மருத்துவமனைகளுக்குதான் நீங்கள் முன்னுரிமை தரவேண்டும்.

அதேபோல், உங்களுடைய மருத்துவக் காப்பீட்டில் அறை வாடகைக்கு ஏதேனும் வரம்பு உண்டா என்று பாருங்கள். அப்படி இருந்தால், அந்த வரம்புக்குள் இருக்கிற அறையைத் தேர்ந்தெடுங்கள். இல்லாவிட்டால், நீங்கள் பெரும் தொகையைக் கையிலிருந்து செலவழிக்கவேண்டியிருக்கலாம்.

எடுத்துக்காட்டாக, உங்களுடைய அறை வாடகை வரம்பு 2000 ரூபாய் என்று வைத்துக்கொள்வோம். நீங்கள் அதற்குப் பதில் 2500 ரூபாய் வாடகை உள்ள அறையைத் தேர்ந்தெடுத்து ஐந்து நாட்கள் தங்கினால், 5 நாட்கள் x 500 ரூபாய் = 2500 ரூபாய் கூடுதல் செலவு. அதை நீங்கள்தான் கட்டவேண்டும்.

ஆனால், கதை இதோடு முடிவதில்லை. உங்களுடைய அறை வாடகை அனுமதிக்கப்பட்ட அளவைவிட 25% கூடுதலாக உள்ளதால், உங்களுடைய மருத்துவச் செலவுகளும் அதற்கு ஏற்ப உயர்ந்திருக்கும். அந்தக் கூடுதல் தொகையைக் காப்பீட்டு நிறுவனம் கொடுக்காது. அதனால், நீங்கள் பல ஆயிரம் ரூபாய் கூடுதலாகச் செலவழிக்கவேண்டியிருக்கலாம்.

இந்தச் சிக்கல்களையெல்லாம் தவிர்க்கவேண்டுமென்றால், உங்களுடைய மருத்துவக் காப்பீட்டின் விதிமுறைகளைத் தலைகீழ்ப் பாடமாகத் தெரிந்துகொள்ளவேண்டும், வீட்டில் பணம்பற்றிய தெளிவு உள்ள இன்னொருவருக்கும் அதை விளக்கவேண்டும், மருத்துவ நெருக்கடியின்போது காப்பீட்டில் எதற்கு அனுமதி உள்ளதோ அதைமட்டும் பயன்படுத்திக்கொள்ளவேண்டும். இயன்றவரை கையிலிருந்து பணம் செலவழிக்காமல் பார்த்துக்கொள்ளவேண்டும்.

இதையெல்லாம் படிக்கும்போதே நமக்குள் பதற்றமும் அழுத்தமும் உண்டாவது இயல்புதான். ஆனால், வேறு வழியில்லை. இதுபோன்ற நேரங்களில்தான் நாம் மிகுந்த முதிர்ச்சியையும் பொறுமையையும் காண்பிக்கவேண்டியிருக்கிறது. அதற்குத் தேவையான மன வலிமையைக் கடவுள் நமக்குத் தருவார் என்று வேண்டிக்கொள்வோம்.

★★★

பகுதி 4 : சம்பளம் : சில நல்ல பழக்கங்கள்

10. வரிப்புலி ஆவோம்

சம்பளம், கும்பளத்துடன் தொடர்புடைய முதன்மையான தலைப்புகளை நன்கு விரிவாகப் பார்த்துவிட்டோம். இப்போது, மீதமுள்ள சிறு தலைப்புகளைச் சில பழக்கங்களாகத் தொகுத்துப் பார்ப்போம்.

1. நம் மதிப்பை அறிந்திருத்தல்

நீங்கள் எந்த வேலை செய்தாலும் சரி, எங்கு வேலை செய்தாலும் சரி, உங்களுக்குக் கிடைக்கும் சம்பளமும் வசதிகளும் அந்த வேலைக்கு, அந்த அனுபவத்துக்கு, அந்த நாடு அல்லது நகரத்துக்கு ஏற்றதுதானா என்கிற தெளிவு உங்களுக்கு இருக்கவேண்டும்.

எடுத்துக்காட்டாக, நீங்கள் வங்கித்துறையில் ஐந்தாண்டு அனுபவம் கொண்ட விற்பனை வல்லுனர் என்று வைத்துக்கொள்வோம். நீங்கள் வசிக்கும் ஊரில் அதே அளவு அனுபவத்துடன் அதேமாதிரியான பணியைச் செய்கிறவர்களுக்குச் சராசரியாக என்ன சம்பளம் வருகிறது என்று உங்களுக்குத் தெரியுமா? ஒருவேளை தெரியாது என்றால், நீங்கள் பெறுவது சரியான சம்பளமா, குறைவா, அதிகமா என்று எப்படிப் புரிந்துகொள்வீர்கள்? ஒருவேளை, உங்கள் நிறுவனம் உங்கள் தலையில் நன்றாக மிளகாய் அரைத்துக்கொண்டிருக்கிறது என்றால், அதை எப்படிக் கண்டுபிடிப்பீர்கள்?

ஆனால், யார் எவ்வளவு சம்பளம் வாங்குகிறார்கள் என்பதெல்லாம் அவரவருடைய தனிப்பட்ட விஷயம் இல்லையா?

வெளியாட்களுக்குத் தெரியாத ரகசியம் இல்லையா? இதை நாம் எப்படித் தெரிந்துகொள்வது?

'நீங்கள் எவ்வளவு சம்பளம் வாங்குகிறீர்கள்?' என்று ஒவ்வொருவராகச் சென்று கேட்கமுடியாதுதான். ஆனால், இதைப்பற்றிய தொகுக்கப்பட்ட புள்ளிவிவரங்கள் அவ்வப்போது நாளிதழ்கள், உங்கள் துறை சார்ந்த சிறப்பிதழ்களில் வெளியாகும். சில இணையத்தளங்களும் இதுபோன்ற புள்ளிவிவரங்களைத் தொகுத்துத் தருகின்றன. இவற்றையெல்லாம் தொடர்ந்து படித்துக்கொண்டிருந்தால் நமக்கு இதைப்பற்றிய குத்துமதிப்பான பார்வை அமைந்துவிடும். அதாவது, நாம் செய்கிற வேலைக்கான குறைந்தபட்ச, அதிகபட்சச் சம்பளம் எவ்வளவு, அந்த அளவுகோலில் நாம் எங்கு இருக்கிறோம் என்று ஓரளவு புரிந்துவிடும்.

இந்தத் தகவலை வைத்துக்கொண்டு நாம் என்ன செய்வது?

ஒருவேளை, நாம் அந்தக் குறைந்தபட்ச, அதிகபட்ச மதிப்புகளுக்கு நடுவில்தான் இருக்கிறோம் என்றால், பெரிதாக எதுவும் செய்யவேண்டியதில்லை. சந்தை மாற்றங்கள், நாம் வசிக்கும் நாட்டின் பணவீக்க விகிதங்களுக்கேற்ப நம் சம்பளம் ஆண்டுக்காண்டு உயர்கிறதா என்பதைமட்டும் கவனித்துக்கொண்டால் போதும்.

அப்படியில்லாமல், நம்முடைய சம்பளம் அந்த அளவுகோலுக்கும் கீழாக இருக்கிறது என்றால், அது ஏன் என்று சிந்திக்கலாம். சில நேரங்களில் நல்ல நிறுவனம், நல்ல தொழில்நுட்பம், நல்ல முன்னேற்ற வாய்ப்புகள், நிறையக் கற்றுக்கொள்ளும் வாய்ப்புகள், நல்ல திறமையாளருடைய வழிகாட்டுதலின்கீழ் பணிபுரிவது, நம் சொந்த ஊரில் வசிப்பது, அதிகக் கெடுபிடிகள் இல்லாமல் நமக்கு விருப்பமான நேரத்தில், விருப்பமான வேகத்தில் வேலை செய்வது போன்ற காரணங்களுக்காகச் சிலர் குறைந்த சம்பளத்திலும் வேலை செய்யக்கூடும். உங்களுக்கு அப்படி ஒரு காரணம் இருந்தால், அதைத் தொடரலாம். இல்லாவிட்டால், உங்கள் சம்பளத்தைச் சரிசெய்து தரும்படி உங்கள் நிறுவனத்திடம் புள்ளிவிவரங்களுடன் பேசலாம். அது ஒத்துவரவில்லையென்றால், நிறுவனம் மாறுவதைப்பற்றிச் சிந்திக்கலாம்.

இங்கு நீங்கள் எடுக்கப்போகும் நடவடிக்கை என்ன என்பது ஒவ்வொருவருக்கும் மாறுபடும். ஆனால், நம் திறமை, அதற்கேற்ற

சம்பளத்தைப்பற்றிய தெளிவு நமக்கு இருந்தால்தான் இதையெல்லாம் செய்யமுடியும் என்பதுதான் இங்கு முக்கியமான செய்தி.

2. கையில் வரும் தொகையைக் கவனித்தல்

உங்களுடைய சம்பளப் பட்டியலில் *(Pay Slip)* குறிப்பிடப்பட்டுள்ள தொகைதான் உங்கள் மாதச் சம்பளம். ஆனால், மாதந்தோறும் அந்தத் தொகை உங்கள் வங்கிக் கணக்குக்கு வரப்போவதில்லை. அதில் வரியைப் பிடித்துக்கொண்டு மீதத் தொகையைத்தான் கொடுப்பார்கள். ஆங்கிலத்தில் இதை *Take Home Salary* என்கிறார்கள். உண்மையில் இதுதான் நமக்கு உரிமையான தொகை, இதைத்தான் நாம் விருப்பம்போல் செலவுசெய்யவும் சேமிக்கவும் இயலும்.

அதனால், உங்கள் *Take Home Salary* என்ன என்பதை நீங்கள் தலைகீழ்ப் பாடமாக அறிந்திருக்கவேண்டும். அது மாதந்தோறும் சரியாகக் கணக்கில் வந்து சேர்கிறதா என்று பார்க்கவேண்டும். அதில் ஏதேனும் சிறிய வேறுபாடுகள் இருந்தால்கூட, உடனடியாகக் கவனிக்கவேண்டும்.

எடுத்துக்காட்டாக, உங்கள் சம்பளம் 1000 ரூபாய், கையில் வரும் தொகை 800 ரூபாய் என்று வைத்துக்கொள்வோம். திடீரென்று ஒரு மாதம் உங்களுக்கு 700 ரூபாய்தான் வருகிறது என்றால், 100 ரூபாய் கூடுதல் வரி பிடிக்கப்பட்டிருக்கிறது என்று பொருள். அது என்ன வரி, ஏன் திடீரென்று அதைப் பிடித்திருக்கிறார்கள், அப்படிப் பிடிக்காதபடி தவிர்ப்பதற்கு ஏதேனும் வழி உண்டா என்றெல்லாம் நீங்கள் சிந்திக்கவேண்டும், புரிந்துகொள்ளவேண்டும்.

இதற்கு நீங்கள் உங்களுடைய அந்த மாதத்தின் சம்பளப் பட்டியலைப் பார்க்கவேண்டும். அதில் கூடுதல் வரி எங்கு சேர்க்கப்பட்டுள்ளது என்று புரிந்துகொள்ளவேண்டும். அது சரியாகப் புரியாவிட்டால், Tax Computation Sheet (வரிக் கணக்கீட்டுத் தாள்) என்ற கணக்கீட்டைப் பார்க்கலாம். அப்போதும் புரியவில்லை என்றால், உங்கள் சம்பளப் பிரிவை மின்னஞ்சல் அல்லது தொலைபேசியின்மூலம் தொடர்புகொண்டு இதை விளக்கும்படி கேட்கலாம்.

ஒருவேளை, 800 ரூபாய்க்குப் பதில் 850 ரூபாய் வந்தால்?

'ஹையா, ஜாலி' என்று சும்மா இருந்துவிடக்கூடாது. அப்போதும் இதே கணக்கை ஆராயவேண்டும், புரிந்துகொள்ளவேண்டும். யார் கண்டது? ஒருவேளை, மாதந்தோறும் 850 ரூபாய் வருவதுபோல் ஏதோ ஒரு வரிவிலக்கு ஏற்பாடு இருக்கலாம், அதை நீங்கள் பயன்படுத்திக்கொண்டு கூடுதல் வருமானத்தை அனுபவிக்கலாம்.

3. நிதி ஆண்டின் தொடக்கத்திலும் முடிவிலும் செய்யவேண்டியவை

நாம் எவ்வளவு சம்பாதிக்கிறோம் என்பது நம் கையில் இருக்கிறது. அதேபோல், அதற்கு எவ்வளவு வருமான வரி செலுத்துகிறோம் என்பதும் நம் கையில்தான் இருக்கிறது.

இந்தியாவில் மார்ச் 31 அன்று ஒரு நிதி ஆண்டு முடிகிறது, ஏப்ரல் 1 அன்று அடுத்த நிதி ஆண்டு தொடங்குகிறது. இந்த இரண்டும் நமக்கு முக்கியமான காலகட்டங்கள், நம்முடைய வருமான வரியை மிச்சப்படுத்த உதவக்கூடிய நாட்கள், அதன்மூலம் நம் வருவாயை, சேமிப்பைப் பெருக்கக்கூடிய நாட்கள்.

வருமான வரி எப்படிக் கணக்கிடப்படுகிறது, அதைச் சேமிப்பது எப்படி என்றெல்லாம் பின்னர் விரிவாகப் பார்ப்போம். இப்போதைக்கு, சில குறிப்பிட்ட செலவுகள், முதலீடுகளின்மூலம் நம்முடைய வருமான வரியைக் குறைக்கலாம் என்றுமட்டும் தெரிந்துகொள்ளுங்கள்.

ஒவ்வொரு நிதி ஆண்டின் தொடக்கத்திலும், நிறுவனங்கள் தங்களுடைய பணியாளர்களைத் தொடர்புகொண்டு, 'இந்த நிதி ஆண்டில் வருமான வரியை மிச்சப்படுத்துவதற்காக நீங்கள் செய்யப்போகிற செலவுகள், முதலீடுகள் என்னென்ன?' என்று கேட்பார்கள். அதற்கு நீங்கள் உடனடியாகப் பதில் எழுதவேண்டும். அதாவது, வரிவிலக்குக்கென நீங்கள் செய்யப்போகிற செலவுகள், முதலீடுகளைப் பட்டியலிடவேண்டும்.

இது ஏன் முக்கியம்?

நீங்கள் போடும் பட்டியலை வைத்துத்தான் அவர்கள் உங்களுடைய வருமான வரியைக் கணக்கிடுவார்கள், அதாவது, உங்கள் சம்பளத்திலிருந்து இந்தப் பட்டியலில் உள்ள தொகையைக் கழித்துவிட்டு மீதியுள்ள தொகைக்குமட்டும்தான் வருமான வரி போடுவார்கள்.

எடுத்துக்காட்டாக, உங்களுடைய ஆண்டுச் சம்பளம் 1000 ரூபாய், அதில் நீங்கள் வருமான வரியை மிச்சப்படுத்தச் செய்யும் செலவுகள், முதலீடுகள் 200 ரூபாய் என்றால், மீதமுள்ள 800 ரூபாய்க்கு நீங்கள் வரி செலுத்தினால் போதும். இந்த ஆண்டு வரித்தொகையை 12ஆல் வகுத்தால், அதுதான் உங்களுடைய மாதாந்திர வரித்தொகை. அடுத்த 12 மாதங்கள் அந்தத் தொகை உங்கள் சம்பளத்திலிருந்து பிடிக்கப்படும்.

ஒருவேளை, நீங்கள் ஏதேனும் ஒரு முக்கியமான செலவை, முதலீட்டை முன்கூட்டியே சொல்லாவிட்டால், அல்லது, மறந்துவிட்டால், வீணாக அதற்கும் சேர்த்து வரி செலுத்தவேண்டியிருக்கும். அதாவது, 800 ரூபாய்க்குப் பதிலாக 1000 ரூபாய்க்கு வரி கணக்கிடப்படும், நீங்கள் சுமார் 25% கூடுதலாக வரி செலுத்துவீர்கள்.

இப்படி நீங்கள் கூடுதலாகச் செலுத்தும் வரியைப் பின்னர் அரசாங்கத்திடமிருந்து திரும்பப் பெற்றுவிடலாம். ஆனால், இந்தத் தொல்லையெல்லாம் எதற்கு? தும்பை விட்டுவிட்டு வாலைப் பிடிப்பதைவிட, நம் திட்டத்தை முன்கூட்டியே சொல்லி வரியைக் குறைத்துக்கொள்வதுதான் அறிவார்ந்த செயல்!

அதனால், ஒவ்வொரு நிதியாண்டிலும் நீங்கள் வரியைச் சேமிப்பதற்காகச் செய்யப்போகும் செலவுகள், முதலீடுகளைப்பற்றி மார்ச் அல்லது ஏப்ரல் மாதத்தில் உங்கள் நிறுவனத்திடம் சொல்லிவிடுங்கள். அதன் அடிப்படையில் உங்கள் வரி சரியாகக் கணக்கிடப்படுகிறதா என்று Tax Computation Sheetஐப் பார்த்து உறுதிசெய்துகொள்ளுங்கள்.

அதேபோல், நிதியாண்டு முடியும் நேரத்தில், அதாவது, டிசம்பர் அல்லது ஜனவரி மாதத்தில் நிறுவனங்கள் தங்களுடைய பணியாளர்களைத் தொடர்புகொண்டு, 'இந்த நிதி ஆண்டில் நீங்கள் வருமான வரியை மிச்சப்படுத்துவதற்காக இந்தச் செலவுகள், முதலீடுகளையெல்லாம் செய்ததாகச் சொன்னீர்கள். அதைச் செய்தீர்களா? ஆம் எனில், அதற்கான சான்றுகளைக் கொடுங்கள். அதன் அடிப்படையில் நாங்கள் உங்களுடைய வருமான வரிக் கணக்குகளை முடிக்கவேண்டும்' என்று சொல்வார்கள். இப்போதும் நீங்கள் உடனடியாகச் செயல்படவேண்டும், உங்கள் செலவுகள், முதலீடுகளுக்கான சான்றுகளைத் தரவேண்டும்.

எடுத்துக்காட்டாக, வாடகை வீட்டில் உள்ளவர்கள் அந்த வீட்டின் உரிமையாளரிடமிருந்து வாடகை ரசீது பெற்றுச் சமர்ப்பிக்கவேண்டியிருக்கும், தனிப்பட்டமுறையில் நலக் காப்பீடு எடுத்தவர்கள் அதற்குப் பிரீமியம் செலுத்திய சான்றைக் கொடுக்கவேண்டியிருக்கும்... இப்படி நீங்கள் முன்பு கொடுத்த பட்டியலில் உள்ள ஒவ்வொரு செலவுக்கும், முதலீட்டுக்கும் சான்று கொடுக்கவேண்டும். அதன் அடிப்படையில் மீண்டும் ஒருமுறை உங்களுடைய வருமான வரி கணக்கிடப்படும். முந்தைய கணக்குக்கும் இப்போதைய கணக்குக்கும் ஏதாவது வேறுபாடு இருந்தால், அது அடுத்த ஓரிரு மாதங்களில் சரிசெய்யப்படும்.

குழப்புகிறதா? ஓர் எடுத்துக்காட்டுடன் பார்ப்போம்.

நிதி ஆண்டின் தொடக்கத்தில் நீங்கள் கொடுத்த பட்டியலின்படி உங்களுடைய வருமான வரி 240 ரூபாய் என்று வைத்துக்கொள்வோம். அவர்கள் அதை 12ஆல் வகுத்து, மாதம் 20 ரூபாய் பிடித்திருப்பார்கள். இதுவரை 10 மாதங்களில் ரூ. 200 பிடிக்கப்பட்டிருக்கும்.

இப்போது நீங்கள் கொடுத்துள்ள சான்றுகளின் அடிப்படையில் பார்த்தால், உங்களுக்கு 300 ரூபாய் வருமான வரி வருகிறது. அதாவது, நீங்கள் இன்னும் 100 ரூபாய் செலுத்தவேண்டும். அதனால், அடுத்த இரண்டு மாதங்களில் ரூ. 50 பிடிக்கப்படும்.

அதாவது, முதல் பத்து மாதங்களுக்கு ரூ. 20தான் வருமான வரி. ஆனால், கடைசி இரண்டு மாதங்களுக்குமட்டும் ரூ. 50 வருமான வரி. அதனால், ஃபிப்ரவரியிலும் மார்ச்சிலும் உங்கள் கையில் கிடைக்கும் தொகை குறைந்துவிடும். ஏனெனில், நீங்கள் நிதி ஆண்டின் தொடக்கத்தில் கொடுத்த பட்டியலும், நிதி ஆண்டின் முடிவில் கொடுத்த சான்றுகளும் ஒத்துப்போகவில்லை.

அப்படியில்லாமல், அவை இரண்டும் கச்சிதமாக ஒத்துப்போனால், கவலையே வேண்டாம். உங்களுடைய வருமான வரிக் கணக்கு மாறாது, ஃபிப்ரவரி, மார்ச் மாதம் கையில் கிடைக்கிற தொகையிலும் பெரிய அடி விழாது.

ஒருவேளை, நாம் இந்தச் சான்றுகளைத் தரத் தவறிவிட்டால், அல்லது, மறந்துவிட்டால், அல்லது, நாம் தரும் சான்றுகள் தவறாக இருந்துவிட்டால்?

அது மிகப் பெரிய பிரச்சனை. ஏனெனில், நீங்கள் இந்த நிதி ஆண்டில் வரிச் சேமிப்புக்காக எந்தச் செலவுகளும் செய்யவில்லை, எந்த முதலீடும் செய்யவில்லை என்று உங்கள் நிறுவனம் நினைத்துக்கொண்டுவிடும். அதனால், அவர்கள் உங்களுடைய வருமான வரியைப் புதிதாகக் கணக்கிடும்போது அது ஒரு பெரிய தொகையாக இருக்கும், உங்களுடைய ஃபிப்ரவரி, மார்ச் மாத வருமான வரி மிகக் கூடுதலாகிவிடும், உங்கள் கையில் வரும் தொகை மிகவும் குறைந்துவிடும்.

இதனால், மாதச் சம்பளக்காரர்கள் பலர் ஃபிப்ரவரி, மார்ச் மாதங்களை நினைத்து நடுங்குவார்கள், இந்தமுறை நம்முடைய மாதச் செலவுகளைச் சமாளிக்கும் அளவுக்குப் பணம் வருமா, அல்லது, கடன் வாங்கும் நிலைமை வந்துவிடுமா என்றெல்லாம் அஞ்சுவார்கள்.

இந்தப் பிரச்சனையைத் தவிர்க்கவேண்டுமென்றால், நிதியாண்டின் தொடக்கத்தில் நம் செலவுகள், முதலீடுகளை ஒழுங்காகப் பட்டியலிடவேண்டும், நிதியாண்டின் முடிவில் அவற்றுக்கான சான்றுகளை உரிய நாளுக்குள் கொடுத்துவிடவேண்டும். அப்படிச் செய்தால், ஆண்டுமுழுவதும் நம் வருமான வரி ஒரே சீராக இருக்கும், கையில் வரும் சம்பளமும் குறையாது.

அதனால், வருமான வரி தொடர்பான அலுவலக மின்னஞ்சல்கள், அறிக்கைகள், கடிதங்களை உடனடியாகப் படியுங்கள், அதில் கேட்கப்பட்டுள்ள தகவல்களை முறைப்படி கொடுங்கள், இதைத் தள்ளிப்போடக்கூடாது, மறந்துவிடக்கூடாது. ஏனெனில், இது நேரடியாக உங்கள் வருமானத்தைப் பாதிக்கப்போகும் விஷயம்.

★★★

11. மேலும் சில பழக்கங்கள்

*ச*ம்பளம், கும்பளம் தொடர்பான பழக்கங்கள் தொடர்கின்றன.

4. வருமான வரி திரும்பக் கிடைக்குமா?

ஒரு நாட்டில் உள்ள குடிமக்கள் ஒவ்வொருவரும் எவ்வளவு சம்பாதிக்கிறார்கள் என்பது அவர்களுக்குத்தான் தெரியும், அரசாங்கத்துக்குத் தெரியாது. அதனால், நிதி ஆண்டு முடிந்தபிறகு, அந்தக் குடிமக்கள் தாங்களே முன்வந்து பின்வரும் விவரங்களை வருமான வரித்துறைக்குச் சொல்லவேண்டும்:

A => சென்ற ஆண்டில் நான் இந்த வகைகளில் இவ்வளவு சம்பாதித்தேன் (எடுத்துக்காட்டாக: சம்பளம், வாடகை, வட்டி, சொந்தத் தொழிலில் வந்த லாபம், சொத்துகளை விற்றதன்மூலம் கிடைத்த லாபம் போன்றவை)

B => அதே ஆண்டில் நான் வரியைச் சேமிப்பதற்காக இந்தச் செலவுகள், முதலீடுகளைச் செய்துள்ளேன். அத்துடன், நான் இந்த வரிவிலக்குகளுக்குத் தகுதிபெறுகிறேன்.

C => மேலுள்ள *A*யிலிருந்து *B*ஐக் கழித்தபிறகு மீதியுள்ள தொகை இவ்வளவு. இதற்குத்தான் நான் வருமான வரி செலுத்தவேண்டும்.

D => இப்போதைய வருமான வரிச் சட்டங்களின்படி, *C* என்கிற தொகைக்கு நான் செலுத்தவேண்டிய வருமான வரி இவ்வளவு.

E => சென்ற ஆண்டில் நான் ஏற்கெனவே செலுத்தியுள்ள வருமான வரி இவ்வளவு.

இங்கு *D, E* ஆகிய இரண்டும் ஒரே எண்ணாக இருந்தால், நீங்கள் சரியாக வருமான வரி செலுத்திவிட்டீர்கள். அதாவது, அரசாங்கம் உங்களுக்கு எதுவும் தரவேண்டியதில்லை, நீங்கள் அரசாங்கத்துக்கு எதுவும் தரவேண்டியதில்லை.

ஒருவேளை, *E*ஐவிட *D* பெரிதாக இருந்தால், அதாவது, நீங்கள் செலுத்திய வருமான வரியைவிட நீங்கள் செலுத்தவேண்டிய வருமான வரி கூடுதலாக இருந்தால், துண்டு விழும் தொகையை (அதாவது, *D*யிலிருந்து *E*ஐக் கழித்தபின் வரும் தொகையை) இப்போது செலுத்தவேண்டும், அதுவும் வட்டியுடன்.

ஒருவேளை, *D*ஐவிட *E* பெரிதாக இருந்தால், அதாவது, நீங்கள் செலுத்தவேண்டிய வருமான வரியைவிடக் கூடுதலாக வருமான வரி செலுத்தியிருந்தால், அந்தக் கூடுதல் தொகையை அரசாங்கம் உங்களுக்குத் திரும்பக் கொடுக்கும். இதை *Income Tax Refund* என்பார்கள்.

மேலே கொடுக்கப்பட்டுள்ள *A, B, C, D, E* கணக்கு உங்களுடைய புரிந்துகொள்ளலுக்காக மிகவும் எளிமைப்படுத்தப்பட்டுள்ளது. உண்மையில், *IT Returns* எனப்படும் வருமான வரிக் கணக்குகள் மிகவும் சிக்கலானவை. ஆனால், புரிந்துகொள்ள முடியாதவை இல்லை. நீங்கள் அவற்றைத் தெரிந்துகொண்டு உங்களுடைய துல்லியமான வருமான வரியைக் கணக்கிடக் கற்றுக்கொள்வது நல்லது. இதை நீங்கள் ஆண்டுக்கு ஒருமுறைதான் செய்யப்போகிறீர்கள். அதனால், இதற்கென்று நான்கைந்து மணி நேரம் செலவிடுவதில் தவறில்லை.

அத்துடன், அரசாங்கமும் வருமான வரிக் கணக்குகளை மேலும் மேலும் எளிமையாக்கிவருகிறது. அதற்கான எளிய படிவங்கள், மென்பொருட்கள், கையேடுகள், வீடியோக்கள் என்று ஏராளமாக வெளியிட்டுக்கொண்டிருக்கிறார்கள். இவையெல்லாம் நம்முடைய வருமான வரி அறிவைப் பெருக்கக்கூடியவை. இதன்மூலம் கூடுதல் வருவாய் (அதாவது, *Income Tax Refund*) பெறவும் வாய்ப்புண்டு.

ஆனால், சிலர் இதிலெல்லாம் நுழைய விரும்புவதில்லை. அவர்கள் வருமான வரிக் கணக்கிடல் வல்லுனர் ஒருவரைத் தொடர்புகொண்டு அவரிடம் இந்த வேலையை ஒப்படைத்துவிடலாம், அவருக்குத் துல்லியமான தகவல்களைக் கொடுத்து, அவருடைய அறிவுரைப்படி நடக்கலாம்.

நீங்களே செய்தாலும் சரி, இன்னொருவரை வைத்துச் செய்தாலும் சரி, உங்களுக்குத் திரும்பி வரவேண்டிய தொகை ஏதேனும் இருந்தால் அதை ஒரு பைசா மீதியில்லாமல் வாங்கிவிடுங்கள். ஏனெனில், அது உங்களுக்கு உரிமையான தொகை.

5. வருவாய் ஆவணங்கள் அனைத்தும் ஒரே இடத்தில்

மாதந்தோறும் உங்களுக்கு வழங்கப்படுகிற சம்பளப் பட்டியல், வரிக் கணக்கிடல் ஆவணம், நிதி ஆண்டின் நிறைவில் வழங்கப்படுகிற *Form 16* என்னும் உங்களுடைய சம்பள, வரிப் பிடித்த தகவல்கள் போன்றவற்றை ஒரே இடத்தில் பொறுப்பாகச் சேமித்துவையுங்கள். இப்போதெல்லாம் இவை மின்வடிவத்தில் *(Soft Copy)* வழங்கப்படுவதால் எளிதில் சேமித்துவிடலாம். ஆனால், அப்படிச் சேமிக்கிற பழக்கம் உங்களுக்கு வரவேண்டும். அப்போதுதான் ஏதாவது குழப்பம் என்றால் சட்டென்று எடுத்துப் பார்க்கலாம்.

இவற்றை எங்கு சேமிப்பது?

உங்கள் கணினி அல்லது செல்ஃபோனில் சேமிக்கலாம். ஆனால், அது எப்போது வேண்டுமானாலும் அழிந்துபோகிற ஆபத்து உண்டு. அதனால், *Google Drive, Microsoft OneDrive* அல்லது *Dropbox* போன்ற ஓர் இணையச் சேவையைப் பயன்படுத்தி இவற்றைச் சேமிப்பது நல்லது. எதற்கும் இருக்கட்டும் என்று இரண்டு இடங்களில் சேமித்துவைப்பது இன்னும் நல்லது.

மேற்சொன்ன சேவைகள் அனைத்தும் ஓரளவுவரை இலவசமாகக் கிடைக்கின்றன. அந்த இடம் உங்களுடைய தேவைக்குப் போதும். அதற்குமேல் போனால் நீங்கள் இவற்றுக்கென்று தனியாகப் பணம் செலவழிக்கவேண்டும். ஆனால், இவை தரும் பயனோடு ஒப்பிடும்போது, இந்தச் சிறு முதலீட்டில் கஞ்சத்தனம் பார்க்கவேண்டாம்.

இவற்றை எப்படிச் சேமிப்பது?

"Salary Documents" என்று ஒரு *Folder* (கோப்புறை) உருவாக்கிக்கொள்ளுங்கள். அதற்குள் *"2023-24", "2024-25"* என்பதுபோல் ஒவ்வொரு நிதி ஆண்டுக்கும் தனித்தனிக் கோப்புறைகளை உருவாக்குங்கள். அந்தந்த நிதி ஆண்டின் ஆவணங்களை அந்தந்தக் கோப்புறைக்குள் சேமியுங்கள்.

ஆவணக் கோப்புகளுக்குக் கச்சாமுச்சா என்று பெயர் வைக்கவேண்டாம். *"January 2024 Payslip"* என்பதுபோல் தெளிவான பெயர்களை வைத்தால், பின்னாட்களில் தேடும்போது எளிதாக இருக்கும்.

6. சம்பளம் ஒழுங்காக வருகிறதா?

இந்த மாதத்துக்கான உங்கள் சம்பளம் வந்துவிட்டதா? அது சரியாக எந்த நாளில் வந்தது? சென்ற மாதம் எந்த நாளில் வந்தது? ஒவ்வொரு மாதமும் சரியான நாளில் வருகிறதா? மாதம் முடிவதற்கு ஒரு நாள் முன்பாகவே வருகிறதா? அல்லது, மாதம் முடிந்தபிறகுதான் வருகிறதா? ஏன்?

பெரும்பாலானோருக்கு இந்தக் கேள்விகளுக்கான பதில் தெரியாது. மாதக் கடைசியில் சம்பளத்தை எதிர்பார்த்துக் காத்திருப்போர் வேண்டுமானாலும் இதையெல்லாம் கவனிப்பார்களாக இருக்கும். மற்றவர்களுக்குச் சம்பளம் வருகிறது என்கிற நிம்மதி போதுமாக இருக்கும்.

ஆனால், மாதந்தோறும் சம்பளம் நம்முடைய வங்கிக் கணக்கில் வந்து உட்கார்கிற கணத்தைக் கவனித்து உறுதிப்படுத்திக்கொள்வது ஒரு நல்ல பழக்கம். சம்பளம் வரும் நாளில் ஏதேனும் சிக்கல்கள் இருந்தால், அல்லது, சம்பளத் தொகையில் எதிர்பாராத ஏற்றத் தாழ்வுகள் இருந்தால் சட்டென்று நிறுவனத்தில் விசாரித்துத் தெளிவுபடுத்திக்கொள்வதற்கு இது வசதியாக இருக்கும்.

இதைத் தேவையில்லாத பழக்கம் என்று சிலர் நினைப்பதுண்டு. அவர்கள் தங்களுடைய நிறுவனத்தின்மீது வைத்திருக்கும் மிகப் பெரிய நம்பிக்கையை நான் மதிக்கிறேன். எனக்கென்னவோ இது தேவையான பழக்கம் என்றுதான் தோன்றுகிறது. நிறுவனம் என்னை ஏமாற்றுவதற்கான வாய்ப்பு குறைவுதான். ஆனாலும்,

சம்பளம் வந்து உட்கார்தல் என்பது அந்த மாதத்துக்கான என்னுடைய உழைப்புக்கான ஒரு பரிசு எனும்போது, பரிசு வரும் கணத்தை நான் மனத்துக்குள்ளாவது கொண்டாடவேண்டாமா?

7. வங்கிக் கணக்கு மாற்றங்கள்

ஒருவேளை, நீங்கள் உங்களுக்குச் சம்பளம் வருகிற வங்கிக் கணக்கை மாற்றுகிறீர்கள் என்றால், உடனடியாகப் புதிய வங்கிக் கணக்கு விவரங்களை உங்கள் நிறுவனத்துக்குக் கொடுத்துவிடவேண்டும். இல்லாவிட்டால், அந்த மாதச் சம்பளம் தேவையில்லாமல் தாமதமாகும்.

இன்னும் குறிப்பாகச் சொல்வதென்றால், இதுபோன்ற வங்கிக் கணக்கு மாற்றங்களை மாதக் கடைசியில் செய்யாமல் இருப்பது நல்லது. மாதத்தின் தொடக்கத்திலேயே அதைச் செய்துவிட்டு, உடனடியாக நிறுவனத்துக்கு அதைத் தெரிவித்துவிட்டால், அடுத்த சில நாட்களுக்குள் அவர்கள் தங்களுடைய சம்பளப் பதிவுகளை மாற்றிவிடுவார்கள், உங்கள் சம்பளம் சரியாகப் புதிய கணக்குக்கு வந்துவிடும். அதை நீங்கள் உறுதிப்படுத்திக்கொண்டுவிட்டால், அடுத்த மாதத்திலிருந்து எந்தச் சிக்கலும் இருக்காது.

8. அலுவலகச் செலவுகளைத் திரும்பப் பெறுதல்

சிலர் அலுவலகத் தேவைகளுக்கெனப் பயணம் செய்வார்கள், விடுதிகளில் தங்குவார்கள், பொருட்களை வாங்குவார்கள், வாடிக்கையாளர்களைச் சாப்பிட அழைத்துச்செல்வார்கள். இப்படிப்பட்ட செலவுகளை *Official Expenses* என்பார்கள். இவற்றுக்கு நிறுவனம் பணம் கொடுத்துவிடும்.

ஆனால், இப்படிச் செலவு செய்யும் பணியாளர் அதற்கான ரசீதைப் பாதுகாப்பாக வைத்திருந்து சரியான நேரத்தில் நிறுவனத்திடம் சமர்ப்பிக்கவேண்டும். அப்போதுதான் அவருக்குப் பணம் கிடைக்கும்.

ஒருவேளை, அவர் ரசீது வாங்க மறந்துவிட்டால்? அல்லது, ரசீதைச் சமர்ப்பிக்க மறந்துவிட்டால்? அல்லது, தாமதமாக ரசீதைச் சமர்ப்பித்துவிட்டால்?

இதுபோன்ற சூழ்நிலைகளில் நிறுவனங்கள் அவருக்குப் பணம் கொடுக்காது. அதாவது, அலுவல் செலவுக்கு அவர் தன்னுடைய

சொந்தப் பணத்தைச் செலவழித்ததாகப் பொருளாகிவிடும். இது அவருக்கு இழப்புதான்.

'என்னங்க? உங்க சொந்தப் பணியாளரை நம்பமாட்டீங்களா?' என்று நீங்கள் நிறுவனத்திடம் சண்டை போடமுடியாது. அவர்களுக்கு ஆயிரக்கணக்கான நிதி விதிமுறைகள், சட்டங்கள் இருக்கின்றன. ஒவ்வொரு செலவுக்கும் அவர்கள் துல்லியமாகக் கணக்கு வைத்திருக்கவேண்டும். இல்லாவிட்டால், நிதித் தணிக்கையின்போது பெரிய பிரச்சனையாகிவிடும்.

அதனால், அலுவலகத்துக்காகச் சொந்தப் பணத்தைச் செலவு செய்கிறவர்கள்தான் இந்த விஷயத்தில் கவனமாக இருக்கவேண்டும். அதாவது:

- எந்தெந்தச் செலவுகள் அலுவலகத்துக்கானவை, அவற்றுக்கு எவ்வளவு செலவழிக்கலாம் என்று தெரிந்துவைத்திருக்கவேண்டும். அந்தத் தொகைக்குள்தான் செலவழிக்கவேண்டும், வரம்பு மீறக்கூடாது.
- எல்லாச் செலவுகளுக்கும் ரசீது வாங்கவேண்டும். அதைப் பாதுகாப்பாக வைத்திருக்கவேண்டும்.
- இயன்றவரை விரைவாக அந்த ரசீதை அலுவலகத்தில் சமர்ப்பித்துவிடவேண்டும். இதற்கான செயல்முறையை நன்கு தெரிந்துவைத்திருக்கவேண்டும்.
- ரசீதைச் சமர்ப்பித்தபின், அந்தத் தொகை சரியான நேரத்தில் தனக்குத் திரும்பச் செலுத்தப்படுகிறதா என்பதை வங்கிக் கணக்கைப் பார்த்து உறுதிசெய்யவேண்டும். இதில் ஏதேனும் சிக்கல்கள் இருந்தால், உடனடியாக நிறுவனத்திடம் பேசவேண்டும்.
- ஏதேனும் செலவு நிராகரிக்கப்பட்டால், அதைத் தெளிவுபடுத்தவேண்டும். அதன்பிறகும் அது நிராகரிக்கப் பட்டால், அடுத்தமுறை அந்த வகைச் செலவுகளைச் செய்யாமல் கவனமாக இருக்கவேண்டும்.

அலுவலகச் செலவுகளைத் திரும்பப் பெறுவது என்பது உங்களுடைய வருவாய் இல்லை. நீங்கள் செலவு செய்த பணம் உங்களுக்குத் திரும்பக் கிடைக்கிறது. அவ்வளவுதான். ஆனால், இதை நீங்கள்

செய்ய மறந்துவிட்டால், உங்களுடைய வருவாயிலிருந்துதான் அந்தப் பணம் போகிறது. அதனால், இந்த விஷயத்தில் மிக மிகக் கவனமாக இருக்கவேண்டும். அலட்சியம் காட்டினால் ஆயிரக்கணக்கில் இழப்பு வரலாம்.

சில நிறுவனங்கள் அலுவலகச் செலவுக்கென்று தனியாக ஒரு கடன் அட்டையைக் (கிரெடிட் கார்டு) கொடுத்துவிடுகின்றன. அதாவது, அலுவலகம் தொடர்பான செலவுகளைச் செய்யும்போது நீங்கள் சட்டென்று இந்த அட்டையை எடுத்து நீட்டிவிடலாம், உங்கள் சொந்தக் காசைச் செலவழிக்கவேண்டியதில்லை.

ஆனால், இங்கும் ரசீது வாங்கி அதைச் சமர்ப்பிக்கும் கடமை உங்களுக்கு உண்டு. அதை மறந்துவிட்டால் சிக்கல்தான்.

இன்னொரு சிக்கல், சிலர் தெரியாமல் அலுவலகக் கடன் அட்டையில் தனிப்பட்ட செலவுகளைச் செய்துவிடுவார்கள். அது பல தொல்லைகளைக் கொண்டுவரக்கூடும்.

அதனால், அலுவலகத் தேவைகளுக்குத் தனிக் கடன் அட்டை, தனிப்பட்ட தேவைகளுக்குத் தனிக் கடன் அட்டை என்று பிரித்தாளுவது மிகவும் நல்லது.

★★★

12. இன்னும் சில பழக்கங்கள்

சம்பளம், கும்பளம் தொடர்பான மீதமுள்ள அனைத்துப் பழக்கங்களையும் இந்த அத்தியாயத்தில் பார்த்துவிடுவோம்.

9. அறிமுகப்படுத்திச் சம்பாதித்தல்

என்னுடைய பழைய அலுவலகத் தோழர் ஒருவருக்கு நட்பு வட்டம் பெரியது. கல்லூரியில் படித்துக்கொண்டிருக்கும் இளைஞர்களில் தொடங்கி, விரைவில் ஓய்வு பெறப்போகிற முதியவர்கள்வரை பலவிதமான மக்களுடன் அவர் நன்கு பழகிக்கொண்டிருந்தார். அந்தப் பழக்கத்தின்மூலம் அவருக்குக் கிடைத்த பல நன்மைகளில் ஒன்று, கூடுதல் பண வரவு!

நாங்கள் வேலை செய்த நிறுவனத்தில் அவ்வப்போது புதிய வேலைவாய்ப்புகள் திறக்கும். மென்பொருள் எழுதுபவர், அதைப் பரிசோதிப்பவர், இணையதளங்களை வடிவமைப்பவர், பொறியாளர்களை மேய்க்கிறவர், திட்ட மேலாளர், நிதி வல்லுனர் என்று அந்த வேலைவாய்ப்புகள் பலவிதமாக அமையும்.

ஆனால், என்னுடைய தோழரின் நட்பு வட்டம் கிட்டத்தட்ட ஒரு சிறு கிராமத்துக்குச் சமமானது என்பதால், வேலைவாய்ப்பு எதுவாக இருந்தாலும் அதற்கு ஏற்ற ஓரிரு நபர்களாவது அவருக்கு நண்பர்களாக இருப்பார்கள். சட்டென்று அவர்களிடம் பேசுவார், அவர்களை எங்கள் நிறுவனத்துக்கு அறிமுகப்படுத்துவார், நேர்முகத் தேர்வுக்கு ஏற்பாடு செய்வார், அந்த நேர்முகத் தேர்வை

எப்படிச் சிறப்பாகச் சந்தித்து வெற்றிபெறுவது என்று அந்த நண்பர்களுக்கு அக்கறையாகச் சொல்லித்தந்து ஆயத்தப்படுத்துவார், அவர்களுடைய ஐயங்களைத் தீர்த்து ஊக்கம் கொடுப்பார்... இப்படி அவர் பரிந்துரைக்கிற ஆட்களில் ஆண்டுக்கு நான்கைந்து பேருக்காவது எங்கள் நிறுவனத்தில் வேலை கிடைத்துவிடும்.

இதனால், இந்தத் தோழருக்கு மூன்று நன்மைகள்:

முதலில், ‘இவர் அவ்வப்போது நல்ல பணியாளர்களை நமக்குத் தொடர்ச்சியாக அறிமுகப்படுத்துகிறார்’ என்று எங்கள் நிறுவனம் அவரைக் கூடுதலாக மதிக்கும், திடீரென்று ஏதாவது ஒரு பெரிய திட்டத்தைத் தொடங்கவேண்டுமென்றால், மேலாளர்கள் அவருடைய தோளில் வந்து கையைப் போடுவார்கள், ‘உனக்குத் தெரிஞ்ச நல்ல ஆளுங்க யாராச்சும் இருந்தாச் சொல்லேன்’ என்று அன்பாகக் கேட்பார்கள்.

ஏனெனில், உலக அளவில் பெரும்பாலான நிறுவனங்களின் பெரும்பாலான வேலை வாய்ப்புகள் ஏற்கெனவே அங்கு வேலை செய்கிறவர்களுடைய பரிந்துரையின்பேரில்தான் நிரப்பப்படுகின்றன. அவர்கள் ஏற்கெனவே அந்த நிறுவனத்தைப்பற்றி நன்றாக அறிந்திருப்பதால், அதற்கு ஏற்ற, தகுதியுள்ள நபர்களை உள்ளே கொண்டுவருவார்கள். இதனால் நிறுவனங்கள் இதுபோன்ற பரிந்துரைகளை விரும்பி ஊக்குவிக்கின்றன. எந்த நிறுவனத்திலும் தங்கள் நண்பர்களை நிறையப் பரிந்துரைத்து உள்ளே கொண்டுவருகிற பணியாளர்களுக்கு நன்மதிப்பு உண்டு.

இரண்டாவதாக, அவருடைய நண்பர்களும் தங்களுக்கு இப்படிப்பட்ட நல்ல வாய்ப்புகளைப் பெற்றுக்கொடுத்ததால் இவரிடம் நன்றியோடு இருப்பார்கள், அவர்களுடைய நட்பு இன்னும் உறுதியாகும்.

இதில் ஒரு கொசுறு நன்மை, வருங்காலத்தில் என்றைக்காவது அவருடைய வேலையில் ஒரு சிக்கல் வந்தால், இன்னொரு வேலையைத் தேடவேண்டிய சூழ்நிலை உண்டானால், இந்த நட்பு வட்டம் சட்டென்று முன்வந்து அவருக்கு உதவும். இன்றைக்கு அவர் செய்யும் உதவி நாளைக்கு வேறொருவரிடமிருந்து அவருக்குத் திரும்பக் கிடைக்கும்.

மூன்றாவதாக, நல்ல பணியாளர்களை அறிமுகப்படுத்தியதற்கு நன்றி தெரிவிக்கும்வகையில் எங்கள் நிறுவனம் அவருக்கு ஒரு பரிசுத் தொகையை வழங்கும். இதற்கு *Referral Bonus* என்று பெயர். பெரிய நிறுவனங்களில் இந்தப் போனஸ் தொகை பல ஆயிரம் ரூபாய்கள் இருக்கும். அனுபவம் மிக்க திறமையாளர்களை அறிமுகப்படுத்தினால் லட்சக்கணக்கில்கூட போனஸ் கிடைக்கும். அதனால், ஆண்டுக்கு நான்கைந்து பேரை அறிமுகப்படுத்தினால் அது அவருக்கு ஒரு கணிசமான கூடுதல் வருவாயாகிவிடும்.

நிறுவனம் தருகிற போனஸ் தொகை ஒருபுறமிருக்க, பெரிய திட்டங்களுக்கு அவசரமாக ஆட்கள் தேவைப்படும்போது, அந்தத் திட்டங்களின் மேலாளர்களும் சில பரிசுகளை அறிவிப்பார்கள். எடுத்துக்காட்டாக, 'அடுத்த 30 நாட்களுக்குள் நீங்கள் எங்களுக்கு ஒரு திறமையான பொறியாளரை அறிமுகப்படுத்தினால், உங்களுக்கு ஓர் ஐஃபோன் தருகிறோம்' என்பார்கள். இதுவும் ஒருவிதத்தில் கூடுதல் வருவாய்தான்.

உங்கள் நிறுவனத்தில் இதுபோல் வேலைக்கு ஆட்களைப் பரிந்துரைத்தால் ஏதேனும் போனஸ் அல்லது பரிசுகள் உண்டா என்று பாருங்கள். ஆம் எனில், புதிய வேலைவாய்ப்புகள் அறிவிக்கப்படும்போது அதற்கு ஏற்ற ஆட்கள் உங்கள் நட்பு வட்டத்தில் இருக்கிறார்களா என்று பார்க்கத் தொடங்குங்கள். அப்படி யாராவது இருந்தால், அவர்களுடன் பேசுங்கள், அவர்களுக்கு ஆர்வமிருந்தால் அவர்களை உங்கள் நிறுவனத்துக்குப் பரிந்துரையுங்கள்.

இதை நீங்கள் முழுநேரப் பணியாகச் செய்யவேண்டியதில்லை. மனத்தின் ஒரு மூலையில் இந்த எண்ணத்தைப் போட்டு வைத்துக்கொண்டுவிட்டால் போதும். அது சரியான நேரத்தில் எழுந்து உட்கார்ந்து உங்களைத் தூண்டிவிடும்.

ஆனால் ஒன்று, போனஸ் வருகிறது என்பதற்காகக் கண்டபடி எல்லாரையும் பரிந்துரைத்தால் எந்தப் பலனும் இருக்காது. சரியான ஆட்களைப் பரிந்துரைக்கவேண்டும், அவர்கள் நேர்முகத் தேர்வைச் சிறப்பாகச் செய்வதற்கு உங்களால் இயன்ற உதவிகளைச் செய்யவேண்டும். இதற்கெல்லாம் நீங்கள் செலவிடும் நேரத்துக்குப் பரிசுதான் அந்த போனஸ்.

10. தள்ளுபடியில் பங்குகள்

சில நிறுவனங்கள் கும்பளமாக ESPP எனப்படும் Employee Stock Purchase Plan (பணியாளர் பங்கு வாங்குதல் திட்டம்) ஒன்றை அறிவித்திருப்பார்கள். அதாவது, உங்கள் நிறுவனத்தின் பங்குகளை உங்களுக்குத் தள்ளுபடியில் தருவார்கள்.

எடுத்துக்காட்டாக, உங்கள் நிறுவனத்தின் பங்குகள் சந்தையில் 100 ரூபாய்க்கு விற்கின்றன என்று வைத்துக்கொள்வோம். ESP-Pயின்கீழ் நீங்கள் சில குறிப்பிட்ட எண்ணிக்கையிலான பங்குகளை 85 ரூபாய்க்கு வாங்கிக்கொள்ளலாம். அதாவது, 15% தள்ளுபடி.

அப்படி வாங்கியபிறகு, உங்களுக்கு அந்த நிறுவனத்தின் நீண்டகால வளர்ச்சியின்மீது நம்பிக்கை இருந்தால், அந்தப் பங்குகளை அப்படியே வைத்துக்கொள்ளலாம். பின்னர் அந்தப் பங்குகளின் விலை நன்கு உயரும்போது விற்று லாபம் பார்க்கலாம். நீங்கள் அந்தப் பங்குகளை 15% தள்ளுபடி விலையில் வாங்கியிருப்பதால், சந்தையில் உள்ள மற்றவர்களைவிட உங்களுக்குச் சற்று கூடுதல் லாபம் கிடைக்கும்.

உங்களால் அவ்வளவு நாள் பொறுக்கமுடியாது என்றால், ESPP திட்டத்தில் குறிப்பிடப்பட்டிருக்கும் குறைந்தபட்சக் கால அளவுக்குப்பிறகு உடனடியாக அந்தப் பங்குகளை விற்றுவிடலாம். அந்த இடைவெளியில் சந்தை எப்படி ஏறி, இறங்கியிருக்கிறது என்பதைப் பொறுத்து உங்கள் லாபம் கூடும், குறையும்.

இப்படிச் சிலர் ESPPஐயும் சிறு வருவாய் வழியாக மாற்றிக்கொள்கிறார்கள். ஆனால், இது பங்குச் சந்தைக்கு உட்பட்ட பரிமாற்றம் என்பதால், ஆபத்து அதிகம். அத்துடன், ESPPல் நீங்கள் பெறும் தள்ளுபடித் தொகைக்கு அரசாங்கத்துக்கு வரி செலுத்தவேண்டும். ஆகவே, இதையெல்லாம் கூட்டிக் கழித்துப் பார்த்துத் தீர்மானியுங்கள்.

11. நலக் கும்பளங்கள்

பெரும்பாலான நிறுவனங்கள் வழங்குகிற நலக் காப்பீட்டில் ஆண்டுக்கு ஒருமுறை இலவச முழு உடல் பரிசோதனை வசதி இருக்கும். பணியாளருடன் அவருடைய மனைவி அல்லது கணவருக்கும்கூட இந்த வசதி இலவசமாக வழங்கப்படுவதுண்டு.

இந்தக் கும்பளத்தின் மதிப்பு பல ஆயிரம் ரூபாய்கள். அத்துடன், நமக்கு ஏதேனும் நலச் சிக்கல் இருக்கிறதா என்று முன்கூட்டியே தெரிந்துகொள்கிற வாய்ப்பு பல கோடி ரூபாய் பெறும்!

அதனால், ஒவ்வோர் ஆண்டும் இலவச முழு உடல் பரிசோதனைக்கு எந்த நாளுக்குள் பதிவுசெய்யவேண்டும் என்று தெரிந்துகொள்ளுங்கள், இந்த வசதியைக் கண்டிப்பாகப் பயன்படுத்திக்கொள்ளுங்கள்.

அதேபோல், நிறுவனங்கள் வழங்கும் நலக் காப்பீட்டில் *OPD* எனப்படும் வெளி நோயாளி மருத்துவ ஆலோசனைக்கும் பணம் வழங்கப்படுவதுண்டு. அதாவது, ஆண்டுமுழுவதும் தலைவலி, காய்ச்சல், காது வலி, பல் வலி என்று ஏதாவது ஒரு காரணத்துக்காக நாம் மருத்துவரைச் சந்தித்து ஆலோசனை பெற்றால், அவர்களுக்கு நாம் செலுத்தும் ஆலோசனைக் கட்டணத்தையும், அவர்களுடைய பரிந்துரைப்படி நாம் வாங்கும் மருந்துகள், செய்துகொள்ளும் பரிசோதனைகள் போன்றவற்றுக்கான செலவையும் நம்முடைய காப்பீட்டு நிறுவனம் கொடுத்துவிடும்.

ஆனால், இந்த வசதி எல்லாக் காப்பீடுகளிலும் இருக்காது. அப்படியே இருந்தாலும், இதற்கென்று ஓர் ஆண்டு வரம்பு அமைத்திருப்பார்கள், எந்தெந்த மருத்துவ ஆலோசனைகளுக்குப் பணம் பெறலாம் என்று விதிமுறைகளை வகுத்திருப்பார்கள்.

எடுத்துக்காட்டாக, ஆண்டுக்கு ரூ. *30,000*வரை மருத்துவ ஆலோசனைக்குப் பணம் பெறலாம், ஆனால், அதில் பல் மருத்துவத்துக்கான தொகை ரூ. *10,000*ஐத் தாண்டக்கூடாது, தோல் மருத்துவத்துக்குப் பணம் வழங்கப்படாது என்றெல்லாம் காப்பீட்டு நிறுவனத்தில் விதிமுறைகள் இருக்கும். இவற்றைத் தெரிந்துவைத்துக்கொண்டு சரியானபடி பயன்படுத்திக்கொள்ளலாம்.

இதுபோன்ற மருத்துவச் செலவுகளைத் திரும்பப் பெறுவதற்கென்று *(Medical Reimbursement)* ஒவ்வொரு காப்பீட்டு நிறுவனத்திலும் ஒரு செயல்முறை இருக்கும். அதை ஒழுங்காகப் பின்பற்றிச் சரியான நேரத்தில் மருத்துவப் பதிவுகள், ரசீதுகள், பரிசோதனை முடிவுகளைச் சமர்ப்பித்துக் காசு வாங்கவேண்டும். இல்லாவிட்டால் அந்தத் தொகை நம் பையிலிருந்துதான் செலவாகும்.

12. வட்டியில்லாக் கடன்

சில நிறுவனங்களில் கும்பளத்தின் ஒரு பகுதியாகக் கல்விச் செலவு, வண்டி வாங்குதல், வேறு சில தவிர்க்கமுடியாத செலவுகளுக்கு வட்டியில்லாக் கடன் கொடுப்பதுண்டு. அதன்பிறகு, மாதந்தோறும் அந்தத் தொகையின் ஒரு பகுதியை உங்களுடைய சம்பளத்திலிருந்து கழித்துவிடுவார்கள்.

ஒருவேளை, உங்களுக்கு அப்படி ஒரு பணத்தேவை இருந்தால், வெளியில் கடன் வாங்குவதைவிட அலுவலகத்திடம் கடன் வாங்குவது நல்லது. இதன்மூலம் நீங்கள் வட்டித்தொகையை மிச்சப்படுத்தலாம்.

ஆனால், இப்படி வட்டியில்லாக் கடன் கொடுக்கும் நிறுவனங்கள் அதற்கு ஏதேனும் விதிமுறைகளை வகுத்திருக்கலாம். எடுத்துக்காட்டாக, 'இந்தக் கடனை வாங்கியபின் அடுத்த 12 மாதங்களுக்கு நீங்கள் எங்களிடம் வேலை செய்யவேண்டும். ஒருவேளை, அதற்கு நடுவில் நீங்கள் வேலையை விட்டுச் சென்றால், இந்தக் கடனுக்கு வட்டி செலுத்தவேண்டும்' என்பதுபோல் அவர்கள் சொல்லக்கூடும். அப்படி ஏதேனும் விதிமுறைகள் உள்ளனவா என்று தெரிந்துகொண்டு தீர்மானியுங்கள்.

13. விசுவாசம் தரும் வருவாய்

நீங்கள் அலுவலகப் பணிகளுக்காக அடிக்கடி வெளியூர், வெளிநாடு செல்கிறவர் என்றால், உங்களுக்கென்று ஒரு சிறப்புக் கும்பளம் இருக்கிறது: விசுவாசப் பரிசுகள்.

பெரிய விமானச் சேவை நிறுவனங்கள் தங்களுடைய விமானங்களில் அடிக்கடி பறக்கிறவர்களை ஊக்கப்படுத்தும்வகையில் *Frequent Flier Programs* என்கிற திட்டங்களை அறிமுகப்படுத்துகிறார்கள். அதாவது, நீங்கள் அவர்களுடைய விமானங்களில் பறக்கும்போதெல்லாம் அவர்கள் உங்களுக்குச் சில குறிப்பிட்ட எண்ணிக்கையிலான புள்ளிகளைத் தருவார்கள். இப்படி ஆண்டுமுழுவதும் நீங்கள் சேர்க்கிற புள்ளிகளைப் பின்னர் இலவச விமானச் சீட்டுகளாக மாற்றிக்கொள்ளலாம்.

இதனால், நீங்கள் அலுவலகப் பணிக்காகப் பறக்கும்போதெல்லாம் உங்களுடைய விமானச் சீட்டில் உங்கள் *Frequent Flier* எண்

குறிப்பிடப்பட்டிருக்கிறதா என்று பாருங்கள். இல்லாவிட்டால், விமான நிலையத்தில் அந்த நிறுவனத்தின் மேசையை அணுகிப் பேசி அதைச் சேருங்கள். இதன்மூலம் உங்களுடைய கணக்கில் புள்ளிகள் கூடும். பின்னர் நீங்கள் உங்களுடைய தனிப்பட்ட பயணங்கள், குடும்பத்துடனான சுற்றுலாக்கள் போன்றவற்றுக்கு இந்தப் புள்ளிகளைப் பயன்படுத்தி விமானச் செலவை மிச்சப்படுத்தலாம்.

இதேபோல், பெரிய விடுதிகளிலும் *Membership Programs / Loyalty Programs* எனப்படும் விசுவாசத் திட்டங்கள் இருக்கின்றன. அலுவலகப் பணிக்காக நீங்கள் அந்த விடுதிகளில் தங்கும்போதெல்லாம் உங்களுடைய கணக்கில் புள்ளிகளைச் சேர்த்துக்கொள்ளலாம், பின்னர் அந்தப் புள்ளிகளைப் பயன்படுத்தி அதேபோன்ற விடுதிகளில் சில நாட்கள் இலவசமாகத் தங்கிக்கொள்ளலாம்.

14. திறன் வளர்ப்பு

ஒரு நிறுவனத்தில் பணிபுரிகிற நீங்கள் உங்களுடைய திறமைகளைத் தொடர்ந்து வளர்த்துக்கொண்டால் உங்களுக்கும் நன்மை, உங்கள் நிறுவனத்துக்கும் நன்மை. இதற்காக நீங்கள் உங்களுடைய பொறுப்பு சார்ந்த நூல்களை வாங்கிப் படிக்கலாம், பயிற்சி வகுப்புகளில் சேரலாம், திறன் சார்ந்த தேர்வுகளை எழுதிச் சான்றிதழ் பெறலாம். பெரும்பாலான நிறுவனங்கள் இதற்கான செலவுகளை மகிழ்ச்சியுடன் ஏற்றுக்கொள்கின்றன.

எடுத்துக்காட்டாக, பல நிறுவனங்கள் தங்களுடைய திட்ட மேலாளர்களை *(Project Managers) PMI* எனப்படும் சான்றிதழ் படிப்பை நிறைவுசெய்யும்படி ஊக்குவிக்கின்றன, இந்தத் தேர்வில் அவர்கள் வெற்றிபெற்றால் அதற்கான பல்லாயிரம் ரூபாய்ச் செலவைத் தாங்களே வழங்கிவிடுவதாகச் சொல்கின்றன.

இப்படி வெவ்வேறு பொறுப்புகளில் பணியாற்றுகிறவர்களுக்கும் பலப்பல துறை சார்ந்த படிப்புகள், தேர்வுகள், சான்றிதழ்கள் இருக்கின்றன. இவற்றையெல்லாம் நாமே செலவழித்துப் பெறுவதைவிட, நிறுவனத்தின் ஆதரவில் படித்து வெற்றிபெற்றால் சான்றிதழும் கிடைத்துவிடும், ஏகப்பட்ட தொகையையும் மிச்சப்படுத்தலாம்.

அதே நேரம், இதற்கென நம்முடைய நிறுவனம் ஏதாவது விதிமுறையை வகுத்துள்ளதா என்பதையும் தெரிந்துகொள்ளவேண்டும். எடுத்துக்காட்டாக, சான்றிதழைப் பெற்று 12 மாதங்களுக்குள் நாம் அந்த நிறுவனத்தைவிட்டு வெளியேறினால் அதற்கான செலவைத் திருப்பிக் கொடுத்துவிடவேண்டும் என்பதுபோல் சில கட்டுப்பாடுகள் இருக்கலாம். அதையெல்லாம் தெரிந்துகொண்டு இதில் இறங்குவது நல்லது.

சம்பளத்துக்கு வேலை செய்கிறவர்களுக்கான முதன்மையான வருவாய் வழிகளைப்பற்றி நன்கு விரிவாகப் பேசிவிட்டோம். அடுத்து, சொந்தத் தொழில் செய்கிறவர்கள், வேறு வழிகளில் சம்பாதிக்கிறவர்கள், ஓய்வு பெற்றவர்கள் போன்றவர்களுக்கான வருவாய் வழிகளைப் பார்ப்போம்.

★★★

பகுதி 5: சுயதொழில், மற்ற வருவாய் வழிகள்

13. ஏற்றங்கள், இறக்கங்கள்

எங்கள் வீட்டுக்கருகில் சில ஆடைத் தொழிற்சாலைகள் உள்ளன. இவை ஒவ்வொன்றிலும் நூற்றுக்கணக்கான பெண்கள் தையல் கலைஞர்களாகப் பணிபுரிகிறார்கள்.

இந்தத் தையல்களுடைய தையல் வேலை நேரம் காலை ஒன்பது மணிக்குத் தொடங்கி, மாலை ஆறு மணிக்கு நிறைவடையும். அதன்பிறகு, அவர்கள் பரபரவென்று வீட்டுக்குச் சென்று இரவுச் சமையல் வேலைகளைத் தொடங்கவேண்டும்.

அதனால், சுமார் ஐந்தரை மணியளவில் இந்தத் தொழிற்சாலைகளுக்கு வெளியில் வரிசையாகச் சில காய்கறிக் கடைகள் அமைக்கப்படும். அந்தக் கடைகளில் தராசெல்லாம் கிடையாது. ஒவ்வொரு காயையும் ஏற்கெனவே எடைபோட்டு பிளாஸ்டிக் பைகளில் கட்டிவைத்திருப்பார்கள். எதை எடுத்தாலும் பத்து ரூபாய்.

சரியாக ஆறு மணிக்குத் தொழிற்சாலைக் கதவுகள் திறக்கப்படும். பெண்கள் கும்பலாக வெளியில் வருவார்கள், இந்தக் கடைகளில் தங்களுக்குப் பிடித்த காய்கறிகள் ஒன்றிரண்டை எடுத்துப் பையில் போட்டுக்கொள்வார்கள். மூன்று பொட்டலம் என்றால் முப்பது ரூபாய், இரண்டு பொட்டலம் என்றால் இருபது ரூபாய், ஒரே ஒரு பொட்டலம்தான் என்றால் பத்து ரூபாய்... காசை எண்ணிக் கொடுத்துவிட்டு வீட்டை நோக்கி ஓடுவார்கள்.

இந்தப் பெண்களில் பெரும்பாலானோர் அன்றாடக் கூலி அடிப்படையில் பணியாற்றுகிறவர்கள். அதாவது, இவர்களுக்கு மாதச் சம்பளமெல்லாம் கிடையாது. ஒவ்வொரு நாளும் அவர்கள் தைக்கிற ஆடைகளுக்கான கூலி, அன்று மாலை அவர்களுக்குக் கொடுக்கப்படும். அதை வைத்துத்தான் அவர்கள் அன்றைய சமையலுக்கான காய்கறிகளை வாங்குகிறார்கள்.

காய்கறிக் கடைகளுக்குச் சற்றுத் தொலைவில் அதேபோல் தெருவோரத்தில் அரிசி, பருப்பு, மசாலாப் பொருட்களை விற்கிற கடைகள் இருக்கும், பூச்சரங்கள் கிடைக்கும், குழந்தைகளுக்கான பொம்மைகள்கூடக் கிடைக்கும்... ஒவ்வொருவரும் அன்றைக்குத் தங்களுக்குக் கிடைத்திருக்கிற கூலியின் அடிப்படையில் சில பொருட்களை வாங்குவார்கள், பல பொருட்களை வாங்கமாட்டார்கள். 'இதை வாங்கவேண்டும்தான், ஆனால், காசு போதவில்லை' என்று ஏமாற்றத்துடன் வீடு திரும்புகிறவர்களும் உண்டு.

ஏனெனில், ஒவ்வொரு நாளும் அவர்கள் நினைக்கிற அல்லது விரும்புகிற கூலி அவர்களுக்குக் கிடைக்கும் என்று எந்தக் கட்டாயமும் இல்லை. அன்றைக்கு ஏதோ ஒரு காரணத்தால் அவர்களுடைய வேலை வேகம் குறைந்திருந்தால், அல்லது, தைப்பதற்குப் போதுமான ஆடைகள் வராவிட்டால், அல்லது, மேற்பார்வையாளர் அவர்களைக் கவனிக்காமல் இருந்துவிட்டால் கூலி குறைந்துவிடும். என்றைக்காவது உடல்நலம் சரியில்லை என்று விடுமுறை போட்டால் அன்றைய வருமானம் பூஜ்ஜியம்தான்.

ஒருவேளை, இந்தப் பெண்களுக்கு அதே தொழிற்சாலையில் சம்பள வேலை அமைந்திருந்தால், இந்தக் குழப்பமெல்லாம் இருக்காது. வாரத்துக்கு அல்லது மாதத்துக்கு ஒரு குறிப்பிட்ட தொகை வந்துவிடும். பெரும்பாலும் அதில் ஏற்றத்தாழ்வுகள் பெரிதாக இருக்காது. அதனால், அந்தத் தொகையை வைத்து வீட்டுச் செலவுகளை நன்கு திட்டமிட்டுச் செய்யலாம்.

மாறாக, ஒவ்வொரு நாளும், ஒவ்வொரு வாரமும், ஒவ்வொரு மாதமும் உங்களுக்கு வரக்கூடிய வருவாய் ஒரேமாதிரி இருக்காது, அது பூஜ்ஜியத்திலிருந்து பல லட்சம்வரை எப்படி வேண்டுமானாலும் ஏறலாம், இறங்கலாம் என்கிற சூழ்நிலை

இருந்தால், எப்போது எவ்வளவு பணம் வரக்கூடும் என்கிற தெளிவு இல்லாவிட்டால், செலவுகளைத் திட்டமிடுவது மிகக் கடினமாகிவிடும். அதனால், நீங்கள் இன்னும் விழிப்புடன், ஒழுங்குடன் சிந்தித்துச் செயல்படவேண்டும்.

இங்கு நாம் ஒரு முக்கியமான விஷயத்தைப் புரிந்துகொள்ளவேண்டும். மேற்கண்ட தொழிற்சாலைப் பெண்களுடைய எடுத்துக்காட்டை வைத்து, மாதச் சம்பளம், கும்பளம் இல்லாதவர்களெல்லாம் ஏழைகள் என்று நினைத்துவிடவேண்டாம். சொல்லப்போனால், சம்பளத்தை எதிர்பார்த்துக் காத்திருக்கிறவர்களைவிட, சம்பளம் என்ற கட்டமைப்பு இல்லாமல் வாழ்கிறவர்களில்தான் பெரும் பணக்காரர்கள் இருக்கிறார்கள். ஏனெனில், மாதம் பத்தாயிரம் ரூபாய் வாங்குகிற ஒருவர் அதை ஒரு லட்சம் ரூபாயாக மாற்றுவதற்குப் பல ஆண்டுகள் ஆகும். ஆனால், சொந்தத் தொழில் செய்கிற ஒருவர் சில மாதங்களுக்குள் அந்த இலக்கை எட்டிவிடலாம். அப்படிப்பட்ட திடீர் ஏற்றங்களெல்லாம் சம்பளக்காரர்கள் வாழ்க்கையில் வராது.

அதே நேரம், திடீர் ஏற்றம் இருக்கிற இடத்தில் திடீர் இறக்கத்துக்கும் வாய்ப்புண்டு. சம்பளக்காரர்களுக்கு அதுபோன்ற இறக்கங்களும் இருக்காது.

ஆக, இவை இரண்டு வெவ்வேறு உலகங்கள். இது சிறப்பு, அது மட்டம் என்றெல்லாம் நினைக்காமல், அந்த இன்னோர் உலகத்தைச் சற்று புரிந்துகொள்வோம், ஒருவேளை, நாம் அங்கு இருந்தால் என்னென்ன செய்யவேண்டும் என்று தெரிந்துகொள்வோம்.

யாரெல்லாம் இந்த உலகத்தில் இருக்கிறார்கள்?

1. *Laborers.* அந்தந்தக் காலகட்டத்தில் தாங்கள் செய்கிற பணியின் அடிப்படையில் பணம் பெறுகிற தொழிலாளர்கள். எடுத்துக்காட்டாக, கூலியாட்கள், தச்சர்கள், மின் பணியாளர்கள், குழாய் வேலை செய்கிறவர்கள், வண்டிகளைப் பழுதுபார்க்கிறவர்கள், கட்டடப் பணியாளர்கள், சுமை தூக்குவோர் போன்றோர்.

2. *Independent Professionals.* இவர்களும் முதல் வகையைப் போன்றவர்கள்தான். ஆனால், இவர்கள் தங்களுடைய

தொழிலுக்கென்று சிறப்பாகப் படித்தவர்கள், அதில் பணியாற்றித் திறமையும் அனுபவமும் பெற்றவர்கள், அதனால் ‘தொழில்முறை வல்லுனர்கள்’ என்று அழைக்கப்படுகிறவர்கள். இவர்கள் விரும்பினால் இன்னொரு நிறுவனத்தில் சேர்ந்து பணியாற்றலாம். ஆனால், இவர்கள் சொந்தத் தொழில் செய்வதை விரும்புகிறார்கள். எடுத்துக்காட்டாக, மருத்துவர்கள், வழக்கறிஞர்கள், கணக்காளர்கள், கட்டட வடிவமைப்பாளர்கள், உள் அழகுபடுத்தல் கலைஞர்கள் போன்றோர்.

3. *Freelancers*. அதாவது, யாரிடமும் சம்பளத்துக்கு வேலை செய்யாமல் ‘நானே முதலாளி, நானே தொழிலாளி’ என்று தங்கள் விருப்பப்படி ஒரே நேரத்தில் பல வாடிக்கையாளர்களுடன் பணியாற்றுகிறவர்கள், அந்தப் பணிக்கென்று அவர்களிடம் நேரடியாகப் பணம் பெறுகிறவர்கள். இந்த வகைக்கு எடுத்துக்காட்டு சொல்வது சற்றுச் சிரமம். ஏனெனில், சம்பளத்துக்குச் செய்கிற எந்தப் பணியையும் ஒருவர் *Freelancer*ஆகவும் செய்யலாம். எடுத்துக்காட்டாக, பள்ளியில் சம்பளம் பெற்றுக்கொண்டு வேலை செய்துவந்த ஓர் ஆசிரியர் அந்த வேலையைத் துறந்துவிட்டு, அல்லது, அதிலிருந்து ஓய்வு பெற்றுவிட்டுத் தனிப்பட்டமுறையில் சிலருக்குப் பாடம் நடத்திச் சம்பாதிக்கிறார் என்றால், அவர் *Freelance* ஆசிரியர் ஆகிவிடுகிறார். இப்படி உலகெங்கும் மென்பொருள் எழுதுதல், படம் வரைதல், இணையதளங்கள் தயாரித்தல், மொழிபெயர்த்தல், எழுதுதல், புகைப்படம் எடுத்தல் என்று நூற்றுக்கணக்கான வேலைகளை மக்கள் *Freelance* முறையில் செய்துகொண்டிருக்கிறார்கள். வருங்காலத்தில் இந்த எண்ணிக்கை மேலும் கூடும் என்றும், இனி வரும் தலைமுறை இப்படித்தான் வேலை செய்ய விரும்பும், யாரிடமும் சம்பளத்துக்கு அடிமைப்பட்டிருக்காது என்றும் வல்லுனர்கள் சொல்கிறார்கள்.

4. *Gig workers*. அதாவது, குறுகிய காலத்தில் செய்யக்கூடிய சிறு வேலைகளைச் செய்துகொடுத்துச் சம்பாதிக்கிறவர்கள். எடுத்துக்காட்டாக, ஊபர், ஓலா-வில் கார் ஓட்டுகிறவர்கள், அமேசானில் நீங்கள் வாங்கும் பொருட்களையும் ஸ்விக்கி, ஜொமாட்டோவில் நீங்கள் வாங்கும் உணவுப்பொருட்கள்

போன்றவற்றை வீட்டுக்குக் கொண்டுவந்து கொடுக்கிறவர்கள் போன்றோர்.

5. *Contract workers*. அதாவது, ஒப்பந்த அடிப்படையில் வேலை செய்கிறவர்கள். பல பெரிய நிறுவனங்களில் தொழில் சூழலுக்கேற்ப வேலைப் பளு ஏறி, இறங்கிக்கொண்டுதான் இருக்கும். திடீரென்று ஒரு மாதம் வேலை அதிகமாகிவிட்டால் புதியவர்களைச் சட்டென்று பணியில் சேர்க்கமுடியாது. அடுத்த மாதம் வேலை குறைந்துவிட்டால் அவர்களை வீட்டுக்குத் துரத்தமுடியாது. அதனால், அவர்கள் ஒப்பந்த அடிப்படையில் திறமையாளர்களை வேலைக்குச் சேர்த்துக்கொள்வார்கள். இவர்கள் அந்த நிறுவனங்களின் முழுநேரப் பணியாளர்கள் இல்லை. ஒரு குறிப்பிட்ட திட்டத்துக்கென்று ஒப்பந்தம் போட்டுக்கொண்டு சேர்வார்கள், அந்தத் திட்டம் முடிந்தவுடன் வெளியேறிவிடுவார்கள். இதற்கென்று அவர்களுக்கு ஒரு குறிப்பிட்ட தொகை கொடுக்கப்படும். ஒப்பந்தத்தின் முடிவில், அதே நிறுவனத்தில் வேறொரு வேலை இருந்தால், அவர்கள் இன்னொரு புதிய ஒப்பந்தம் செய்துகொள்ளலாம், இல்லாவிட்டால், வேறு நிறுவனத்துடன் ஒப்பந்தம் போட்டுக்கொள்ளலாம். சுருக்கமாகச் சொன்னால், இதுவும் *Freelancer* வேலையைப்போலதான். ஆனால், ஒப்பந்தத்தின் நீளத்தைப் பொறுத்து இது பல வாரங்கள் அல்லது பல மாதங்களுக்குத் தொடரக்கூடும்.

6. *Entrepreneurs*. அதாவது, சொந்தத் தொழில் செய்கிறவர்கள். இதில் குறுந்தொழில், சிறுதொழில், நடுத்தரத் தொழில், பெரிய தொழில், மிகப் பெரிய தொழில் என்று பல வகைகள் உண்டு. தனியாகத் தொழில் தொடங்குவது, பிறருடன் இணைந்து தொடங்குவது போன்ற பிரிவுகளும் உண்டு. விவசாயத்தை ஒரு தொழிலாகக் கொண்டால் விவசாயிகளும் இந்த வகையின்கீழ்தான் வருவார்கள். இப்படிப் பலவகைச் சொந்தத் தொழில்கள் இருப்பதால், நாம் ஒரு விஷயத்தைத் தெளிவாகப் புரிந்துகொள்ளவேண்டும். இங்கு நாம் பேசுவது தாங்கள் செய்கிற வேலைக்கென மாதந்தோறும் சம்பளம் பெற்றுக்கொள்ளாத, அல்லது, சும்மா பெயருக்கு மிகக் குறைந்த சம்பளத்தைப் பெற்றுக்கொள்கிறவர்களைப்பற்றிமட்டும்தான்.

இவர்கள் தங்களுடைய தொழில் நன்கு வளரும்வரையில் வருகிற லாபத்தையெல்லாம் தொழிலிலேயே திரும்ப முதலீடு செய்துவிடுவார்கள், தங்களுடைய மாதச் செலவுகளுக்குச் சொந்தச் சேமிப்பைப் பயன்படுத்துவார்கள், அல்லது, தங்கள் பெற்றோர், கணவர் அல்லது மனைவி அல்லது இன்னொருவருடைய சம்பளத்தைச் சார்ந்திருப்பார்கள். இந்த இரண்டும் ஒத்துவராவிட்டால், இவர்கள் தங்கள் தொழிலில் கிடைக்கும் லாபத்தில் ஒரு சிறிய பங்கைமட்டும் எடுத்துக்கொள்வார்கள். ஒருவேளை, இவர்களுடைய நிறுவனம் இழப்பைச் சந்தித்தால், அல்லது, குறைந்த லாபத்தைமட்டும் சம்பாதித்தால் இவர்களுடைய தனிப்பட்ட பொருளாதார நிலைமை சிக்கலாகிவிடக்கூடும்.

7. *Passive Income Generators.* அதாவது, தங்களுடைய முதலீடுகளின்மூலம் வருவாய் ஈட்டுகிறவர்கள். எடுத்துக்காட்டாக, வீடு வாங்கி வாடகைக்கு விடுவது, வங்கி முதலீடுகளுக்கு வட்டி பெறுவது, பங்குச் சந்தையில் பங்குகளை வாங்கி, விற்றுப் பணம் ஈட்டுவது, அல்லது, தாங்கள் பங்கு வாங்கியிருக்கும் நிறுவனங்கள் வழங்குகிற *Dividend* எனப்படும் ஈவுத்தொகையைப் (லாபத்தில் ஒரு பங்கு) பெறுவது, புத்தகங்கள், இசைத் தொகுப்புகளை உருவாக்கி அவற்றின் விற்பனையில் ஒரு பங்கை ராயல்டியாகப் பெறுவது போன்றவற்றைச் சொல்லலாம். இவையெல்லாம் பெரும்பாலும் நேரடியாக வேலை செய்யாமல் கிடைக்கிற வருவாய்கள் என்பதால், இவற்றை '*Passive Income*', அதாவது, 'ஏதும் செய்யாமலே கிடைக்கும் வருவாய்' என்கிறார்கள். இதோடு ஒப்பிடும்போது, மாதந்தோறும் வேலை செய்து வாங்கும் சம்பளம் அல்லது மற்ற வருவாய்கள் '*Active Income*' என அழைக்கப்படும். *Active*, *Passive* என இருவகை வருவாயும் உள்ளவர்கள் இங்கு உண்டு, *Passive* வருவாயைமட்டும் வைத்து வாழ்பவர்களும் உண்டு.

8. *Retirees.* அதாவது, பணி ஓய்வு பெற்றோர், அதன்பிறகு கூடுதல் வேலை எதுவும் செய்யாமல் ஓய்வூதியம் அல்லது சேமிப்பைப் பயன்படுத்தித் தங்கள் செலவுகளைப் பார்த்துக்கொள்கிறவர்கள். சில நேரங்களில் இவர்கள் தங்களுடைய பிள்ளைகள் அல்லது உறவினர்களைச் சார்ந்திருக்கக்கூடும்.

மாதச் சம்பளத்தை எதிர்பார்க்காமல், அல்லது, மாதச் சம்பளத்துக்கான வாய்ப்பு எதுவும் கிடைக்காமல் தங்களுடைய வாழ்க்கையை அமைத்துக்கொண்டிருக்கிறவர்களில் பெரும்பாலானோர் மேற்கண்ட எட்டு வகைகளில் அடங்கி விடுவார்கள். மாதச் சம்பளம் வாங்குகிறவர்களும்கூடச் சூழ்நிலை காரணமாக, அல்லது சொந்த விருப்பத்தின்பேரில் சில ஆண்டுகள் இந்த வகைகளில் ஏதேனும் ஒன்றில் இருக்கக்கூடும். எடுத்துக்காட்டாக, ஒரு பெரிய நிறுவனத்தில் வேலை செய்துகொண்டிருப்பவர் சொந்தத் தொழில் செய்யும் ஆர்வத்தில் அந்த வேலையை விட்டுவிட்டு ஒரு நிறுவனத்தைத் தொடங்கலாம். அப்போது அவர் சம்பள உலகத்திலிருந்து ஏற்ற இறக்கங்கள் உள்ள வருவாய் உலகத்துக்குள் நுழைகிறார்.

மேலுள்ள எல்லாருக்கும் தொடர்ச்சியான, ஒரேமாதிரியான வருவாய் கிடைப்பதில்லை என்பதாலும், இவர்கள் கையில் பணம் எப்போதும் ஒரேமாதிரியாகப் புழங்குவதில்லை என்பதாலும், முந்தைய அத்தியாயங்களில் நாம் பார்த்த சம்பள, கும்பள வசதிகளின் பாதுகாப்பு இவர்களுக்கு இல்லை என்பதாலும், சம்பளக்காரர்களைவிட இவர்களுக்கு இன்னும் கூடுதலான நிதி ஒழுக்கம் தேவைப்படும்.

★★★

14. ஒழுங்கான பண ஓட்டம்

சில ஆண்டுகளுக்குமுன் நாங்கள் குற்றாலம் சென்றிருந்தோம், அங்கு ஒரு குறிப்பிட்ட விடுதியை விரும்பித் தேர்ந்தெடுத்துத் தங்கினோம்.

மற்ற பல விடுதிகளை விட்டுவிட்டு நாங்கள் இந்த விடுதியைத் தேர்ந்தெடுத்தது ஏனென்றால், அங்கு *'Private Waterfall'*, அதாவது, அந்த விடுதி எல்லைக்குள் அங்கு தங்குபவர்களுக்குமட்டுமான தனியார் அருவி ஒன்று இருந்தது. அதனால், கூட்ட நெரிசலில்லாமல் மகிழ்ச்சியாக நெடுநேரம் குளிக்கலாம் என்று நாங்கள் நினைத்தோம்.

நாங்கள் எண்ணியதுபோல் அந்தத் தனியார் அருவி மிக அழகாக இருந்தது. அதைவிட முக்கியம், ஆளில்லாமல் காற்று வாங்கிக்கொண்டு இருந்தது. அதனால், நாங்கள் சுமார் ஒன்றரை மணிநேரத்துக்கு ஆசையாகக் குளித்தோம்.

ஆனால், அப்படிக் குளிக்கும்போது எனக்குள் ஏதோ உறுத்திக்கொண்டே இருந்தது. ஏனெனில், பொதுவாக அருவி என்றால் சுற்றிலும் பாறைகளெல்லாம் கரடுமுரடாக இருக்கும். ஆனால், இந்த அருவியின் இருபுறங்களிலும் தண்ணீர் கொட்டுகிற பகுதியிலும் மிக ஒழுங்கான பரப்புகள் காணப்பட்டன. இவ்வளவு கச்சிதமாக ஓர் அருவி அமையுமா என்று யோசித்தேன்.

பின்னர் இதுபற்றி விசாரித்தபோது, என்னுடைய ஐயம் சரியானதுதான் என்று தெரிந்துகொண்டேன். நாங்கள் குளித்தது இயற்கை அருவி இல்லை, அந்த விடுதியின் மதிப்பைக் கூட்டுவதற்காக உருவாக்கப்பட்ட செயற்கை அருவி. எங்கோ உயரத்திலிருந்து தண்ணீரைப் பாய்ச்சி, அது ஒரு பள்ளத்தில் விழும்படி செய்து அதை அருவியாக மாற்றியிருக்கிறார்கள். அதனால் அந்த விடுதியின் புகழும், அங்கு வருகிறவர்களுடைய எண்ணிக்கையும் பெருகியிருக்கிறது.

பல ஆண்டுகளுக்குமுன்னால் அந்த விடுதியின் முதலாளி இயற்கையான அருவியோடு ஓர் இடத்தை வாங்கி விடுதி அமைக்க எண்ணியிருக்கலாம். அப்படி எந்த இடமும் கிடைக்காததால் அவர் இப்படி ஒரு செயற்கை அருவியை உருவாக்கியிருக்கலாம். இதனால் அவருக்கும் நன்மை, வாடிக்கையாளர்களுக்கும் மகிழ்ச்சி. இது ஒரு நல்ல தொழில் உத்திதான்.

இல்லாத அருவியை உருவாக்கிய அந்த விடுதி முதலாளியைப்போல், மாதம் பிறந்தால் இவ்வளவு சம்பளம் என்கிற உறுதியான ‘பண ஓட்டம்’ *(Cash Flow)* இல்லாதவர்கள் ஒரு செயற்கைப் பண ஓட்டத்தை உருவாக்கிக்கொள்ளலாம். தொடக்கத்தில் அதற்குக் கொஞ்சம் மெனக்கெடவேண்டியிருக்கும். ஆனால், சோம்பல் பார்க்காமல் சற்று முனைந்து அதைச் செய்துவிட்டால், எப்போது வேண்டுமானாலும் அருவியில் குளிக்கலாம்.

எடுத்துக்காட்டாக, என்னுடைய நண்பர் ஒருவர் சொந்தத் தொழில் செய்கிறார். அவர்தான் முதலாளி, அவர்தான் தொழிலாளி. அதனால், அந்த நிறுவனத்துக்கு வரும் பணமெல்லாம் அவருடைய கட்டுப்பாட்டில்தான் இருக்கிறது. அவர் நினைத்தால் எந்த நேரத்திலும் அதை எடுத்துச் செலவு செய்துகொள்ளலாம்.

ஆனால், இந்த வருவாய் ஒழுங்கற்றது என்று அவருக்குத் தெரியும். ஒரு வாரம் பத்தாயிரம் ரூபாய் வரும், அடுத்த வாரம் ஒரு ரூபாய்கூட வராது. முதல் வாரமே பத்தாயிரத்தையும் எடுத்துச் செலவழித்துவிட்டால் அடுத்த வாரச் செலவுகளுக்கு என்ன செய்வது?

அத்துடன், என்னதான் அவர் தனிக்காட்டு அரசராகத் தொழில் செய்துகொண்டிருந்தாலும் அரசாங்கத்தைப்

பொறுத்தவரை அவர் வேறு, அவருடைய நிறுவனம் வேறு. நிதி ஆண்டின் முடிவில் இரண்டுக்கும் தனித்தனிக் கணக்குகள் கொடுக்கப்படவேண்டும், இரண்டுக்கும் வெவ்வேறுவிதமாக வரியைக் கணக்கிட்டுச் செலுத்தவேண்டும். நிறுவனப் பணத்தை நினைத்த நேரத்தில் எடுத்துத் தனிப்பட்ட செலவுகளுக்குப் பயன்படுத்திக்கொண்டிருந்தால் இவையெல்லாம் மிகச் சிக்கலாகிவிடும். அத்துடன், அவர் சட்டப்படி தனக்குக் கிடைக்கிற சலுகைகளையும் பயன்படுத்திக்கொள்ள இயலாது.

அதனால், அவர் தன்னுடைய தொழிலைப்பற்றியும் அதன் தன்மையைப்பற்றியும் அதற்குத் தேவைப்படும் முதலீடுகளைப் பற்றியும் தன் வீட்டுச் செலவுகளைப்பற்றியும் சேமிப்புத் தேவைகளைப்பற்றியும் நன்கு சிந்தித்தார். தனக்கான ஒரு பண ஓட்டத்தை உருவாக்கி ஒழுங்கைக் கொண்டுவந்தார்:

- அவருடைய நிறுவனத்துக்கென்று ஒரு தனி வங்கிக் கணக்கு திறக்கப்பட்டது. அதன்மூலம் விற்கப்படும் பொருட்கள், சேவைகளுக்கான பணமெல்லாம் அங்குதான் செல்லும். அதற்கான செலவுகள் இந்தக் கணக்கிலிருந்துதான் செய்யப்படும். இது தொழில் சார்ந்த கணக்காகத் திறக்கப்பட்டதால் அதற்குச் சில கூடுதல் சலுகைகளும் அவருக்குக் கிடைத்தன.

- முந்தைய சில ஆண்டுகளில் தனக்கு (அதாவது, தன்னுடைய நிறுவனத்துக்கு) வந்த வருவாயைக் கணக்கிட்டு, அதன் அடிப்படையில் அவர் தனக்கென்று ஒரு சம்பளத்தைத் தீர்மானித்துக்கொண்டார். மாதத்தின் முடிவில் அந்தச் சம்பளத்தை நிறுவனக் கணக்கிலிருந்து தன்னுடைய கணக்குக்கு மாற்றிக்கொண்டார்.

- தன்னுடைய தனிப்பட்ட செலவுகள் அனைத்தையும் அவர் இந்தச் சொந்தக் கணக்கிலிருந்துதான் செய்வார். எடுத்துக்காட்டாக, வீட்டுக்குப் பால் வாங்கவேண்டுமென்றால் சொந்தக் கணக்கிலிருந்து செலவழிப்பார். அலுவலகத்தில் பணியாளர்களுக்குக் காஃபி, தேநீர் தயாரிப்பதற்குப் பால் வாங்கவேண்டுமென்றால் அது நிறுவனக் கணக்கிலிருந்து செல்லும்.

இதன்மூலம், என் நண்பர் தொழில்முனைபவராக இருந்தபோதும்

தனக்கென்று ஒரு 'சம்பள'த்தை உண்டாக்கிக்கொண்டார், இல்லாத அருவியைச் செயற்கையாக உண்டாக்கிய விடுதி முதலாளியைப்போல.

சம்பள வேலை செய்கிற ஒருவருக்கு மேற்கண்ட ஏற்பாடு மிக இயல்பாக நடக்கும். அவர்கள் நினைத்தாலும் தங்கள் நிறுவனத்திலிருந்து பணம் எடுக்கமுடியாது. ஆனால், எல்லாருக்கும் அப்படி ஓர் இயற்கை அருவி கிடைத்துவிடுவதில்லை. பணம் அவ்வப்போது வரும், அதன் அளவு ஏறும், இறங்கும் என்கிற சூழ்நிலையில் இருக்கிறவர்கள் அதை ஒரு முன்கணிக்கக்கூடிய *(Predictable)* பண ஓட்டமாக மாற்றுவதற்கு இப்படி ஏதாவது செய்யவேண்டியிருக்கிறது.

இந்த நண்பருடைய ஏற்பாடு உங்களுக்குப் பொருந்தும் என்பதற்கு எந்த உத்தரவாதமும் இல்லை. உங்கள் சூழ்நிலை முற்றிலும் வேறுவிதமாக இருக்கலாம், உங்களுக்கு இன்னோர் ஏற்பாடு தேவைப்படலாம். அதைப்பற்றி நீங்கள் சிந்திக்கவேண்டும் என்பதுதான் இங்கு கற்றுக்கொள்ளவேண்டியது.

ஏனெனில், பண வரவு ஒழுங்கற்று இருந்தாலும், உங்கள் செலவுகள் கிட்டத்தட்ட நிலையானவை. அதனால், வரவையும் ஒழுங்குபடுத்தினால்தான் அவற்றை ஒன்றோடொன்று பொருத்தமுடியும்.

என்னுடைய இன்னொரு நண்பர் நிதி வல்லுனர். அவர் ஆண்டுமுழுவதும் பரபரப்பாக இயங்குகிறவர்தான் என்றாலும், குறிப்பாக ஃபிப்ரவரி, மார்ச் மாதங்களில் அவருக்குச் சாப்பிட, தூங்கக்கூட நேரம் இருக்காது. ஏனெனில், அவருடைய வாடிக்கையாளர்கள் எல்லாரும் அந்த நிதி ஆண்டுக்கான வரித் திட்டமிடல், முதலீடுகளுக்காக அவரை அணுகுவார்கள். அவரும் ஒவ்வொருவருடைய சூழ்நிலையையும் நுணுக்கமாகப் புரிந்துகொண்டு அவர்களுக்கு ஏற்ற அறிவுறுத்தல்களை வழங்கி உதவுவார்.

அவருடைய ஆண்டு வருவாயைப் பார்த்தால், பத்து மாதங்கள் சுமாரான வரவு இருக்கும், ஃபிப்ரவரி, மார்ச் மாதங்களில்மட்டும் ஏகப்பட்ட பணம் குவியும்.

ஆனால், அவருடைய ஆண்டுச் செலவுகளோ பன்னிரண்டு மாதங்களிலும் கிட்டத்தட்ட ஒரேமாதிரிதான் அமையும். ‘இந்த மாசம் எனக்கு வருவாய் பத்தலை. அதனால, நீங்க பாதிப் பணத்தைமட்டும் வாங்கிக்கோங்க. மீதிப் பணத்தை ஃபிப்ரவரி, மார்ச்ல கொடுக்கறேன்’ என்று அவர் மளிகைக் கடைக்காரரிடம் சொல்லமுடியாது.

அதனால், இந்த நண்பர் ஒவ்வோர் ஆண்டும் தன்னுடைய ஃபிப்ரவரி, மார்ச் மாத வருவாயைக் கண்டபடி செலவழிப்பதில்லை. அந்த நேரத்தில் தன் கையில் நிறையப் பணம் இருக்கிறது என்பதற்காக விலையுயர்ந்த பொருட்களை வாங்கிக் குவிப்பதில்லை. அதற்குப் பதிலாக, அந்த மாதத்துக்கான தன்னுடைய வழக்கமான செலவுகளைமட்டும் செய்கிறார், மீதியுள்ள பெருந்தொகையை அப்படியே சேமிக்கிறார். அதன்பிறகு, ஏப்ரலில் தொடங்கி அதிலிருந்து ஒரு குறிப்பிட்ட தொகையை அந்தந்த மாதச் செலவுகளுக்கு எடுத்துக்கொள்கிறார். அதாவது, தன் ஃபிப்ரவரி, மார்ச் மாத வருவாயை அடுத்த பத்து மாதங்களுக்குப் பயன்படும்படி நீட்டித்துக்கொள்கிறார்.

இதையெல்லாம் கேட்பதற்குத் திகைப்பாக இருக்கலாம். பண விஷயத்தில் இத்தனை ஒழுங்கு பலருக்கு இருப்பதில்லை. ஆனால், குளிர்ப் பகுதியில் வசிப்பவர்கள் கனமான உடைகளை அணியத்தான் வேண்டும். மழைக்காலத்தில் வெளியில் செல்லும்போது கையில் ஒரு குடை இருக்கத்தான் வேண்டும். இல்லாவிட்டால் தொல்லைதான். இதை நாம் எவ்வளவு விரைவாக உணர்கிறோமோ, அவ்வளவு நல்லது.

ஆக, உங்களுடைய இலக்கு, ஒழுங்கற்ற வருவாயை ஒழுங்கான பண ஓட்டமாக மாற்றுவது. அதைச் செய்வதற்கு நீங்கள் உங்களுடைய வரவையும் செலவையும் ஆராயவேண்டும், எதைச் சரியாகச் செய்கிறோம், எங்கு சிக்கல் வருகிறது, அதை எப்படிச் சரிசெய்யலாம் என்று தனித்துவமான தீர்வுகளைச் சிந்திக்கவேண்டும். இதன்மூலம் உங்களுடைய சேமிப்பு, முதலீட்டிலும் ஒழுங்கு வரும்.

செலவுகளை ஆராய்வது, குறைப்பது, பணத்தை மிச்சப்படுத்துவது, சேமிப்பது, முதலீடு செய்வதைப்பற்றியெல்லாம் பின்னர் விரிவாகப் பேசப்போகிறோம். அந்த நுட்பங்களைச் சம்பளம்

வாங்குகிறவர்கள், மற்றவர்கள் என யார் வேண்டுமானாலும் பயன்படுத்திக்கொள்ளலாம். இப்போதைக்கு, உங்களுக்குப் பணம் வருகிற வழிகளைக் கூர்ந்து கவனியுங்கள். குறிப்பாக, எப்போது, எவ்வளவு வருகிறது என்று பாருங்கள். அதை எந்த அளவுக்கு ஒழுங்குபடுத்துகிறீர்களோ அந்த அளவுக்கு உங்களுடைய செலவுகள் இதமாக நடைபெறும். தேவையில்லாமல் கடன் வாங்கவேண்டியிருக்காது.

★★★

15. நமக்கு நாமே பண்ணையார்

எண்பதுகள், தொண்ணூறுகளில் வந்த பல தமிழ்ப் படங்களில் வெள்ளை வேட்டி, வெள்ளைச் சட்டை போட்ட ஒரு பண்ணையார் இருப்பார். அவரிடம் ஏகப்பட்ட பேர் வேலை செய்வார்கள். அவர்களையெல்லாம் அவர் மிகுந்த அக்கறையுடன் கவனித்துக்கொள்வார்.

அந்த வேலையாட்களுடைய வீட்டில் ஏதாவது திருமணம், காதுகுத்து விழா என்றால், அவர்கள் அந்தப் பண்ணையாரிடம்தான் வந்து நிற்பார்கள். அவரும் மீசையை முறுக்கியபடி, 'எல்லாத்தையும் நான் பார்த்துக்கறேன், நீ கவலைப்படாம போய்க் கல்யாண ஏற்பாட்டைக் கவனி' என்பார். உடனே, அவர்கள் முகம் மலர்ந்து, 'ஐயா, நீங்க நல்லா இருக்கணும்' என்று அவரை வாழ்த்துவார்கள்.

அரசு, தனியார் நிறுவனங்களும் கிட்டத்தட்ட அந்தப் பண்ணையாரைப்போலத்தான். இவை தங்களிடம் வேலை செய்கிறவர்களுக்குச் சம்பளம் கொடுப்பதுடன், அவர்களுக்கும் அவர்களுடைய குடும்பத்தினருக்கும் தேவையான பெரும்பாலான அடிப்படைத் தேவைகளை நிறைவுசெய்கின்றன, அவர்களுடைய நலனைக் கவனித்துக்கொள்கின்றன, அப்போதுதான் அவர்கள் இன்னும் நன்றாக வேலை செய்வார்கள், நாமும் நன்கு வளரலாம் என்று நினைக்கின்றன. 'நம் பணியாளர்களை நாம் அக்கறையாகப் பார்த்துக்கொண்டால், அவர்கள் நம் வாடிக்கையாளர்களை

இன்னும் அக்கறையாகப் பார்த்துக்கொள்வார்கள்' என்பது உலகெங்கும் உள்ள தொழில் கணக்கு.

எடுத்துக்காட்டாக, சமீபத்தில் ஒரு நண்பருடைய புதுமனை புகுவிழாவுக்குச் சென்றிருந்தேன். 'இந்த நிலம் இருபது ஆண்டுகளுக்குமுன் என்னுடைய நிறுவனம் மலிவு விலையில் கொடுத்தது. அதில் வீடு கட்டத்தான் எனக்கு இத்தனை நாளாகிவிட்டது' என்று சிரிப்புடன் சொன்னார் அவர், என்னை மொட்டை மாடிக்கு அழைத்துச் சென்று சுற்றியிருக்கிற வீடுகளைக் காண்பித்து, 'இதுல 90% பேர் என் தொழிற்சாலையில வேலை பார்க்கிறவங்கதான்' என்றார், 'அதோ, அந்தப் பள்ளிக்கூடம், இந்தப் பக்கம் இருக்கிற மருத்துவமனை எல்லாம் எங்க நிறுவனம் கட்டிக்கொடுத்ததுதான். இதிலெல்லாம் எங்களுக்குக் கட்டணம். ரொம்பக் குறைவு, இல்லாட்டி இலவசம்' என்று பெருமிதப்பட்டார்.

எல்லா நிறுவனங்களும் இந்த அளவுக்குச் செய்வார்கள் என்று சொல்வதற்கில்லை. ஆனாலும், பெரும்பாலான நிறுவனங்கள் தங்களால் இயன்ற அளவில் தங்கள் பணியாளர்களின் நலனைக் கவனித்துக்கொள்ள முனைகிறார்கள். முந்தைய அத்தியாயங்களில் நாம் பார்த்த கும்பளங்களெல்லாம் இந்த வகையில்தான் வருகின்றன. தொழில்துறையினர் இவற்றை *Employee Benefits* (பணியாளர்களுக்கான நன்மைகள்) என்று அழைக்கிறார்கள்.

ஒருவேளை, அந்தக் கிராமத்தில் ஒரு பண்ணையார் இல்லாவிட்டால்? அங்குள்ள மக்கள் எல்லாரும் அவரவர் நிலத்தில் அவரவர் வேலை செய்துகொண்டு (அதாவது, சொந்தமாகத் தொழில் செய்துகொண்டு) இருந்தால்? *Employ-ee*யாக இல்லாதவர்களுக்கு *Employee Benefits* எங்கிருந்து வரும்?

இந்தப் புதிருக்கான விடை தெரியவேண்டுமென்றால், நிறுவனங்கள் தங்களுடைய பணியாளர்களுக்கான கூடுதல் பலன்களை எப்படிக் கொடுக்கின்றன, அது அவர்களுக்கு எப்படிக் கட்டுப்படியாகிறது என்பதை நாம் புரிந்துகொள்ளவேண்டும். அதன்பிறகு, அதே உத்தியை நாமும் காப்பியடித்துக்கொள்ளலாம்.

நிறுவனங்களில் வேலை செய்கிற பணியாளர்கள் வேண்டுமானால் தங்களுடைய சம்பளம் தனி, கும்பளம் தனி என்று பிரித்துப் பார்க்கலாம். ஆனால், நிறுவனங்களைப் பொறுத்தவரை அந்த

இரண்டுமே அவர்களுக்குச் செலவுதான். CTC (Cost To Company) என்கிற ஆங்கிலப் பயன்பாடு இதைத்தான் குறிக்கிறது.

எடுத்துக்காட்டாக, ஒருவர் 100 ரூபாய் சம்பளம் வாங்குகிறார், அவருக்கு 20 ரூபாய் மதிப்புள்ள கும்பளப் பலன்கள் கிடைக்கின்றன என்றால், அந்த நிறுவனம் அவருடைய CTC 120 ரூபாய் என்று தீர்மானித்திருக்கிறது என்று பொருள். இப்படி ஒவ்வொரு பணியாளருக்குமான CTC முன்கூட்டியே தீர்மானிக்கப்பட்டுள்ளது, அவருக்கென்று தனியாக ஒதுக்கிவைக்கப்பட்டுள்ளது. அந்தத் தொகைதான் அவருக்குச் சம்பளத்தையும் பலன்களையும் தருவதற்குச் செலவிடப்படுகிறது.

இதன் பொருள், இன்னொருவரிடம் சம்பளத்துக்கு வேலை செய்யாமல் சொந்தமாகத் தொழில் செய்கிறவர்கள், அல்லது, வேறு வகைகளில் சம்பாதிக்கிறவர்கள் தங்களுடைய மாத வருவாயைச் (அல்லது, காலாண்டு/ஆண்டு வருவாயைச்) சம்பளமாக நினைக்காமல், CTCயாக நினைக்கவேண்டும். அதாவது, அந்த வருவாயை இரண்டாகப் பிரித்து, அதில் ஒரு பகுதியைச் சம்பளக்காரர்களுக்குக் கிடைக்கிற அடிப்படைப் பலன்களை நமக்கு நாமே கொடுத்துக்கொள்ளப் பயன்படுத்தவேண்டும்.

குறிப்பாக, ஆயுள் காப்பீடு, மருத்துவக் காப்பீடு ஆகிய இரண்டிலும் இவர்கள் கஞ்சத்தனமே பார்க்கக்கூடாது. தங்களுடைய வயது, வாழ்க்கைமுறை, உடல்நலம், இருக்கக்கூடிய நோய்கள், தங்களைச் சார்ந்திருப்போர், அவர்களுடைய வருங்காலத் தேவைகள் ஆகியவற்றை ஆராய்ந்து பார்த்து எவ்வளவு காப்பீடு தேவை என்று தீர்மானிக்கவேண்டும், உரிய பாலிசிகளை எடுத்துவிட வேண்டும்.

இங்கு நாம் அரசாங்கம் வழங்கும் காப்பீட்டுத் திட்டங்களையும் பயன்படுத்திக்கொள்ளலாம். ஆனால், அவற்றின் காப்பீட்டுத் தொகை நம்முடைய தேவையைவிடக் குறைவாக இருந்தால், வெளியில் கூடுதல் பாலிசிகள் எடுக்கவேண்டியிருக்கும்.

பாலிசிகளை எடுப்பது முதல் படி என்றால், அவற்றை நினைவில் வைத்துக்கொண்டு ஒழுங்காகப் பிரீமியம் செலுத்துவது, அதற்கான பணத்தைப் புரட்டுவது போன்றவை இன்னும் சிக்கலான பெரிய வேலைகள். ஒருவேளை மறந்துவிட்டால், அல்லது, அந்த நேரத்தில்

நம் கையில் பணம் இல்லாவிட்டால் காப்பீட்டை இழக்கும் ஆபத்து உண்டு.

அதனால், இதற்கென்று ஒழுங்காகத் திட்டமிடவேண்டும், நினைவூட்டல் செயல்முறைகளை உருவாக்கிக்கொள்ளவேண்டும். இதற்கு உதவக்கூடிய சில கேள்விகள், உத்திகள்:

1. பிரீமியம் ஆண்டுக்கு ஒருமுறை கட்டவேண்டுமா, அல்லது, மூன்று மாதங்களுக்கு ஒருமுறையா, அல்லது, வேறு கணக்கா? பிரீமியத்தை முன்கூட்டியே கட்டினால், அல்லது, இரண்டு, மூன்று ஆண்டுகளுக்கு மொத்தமாகச் சேர்த்துக் கட்டினால் ஏதும் தள்ளுபடி உண்டா? அது நல்ல தள்ளுபடிதானா? அந்தத் தொகை எனக்குக் கட்டுப்படியாகுமா?

2. எந்தப் பாலிசிக்கு எந்த மாதத்தில் எந்த நாளில் எவ்வளவு பிரீமியம் கட்டவேண்டும்? அந்த நாளை என்னுடைய காப்பீட்டு நிறுவனம் எனக்கு மின்னஞ்சல் அல்லது SMSமூலம் நினைவுபடுத்துமா? இல்லாவிட்டால், நான் அதை மறக்காமல் நினைவில் வைத்திருக்க என்ன வழி?

எடுத்துக்காட்டாக, *Google Calendar* போன்ற இலவசச் சேவைகளைப் பயன்படுத்தி ஆண்டுதோறும், அல்லது சில மாதங்களுக்கு ஒருமுறை நமக்குத் தானாகக் காப்பீட்டுப் பிரீமியம் நினைவூட்டல்கள் *(Automatic Reminders)* வருவதுபோல் செய்துகொள்ளலாம். அதைவிட ஒரு படி மேலே சென்று, அந்த நாளில் உங்கள் வங்கியிலிருந்து பணம் தானாக எடுக்கப்பட்டுக் காப்பீட்டுப் பிரீமியம் செலுத்தப்படுவதுபோலவும் *(Auto Debit)* செய்யலாம்.

ஆனால், இந்தத் தானியங்கி வசதிகளை நூறு சதவிகிதம் நம்பிவிடக்கூடாது. இவற்றில் ஏதாவது சிக்கல் ஏற்பட்டுப் பிரீமியம் செலுத்தப்படாவிட்டால் நம் குடும்பத்தின் பாதுகாப்புதான் கேள்விக்குறியாகும். அதனால், எந்தெந்த மாதத்தில் எந்தெந்தக் காப்பீட்டுப் பிரீமியங்களைச் செலுத்தவேண்டும் என்கிற கணக்கை நம் மனத்தில் அழுத்தமாகப் பதித்துவைத்துக்கொள்வதுதான் மிக நல்லது.

3. நம்முடைய காப்பீட்டுப் பாலிசிகள் அனைத்துக்குமான மொத்த ஆண்டுப் பிரீமியத்தை 12ஆல் வகுத்தால் என்ன வருகிறதோ, அதுதான் நாம் மாதந்தோறும் அதற்கென்று ஒதுக்கவேண்டிய

தொகை. நிறுவனங்கள் ஒவ்வொரு பணியாளருடைய சம்பளத் தொகையைத் தனியாக ஒதுக்கிவைப்பதுபோல், நாமும் இந்தத் தொகையை ஓரமாக எடுத்துவைத்துவிடவேண்டும், அதை மற்ற செலவுகளுக்குப் பயன்படுத்தக்கூடாது.

இதற்கு ஒரு நல்ல வழி, இதுபோன்ற முதன்மையான, கண்டிப்பாகச் செய்யவேண்டிய, அடிப்படைச் செலவுகளுக்கான தொகையை ஒரு தனிச் சேமிப்புக் கணக்கில் சேமித்துவரலாம். *RD (Recurring Deposit)* போன்ற வசதிகளையும் இதற்குப் பயன்படுத்திக்கொள்ளலாம்.

நீங்கள் எந்த வழியைப் பயன்படுத்துகிறீர்கள் என்பது உங்கள் தேர்வுதான். ஆனால், பிரீமியம் செலுத்தவேண்டிய நேரத்தில் உங்கள் கையில் கண்டிப்பாக அந்தத் தொகை இருக்கவேண்டும். அதை மனத்தில் வைத்துப் பின்னோக்கித் திட்டமிட்டுக்கொள்ளுங்கள்.

காப்பீடுதான் என்றில்லை, ஒரு பண்ணையாரிடம் (அதாவது, நிறுவனத்திடம்) வேலை செய்கிறவர்களுக்குத் தானாகக் கிடைத்துவிடுகிற, மற்றவர்கள் தாங்களே முனைந்து திட்டமிட்டுச் செய்யவேண்டிய வேறு சில முக்கியச் செலவுகளும் இருக்கின்றன. எடுத்துக்காட்டாக:

- ஓய்வுக்குத் திட்டமிடுதல்: சம்பளக்காரர்களுக்கு வருங்கால வைப்பு நிதியில் *(Provident Fund)* மாதந்தோறும் பணம் சேர்ந்துகொண்டே இருக்கும். அது அவர்களுடைய ஓய்வுக்காலத்தில் உதவும். அந்த வசதி இல்லாதவர்கள் *PPF (Public Provident Fund), NPS (National Pension Scheme)* போன்ற திட்டங்களையோ, தங்களுக்கு ஒத்துவருகிற வேறு திட்டங்களையோ தேர்ந்தெடுத்து, தங்கள் ஓய்வுக்காலத்துக்கென அவற்றில் தொடர்ந்து முதலீடு செய்துவரவேண்டும். (இதைப்பற்றி முதலீடுகள் பகுதியில் விரிவாகப் பேசுவோம்.)

- வருமான வரி: சம்பளக்காரர்களுக்கு ஆண்டுதோறும் அவர்களுடைய நிறுவனமே வரியைக் கணக்கிடும். மாதந்தோறும் அதைப் பிடித்துக்கொண்டு *(TDS: Tax Deducted at Source)* மீதிப் பணத்தைத்தான் அவர்கள் கையில் கொடுப்பார்கள். மற்றவர்களுக்கு இந்த வசதி இல்லை. அவர்கள் தங்களுடைய வருவாயை வைத்து வருமான வரியைக் கணக்கிடவேண்டும், அதற்கு முன்கூட்டிய வரி *(Advance Tax)*

செலுத்தவேண்டும். இல்லாவிட்டால் பின்னர் திடீரென்று பெருந்தொகையை வரியாகவும் தண்டனைக் கட்டணமாகவும் செலுத்தவேண்டியிருக்கும். இது அவர்களுடைய பண ஓட்டத்தை மேலும் பாதிக்கக்கூடும். அதனால், இவர்கள் கண்டிப்பாக ஒரு வரி வல்லுனருடன் இணைந்து பணியாற்றவேண்டும், சரியாகத் திட்டமிட்டு முறையாக வரி செலுத்தவேண்டும்.

- விடுமுறை: நிதி தொடர்பான உரையாடலில் விடுமுறை எதற்கு வருகிறது என்று நீங்கள் திகைக்கலாம். ஆனால், சம்பளக்காரர்களுக்கு இது தானாகக் கிடைத்துவிடுகிறது. அதனால், அவர்கள் தங்கள் குடும்பத்தினருடன் நேரம் செலவிடுவதும், விழாக்களைக் கொண்டாடுவதும், ஊர் சுற்றிவருவதும் இயலுகிறது. அந்த விடுமுறை நாட்களிலும் அவர்களுக்குச் சம்பளம் வருகிறது. அந்த வசதி இல்லாத மற்றவர்கள் விடுமுறை எடுத்தால் வருவாய் குறைந்துவிடும் என்று தயங்குகிறார்கள், இயந்திரம்போல் உழைக்கிறார்கள். இது கணிசமான மன அழுத்தத்தையும் உறவுச் சிக்கல்களையும் உண்டாக்கக்கூடும். அதனால், 'நமக்கு நாமே பண்ணையார்' திட்டத்தின்கீழ் அவ்வப்போது சிறிய, நடுத்தர, பெரிய விடுமுறைகளை எடுத்துக்கொள்ளவேண்டும். நாம் நினைப்பதுபோல் அது நம் வருமானத்தைக் குறைக்காது, மனத்தைப் புத்துணர்வாக்கிச் செயல்திறனைக் கூட்டும், இன்னும் நிறையச் சம்பாதிக்கவைக்கும்.

★★★

16. வழி மேல் வழி வைத்து...

முன்பெல்லாம் கைக் கடிகாரம் என்றால் ஒருவருக்கு ஒன்றுதான். ஆனால் இன்றைக்கு, ஒரே நபர் ஐந்தாறு கடிகாரங்கள் வாங்கி வைத்துக்கொண்டு சூழ்நிலைக்கு ஏற்பக் கட்டுவது வழக்கமாகிவிட்டது.

இன்னும் சிலர் கடிகாரங்களை முதலீடாகப் பயன்படுத்துகிறார்கள். அதாவது, இவர்கள் கையில் கட்டி மணி பார்ப்பதற்கென்று கடிகாரங்களை வாங்குவதில்லை, அவற்றைக் குறைந்த விலைக்கு வாங்கி, பாதுகாப்பாக வைத்திருந்து, பின்னர் அவற்றின் மதிப்பு கூடியதும் கூடுதல் விலைக்கு விற்று லாபம் சம்பாதிக்கிறார்கள்.

காலணிகளும் அப்படித்தான். வெளியில் நடக்கும்போது காலில் கல்லோ முள்ளோ குத்தாமல் இருக்கவேண்டும் என்பதற்காக ஒவ்வொருவரும் தலா ஒரு ஜோடிக் காலணிகள் வாங்கியதெல்லாம் பழைய வரலாறாகிவிட்டது. இன்றைய மக்கள் நடப்பதற்கு ஒன்று, ஓடுவதற்கு ஒன்று, உடற்பயிற்சிக்கு ஒன்று, அலுவலகத்துக்கு ஒன்று, விழாக்களுக்கு ஒன்று என்று விதவிதமாக வாங்கிக் குவிக்கிறார்கள்.

இதுபோல் காலத்தோடு மாறியிருக்கிற இன்னொரு விஷயம், வருமானம்.

ஆம், ஒற்றை வருமானம் ஒருவரை, சொல்லப்போனால் அவருடைய குடும்பம் முழுவதையும் காப்பாற்றிய கதையெல்லாம் இனிமேல் நடக்காது. இன்றைக்கு ஒரே நபர் நான்கைந்து வழிகளில்

வருமானம் பார்ப்பது இயல்பாகிவிட்டது. சொல்லப்போனால், கட்டாயமாகிவிட்டது.

எடுத்துக்காட்டாக:

- ஒரு பள்ளியில் வேலை செய்யும் ஆசிரியர் மாலை நேரத்தில் மாணவர்களுக்குத் தனிப் பயிற்சி கொடுத்துச் சம்பாதிக்கிறார்
- வங்கிப் பணியாளர் ஒருவர் தன்னுடைய சேமிப்பிலிருந்து இரண்டு வீடுகளைக் கட்டி வாடகைக்கு விட்டிருக்கிறார்
- மருத்துவர் ஒருவர் தன் சேமிப்புமுழுவதையும் வங்கிகளில் இட்டுவைத்திருக்கிறார், அதற்குத் தொடர்ந்து வட்டி பெறுகிறார்
- மளிகைக் கடை வைத்திருக்கும் ஒருவர் ஓய்வு நேரத்தில் மேடைக் கச்சேரிகளில் கலந்துகொண்டு பாடுகிறார், அதற்கு மதிப்பூதியம் பெறுகிறார்

மேலுள்ளவற்றைப்போல் இந்தியாவிலும் உலகெங்கும் பலர் பலவிதமாக இரண்டாம் வருமான வழிகளை *(Income Channels)* உருவாக்கிக்கொண்டிருக்கிறார்கள். ஒரே நபர் மூன்று, நான்கு, ஐந்து வருமான வழிகளை உருவாக்கிய கதையெல்லாம்கூட உண்டு.

ஒன்றுக்கு மேற்பட்ட வருமான வழிகள் ஏன் தேவைப்படுகின்றன?

முதலில், இன்றைக்கு எந்த வேலையும் நிலையானது இல்லை. எதுவும் எந்த நேரத்திலும் மாறலாம். வயதாவது, தொழில்நுட்பங்கள் வழக்கிழந்துபோவது, நிறுவனங்கள் மூடப்படுவது, பெருகும் போட்டிச் சூழல், வாழ்க்கைச் சூழ்நிலையில் மாற்றங்கள், மருத்துவச் சிக்கல்கள், தனிப்பட்ட விருப்பங்கள் என்று பல காரணங்களால் ஒருவர் தன்னுடைய முழு நேர வேலையை, அதாவது, முதன்மையான வருமான வழியை இழக்க நேரிடலாம்.

ஒருவேளை அவர் வேலையை இழக்காவிட்டாலும், அதில் சரியான வளர்ச்சி இல்லாதபோது, சம்பளம் போதுமான அளவுக்கு உயராதபோது அந்த வருமான வழி அவருடைய செலவுகளைச் சமாளிப்பதற்குப் போதாத சூழ்நிலை உண்டாகலாம்.

இரண்டாவதாக, மாறிவரும் உலகச் சூழ்நிலையில் ஒருவர் ஒரே ஒரு வருவாய் மூலத்தை முழுவதுமாக நம்பியிருப்பது பெரிய ஆபத்துதான். ஆங்கிலத்தில் இதை *Single Point of Failure, Putting all your eggs in one basket* என்றெல்லாம் பலவிதமாகச் சொல்லி அச்சுறுத்துகிறார்கள்.

ஒன்றுக்கு மேற்பட்ட வருமான வழிகள் இந்தச் சிக்கலைச் சமாளிப்பதற்கான நல்ல இடர் மேலாண்மைத் தீர்வாக *(Risk Management Solution)* அமைகின்றன. ஏனெனில், இரண்டு அல்லது மூன்று வழிகளில் வருமானம் வரும்போது, ஒரு குறிப்பிட்ட மாதத்தில் ஏதாவது ஒன்றில் சரிவு ஏற்பட்டாலும் இன்னொன்று உயர்ந்து கை கொடுக்க வாய்ப்புண்டு. பின்னர் இது சரியும்போது அது உயரக்கூடும். ஒரே நேரத்தில் இவை அனைத்தும் சரிந்து தொல்லை கொடுப்பதற்கான நிகழ்தகவு *(Probability)* மிகக் குறைவுதான்.

அடுத்து, ஒருவர் நூறு ஆண்டுகள் வாழ்ந்தாலும், முதன்மையான சம்பாதிக்கும் வயது என்பது இருபது அல்லது முப்பது ஆண்டுகள்தான். அந்த நேரத்தில் அவருடைய உடலும் மனமும் மிகச் சுறுசுறுப்பாக இயங்கிக்கொண்டிருக்கும், உலகத்தையே புரட்டிவிடலாம் என்கிற துடிப்பு இருக்கும். அவ்வளவு ஊக்கத்தை ஏன் ஒற்றை வழியில் அடைக்கவேண்டும்? ‘காற்றுள்ளபோதே தூற்றிக்கொள்’ என்கிற பழமொழியைப் பின்பற்றி அந்த நேரத்தில் இப்படி ஒன்றுக்கு மேற்பட்ட வருமான வழிகளைத் திட்டமிட்டு உண்டாக்கிக்கொண்டால், சேமிப்பு பெருகும், கடன்களைத் தீர்க்கலாம், நிதி இலக்குகளை முன்கூட்டியே எட்டலாம், அதை அடித்தளமாகக் கொண்டு சரியான வயதில் மன நிறைவோடு ஓய்வு பெறலாம்.

உண்மையில், சம்பளத்தை, அல்லது, தொழில் வருவாயைமட்டும் நம்பியிராமல் ஒன்றுக்கு மேற்பட்ட வருவாய் மூலங்களை உண்டாக்கிக்கொள்கிறவர்களுக்கு ஓய்வு என்பது பெரிய அதிர்ச்சியாக இருப்பதில்லை. முதன்மை வருமான வழி நின்றுவிட்டாலும், வேறு சில வழிகளில் அவர்களுக்கு வருமானம் தொடர்ந்து வந்துகொண்டிருக்கிறது.

அதெல்லாம் சரிதான். ஆனால், ஒரு வருமான வழியை உருவாக்குவதற்கே பெருமளவு மெனக்கெடவேண்டியிருக்கிறது. அதிலேயே நம் உழைப்பெல்லாம் கரைந்துவிடுகிறது. அப்படியிருக்க இரண்டு, மூன்று என்று அடுக்குவது எப்படி?

'No Pain, No Gain' என்பார்கள். ஒவ்வொரு வருமான வழியும் நம்மிடமிருந்து உழைப்பைக் கோரும் என்பது உண்மைதான். ஆனால், அவை அனைத்தும் ஒரேமாதிரியான, ஒரே வகையான உழைப்பைக் கோருவதில்லை, அந்த உழைப்பையும் ஒரே அளவில் கோருவதில்லை என்பதுதான் இதிலிருக்கும் பெரிய ரகசியம்.

எடுத்துக்காட்டாக, ஒரு நிறுவனத்தில் வேலைக்குச் சேர்வதற்கு நீங்கள் நிறையப் படிக்கவேண்டும், அதேபோன்ற பணிகளைச் செய்து அனுபவம் பெறவேண்டும், நேர்காணலில் கலந்துகொள்ளவேண்டும், அதில் வெற்றி பெற்று வேலை வாங்கியபிறகும் நாள்தோறும் ஒரு குறிப்பிட்ட மணிநேரம் பணியாற்றவேண்டும், தொடர்ந்து அந்தத் துறையில் திறமைகளை வளர்த்துக்கொள்ளவேண்டும், நமக்கு மேலும் கீழும் பக்கவாட்டிலும் இருக்கிறவர்களோடு தன்மையாகப் பழகவேண்டும்... இப்படி இதற்குக் கடும் உழைப்பு, தொடர் உழைப்பு தேவைப்படுகிறது.

ஆனால், வங்கியில் பணத்தை முதலீடு செய்து வட்டி பெறுவதற்கு நீங்கள் எதையும் படிக்கவேண்டியதில்லை, கையில் பணம் இருந்தால் போதும், அதை எங்கு முதலீடு செய்வது என்று தெரிந்தால் போதும்.

மேற்கண்ட இரண்டும் வருமான வழிகள்தான். ஆனால், இரண்டுக்கும் வெவ்வேறுவிதமான 'முதலீடு' தேவைப்படுகிறது: முதலாவதில் உடல் அல்லது மூளை உழைப்பு, இரண்டாவதில் பணம்.

இப்படி ஒவ்வொரு வருமான வழிக்கும் வெவ்வேறுவிதமான முதலீட்டு, திட்டமிடல் தேவைகள் இருக்கின்றன. இவற்றைப் புரிந்துகொண்டு சரியாகச் சிந்தித்துத்தான் ஒவ்வொரு வழியையும் சேர்க்கவேண்டும். இதில் அவசரம் கூடாது, பொறுமை வேண்டும். ஏனெனில், இது 100 மீட்டர் ஓட்டம் இல்லை, கிலோ மீட்டர் கணக்கில் நீளப்போகிற மாரத்தான்.

எடுத்துக்காட்டாக, ஒரு கற்பனை மனிதரின் வாழ்க்கைக் கதையைப் பார்ப்போம்:

- தொடக்கத்தில், அதாவது அவர் வேலைக்கு வந்த புதிதில் அவர் சம்பளத்தைமட்டும் வருமான வழியாகக் கொண்டிருக்கிறார். அந்த நேரத்தில் அதுதான் சரி. அவருடைய முழு உழைப்பும்

அந்த வேலையை இன்னும் நன்றாகச் செய்து நிறையச் சம்பாதிப்பதில் செல்கிறது. அதாவது, இருக்கிற வழியை இன்னும் சிறப்பாக்குகிறார், வலுவாக்குகிறார், அதைத் தன் அடித்தளமாக்குகிறார்.

- சில ஆண்டுகளுக்குப்பின், அவர் தன்னுடைய சேமிப்பின் ஒரு பகுதியைக் குறிப்பிட்ட வங்கி முதலீடுகளில் திருப்பி, அவற்றின்மூலம் வரும் வட்டியை இரண்டாவது வருமான வழியாக்கிக்கொள்கிறார்.
- மேலும் சில ஆண்டுகளுக்குப்பின், அவருக்குத் தன் துறையில் வல்லுனர் என்கிற வெளிச்சம் கிடைக்கிறது. அதனால், அந்தத் துறையில் நுழைய விரும்பும் சிலருக்குத் தனிப் பயிற்சி அளித்து வழிகாட்டுகிறார். அதற்குப் பெறும் கட்டணத்தை மூன்றாவது வருமான வழியாக்கிக்கொள்கிறார்.
- பின்னர், தன்னுடைய தனிப் பயிற்சியை ஒரு புத்தகமாக, வீடியோப் பயிற்சி வகுப்பாக மாற்றுகிறார். அதில் வரும் லாபம் அவருடைய நான்காவது வருமான வழியாகிறது.
- இதனிடையில், அவர் இரண்டாவதாக ஒரு வீடு வாங்கி வாடகைக்கு விடுகிறார். இது ஐந்தாவது வருமான வழி.
- அவருடைய நண்பர் ஒருவர் தொடங்கும் புதிய நிறுவனம் நன்கு வளர்ந்து வெற்றியடையும் என்று அவருக்கு நம்பிக்கை வருகிறது. அதில் ஒரு தொகையை முதலீடு செய்கிறார். சில ஆண்டுகளுக்குப்பின் அந்த நிறுவனம் வழங்கும் லாபப்பங்குத் தொகை (Dividend), அதில் அவர் செய்த முதலீட்டின் வளர்ச்சி போன்றவை அவருடைய புதிய வருமான வழிகளாகின்றன.

மேலுள்ளதுதான் கூடுதல் வருமான வழிகளை உருவாக்குவதற்கான சரியான வழி என்றோ, இந்தப் பட்டியலில் உள்ளவைமட்டும்தான் நமக்குக் கிடைக்கும் வருமான வழிகள் என்றோ நினைத்துவிட வேண்டாம். ஒவ்வொரு மனிதரும் பொறுமையான திட்டமிடல், கற்றுக்கொள்ளுதலின்மூலம் தனக்கான தனித்துவமான வருமான வழிகளை உருவாக்கலாம் என்பதைமட்டும்தான் இந்த எடுத்துக்காட்டிலிருந்து நாம் பெற்றுக்கொள்ளவேண்டும்.

அத்துடன், அது தானாகக் கிடைத்துவிடாது என்பதையும் நினைவில்

கொள்ளுங்கள். மேலுள்ள எடுத்துக்காட்டில் உள்ள ஒவ்வொரு வருமான வழியையும் அவர் முனைந்து உருவாக்கியிருக்கிறார், அதற்கு வெவ்வேறு முதலீடுகளைக் கொடுத்திருக்கிறார் என்பதை மறந்துவிடவேண்டாம்.

இந்த எடுத்துக்காட்டில் வரும் மனிதருக்கு எல்லா வழிகளும் வெற்றிகரமாக அமைந்திருக்கின்றன. ஆனால் உண்மை வாழ்க்கை அப்படி அமைவதில்லை. சில நேரங்களில் நாம் வருமான வழி என்று நினைப்பது உண்மையில் ஒரு முட்டுச் சந்தாக இருந்துவிடலாம். அதனால் நமக்குப் பண, உழைப்பு, நேர இழப்புகூட ஏற்படலாம். எனவே:

- வெவ்வேறு வழிகளை முயன்றுபார்க்கவேண்டும்
- அவை வேலை செய்கின்றனவா என்பதை அளவிடுகிற தெளிவான பார்வை வேண்டும்
- சரிப்படாதவற்றை நினைத்து வருந்திக்கொண்டிருக்காமல் இயன்றவரை சேதத்தைக் குறைத்து வெளியில் வரவேண்டும்
- சரிப்படும் திசைகளில்மட்டும் தொடர்ந்து முன்னேறவேண்டும்

மேற்சொன்ன அனைத்தையும் சிந்தித்தபின், ‘எனக்கு இது சரிப்படாது. இருக்கிற ஒரு வருமான வழியில்மட்டும் நான் கவனம் செலுத்துகிறேன்’ என்று நீங்கள் தீர்மானிக்கலாம். அதில் எந்தத் தவறும் இல்லை. நிறையப் பணம் சம்பாதிப்பதுமட்டும் வாழ்க்கையின் நோக்கம் ஆகாது. உங்களுடைய ஓய்வு நேரத்தை நீங்கள் உங்களுக்குப் பிடித்த, உங்களை மகிழ்வாக்குகிற வேறு செயல்களுக்குச் செலவிடலாம்.

எடுத்துக்காட்டாக, நாள்முழுக்க அலுவலகத்தில் வேலை செய்கிற ஒருவர் ஓய்வு நேரத்தில் ஏழைக் குழந்தைகளுக்குப் பாடம் எடுக்கிறார். இது அவருக்குக் கூடுதல் வருவாயைத் தருவதில்லை, மன நிறைவைத் தருகிறது.

ஆனால், இந்தத் தீர்மானம் அவர் சிந்தித்து எடுத்ததாக இருக்க வேண்டும். கூடுதல் வருமான வழிகள் என்கிற வாய்ப்பு நமக்கு உள்ளது என்பதை அறியாமல், அதைப்பற்றிச் சிந்திக்காமல் நாம் இருந்துவிடக்கூடாது.

இன்னொரு விஷயம், வருமான வழிகளைப் பொறுத்தவரை ஒப்பீடுகள் ஆபத்தானவை. பக்கத்தில் இருப்பவரைப் பார்த்து உங்களுடைய வழிகளைத் தீர்மானிக்கவேண்டாம், ஏங்கவோ, பொறாமைப்படவோ, பதற்றப்படவோ வேண்டாம். ஒவ்வொருவருடைய வாழ்க்கையும், நிதிச் சூழலும், தேவைகளும், திறன்களும், மனநிலையும் வெவ்வேறுவிதமானவை. அவர் எதைக் கொடுத்து எதைப் பெற்றிருக்கிறார் என்று தெரியாமல் பலன்களைமட்டும் விரும்பிப் பயனில்லை. அதனால், நம் தட்டில் உள்ளவற்றை ஆராய்ந்து, அதன் அடிப்படையில் நாம் உருவாக்கக்கூடிய வருமான வழிகளைமட்டும் புரிந்துகொள்வது நல்லது.

இதில் நமக்கு மகிழ்ச்சியைத் தரும் செய்தி, தொழில்நுட்ப முன்னேற்றத்தால் உலக அளவில் புதிய வருமான வழி வகைகள் பெருகிக்கொண்டிருக்கின்றன, அவற்றைப்பற்றிய விரிவான அலசல்களும் தொடர்ந்து பதிப்பிக்கப்படுகின்றன. அதனால், அவற்றை ஆராய்ந்து, ஒவ்வொன்றிலும் இருக்கிற நல்ல, கெட்ட அம்சங்களைப் புரிந்துகொண்டு, நமக்கு ஏற்றவற்றை வடிகட்டிப் பார்த்துப் பயன்படுத்தலாம்.

இந்த அத்தியாயத்தைச் சற்றுக் கூர்ந்து கவனித்தீர்களென்றால், ஒன்றுக்கு மேற்பட்ட வருமான வழிகளை உருவாக்குகிறவர்கள் தங்களை ஒரு பணியாளர் என்ற நிலையிலிருந்து ஒரு சிறு நிறுவனமாக மாற்றிக்கொள்கிறார்கள் என்பது புரியும். இன்னொருவர் சொல்லும் வேலையைச் செய்துவிட்டுப்போவதைவிட இது சிரமம்தான். ஆனால், நேரம் செலவிட்டுத் திட்டமிட்டுச் சரியாகச் செயல்படுத்தினால் அதைவிடப் பலமடங்கு கூடுதலாகவும் விரைவாகவும் பணம் சேர்க்கலாம். அதனால், வாய்ப்பும் ஊக்கமும் தேவையும் உள்ளவர்கள் கண்டிப்பாக இதைப் பயன்படுத்திக்கொள்ளவேண்டும்.

ஒன்றுக்கு மேற்பட்ட வருவான வழிகளைத் தேடுவதில் சில ஆபத்துகளும் உண்டு. அவற்றையும் நீங்கள் அறிந்திருக்கவேண்டும், கவனமாகச் செயல்பட்டு அவற்றைத் தவிர்க்கவேண்டும்:

- நீங்கள் பணியாற்றும் நிறுவனத்துடன் நீங்கள் செய்து கொண்டிருக்கிற பணி ஒப்பந்தத்தில், நீங்கள் சில

குறிப்பிட்ட செயல்களில் ஈடுபடக்கூடாது என்று தடை விதிக்கப்பட்டிருக்கலாம். எடுத்துக்காட்டாக, நீங்கள் அவர்களுடைய போட்டி நிறுவனங்களுடன் பணியாற்றக்கூடாது, இவர்களுடைய தனிப்பட்ட தொழில் இரகசியங்களை அவர்களுக்குச் சொல்லக்கூடது, அலுவலகக் கணினியைப் பயன்படுத்தித் தனிப்பட்ட வேலைகளைச் செய்யக்கூடாது என்றெல்லாம் விதிமுறைகள் இருக்கலாம். இன்னொரு வருமான வழியை உண்டாக்குகிறேன் பேர்வழி என்று நீங்கள் அந்த விதிமுறைகளை மீறிவிட்டால், உங்களுடைய முதன்மை வேலைக்கு ஆபத்து வரலாம். அதனால், உங்கள் பணி ஒப்பந்தத்தை முழுக்கப் படியுங்கள், புரிந்துகொள்ளுங்கள், தேவைப்பட்டால், நீங்கள் செய்யும் கூடுதல் வேலைகளைக் குறிப்பிட்டு அவர்களிடம் அனுமதி வாங்கிக்கொள்ளுங்கள்.

- கூடுதல் வேலைகளால் கிடைக்கும் வருவாய் கவர்ச்சிகரமாகத் தோன்றுவதால், சில நேரங்களில் நம் முதன்மை வேலைக்கு நாம் போதுமான நேரத்தையோ கவனத்தையோ கொடுக்காமலிருக்கக்கூடும், அல்லது, தரத்தைக் குறைத்துக்கொள்ளக்கூடும். இவையெல்லாம் நமக்கு இருக்கிற நற்பெயரைக் கெடுத்துவிடும். அதனால், இந்த நேரத்தில் இதுமட்டும்தான், அந்த நேரத்தில் அதுமட்டும்தான் என்று தெளிவான வரம்புக் கோடுகளை வரைந்துகொண்டு செயல்படவேண்டும்.

- பணம் வருகிறது என்பதற்காக ஒரே நேரத்தில் பல வேலைகளை இழுத்துப் போட்டுக்கொண்டால் உங்களுக்குப் போதுமான ஓய்வு கிடைக்காது, ஒழுங்காகத் தூங்கமுடியாது, கவனம் சிதறலாம், உடல்நலம், மனநலம் பாதிக்கப்படலாம். அதனால், சுவர் இருந்தால்தான் ஓவியம் என்பதை மறந்துவிடக்கூடாது. கூடுதல் வருமான வழிகளை ஓர் எல்லைக்குள் நிறுத்தப் பழகவேண்டும்.

★★★

17. திடீர் வருவாய்

'திடீர்ன்னு உனக்குப் பத்து கோடி ரூபாய் கிடைச்சா என்ன செய்வே?' என்பது ஒரு மகிழ்ச்சியான கற்பனைக் கேள்வி, நாம் எப்படிப்பட்டவர்கள், உள்ளுக்குள் ஆழமாக எதை விரும்புகிறோம், நம்முடைய அப்போதைய கவலைகள், நீண்டகாலக் கவலைகள் என்னென்ன என்பதையெல்லாம் வெளிப்படுத்தக்கூடிய உளவியல் சிந்தனை.

உண்மை வாழ்க்கையில் அப்படிப் பத்து கோடி ரூபாயெல்லாம் 'திடீர்ன்னு' கிடைத்துவிடுவதில்லை. ஆனால், நடுத்தரமான, ஓரளவு பெரிய தொகைகள் நாம் எதிர்பாராத நேரத்தில் நம்மிடம் வரத்தான் செய்கின்றன. அவற்றை நாம் என்ன செய்கிறோம் என்று சிந்தித்தால் ஒரு முதன்மையான பாடத்தைப் பெறலாம்.

ஆங்கிலத்தில் இப்படித் திடீரென்று எதிர்பாராமல் வரும் பணங்களை '*Windfall*' என்கிறார்கள். நாம் அதைத் 'திடீர் வருவாய்' என்று அழைக்கலாம்.

எடுத்துக்காட்டாக, நீங்கள் வேலை செய்யும் நிறுவனம் நல்ல லாபம் சம்பாதித்து, அதில் ஒரு பகுதியாக உங்களுக்குக் கூடுதல் போனஸ் வரலாம், நீங்கள் சொந்தத் தொழில் செய்கிறவர் என்றால், ஒரு குறிப்பிட்ட மாதத்தில் வழக்கத்தைவிடக் கூடுதலாக வருவாய் குவியலாம், பங்குச் சந்தையில் செய்த ஒரு முதலீடு திடீரென்று இருமடங்காக வளர்ந்து பணம் கொட்டலாம், பிஸ்கட் பொட்டலம் வாங்கிவிட்டு அதன் உறையில் இருக்கிற பெட்டியைச் சுரண்டியதில்

இருபதாயிரம் ரூபாய் பரிசு கிடைக்கலாம், நெடுநாட்களாகக் கிடப்பில் இருந்த ஒரு வழக்கில் நீங்கள் வெற்றி பெற்றதால் ஒரு பெருந்தொகை கிடைக்கலாம், பரம்பரைச் சொத்து ஒன்று நல்ல விலைக்கு விற்கப்பட்டு அதில் உங்களுக்குக் கணிசமான ஒரு பங்கு கிடைக்கலாம்... இதுபோன்ற திடீர் வருவாய் நிகழ்வுகள் எப்போதும் நடப்பதில்லை. ஆனால், எல்லாருக்கும் ஏதாவது ஒரு கட்டத்தில், சில ஆண்டுகளுக்கு ஒருமுறையாவது நடக்கும், அதுதான் நிகழ்தகவு.

ஒருவேளை, நமக்கு அப்படி ஒரு திடீர் வருவாய் வந்தால், 'அட' என்று வியப்போம், 'ஹையா ஜாலி' என்று துள்ளுவோம், அதன்பிறகு என்ன செய்வோம்?

முதலில், இது எதிர்பாராத வரவு. அதனால், இதுவரை நாம் பார்த்த வருவாய்ச் சிந்தனைகள், திட்டங்களெல்லாம் இதற்குப் பொருந்தாது. இதற்கென்று நாம் முன்கூட்டியே திட்டமிட்டிருக்கவோ, சட்டென்று அதைச் செயல்படுத்தவோ வாய்ப்பில்லை.

அதனால், பெரும்பாலானோர் அந்த நேரத்து மகிழ்ச்சியில் தங்களுக்கு என்ன தோன்றுகிறதோ அதைச் செய்துவிடுவார்கள். வந்திருக்கும் தொகைக்கு ஏற்பக் கார், பைக், புதிய ஃபோன் என்று ஏதாவது ஒரு பெரிய பொருளை வாங்குவார்கள், அல்லது, நண்பர்களுடனோ உறவினர்களுடனோ பெரிய உணவகத்துக்குச் சென்று சாப்பிடுவார்கள், குடிப்பார்கள், வெளிநாட்டு விடுமுறைக்குத் திட்டமிடுவார்கள்... இப்படிக் கொஞ்சம் கொஞ்சமாக அந்தத் தொகை வந்ததுபோல் காணாமல் போய்விடும்.

இவை அனைத்தும் அவர்களுக்குக் கொடுக்கிற மன மகிழ்ச்சி ஒரு பெரிய நன்மைதான். ஆனால், எதிர்பாராமல் வந்த தொகை என்பதால் நாம் அதைச் செலவழித்து மகிழவேண்டும் என்று பொருள் இல்லை. அதற்கும் ஒரு திட்டம் வகுத்துக்கொண்டால், சரியான செயல்முறையை முன்கூட்டியே சிந்தித்துக்கொண்டால், இந்தத் திடீர் வருவாய்கள் நம் அப்போதைய நிதி நிலைமையை மேம்படுத்தலாம், வருங்காலச் செல்வத்துக்கும் அடிப்படையாகலாம்.

பலரும் நினைப்பதுபோல், திடீர் வருவாய்கள் அரிய நிகழ்வுகள் இல்லை, அடிக்கடி நிகழ்பவையும் இல்லை. ஒருவர் உழைக்கும்

காலம் 40 ஆண்டுகள் என்று வைத்துக்கொண்டால், ஐந்து ஆண்டுகளுக்கு ஒருமுறை இந்தத் திடீர் வருவாய்கள் வந்தாலும் அவருக்கு இப்படி எட்டு வாய்ப்புகள் கிடைக்கின்றன. உண்மையில் சிறியதும் பெரியதுமாக அவர் குறைந்தது பதினைந்து, இருபது திடீர் வருவாய்களையாவது பார்த்துவிடுவார். அதனால், இவற்றுக்கென்று தனியாகத் திட்டமிடும் ஒழுங்கு அவருக்குக் கண்டிப்பாகப் பயன்படும்.

இதன் பொருள், திடீர் வருவாய்களைக் கொண்டு மகிழ்ச்சிச் செலவுகளைச் செய்யக்கூடாது என்பதில்லை. கண்டிப்பாகச் செய்யலாம், செய்யவேண்டும். வருகிற பணத்தையெல்லாம் வங்கியில் சேமித்துவைத்துக்கொண்டு வாழ்க்கையைக் கொண்டாடாமல் இருக்கக்கூடாது.

ஆனால் அதற்காக, வருகிற முழுப் பணத்தையும் கொண்டாடச் செலவழித்துவிடவும் கூடாது. அதற்கென்று ஒரு குறிப்பிட்ட சதவிகிதத்தை மட்டும் ஒதுக்கிக்கொண்டு மிச்சத்தைத் தொலைநோக்குடன் பயன்படுத்துவது நல்லது.

எடுத்துக்காட்டாக, ஒருவருக்கு ஒரு லட்சம் ரூபாய் திடீர் வருவாய் வருகிறது. அவர் அதில் 20%, அதாவது, இருபதாயிரம் ரூபாயை மகிழ்ச்சிக்குச் செலவழிக்கிறார், மீதமுள்ளதை வழக்கமான வருவாயாகக் கருதிச் சேமிக்கிறார், முதலீடு செய்கிறார்.

இன்னொருவருக்கு இது 25%ஆக இருக்கலாம், வேறொருவர் 50% மகிழ்ச்சிக்குச் செலவழிக்கலாம். அது 100% ஆகிவிடவேண்டாம் என்பதுதான் இங்கு நாம் பேசுவது.

அதேபோல், ஒரு லட்சத்தில் 20% மகிழ்ச்சிக்குச் செலவழிக்கிறவருக்கு அடுத்த ஆண்டு பத்து லட்சம் கிடைத்தால் அதிலும் அவர் 20%ஐ மகிழ்ச்சிக்கு எடுத்துக்கொள்ளமாட்டார். தொகை பெரியதாக இருப்பதால், அதில் இன்னும் சிறிய சதவிகிதத்தைத்தான் அவர் மகிழ்ச்சிச் செலவுகளுக்கு ஒதுக்குவார்.

ஆக, இதில் நாம் கறாராக எந்த விதிமுறையும் வைத்துக்கொள்ள வேண்டியதில்லை, திடீர் வருவாயின் ஒரு பகுதியை மகிழ்ச்சிக்குக் கொடுப்பேன், மற்றதைச் சிந்தித்துத் தீர்மானிப்பேன்' என்பதுபோன்ற நெகிழ்வான தெளிவு இருந்தால் போதும்.

சில நேரங்களில், இந்த மகிழ்ச்சிச் செலவுச் சதவிகிதத்தை நாம் 0%ஆகக் குறைக்கவேண்டியிருக்கலாம். எடுத்துக்காட்டாக, நீங்கள் ஒரு கடனில் சிக்கியிருக்கிறீர்கள், அதற்கு மாதந்தோறும் பெரிய தொகை வட்டியாகச் சென்றுகொண்டிருக்கிறது என்றால், அவ்வப்போது வருகிற திடீர் வருவாயை அப்படியே கொண்டு போய் அந்தக் கடனை இயன்றவரை அடைத்துவிடுவது உங்களுடைய அடுத்தடுத்த மாதச் சுமைகளைக் குறைக்கும்.

இதைச் சொல்வது எளிது, செய்வது மிகவும் கடினம். அதற்கு மிகுந்த மனக் கட்டுப்பாடு தேவை. கடன் வாங்கியிருக்கிறவர்கள், குறிப்பாக, கூடுதல் வட்டி விகிதம் கொண்ட தனி நபர் கடன் *(Personal Loans)*, கடன் அட்டைக் கடன் *(Credit Card Debt)* போன்றவற்றில் சிக்கியிருக்கிறவர்கள் அதை முழுக்கச் செலுத்தி வலையிலிருந்து விடுபடுகிறவரை இதுபோன்ற திடீர் வருவாய்களை வேறு எந்தவிதத்திலும் பயன்படுத்துவது சரியாகாது.

உண்மையில், இது திடீர் வருவாய்க்குமட்டுமில்லை, வழக்கமான மாதச் சம்பளம், மற்ற வருவாய்களுக்கும்கூடப் பொருந்தும். உலக அளவில் கடன் மேலாண்மை *(Debt Management)* வல்லுனர்கள் தங்களுடைய வாடிக்கையாளர்களுக்குச் சொல்லும் முதல் விதிமுறை, 'உங்கள் கடன் தொகை பூச்சியமாகும்வரை மகிழ்ச்சிச் செலவுகளை நிறுத்துங்கள், தேவையான செலவுகளைமட்டும் செய்யுங்கள்' என்பதுதான். இது கேட்பதற்கே கசக்கிற அறிவுரைதான். ஆனால், சரியாகக் கையாளப்படாத கடன் ஒருவருடைய வாழ்க்கையை முற்றிலும் முறித்துப்போடக்கூடியது என்கிற கோணத்திலிருந்து பார்க்கும்போது, உள்ளத்தைக் கல்லாக்கிக்கொண்டு இதைச் செய்யத்தான் வேண்டும்.

கடன் சுமை இல்லாதவர்கள் தங்களுடைய திடீர் வருவாயில் ஒரு குறிப்பிட்ட சதவிகிதத்தை மகிழ்ச்சிக்குச் செலவழித்தபின், மீதியுள்ள பகுதியைத் தங்களுடைய வழக்கமான சேமிப்பு, முதலீட்டின்பக்கம் திருப்பிவிடலாம். எடுத்துக்காட்டாக, வங்கி வைப்பு நிதியில் *(Fixed Deposit)* பணம் சேமிக்கிற ஒருவர் இந்தத் தொகையைக் கொண்டு இன்னொரு வைப்பு நிதி தொடங்கலாம், தங்கத்தில் முதலீடு செய்கிறவர்கள் இன்னும் சில பவுன் வாங்கிப்போடலாம், பரஸ்பர நிதியில் *(Mutual Fund)* நம்பிக்கை உள்ளவர்கள் அதில் *Lump Sum* எனப்படும் பெருந்தொகை முதலீட்டைச் செய்யலாம்,

சொந்தத் தொழில் வைத்திருக்கிற ஒருவர் அதற்கு ஓர் இயந்திரம் வாங்கலாம், சிறு கடன் கொண்டவர்கள் அசல் தொகையின் ஒரு பகுதியைத் திரும்பச் செலுத்தி மாதாந்திரத் தவணைகளைக் (EMI) குறைத்துக்கொள்ளலாம்... இப்படி நீங்கள் என்ன செய்கிறீர்கள், அந்தப் பணத்தை எங்கு இட்டுவைக்கிறீர்கள் என்பது உங்களுடைய தீர்மானம். திடீர் வருவாய் திடீர்ச் செலவாகக் காணாமல் போய்விடக்கூடாது என்பதுமட்டும்தான் இங்கு முதன்மையான பாடம்.

அதனால், ஒவ்வொரு திடீர் வருவாய்க்கும் நீங்கள் ஒரு சிறு திட்டம் தீட்டவேண்டியிருக்கலாம். அதற்கு இந்தக் கேள்விகள் உதவும்:

1. வந்திருக்கும் தொகை எவ்வளவு?
2. அதற்கு வரி ஏதும் செலுத்தவேண்டுமா? ஆம் எனில் வரி செலுத்தியபின் என் கையில் எவ்வளவு மிஞ்சும்?
3. எனக்குப் பெரிய கடன்கள் ஏதும் உண்டா? இந்தத் தொகையை முழுமையாக, அல்லது, பகுதியளவு எடுத்து அந்தக் கடனை ஓரளவு அடைத்துவிட்டால் என் வாழ்க்கை எப்படி மாறும்? எடுத்துக்காட்டாக, அடுத்த மாதத்திலிருந்து என்னுடைய கடன் EMI எவ்வளவு குறையும்? அல்லது, இந்தக் கடன் எத்தனை மாதங்களுக்குமுன்பாக முடியும்?
4. அப்படிப் பெரிய கடன் ஏதும் இல்லை என்றால், நான் இந்தத் தொகையில் எவ்வளவு சதவிகிதம் மகிழ்ச்சிக்குப் பயன்படுத்தலாம்? அதற்கு என்னென்ன திட்டங்கள்? இங்கு மகிழ்ச்சி என்பது என் மகிழ்ச்சிமட்டுமில்லை என்பதால், இதைப்பற்றி என் பெற்றோர்/மனைவி/கணவர்/குழந்தைகள் என்ன நினைக்கிறார்கள்? அவர்கள் என்ன செய்ய விரும்புகிறார்கள்?
5. மகிழ்ச்சிச் செலவுகளைச் செய்தபிறகு, மீதியுள்ள தொகையை என்ன செய்யலாம்? என்னுடைய மற்ற சேமிப்பு / முதலீட்டுத் திட்டங்களை விரைவாக்குவதற்கும் வலுவாக்குவதற்கும் இதைப் பயன்படுத்திக்கொள்வது எப்படி? இதில் எனக்கு அறிவுரை சொல்லக்கூடியவர்கள், வழிகாட்டக்கூடியவர்கள் யாராவது உண்டா?

இந்தக் கேள்விகளையெல்லாம் பார்க்கும்போது சற்று மலைப்பாக இருக்கலாம். ஆனால், நீரோட்டத்தின் போக்கில் செல்வதைவிட, இப்படிப்பட்ட திட்டமிட்ட செயல்பாடுகள்தான் நம் வாழ்க்கையை மேம்படுத்தும்.

1970களில் ஸ்டான்ஃபோர்ட் பல்கலைக்கழகத்தில் *Marshmallow Experiment* என்ற புகழ் பெற்ற பரிசோதனை நடைபெற்றது. ஆய்வாளர்கள் சில குழந்தைகளை அழைத்து அவர்களிடம் மார்ஷ்மெல்லோ எனப்படும் ஒரு தின்பண்டத்தைக் கொடுத்தார்கள், 'இதை நீ உடனடியாச் சாப்பிடலாம், அல்லது 15 நிமிஷம் கழிச்சுச் சாப்பிடலாம்' என்றார்கள்.

தின்பண்டத்தைப் பார்த்தபிறகு எந்தக் குழந்தையாவது 15 நிமிடம் காத்திருக்குமா? அதனால், ஆய்வாளர்கள் அவர்களுக்கு ஒரு கூடுதல் பரிசு கொடுக்க முன்வந்தார்கள், 'இதை நீ உடனடியாச் சாப்பிடாம 15 நிமிஷம் கழிச்சுச் சாப்பிட்டா, உனக்கு ரெண்டு மார்ஷ்மெல்லோ கிடைக்கும்.'

இப்போதும் சில குழந்தைகள் சட்டென்று அந்த மார்ஷ்மெல்லோவைத் தின்றுவிட்டார்கள். ஆனால், சில குழந்தைகள் பொறுமையாகக் காத்திருந்து இரண்டு மார்ஷ்மெல்லோக்களைப் பெற்றார்கள்.

அதன்பிறகு, இந்தக் குழந்தைகளின் வாழ்க்கைகளை ஆய்வாளர்கள் கூர்ந்து கவனித்தார்கள். உடனடி மகிழ்ச்சியைமட்டும் விரும்பிய குழந்தைகளைவிட, பொறுமையாகக் காத்திருந்து கூடுதல் பரிசைப் பெற்ற குழந்தைகள் தங்களுடைய வாழ்க்கையை இன்னும் நன்றாக வாழ்கிறார்கள் என்று தெரியவந்தது.

திடீர் வருவாய்களும் இதைப்போன்ற ஒரு பரிசோதனைதான். அந்த மார்ஷ்மெல்லோவை இரட்டிப்பாக்கிக்கொள்வது நம் கையில்தான் இருக்கிறது.

★★★

18. வலுவான முதல் தூண்

ஃபேஸ்புக்கிலும் டுவிட்டரிலும் அவ்வப்போது யாராவது 'உங்களுடைய முதல் வேலை என்ன? அதற்கு வாங்கிய முதல் சம்பளம் எவ்வளவு?' என்று பொதுவில் கேட்பார்கள். அதற்குப் பலரும் 'பழைய நினைப்புடா, பேராண்டி, பழைய நினைப்புடா' என்கிற தொனியில் பதில் எழுதுவார்கள். அந்தப் பதில்கள் அனைத்திலும் நூற்றைம்பது ரூபாய், ஐந்நூறு ரூபாய், இரண்டாயிரத்து முந்நூறு ரூபாய் என்பதுபோன்ற சிறு எண்கள் நிறைந்திருக்கும். 'எனக்கெல்லாம் சம்பளமே கொடுக்கலை, சின்னப் பையன்னு ஒரு டீ, ரெண்டு வடைமட்டும் வாங்கிக் கொடுத்து ஏமாத்திட்டாங்க' என்று உதட்டைப் பிதுக்குகிறவர்களும் உண்டு.

அநேகமாக எல்லாருடைய பணி வாழ்க்கையும் இப்படிச் சிறிய அளவில், சிறிய எண்ணிக்கையில்தான் தொடங்குகிறது. எடுத்த எடுப்பில் பெரிய நிறுவனம், லட்சக்கணக்கில் சம்பளம் என்று காதில் ஐபாட்ஸை மாட்டிக்கொண்டு சுற்றுகிறவர்கள் மிகக் குறைவு. மற்ற எல்லாரும் தட்டுத்தடுமாறிக் கிடைத்த வேலையில் தொற்றிக்கொண்டு, கிடைத்த சம்பளத்தை வாங்கிக்கொண்டு மெல்ல மெல்லதான் முன்னேறத் தொடங்குகிறோம்.

ஏனெனில், தொடக்கத்தில் யாரிடமும் பெரிய திறமைகளோ அனுபவமோ இருக்காது, என்ன செய்யவேண்டும், எப்படிச் செய்யவேண்டும் என்று கற்றுக்கொள்கிற நேரத்தில் லட்சத்தைக் கொடு, கோடியைக் கொடு என்று பிடிவாதமா பிடிக்கமுடியும்? கிடைத்தது போதும் என்று ஏற்றுக்கொண்டு வேலை பழகவேண்டியதுதான்.

ஆனால், இந்த நிலை அடுத்த சில ஆண்டுகளில் மாறும், மாறவேண்டும். அப்போது நம் சம்பளம் அல்லது வருவாய் படிப்படியாக உயரவேண்டும். அதுதான் நம்முடைய நிம்மதியான பிற்கால வாழ்க்கைக்கான அடித்தளம். தனிப்பட்ட நிதி வாழ்க்கையின் முதல் தூணாகிய வருவாய் வலுவாக இல்லாவிட்டால், இரண்டாவது, மூன்றாவது தூண்களாகிய சேமிப்பும் முதலீடும் பெரிய அளவில் பயன்படுவதில்லை.

இதனால், சம்பாதிக்கிற வயதில் இருக்கிற ஒவ்வொருவரும் தன்னுடைய மாத வருவாயை அல்லது ஆண்டு வருவாயைக் குறித்துவைக்கவேண்டும், அவ்வப்போது ஆராய்ந்துபார்க்கவேண்டும், அதை மேம்படுத்துவதற்கான வழிகளை வலியச் சென்று தேடவேண்டும். இதற்கான சில வழிகள், உத்திகளை இங்கு தொகுத்துப் பார்ப்போம்:

1. கொடுத்த சம்பளத்தை வாங்கிக்கொண்டு கும்பிடு போடுவதெல்லாம் அந்தக் காலம். இன்றைக்கு நம்முடைய திறமை, அனுபவத்துக்கான சந்தை மதிப்பு என்ன என்பதைக் கண்டறிவதற்குப் பல வழிகள் உள்ளன. எடுத்துக்காட்டாக, இதே துறையில் உள்ள மற்றவர்களிடம் பேசலாம், அச்சு, இணைய ஊடகங்களில் வெளியாகும் சம்பளப் புள்ளிவிவரங்களை ஆராயலாம். இப்படி ஏதாவது ஒரு வழியில் இந்தத் தகவலைத் தொடர்ந்து தெரிந்துகொள்ளவேண்டும், ஒருவேளை நம் சம்பளமும், ஆண்டுக்கு ஆண்டு நமக்குக் கிடைக்கிற சம்பள உயர்வும் இதிலிருந்து மிகவும் விலகியிருந்தால், மேலாளரிடம், மனித வளத் துறையினரிடம் உரிமையுடன் பேசவேண்டும். இதன்மூலம் எதுவும் நடக்கவில்லை என்றால் நம்மை மதிக்கிற, நமக்கு ஏற்ற சம்பளத்தைக் கொடுக்கிற வேறோர் இடத்திற்கு வேலை மாறவும் தயங்கக்கூடாது.

அதே நேரம், கூடுதல் சம்பளத்துக்காக அடிக்கடி வேலை மாறுகிறவர்களை வேலைவாய்ப்புச் சந்தை ஐயத்துடன் பார்க்கிறது, அவர்களுக்குப் புதிய வேலைகளைத் தரத் தயங்குகிறது என்பதையும் நினைவில் கொள்ளுங்கள். அதனால், நாம் பெறுவதற்கும் நமக்குத் தகுதியானதற்கும் நடுவிலான இடைவெளி மிகப் பெரியதாக இருக்கும்போதுதான் இந்த நடவடிக்கையை எடுக்கவேண்டும்.

2. நம் வேலைக்கு, நம் திறமைக்கு, நம் அனுபவத்துக்குச் சரியான சம்பளம்தான் கிடைக்கிறது. ஆனால், அது நமக்குப் போதவில்லை என்றால், நம்முடைய மதிப்பைக் கூட்டும் வாய்ப்புகளை நாடவேண்டும். ஒரே ஓர் உருளைக்கிழங்கு சொற்ப விலைதான், அதைச் சீவிப் பொரித்து உப்பைத் தடவிக் கொடுத்தால் பலமடங்கு விலை உயர்ந்துவிடுகிறது. அதுபோல, சந்தையின் தேவைகளை அறிந்து, அவற்றில் இப்போதைய நமக்குச் சரிப்படுகிறவை, பொருத்தமானவை எவை என்று வடிகட்டி, அதற்கேற்ப நம்முடைய திறமைகளை வளர்த்துக்கொள்ளவேண்டும். இதற்குப் புத்தகங்கள், பயிற்சிகள், வல்லுனர்களிடம் வழிகாட்டலைப் பெறுதல் என்று பல வழிகள் இருக்கின்றன.

எடுத்துக்காட்டாக, மென்பொருள் நிறுவனமொன்றில் நிரல் *(Program)* எழுதிக்கொண்டிருக்கும் ஒருவர் தன்னைப்போல் நிரல் எழுதுவோரைக் கட்டி ஆளும் மேலாளராக மாறலாம், தொழிற்சாலையில் தரப் பரிசோதனை வல்லுனராக இருக்கும் ஒருவர் திட்ட மேலாண்மை நுட்பங்களைக் கற்றுக்கொண்டு, அதற்கான ஒரு தேர்வை எழுதிச் சான்றிதழ் பெற்றுத் திட்ட மேலாளராக மாறலாம், வங்கியில் பணியாற்றிக்கொண்டிருக்கும் ஒருவர் நிதி நிறுவனமொன்றில் ஆய்வு வல்லுனராகச் சேரலாம்... இந்த மாற்றங்கள் வழக்கமான பதவி உயர்வின்மூலம் தானாக நடக்காது, அவர்கள் மெனக்கெட்டு உழைத்தால்தான், படித்தால்தான், பயிற்சி எடுத்தால்தான் நடக்கும்.

இதே நோக்கத்துக்காக மேற்படிப்புக்குச் செல்வோரும் இருக்கிறார்கள். எடுத்துக்காட்டாக, இளநிலைப் பட்டம் பெற்றுப் பணியாற்றிக்கொண்டிருக்கும் ஒருவர் அந்த வேலையை விட்டுவிட்டு முதுகலைப் பட்டம் பெற்றுத் திரும்புகிறார்

என்றால், இன்னும் கூடுதல் சம்பளம் கிடைக்க வாய்ப்பு உண்டு. ஆனால் இது எல்லாருக்கும் நடக்காது, எல்லாத் துறைகள், எல்லா நிறுவனங்களிலும் நடக்காது என்பதால் இதில் ஆபத்தும் உண்டு. சிந்தித்துச் செயல்படவேண்டும்.

3. பன்னாட்டு நிறுவனங்களில் வேலை செய்வோர் அதே நிறுவனத்தின் மற்ற நாடுகளில் உள்ள வேலைவாய்ப்புகளையும் சற்று எட்டிப்பார்க்கலாம். ஒருவேளை, இன்னொரு நாட்டிற்குச் சென்று சில ஆண்டுகள் பணிபுரிவதன்மூலம் அவர்கள் தங்களுடைய நிதி இலக்குகளை இன்னும் விரைவாக எட்டலாம் என்றால், அப்படிப் புலம்பெயர்வதில் அவர்களுக்கு ஆர்வம் இருந்தால், அதைப் பயன்படுத்திக்கொள்ளலாம்.

4. நம்முடைய வேலையை நன்றாகச் செய்வது ஒரு கடமை என்றால், நாம் நன்றாகச் செய்திருக்கிறோம் என்பதை எல்லாருக்கும் தெரியப்படுத்துவது இன்னொரு கடமை. அதாவது, நம் திறமையை, தகுதியை, சாதனைகளைப் பிறருக்கு, குறிப்பாக, மேலுள்ளவர்களுக்கு எடுத்துச்சொல்லுதல், நம்மை நாமே சந்தைப்படுத்திக்கொள்ளுதல் *(Self Marketing).*

   இதில் பலருக்குத் தேவையில்லாத கூச்சம் இருக்கிறது. செய்யாததைச் செய்ததாகச் சொல்லிப் பெருமைப்பட்டுக் கொண்டால் கூச்சப்படலாம், செய்ததை வெளிச்சம் போட்டுக் காட்டுவதற்கு ஏன் தயங்கவேண்டும்? இன்றைய பரபரப்புச் சூழலில் நாம் என்ன செய்கிறோம் என்பதைக் கவனித்து நமக்கு உரியதைக் கொடுப்பதற்கு நம் மேலாளர்களுக்கு நேரம் இருப்பதில்லை. அதனால், 'நானும் ரௌடிதான்' என்று அவ்வப்போது குரல் கொடுப்பது நம் கடமை. அப்போதுதான் பெரிய வேலைகளின்போது, சம்பள உயர்வு, பதவி உயர்வு உரையாடல்களின்போது அவர்களுக்கு நம் நினைவு வரும், அது நம் வருவாய் வாய்ப்புகளை வளர்க்கும்.

5. உங்களுடைய தொழில்முறை வலைப்பின்னலை வளர்த்துக்கொள்வது ஒரு கலை. அதாவது, உங்கள் துறையில், அதை நெருங்கிய மற்ற துறைகளில், அதற்குத் தொடர்பே இல்லாத வேறு துறைகளில் உள்ள பொருட்படுத்தக்கூடிய நபர்களுடன் நட்பாகப் பழகுவது, அடிக்கடி உரையாடுவது,

அவர்களின்மூலம் வேறு சிலரை அறிமுகப்படுத்திக்கொள்வது... இதெல்லாம் நிறைய நேர முதலீட்டைக் கோரக்கூடிய விஷயங்கள். ஆனால், சரியாகச் செய்தால் பொருத்தமான நேரத்தில் பொருத்தமான வாய்ப்புகள் தானாக வந்து உங்கள் வீட்டுக் கதவைத் தட்டும்.

எடுத்துக்காட்டாக, சொந்தமாகத் தொழில் செய்து கொண்டிருக்கும் ஒருவர் புதிய தொழிற்சாலையொன்றை அமைக்க விரும்புகிறார். அதற்குச் சில அரசாங்க ஒப்புதல்களைப் பெறவேண்டியிருக்கிறது. அவரிடம் ஒரு நல்ல தொழில்முறை வலைப்பின்னல் இருந்தால் அதில் இந்தத் தகவல் தெரிந்தவர்கள், அல்லது இந்தத் தகவல் தெரிந்த ஒருவரைத் தெரிந்தவர்கள் யாராவது இருப்பார்கள். ஒரு தொலைபேசி அழைப்பில் அவருக்கு வேண்டிய விவரங்களெல்லாம் கிடைத்துவிடும், வேலையும் விரைவாக நடக்கும்.

6. பேரம் பேசுவது காய்கறிச் சந்தையில்மட்டுமில்லை, பணிச் சூழலிலும் உதவும். குறிப்பாக, புதிய வேலைகளில் சேரும்போது அவர்கள் தருகிற சம்பளம், கும்பளத்தைவிட நமக்குக் கூடுதல் தகுதி உண்டு என்று தெரிந்தால் கண்டிப்பாகப் பேரம் பேசவேண்டும். அவர்களுக்கு நம்மைப்போன்ற திறமையாளர்கள் தேவை என்பதால், நாம் கேட்பது முழுக்கக் கிடைக்காவிட்டாலும் ஓரளவாவது கிடைக்கும். எவ்வளவு கிடைத்தாலும் அது உங்கள் மாத வருவாயில் சேர்ந்துவிடும் என்பதை நினைவில் வைத்துக்கொள்ளுங்கள். அதாவது, ஒருமுறை பேரம் பேசினால் பலமுறை லாபம்.

வெளிநாடுகளில் இப்படிச் சம்பளப் பேரம் பேசுவதற்கென்று வல்லுனர்கள் இருக்கிறார்கள். அதாவது, நாம் நேர்காணலில் கலந்துகொண்டு வெற்றி பெற்றதும், 'சம்பள விஷயமெல்லாம் என் ஆளுகிட்ட பேசிக்கோங்க' என்று இவர்களைக் கை காட்டி விட்டுவிடலாம். இவர்கள் நம் சார்பாகப் பேரம் பேசி நல்ல சம்பளத்தை வாங்கிக் கொடுப்பார்கள், அதில் ஒரு பங்கைக் கட்டணமாகப் பெற்றுக்கொள்வார்கள்.

இந்தியாவில் இதுபோன்ற வல்லுனர்கள் இன்னும் வரவில்லை, அல்லது, பரவலாக இயங்குவதில்லை. அதனால், நாமேதான்

கூச்சத்தை விட்டுப் பேசவேண்டும். இந்த விஷயத்தில் தயக்கம் காட்டினால் அது நெடுங்காலத்துக்குத் துன்பத்தைக் கொண்டுவரும் என்பதை நினைவில் வைத்துக்கொள்ளுங்கள்.

7. *Passive Income* என்ற சொல்லின் நேரடிப் பொருள், நாம் எதுவும் செய்யாமல் வருகிற வருமானம் என்பதுதான். ஆனால் உண்மையில் இதில் நாம் ஒருமுறை நிறைய வேலை செய்யவேண்டியிருக்கும். பின்னர் அது பலமுறை வருவாயைக் கொண்டுவந்து கொடுக்கும். அந்தப் பின் வருவாய்க்கு நாம் கூடுதலாக எதுவும் செய்யவேண்டியிருக்காது.

   எடுத்துக்காட்டாக, உங்கள் துறை சார்ந்த வீடியோ வகுப்பு ஒன்றை நீங்கள் உருவாக்குகிறீர்கள் என்றால், அந்த வகுப்பை எழுதுவது, பதிவு செய்வது, வீடியோவைத் திருத்துவது, இசை கோப்பது, பதிப்பிப்பது, விளம்பரப்படுத்துவது என்று பலப்பல வேலைகள் இருக்கும். ஒருமுறை அதையெல்லாம் செய்து அந்த வகுப்பை வெளியிட்டுவிட்டீர்கள் என்றால், அதன்பிறகு உங்களுக்கு எந்த வேலையும் இல்லை. மாதந்தோறும் பத்துப் பேரோ, நூறு பேரோ தானாக அந்த வீடியோவை வாங்கிக்கொள்வார்கள், அதற்கான பணம் தானாக உங்கள் வங்கிக் கணக்கில் வந்து உட்கார்ந்துவிடும்.

   இப்படி உங்களிடம் நான்கைந்து *Passive Income* வழிகள் இருந்தால் போதும். எந்த வேலையும் செய்யாமல் (அதாவது, எப்போதோ நீங்கள் செய்த வேலைக்குக் கூலியாக) மாதந்தோறும் பணம் வந்துகொண்டே இருக்கும்.

   இதைக் கேட்பதற்கு மலைப்பாக இருக்கலாம். ஆனால் இன்றைக்கு இது உலகெங்கும் பலரால் வெற்றிகரமாகப் பின்பற்றப்படும் வழியாகிவிட்டது. நூல்கள், பயிற்சி வகுப்புகள், கையேடுகள், டிசட்டை, காஃபிக் கோப்பை வடிவமைப்புகள், சரிபார்ப்புப் பட்டியல்கள், கணக்கிடல் அட்டவணைகள், பாடல்கள், இசைத் தொகுப்புகள், புகைப்படங்கள், ஓவியங்கள், ஒலி, ஒளிப்பதிவுகள் என்று ஏராளமான டிஜிட்டல் படைப்புகளின்மூலம் லட்சக்கணக்கில் *Passive Income* சம்பாதிக்கிறவர்கள் இருக்கிறார்கள். இதுவே போதும் என்று வழக்கமான வேலையை விட்டுவிட்டேன் என்று சொல்கிறவர்களும் உண்டு.

எல்லாருக்கும் அப்படிப்பட்ட வெற்றி கிடைத்துவிடாதுதான். எனினும், மாதச் செலவுகளின் ஒரு பகுதியையாவது *Passive Income*ன்மூலம் நிறைவுசெய்துகொள்ள இயன்றால் நல்லதுதானே? அதற்கு வழியிருந்தால் பயன்படுத்திக்கொள்வதில் என்ன தயக்கம்?

8. இதற்கு இவர்தான் என்று ஏதாவது ஒரு விஷயத்துக்கு நாம் அறியப்படுவது மிகப் பெரிய சொத்து. அப்படி நமக்கு ஒரு மதிப்பை, அடையாளத்தை உண்டாக்கிக்கொண்டுவிட்டோம் என்றால், அதன்பிறகு நம்முடைய பொருளாதார முன்னேற்றம் மிக விரைவாக இருக்கும்.

   குறிப்பாக, அந்த 'ஏதாவது ஒரு விஷயம்' எவ்வளவு நுட்பமானதாக (*Niche Skill*) இருக்கிறதோ அந்த அளவுக்கு நல்லது. அதாவது, ஒரு சின்னஞ்சிறிய வட்டத்துக்குள் மிக ஆழமாக வேரூன்றிப் பேரரசராக நிலைத்து நின்றுவிடுவது, அதுபற்றிய எந்தக் கேள்விக்கும், எந்தக் குழப்பத்துக்கும், எந்தத் தடைக்கும், எந்தச் சிக்கலுக்கும் நம்மிடம் பதில் இருக்கும் என்று பிறருக்குத் தெளிவுபடுத்திவிடுவது. இது நம் மதிப்பைப் பலமடங்கு பெருக்கிவிடும்.

   பெரிய மருத்துவமனைகளின் வாசலில் அங்கு வருகை தரும் மருத்துவர்களுடைய பெயர்களையும், அவர்களை எப்போது சந்திக்கலாம் என்கிற தகவலையும் எழுதிப்போட்டிருப்பார்கள். அதைக் கூர்ந்து கவனித்தால், வழக்கமான திறமைகளைக் கொண்ட மருத்துவர்கள் பலர் இருப்பார்கள். அவர்கள் வாரத்தில் பல நாட்கள் வருவார்கள். அதாவது, அவர்களை நாம் கிட்டத்தட்ட எப்போது வேண்டுமானாலும் சந்திக்கலாம்.

   ஆனால், குறிப்பிட்ட துறையில் ஆழமான அனுபவம் மிக்க சிறப்பு மருத்துவர்கள் வாரத்தில் ஒரு நாள், ஓரிரு மணிநேரம்தான் வருவார்கள். மற்ற மருத்துவர்களுடன் ஒப்பிடும்போது அவர்களுக்கான கட்டணமும் மிகக் கூடுதலாக இருக்கும். அதை நாம் கேள்வி கேட்காமல் கொடுப்போம். ஏனெனில், அவர்கள் அந்தச் சிறப்புத் துறையில் வல்லுனர்கள் என்பது நமக்குத் தெரியும்.

நம் துறையில் நாம் அப்படி ஒரு சிறப்பு வல்லுனராக வேண்டுமென்றால், அது எந்த உட்துறையில்? அதற்கு நாம் என்ன செய்யவேண்டும்? இந்தக் கோணத்தில் தொடர்ந்து சிந்தித்தால், மூத்த வல்லுனர்களிடம் பேசினால் நமக்கான தனிவழியை நாம் உருவாக்கிக்கொண்டுவிடலாம். அதற்கேற்ப நம் வருவாயையும் பெருக்கிக்கொள்ளலாம்.

இதுவரை வருவாயைப்பற்றிய நுட்பங்களை மிக விரிவாகப் பேசிவிட்டோம். இனி, அடுத்த தூணாகிய சேமிப்புக்குள் நுழைவோம்.

★★★

பகுதி 6 : செலவு செய்தல்

19. மாதச் செலவு எவ்வளவு?

A என்பவர் மாதம் 100 ரூபாய் சம்பாதிக்கிறார். அவருடைய மாதச் செலவுகள் 90 ரூபாய்.

B என்பவர் மாதம் 200 ரூபாய் சம்பாதிக்கிறார். அவருடைய மாதச் செலவுகள் 210 ரூபாய்.

வெளியிலிருந்து பார்க்கிறவர்களுக்கு Aயைவிட B இருமடங்கு சம்பாதிக்கிறார் என்பதுமட்டும்தான் தெரியும். அதனால், Aயைவிட Bதான் பெரிய பணக்காரர், அவர்தான் இன்னும் மகிழ்ச்சியாக வாழ்கிறார் என்று அவர்கள் எண்ணக்கூடும். மேலோட்டமான பார்வைக்கு அது உண்மையாகக்கூடத் தோன்றலாம்.

ஆனால், தொலைநோக்கில் சிந்தித்தால், A தன்னுடைய வரவுக்குள் செலவுகளைக் கட்டுப்படுத்தி வாழ்கிறார். இதனால், அவருக்கு மாதாமாதம் தேவையில்லாத பதற்றமோ கவலைகளோ இருக்காது. அவருடைய சேமிப்பு சிறியதுதான் (10%) என்றாலும், அந்தச் சேமிக்கும் பழக்கத்தை ஒழுக்கத்துடன் தொடர்ந்தால், அந்தச் சிறு தொகையைச் சரியான விதத்தில் முதலீடு செய்தால் அடுத்த பத்து, இருபது ஆண்டுகளில் அவர் கணிசமாகச் சொத்து சேர்த்துவிடலாம்.

இவரைவிட இருமடங்கு சம்பாதிக்கும் B தன்னுடைய வரவுக்குமேல் செலவு செய்கிறார். அவை சரியான செலவுகளா, தவறான செலவுகளா என்கிற விவாதத்துக்குள் நாம்

இப்போது நுழையவேண்டாம். சரியோ, தவறோ, கிடைக்கிற வருமானத்தையெல்லாம் செலவழித்துவிடுகிறார். கூடுதலாக 10 ரூபாய் (5%) அவருக்கு மாதந்தோறும் தேவைப்படுகிறது. அதை எங்கிருந்து பெறுவது என்கிற பதற்றம் அவருக்கு எப்போதும் இருக்கும். கடன் சுமை மெல்ல மெல்லப் பெருகும். அதை அடைப்பதற்கான போராட்டத்தில் அவர் தன்னுடைய வருங்காலத்துக்குச் சேமிக்க ஏது பணம்? அவர் வரவுக்குள் செலவைக் கட்டுப்படுத்தாதவரை ஓர் எதிர்மறைச் சுழலுக்குள் விழுந்துகொண்டிருக்கிறார் என்பதுதான் உண்மை.

ஆக, நாம் எவ்வளவு சம்பாதிக்கிறோம் என்பதைவிட, அதை எப்படிச் செலவழிக்கிறோம் என்பதுதான் நம்முடைய நிதி எதிர்காலத்தைத் தீர்மானிக்கிறது. அதனால், செலவுகளைக் கூர்ந்து கவனித்தால்தான் சேமிப்புக்கு வழி அமையும், சேமித்தால்தான் முதலீடு செய்யமுடியும், முதலீடு செய்தால்தான் சொத்து பெருகும்.

நீங்கள் மாதந்தோறும் எவ்வளவு செலவு செய்கிறீர்கள் என்பது உங்களுக்குத் தெரியுமா? துல்லியமாக இல்லாவிட்டாலும், குத்துமதிப்பாகவேனும் அதை உங்களால் சட்டென்று சொல்லமுடியுமா? இல்லை எனில், உங்களுடைய சேமிப்பு, முதலீட்டு, சொத்துக் கணக்குகளையெல்லாம் எப்படிப் போடுவீர்கள்?

அதுமட்டுமில்லை, உங்களுடைய இன்றைய செலவுகள் எவ்வளவு என்பதே உங்களுக்குத் தெரியாவிட்டால், ஓய்வு பெறும்போது உங்களுடைய செலவுகள் என்ன என்று எப்படித் தெரிந்துகொள்வீர்கள்? ஓய்வு பெறும் நேரத்தில் உங்களிடம் இருக்கவேண்டிய தொகை எவ்வளவு என்று எப்படிக் கணக்கிடுவீர்கள்? நம்மிடம் போதுமான தொகை இருக்கிறதா என்று தெரியாமல் எப்படி ஓய்வு பெறுவீர்கள்?

ஏனோ, நம் ஊரில் செலவுக் கணக்கு எழுதுவதுபற்றிய ஓர் எதிர்மறையான எண்ணம் இருக்கிறது. பணக் கஷ்டத்தில் இருக்கிற ஏழைகள்தான் செலவுக் கணக்கெல்லாம் எழுதுவார்கள், அதன்படி செலவைக் கட்டுப்படுத்துவார்கள், அப்படியெல்லாம் கணக்குப் பார்க்காமல் விருப்பப்படி செலவு செய்வதுதான் நல்ல வாழ்க்கை என்று பலர் நினைக்கிறார்கள்.

உலகின் மிகப் பெரிய நிறுவனங்கள் எதை வேண்டுமானாலும் எடுத்துக்கொள்ளுங்கள். அதன் நிதித்துறையினரைத் தொலைபேசியிலோ மின்னஞ்சலிலோ அழைத்து, 'உங்க கம்பெனியோட செலவுகளையெல்லாம் நீங்க எழுதிவைக்கறீங்களா? அல்லது, கையில காசு இருக்குன்னு இஷ்டப்படி அள்ளி அள்ளிச் செலவு செய்வீங்களா?' என்று கேட்டுப்பாருங்கள்.

உண்மையில், செலவுக் கணக்கு எழுதாத ஒரு நிறுவனம்கூட உலகத்தில் கிடையாது. சிறிய, நடுத்தர, பெரிய நிறுவனங்கள் எவையானாலும் ஒரே ஒரு ரூபாய்க்குத் தபால்தலை வாங்கினால்கூட அதை முறைப்படி குறித்துவைக்கவேண்டும். அதுதான் சட்டம்.

ஆனால், இந்த நிறுவனங்கள் சட்டத்துக்கு அஞ்சிச் செலவுக் கணக்கு எழுதுவதில்லை. இப்படி ஆண்டுமுழுவதும் எழுதிவைக்கும் கணக்குகளை அவ்வப்போது எடுத்து ஆராய்ந்தால் என்ன பலன் என்று அவர்களுக்குத் தெரியும். அதன்மூலம் எப்படிப்பட்ட வெளிச்சங்கள், நுண்ணறிவுகள் கிடைக்கும் என்பதை அவர்கள் நன்கு அறிவார்கள்.

ஏனெனில், ஒரு நிறுவனம் விற்பனைக்கு, சந்தைப்படுத்துதலுக்கு, உற்பத்திக்கு, வடிவமைப்புக்கு, வாடிக்கையாளர் சேவைக்கு, போக்குவரத்துக்கு, பணியாளர்கள் சம்பளத்துக்கு, மூலப் பொருட்களுக்கு என்று பலவிதங்களில் செலவு செய்கிறது. இந்தச் செலவுகள் மாதந்தோறும் ஏறும், இறங்கும். அதையெல்லாம் தொடர்ந்து ஆராய்வதன்மூலம் எது சரியாக நடக்கிறது, எங்கு தவறு செய்கிறோம் என்பதை அவர்கள் உணரலாம். நல்ல பழக்கங்கள், கெட்ட பழக்கங்கள் ஆகிய இரண்டையும் இந்தச் செலவுக் கணக்கு அவர்களுக்குச் சொல்லிக்கொடுத்துவிடும். நஷ்டத்தைச் சந்திக்கும் நிறுவனங்கள்கூடச் செலவைக் கட்டுப்படுத்தி லாபத்துக்குத் திரும்பிய கதைகள் ஏராளமாக உண்டு.

மேலுள்ள அனைத்தும் நிறுவனங்களுக்குமட்டுமின்றித் தனி நபர்களுக்கும் பொருந்தும். நாமும் வாடகைக்கு, மளிகைப் பொருட்களுக்கு, போக்குவரத்துக்கு, பொழுதுபோக்குக்கு, கல்விக்கு என்று பலவிதங்களில் செலவு செய்கிறோம். இந்தச் செலவுகள் மாதந்தோறும் ஏறுகின்றன, இறங்குகின்றன.

ஆனால், இவற்றையெல்லாம் ஆராய்ந்து நம்முடைய செலவைச் சரிசெய்துகொள்ளவேண்டுமென்றால் நாம் முதலில் நம்முடைய செலவுகளை எழுதத் தொடங்கவேண்டும்.

'எழுதுவது' என்றால் தாளில் பேனா கொண்டு செய்வதுமட்டுமில்லை. நம் விருப்பப்படி செல்ஃபோனிலோ கணினியிலோகூடச் செலவுகளைக் குறித்துவைக்கலாம். இதற்கான மொபைல் செயலிகள் *(Apps)*, விரிதாள்கள் *(Spreadsheets)*, செலவுகளைப் பகுப்பாய்வு செய்ய உதவும் கருவிகள் இணையத்தில் ஏராளமாக இருக்கின்றன.

ஆனால், அதற்கெல்லாம் நாம் பெரிதாக மெனக்கெட வேண்டியதில்லை. மிக எளிதாகத் தொடங்கலாம்:

- நாள்
- எவ்வளவு ரூபாய் செலவு
- எந்த வகையில் செலவு (எகா: மளிகை, போக்குவரத்து, பொழுதுபோக்கு, கல்வி, மருத்துவம் போன்றவை)

இந்த மூன்றே மூன்று தகவல்கள் போதும். ஒரு வெள்ளைத் தாளில் நெட்டுக்குத்தாக இரண்டு கோடுகளைக் கிழித்துவிட்டால் நாம் செலவுக் கணக்கு எழுதத் தொடங்கிவிடலாம்.

ஆனால், எழுதத் தொடங்குவது என்று தீர்மானித்தபிறகு, ஒரு செலவைக்கூட விட்டுவைக்கக்கூடாது. ஒரு ரூபாய் ஆனாலும் சரி, லட்ச ரூபாய் ஆனாலும் சரி, மறக்காமல் அந்தத் தாளில் நுழைந்துவிடவேண்டும். வீட்டில் ஒன்றுக்கு மேற்பட்டோர் செலவு செய்கிறீர்கள் என்றால் எல்லாரும் இதைப் பழகிக்கொள்ளவேண்டும். அல்லது, அவர்கள் எல்லாரும் ஒரு நபரிடம் செலவுகளைச் சொல்ல, அவர் அதைக் குறித்துவைக்கவேண்டும்.

சிலர் 'பத்து ரூபாய், அஞ்சு ரூபாய்ச் சில்லறைச் செலவையெல்லாம் எழுதணுமா சார்?' என்று சலித்துக்கொள்வார்கள். இந்தச் சிறு செலவுகளெல்லாம் மொத்தமாகச் சேரும்போது பெரிய தாக்கங்களை உண்டாக்கும் என்பதால், அவற்றையும் எழுதுவதுதான் சரி. ஒருவேளை, இதன்மூலம் உங்களுடைய செலவு எழுதும் பழக்கமே பாதிக்கப்பட்டுவிடும் என்று தோன்றினால், இதில் சிறு நெகிழ்வை உண்டாக்கிக்கொள்ளலாம். அதாவது,

ஐம்பது ரூபாய்க்கு மேற்பட்ட செலவுகளைமட்டும் எழுதத் தொடங்கலாம்.

நாம் நினைப்பதுபோல் செலவுக் கணக்கு எழுதுவதற்கு ரொம்ப நேரமெல்லாம் ஆகாது. நாள்தோறும் இரவில் ஐந்து நிமிடம் உட்கார்ந்தால் போதும், பரபரவென்று அன்றைய செலவுகளை நினைவுக்குக் கொண்டுவந்து எழுதிவிடலாம். 'ம்ஹூம், அந்த அளவுக்கு எனக்கு நினைவாற்றல் இல்லை' என்று சொல்கிறவர்கள் உள்ளங்கை அகலத்துக்கு ஒரு குறிப்பேட்டை வாங்கிப் பையில் போட்டுக்கொள்ளலாம், அவ்வப்போது ஏதாவது செலவு செய்ததும் சட்டென்று அந்தக் குறிப்பேட்டை எடுத்து எழுதிவிடலாம்.

செலவுகளை எழுதுவது முதல் படிதான். மாதம் முடிந்ததும், அதாவது, அடுத்த மாதத்தின் முதல் நாளன்று அந்தச் செலவுகளை எடுத்து ஆராயவேண்டும்:

- இந்த மாதம் மொத்தச் செலவு எவ்வளவு?
- ஒவ்வொரு வகையிலும் செலவு எவ்வளவு?

இதன் அடுத்த நிலை, முந்தைய மாதச் செலவுகளையும் எடுத்து வைத்துக்கொண்டு ஒப்பிடுவது:

- கடந்த மூன்று மாதங்களில் என்னுடைய மாதாந்திரச் செலவு எவ்வளவு? அந்தத் தொகை ஏறுகிறதா? இறங்குகிறதா? ஏன்?
- ஒவ்வொரு வகையிலும் இந்த மூன்று மாதங்களில் என் செலவுகள் எப்படி ஏறியிருக்கின்றன, அல்லது, இறங்கியிருக்கின்றன? இதில் நான் ஏதாவது மாற்றம் செய்ய விரும்புகிறேனா? எடுத்துக்காட்டாக, இந்த மாதம் வெளியில், அதாவது, உணவகங்களில் சாப்பிட்ட செலவு இருமடங்காகியிருக்கிறது என்றால் அது ஏன்? அடுத்த மாதம் இதைக் குறைக்கமுடியுமா என்பதுபோல் சிந்திப்பது

தாளில் பேனா கொண்டு செலவு எழுதுகிறவர்கள் இதையெல்லாம் தாங்களாகக் கணக்கிடவேண்டும், ஒப்பிடவேண்டும். செல்ஃபோன் அல்லது கணினியில் செலவு எழுதுகிறவர்களுக்கு இந்தக் கணக்கீடுகளைத் தானாகச் செய்து வரைபடம் வரைந்து காண்பிக்கிற கருவிகள் உள்ளன. ஆர்வம் உள்ளவர்கள் அவற்றைக் கற்றுக்கொள்ளலாம், பயன்படுத்திக்கொள்ளலாம்.

மாதச் செலவுகளை ஆராயும்போது அதில் குடும்பத்தின் மற்ற உறுப்பினர்களையும் ஈடுபடுத்தவேண்டும். குறிப்பாக, ஓரளவு வளர்ந்த குழந்தைகளையும் இந்த உரையாடலில் சேர்ப்பது நல்லது. இது ஏன் இப்படி இருக்கிறது, இதைக் குறைக்கமுடியுமா, எப்படிக் குறைக்கலாம் என்றெல்லாம் பலர் சேர்ந்து பேசும்போது புதிய யோசனைகளும் கிடைக்கும், செலவைக் கட்டுக்குள் கொண்டுவருவது குடும்பத் தலைவருடைய பொறுப்புமட்டுமில்லை, அதில் எல்லாருக்கும் பங்கு உண்டு என்கின்ற உணர்வும் வரும்.

அதே நேரம், இந்த விவாதங்கள் 'உன்னாலதான் அதிகச் செலவு ஆச்சு' என்று குற்றம் சாட்டும்விதமாக அமைந்துவிடக்கூடாது. என்ன நடந்தது என்பதைவிட, அடுத்து என்ன செய்யவேண்டும் என்பதில் கூடுதல் கவனம் செலுத்தினால் யாருக்கும் வலிக்காமல் தீர்வுகளைக் கண்டறியலாம்.

இப்படிச் செலவு எழுதுகிற, அதை ஆராய்கிற பழக்கத்தைச் சுமார் ஆறு மாதங்களுக்குத் தொடர்ந்து செய்தால், அது உங்களுக்கு இயல்பாகிவிடும். அதன்மூலம் கிடைக்கிற பலன்களும் உங்களுக்குப் புரிந்துவிடும். கட்டாயத்தால் அன்றி, விருப்பத்தால் அதைச் செய்வீர்கள்.

குறிப்பாக, செலவுக் கணக்கு எழுதுவது என்பது வெறும் எண் விளையாட்டு இல்லை, அது ஓர் உளவியல் கருவி என்பதை உணரவேண்டும். அதாவது, நாம் எதற்குச் செலவு செய்கிறோம், எவ்வளவு செலவு செய்கிறோம் என்றெல்லாம் தெரியாமல் இருக்கும் 'அறியாமை' நிலையிலிருந்து, இதுதான் செலவு, இவ்வளவுதான் செலவு என்கிற 'அறிவு' நிலைக்கு நாம் நகர்கிறோம். இதன்மூலம், உடனடியாக இல்லாவிட்டாலும், தொலைநோக்கில் நம் செலவுகள் கட்டுப்படுவதற்கு வாய்ப்பு உண்டு. சும்மா குடுகுடுவென்று ஓடுகிறவர்களுக்கும் தங்கள் ஓட்டத்தை வீடியோப் பதிவு செய்து திரும்பத் திரும்பப் பார்த்துப் பிழைகளைக் கண்டுபிடித்துத் திருத்துகிறவர்கள், மேம்படுத்துகிறவர்களுக்கும் வேறுபாடு உண்டல்லவா?

சரி. நாம் செலவுகளை எழுதத் தொடங்கிவிட்டோம், அவற்றைச் சற்று ஆராயவும் பழகிவிட்டோம். அடுத்து, நாம் இந்தப் பழக்கத்தின் இரண்டாம் நிலைக்கு முன்னேறலாம்.

அதாவது, எந்த வகையில் எவ்வளவு செலவு செய்தோம் என்கிற கடந்தகாலத்தைச் சிந்திப்பதுடன் நிறுத்தாமல், எந்த வகையில் எவ்வளவு செலவு செய்யவேண்டும் என்கிற எதிர்காலத்தையும் சிந்தித்துத் திட்டமிடுவது.

★★★

20. வரவு, செலவு, வரம்பு

நாங்கள் கல்லூரிப் படிப்பை முடித்துவிட்டு முதல் வேலையில் சேர்ந்திருந்த நேரம். கையில் கணிசமாகக் காசு புழங்கியது. அதனால், திரைப்படம், உணவகம், வெளியூர்ப் பயணங்கள், புதிய உடைகள் என்று நன்றாகச் செலவு செய்தோம், வாழ்க்கையை அனுபவித்தோம்.

ஆனால், எங்களோடு வேலை செய்துகொண்டிருந்த ஒருவன்மட்டும் இதிலிருந்தெல்லாம் சற்று ஒதுங்கித்தான் இருப்பான். அதாவது, பணத்தை அள்ளி அள்ளிச் செலவு செய்யாமல், கிள்ளிக் கிள்ளிச் செலவு செய்வான்.

எடுத்துக்காட்டாக, நாங்கள் எல்லாரும் உணவகத்துக்குச் செல்லும்போது மற்றவர்கள் வட இந்திய, சீன உணவு வகைகளை ஆர்டர் செய்வோம். இவன்மட்டும் 'ரெண்டு இட்லி போதும்' என்பான். மற்றவர்கள் 'சாக்லெட் மில்க் ஷேக்' குடித்தால் இவன் 'லெமன் ஜூஸ்' வாங்கிக்கொள்வான். மற்றவர்கள் மாதம் நான்கு திரைப்படங்களைப் பார்த்தால், இவன் இரண்டு மாதத்துக்கு ஒரு படம்தான் பார்ப்பான். மற்றவர்கள் 'லாண்டரி'க்காரரிடம் துணிகளைப் போட்டால், இவன்மட்டும் வாரம் இரண்டு, மூன்று மணி நேரம் செலவிட்டுத் தன்னுடைய துணிகளையெல்லாம் தானே துவைத்துக்கொள்வான்.

அவனுக்கும் எங்கள் வயதுதான். எங்களைப்போல் மகிழ்ச்சியாக இருக்கவேண்டும் என்று அவனுக்குள்ளும் ஆசைகள் இருந்திருக்கும்.

ஆனால், அதைக் கட்டுப்படுத்திக்கொண்டு அவன் சிக்கனமாக இருந்தான், மிகத் தேவையான செலவுகளைமட்டும்தான் செய்தான்.

ஏனெனில், நெடுங்காலத்துக்குமுன்னால் அவன் தந்தை ஒரு பெரிய கடனில் சிக்கியிருந்தார். இத்தனை ஆண்டுகளாக அவருடைய வருமானத்தை வைத்து அந்தக் கடனைக் கால்வாசிகூடத் தீர்க்கமுடியவில்லை. அதனால், இனிமேல் இவன் சம்பாதித்துத்தான் அந்தக் கடனைக் கொஞ்சங்கொஞ்சமாகத் திரும்ப அடைக்கவேண்டும் என்கிற சூழ்நிலை.

அதனால், ஒவ்வொரு மாதமும் தன்னுடைய சம்பளத்தில் ஒரு பெரிய பங்கை அவன் ஊருக்கு அனுப்பிவைத்துவிடுவான். மீதியிருக்கிற தொகையில் பெரும்பகுதியை வாடகை, சமையலுக்கான மளிகைப் பொருட்கள், போக்குவரத்துச் செலவுகள் என்று கண்டிப்பாகச் செய்யவேண்டிய செலவுகளுக்கு ஒதுக்கிவிடுவான். அதற்குமேல் மிஞ்சுகிற சொற்பப் பணத்தைத்தான் பொழுதுபோக்கு, வெளியில் சாப்பிடுவது போன்ற செலவுகளுக்குப் பயன்படுத்துவான்.

என் நண்பன் தன்னுடைய குடும்பச் சூழ்நிலையால் வேறு வழியில்லாமல்தான் இதைச் செய்தான். பின்னாட்களில் அவன் வேறு நல்ல வேலைக்குச் சென்று பலமடங்கு சம்பாதிக்கத் தொடங்கியபிறகு, இப்படி ஒவ்வொரு ரூபாயையும் கணக்குப் பார்த்துச் செலவழிக்கவேண்டிய கட்டாயம் அவனுக்கு இருந்திருக்காது. ஆனால், அப்போதும் அவன் இந்தப் பழக்கத்தைத் தொடர்ந்திருப்பான் என்றுதான் எனக்குத் தோன்றுகிறது.

ஏனெனில், *Budgeting* எனப்படுகிற எதற்கு எவ்வளவு செலவிடுவது என்று திட்டமிடும் பணியைக் கையில் காசு குறைவாக இருக்கிறவர்கள்தான் செய்யவேண்டும் என்றில்லை. தாராளமாகக் காசு புழங்குகிற, எண்ணி எண்ணிச் செலவு செய்யவேண்டிய கட்டாயம் இல்லாதவர்கள்கூட இதைச் செய்யலாம், செய்யவேண்டும். இதன்மூலம் அவர்களுடைய செலவுகள் சரியான இடங்களுக்குச் செல்லும், வாழ்க்கை வசதியாக இருக்கும், அதே நேரம், வருங்காலத்துக்கான சேமிப்பும் முதலீடும் பெருகும்.

நம் நாட்டில் ஒவ்வோர் ஆண்டும் ஒன்றிய நிதி அமைச்சர் பாராளுமன்றத்தில் பட்ஜெட்டை, அதாவது, வரவு, செலவுத் திட்டத்தைத் தாக்கல் செய்கிறார், அதுபற்றி விரிவான விவாதங்கள்

நடைபெறுகின்றன. இதேபோல் ஒவ்வொரு மாநிலத்திலும் பட்ஜெட் தாக்கல் செய்யப்படுகிறது. இந்த பட்ஜெட்களில் என்ன இருக்கிறது என்று பார்த்தால், முதன்மையாக இரண்டு விஷயங்கள்தான்:

- *அரசாங்கத்துக்கு எங்கெங்கிருந்து (எந்த வழிகளில்) எவ்வளவு வருமானம் வருகிறது?*
- *அந்தப் பணத்தை அரசாங்கம் எங்கெங்கு எவ்வளவு செலவு செய்யப்போகிறது?*

அரசாங்கமும் பெரிய நிறுவனங்களும் கோடிகளில் போடுகிற இந்தக் கணக்கை நீங்களும் நானும் லட்சங்களிலோ ஆயிரங்களிலோ போடலாம். அதாவது, நம் வீட்டுக்கான வரவு, செலவுத் திட்டத்தை உருவாக்கலாம், அதைச் செயல்படுத்தலாம், சிக்கல்களைக் கண்டறிந்து தீர்க்கலாம்.

நான் சிறுவனாக இருந்தபோது, ஒவ்வொரு மாதமும் முதல் நாளன்று என் தந்தையும் தாயும் தங்களுடைய சம்பளப் பணத்தை எடுத்துவைத்துக்கொண்டு வீட்டுக்கான பட்ஜெட் போடுவதைப் பார்த்திருக்கிறேன். அவர்கள் இதற்கென்று சில தடிமனான உறைகளை வைத்திருந்தார்கள். அவற்றில் மளிகைப்பொருள், பால், காய்கறி, பேருந்து, பெட்ரோல் என்பதுபோன்ற செலவுவகைகளின் பெயர்கள் எழுதப்பட்டிருக்கும். இவை ஒவ்வொன்றுக்கும் மாதந்தோறும் எவ்வளவு செலவாகும் என்பது அவர்களுக்குக் குத்துமதிப்பாகத் தெரியும். ஒருவேளை, அந்தக் குறிப்பிட்ட மாதத்தில் ஏதாவது செலவுகள் ஏறும், இறங்கும் என்றால் அவர்கள் இருவரும் அதைப்பற்றிப் பேசுவார்கள், இதற்கு எவ்வளவு ஒதுக்கலாம் என்று தீர்மானிப்பார்கள், அதன்படி பணத்தை எடுத்து எண்ணி உறைக்குள் போடுவார்கள்.

இன்றைய டிஜிட்டல் உலகத்தில் இதையெல்லாம் நினைத்தால் சிரிப்பாக இருக்கிறது. ஆனால், அன்றைக்கு அவர்கள் அப்படித்தான் வீட்டுச் செலவுகளைத் திட்டமிட்டார்கள். பாலுக்கு நூறு ரூபாய் என்றால் அந்த உறைக்குள் இரண்டு ஐம்பது ரூபாய் நோட்டுகள் போகவேண்டும். அடுத்த நாள் காலை பால்காரர் மணி அடிக்கும்போது சரியாக அந்த உறையிலிருந்து பணத்தை எடுத்து அவரிடம் கொடுக்கவேண்டும். இப்படி ஒவ்வொரு செலவுக்குமான தொகை அந்தந்த உறைக்குள்ளிருந்துதான்

வரவேண்டும். ஒருபோதும் உறை தாண்டிய தீவிரவாதம் கூடாது. அடுத்த மாதச் சம்பளம் வரும்வரை அந்த உறைகள்தான் எங்கள் வீட்டை வழிநடத்தும் பொருளாதாரப் பொத்தான்கள்.

ஒருவேளை, 500 ரூபாய் என்று திட்டமிட்ட இடத்தில் 600 ரூபாய்க்குச் செலவு வந்துவிட்டால்?

அவ்வப்போது இதுபோல் எதிர்பாராத செலவுகள் வரும். நம்முடைய திட்டக் கணக்குகள் தவறாகிப் போகும். அதுபோன்ற நேரங்களில் சட்டென்று கை கொடுப்பதற்காக ஒரு நெருக்கடி நேர உறையையும் என் தந்தை வைத்திருந்தார். அதில் எவ்வளவு தொகை இருந்தது, அதை அவர் எப்படிக் கணக்கிட்டார் என்பதெல்லாம் அந்த வயதில் எனக்குத் தெரியவில்லை. ஆனால், ஏதாவது பணச் சிக்கல் வரும்போது அந்த உறையிலிருந்து பணத்தை எடுத்துச் செலவு செய்வார் என்பதும், பின்னர் அடுத்த மாதச் சம்பளம் வந்ததும் எடுத்த பணத்தை அதில் போட்டு நிரப்பிவிடுவார் என்பதும் எனக்குத் தெரியும்.

என் பெற்றோர் பெரிதாகப் படிக்கவில்லை, பணம் கொட்டும் வேலையிலும் இருக்கவில்லை. ஆனால், வீட்டின் செலவுகளைக் கணக்கிட்டுச் செய்யவேண்டும், யாரிடமும் கடன் வாங்கக்கூடாது என்கிற பொறுப்புணர்ச்சி அவர்களுக்கு இருந்தது. சரியான திட்டமிடலும் ஒழுங்கான பின்பற்றலும் அவர்களுக்குக் கைகொடுத்தன.

செலவுத் திட்டமிடுதலின் அடிப்படைகள் மிக எளிமையானவை:

1. மாதந்தோறும் நம்முடைய கையில் நிற்கும் வருமானம் எவ்வளவு? (அதாவது, நம் மாத வருவாயிலிருந்து வரி, செலுத்தவேண்டிய கடன் தவணைகள், சேமிப்பு, முதலீடு போன்றவற்றைக் கழித்தபின் வரும் தொகை)
2. மாதந்தோறும் நாம் செய்யவேண்டிய செலவுகள் எவை (எடுத்துக்காட்டாக: மளிகைப் பொருட்கள், காய்கறி, போக்குவரத்து, மருத்துவம் போன்ற வகைகள்)
3. இவை ஒவ்வொன்றிலும் நாம் இந்த மாதத்தில் எவ்வளவு செலவு செய்யவேண்டியிருக்கும்? (எடுத்துக்காட்டாக: மளிகைப் பொருட்களுக்கு ரூ. 5000)

4. மேலுள்ள அனைத்துச் செலவுகளையும் கூட்டினால் வரும் தொகை என்ன?

இங்கு 4வது படியில் வரும் கூட்டுத்தொகை (மொத்தச் செலவுகள்) 1வது படியில் உள்ள தொகையைவிடக் (மொத்த வருவாய்) குறைவாக இருந்தால் மகிழ்ச்சி. அதன் பொருள், நாம் நம்மிடம் உள்ள பணத்தைக் கொண்டு எல்லாச் செலவுகளையும் செய்துவிடலாம்.

ஒருவேளை, மொத்தச் செலவுகள் மொத்த வருவாயைவிடக் கூடுதலாக இருந்துவிட்டால், நாம் இவை இரண்டுக்கும் நடுவில் உள்ள 2வது, 3வது படிகளைக் கவனிக்கவேண்டும். அதாவது, ஒவ்வொரு வகைக்கும் நாம் ஒதுக்கியிருக்கிற பணத்தைச் சற்று குறைக்க அல்லது நீக்க இயலுமா என்று சிந்திக்கவேண்டும்.

எடுத்துக்காட்டாக, பொழுதுபோக்குச் செலவுகளைக் குறைத்துக்கொள்ளலாம், அல்லது, தாற்காலிகமாக நிறுத்திவிடலாம், பாலில் 50மிலி தண்ணீர் ஊற்றிக் காய்ச்சலாம், சூப்பர் மார்க்கெட்டில் காய்கறிகளை வாங்காமல் சந்தைக்குப் போய்வரலாம், சில நாட்கள் அலுவலகத்துக்குக் காரில் செல்லாமல் பேருந்தில் செல்லலாம்...

இதுபோன்ற செலவுக் கட்டுப்பாடுகளை, குறைத்தல்களை, நிறுத்தல்களை எண்ணிப் பார்ப்பதற்குச் சற்றுச் சங்கடமாகத்தான் இருக்கும். 'இதெல்லாம் ஒரு வாழ்க்கையா?' என்று கடுப்பாக வரும். ஆனால், இது மூளையால் சிந்திக்கவேண்டிய நேரம். இதயத்தால் சிந்திக்கக்கூடாது. ஏனெனில், இப்போது நமக்கு வேறு வழியில்லை, இப்படி எங்கிருந்தாவது எடுத்து எங்காவது நிரப்பித்தான் மொத்தச் செலவுகளை மொத்த வருவாய்க்குக் கீழே கொண்டுவரவேண்டும்.

இப்படி நம் கட்டுப்பாட்டில் உள்ள எல்லாவற்றையும் செய்தபிறகும் செலவு வரவுக்குமேல் நிற்கிறது என்றால், மற்ற வழிகளைச் சிந்திக்கலாம்:

- இந்த மாதம் நம் வருவாயைச் சற்று உயர்த்த ஏதேனும் வழி உண்டா? (எடுத்துக்காட்டாக: அலுவலகத்தில் கூடுதல் நேரம் வேலை செய்து சம்பாதிப்பது, நம்மிடம் உள்ள பயன்படாத ஒரு பொருளை விற்பது... இப்படி)

- ஏதாவது செலவை அடுத்த மாதத்துக்குத் தள்ளிப்போட இயலுமா? (எடுத்துக்காட்டாக: வாடகையை அடுத்த மாதம் சேர்த்துக் கொடுத்துவிடுகிறேன் என்று சொன்னால் வீட்டு உரிமையாளர் ஒப்புக்கொள்வாரா?)
- இதுபோன்ற நெருக்கடிகளுக்கென்று நாம் ஏதாவது பணத்தை எடுத்துவைத்திருக்கிறோமா? ஆம் எனில், அதிலிருந்து சிறிது பணத்தை எடுத்துக்கொள்ளலாம். ஆனால், எடுத்த பணத்தைத் திரும்ப நிரப்புவது எப்படி? எப்போது?
- யாரிடமாவது கடன் வாங்க இயலுமா? ஆம் எனில், அதை எப்படி, எப்போது திரும்பச் செலுத்துவது? அந்தக் கடனுக்கு வட்டி உண்டா? எவ்வளவு வட்டி? இந்தக் கூடுதல் செலவு அடுத்தடுத்த மாதத் திட்டங்களை எப்படிப் பாதிக்கும்?

ஒரு வீட்டில் வரவுக்கும் செலவுக்கும் பொருத்தமில்லை என்றால், அது வாழ்க்கைத் தரத்தின் எல்லா அம்சங்களையும் கடுமையாகப் பாதிக்கும். அதை உடனடியாகக் கவனித்துச் சரிசெய்யாவிட்டால் நிலைமை இன்னும் சிக்கலாகிவிடும். அதனால், கசப்பான மருந்துகளை மூக்கைப் பிடித்துக்கொண்டு குடிக்கத்தான் வேண்டும். ஒருபக்கம் தாற்காலிக மாற்றங்கள், திருத்தங்களின்மூலம் வீட்டின் பொருளாதார நிலையைச் சரிசெய்தபடி, இன்னொருபக்கம் இந்தச் சிக்கல்களை நிரந்தரமாகத் தீர்ப்பதற்கான வழிகளைச் சிந்திக்கவேண்டும்.

குறிப்பாக, இதில் வீட்டில் உள்ள எல்லாரும் பங்கேற்கவேண்டும். ஒருவர் சிக்கனமாகவும் இன்னொருவர் கண்டபடியும் செலவழித்துக்கொண்டிருந்தால் நிலைமை கட்டுக்குள் வராது.

அதனால், வரவு என்ன, செலவு என்ன, எவ்வளவு துண்டு விழுகிறது, அதை எப்படிச் சரிசெய்யலாம், அதற்கு ஒவ்வொருவரும் என்ன செய்யலாம் என்றெல்லாம் பெரியவர்கள் வெளிப்படையாகப் பேசவேண்டும். இந்த உரையாடலின் சாரத்தைக் குழந்தைகளுக்கும் சொல்லிப் புரியவைக்கலாம். அப்போதுதான் அவர்களும் வீட்டின் நிலைமையைப் புரிந்துகொண்டு பொறுப்புடன் நடக்க வாய்ப்பு உண்டாகும்.

★★★

21. நெருக்கடி நேர நிதி

வரும் நவம்பர் மாதத்தில் இந்தியக் கிரிக்கெட் அணி ஆஸ்திரேலியாவுக்குச் சென்று பல போட்டிகளில் விளையாடவுள்ளது. இதற்கெனச் சுமார் 16 பேர் கொண்ட ஓர் அணியைத் தேர்ந்தெடுக்கப்போகிறார்கள்.

16 பேரா? பொதுவாக ஒரு கிரிக்கெட் அணியில் 11 பேர்தானே விளையாடுவார்கள்? கூடுதலாக 5 பேர் எதற்கு?

ஒவ்வொரு போட்டியிலும் இந்திய அணியில் விளையாடப்போவது 11 பேர்தான். ஆனால் அதற்காகச் சரியாக 11 பேரை ஆஸ்திரேலியாவுக்கு அனுப்பமுடியாது. இவர்களில் யாருக்காவது உடம்பு சரியில்லாமல் போகலாம், அடிபடலாம், அல்லது, அவர்கள் சரியாக விளையாடாமல் சொதப்பலாம்... இதுபோன்ற சூழ்நிலைகளில் மீதமுள்ள ஐந்து பேரைப் பயன்படுத்திக் கொள்வார்கள்.

ஆக, 11 பேர் தேவைப்படும் இடத்தில் 16 பேரை அனுப்பிவைப்பது ஒருவிதமான பாதுகாப்பு ஏற்பாடு. தேவைக்குமேல் கூடுதலாக ஐந்து பேரை அவ்வளவு தொலைவுக்கு விமானத்தில் அனுப்பிவைத்து, நட்சத்திர விடுதியில் தங்கவைத்து, எல்லா வசதிகளையும் செய்துகொடுத்துக் கூடுதலாக அவர்களுக்குச் சம்பளமும் கொடுப்பது வீண் செலவு என்று நாம் நினைக்கலாம். ஆனால்,

மேற்சொன்னதுபோல் ஏதாவது சிக்கல் வந்துவிட்டால் அந்த நேரத்தில் கையைப் பிசைந்துகொண்டு நிற்காதபடி இந்தப் பாதுகாப்பு ஏற்பாடுதான் அணிக்குக் கை கொடுக்கும்.

இதுபோன்ற பாதுகாப்பு ஏற்பாடுகளை நாம் பல இடங்களில் பார்க்கிறோம்:

- கார்களின் பின்பகுதியில் கூடுதலாக ஒரு சக்கரத்தை நன்கு காற்றேற்றி ஆயத்தமாக வைத்திருப்பார்கள். அதன்பிறகு, சாலையில் ஓடும் நான்கு சக்கரங்களில் ஏதாவது ஒன்று பஞ்சராகிவிட்டால் சட்டென்று அதற்குப்பதில் இந்தச் சக்கரத்தை மாற்றிக்கொள்வார்கள்.
- வெளியூர்களுக்குச் செல்லும்போது பயணச் செலவுகளுக்குத் தேவைப்படும் தொகையைவிடக் கூடுதலாக ஆயிரமோ, இரண்டாயிரமோ எடுத்துச்செல்கிறோம். அதை வழக்கமான பர்ஸில் வைக்காமல் வேறு ஓர் இடத்தில் வைக்கிறோம். ஒருவேளை, பர்ஸ் தொலைந்துவிட்டால் இந்தத் தொகை நமக்கு உதவுகிறது
- இரண்டு சிம் கார்டு உள்ள தொலைபேசிகளில் பெரும்பாலும் நாம் முதல் சிம் கார்டைத்தான் பேசப் பயன்படுத்துகிறோம். ஆனால், என்றைக்காவது அந்தக் குறிப்பிட்ட இணைப்பு சரியாகக் கிடைக்காமல் சொதப்பும்போது இரண்டாவது சிம் கார்டு பயன்படுகிறது
- நம்முடைய PAN அட்டை, ஆதார் அட்டை போன்ற முக்கியமான ஆவணங்களைப் புகைப்படம் எடுத்து மின்னஞ்சலில் சேமித்துவைத்துக்கொள்கிறோம். எப்போதாவது வெளியில் இருக்கும்போது திடீரென்று ஓர் ஆவணம் தேவைப்பட்டால் பதறவேண்டியதில்லை. மின்னஞ்சல் பெட்டியிலிருந்து அதை எடுத்துக் காண்பித்துவிடலாம்.

கொஞ்சம் யோசித்தால் அன்றாட வாழ்க்கையில் இப்படி நூற்றுக்கணக்கான பாதுகாப்பு ஏற்பாடுகளைப் பட்டியலிடமுடியும். எல்லாம் நாம் நினைத்தபடி நடக்கும் என்கிற உத்தரவாதம் இல்லாத சூழ்நிலையில், எந்த நேரத்திலும் எதுவும் நடக்கலாம் என்று நம்புவதும் அதற்கேற்ப ஆயத்தமாகிக்கொள்வதும்தான் அறிவார்ந்த செயல்கள். அதாவது, நாம் *Plan A* எனப்படும்

முதன்மையான திட்டத்தைமட்டும் நம்பாமல் *Plan B* எனப்படும் மாற்றுத் திட்டத்தையும் சிந்தித்து அதற்கேற்ற ஏற்பாடுகளைச் செய்துகொண்டுவிடவேண்டும்.

பெரும்பாலான நேரங்களில் *Plan B* நமக்குப் பயன்படப்போவதில்லை. ஆனால், நம்மிடம் *Plan B* இருக்கிறது என்கிற நம்பிக்கை உணர்வு நம்மைப் பதற்றமின்றிச் செயல்படவைக்கும், *Plan A*ஐ இன்னும் சிறப்பாகச் செய்யவைக்கும்.

நிதி மேலாண்மையைப் பொறுத்தவரை, *Plan A* என்பது உங்களுடைய சம்பளம், அல்லது, தொழிலின்மூலமோ வாடகையாகவோ மற்ற வழிகளிலோ உங்களுக்குக் கிடைக்கிற வருமானம். அதை நம்பித்தான் நீங்கள் உங்களுடைய எல்லாச் செலவுகளையும் திட்டமிடுகிறீர்கள், 99% சூழ்நிலைகளில் அதைச் சிறப்பாகச் செயல்படுத்திவிடுகிறீர்கள்.

ஆனால், மீதமிருக்கும் அந்த 1% உங்கள் மனத்தை உறுத்திக்கொண்டே இருக்கும். ஒருவேளை, திடீரென்று நம் வேலைக்கு ஒரு சிக்கல் வந்துவிட்டால்? ஒருவேளை, அடுத்த மாதச் சம்பளம் சில மாதங்கள் தாமதமாக வந்தால்? ஒருவேளை, எதிர்பாராதவிதமாக ஒரு பெரிய செலவு வந்துவிட்டால்?... இப்படிப் பலப்பல 'ஒருவேளை'கள் நம்மைக் குழப்பத்திலும் கலக்கத்திலும் ஆழ்த்துகின்றன. அதைத் தவிர்த்து நாம் நிம்மதியாகச் செயல்படவேண்டுமென்றால், நமக்கு ஒரு *Plan B* தேவை.

அதாவது, வழக்கமான வருவாய் மூலம் சிறிது காலத்துக்குத் தடைப்பட்டாலும் திகைத்து நிற்கவேண்டியதில்லை, இன்னொருவரிடம் சென்று கையேந்தவேண்டியதில்லை, அந்த எதிர்பாராத சூழ்நிலைக்குத் தேவையான பணத்தை வேறோர் இடத்திலிருந்து பெற்றுக்கொள்ளலாம்... இதுதான் நம்முடைய *Plan B*. இதைச் சரியாகச் சிந்தித்துத் திட்டமிட்டுவிட்டால், கீழே வலுவான பாதுகாப்பு வலை இருக்கிறது என்கிற துணிச்சலில் மேலே அங்குமிங்கும் பாய்ந்து கலக்குகிற சர்க்கஸ் கலைஞர்களைப்போல் நாம் தன்னம்பிக்கை கொண்டவர்களாகிவிடுவோம், பதற்றமின்றி நம் வேலைகளை இன்னும் சிறப்பாகச் செய்வோம்.

'Emergency Fund', அதாவது நெருக்கடி நேர நிதி எனப்படும் இந்த *Plan B*ஐத் திட்டமிடுவதற்குமுன்னால், நாம் நம்முடைய மாதச்

செலவுகளைக் கூர்ந்து கவனித்திருக்கவேண்டும், ஒரு மாதத்துக்கும் நமக்குச் சராசரியாக எவ்வளவு செலவாகிறது என்று ஓரளவு துல்லியமாகப் புரிந்துகொண்டிருக்கவேண்டும். அப்போதுதான் அந்த நெருக்கடி நேர நிதியின் அளவை நம்மால் கணக்கிட முடியும்.

எடுத்துக்காட்டாக, ஒரு குடும்பம் மாதந்தோறும் முப்பதாயிரம் ரூபாய் செலவு செய்கிறது. அந்தக் குடும்பத்தின் தலைவர் தங்களுடைய ஆறு மாதச் செலவுகளுக்குத் தேவையான தொகையை நெருக்கடி நேர நிதியாக எடுத்துவைக்க விரும்புகிறார். அப்படியானால், அவருக்குத் தேவையான தொகை *6 × ரூ. 30,000 = ரூ. 1,80,000.*

அதென்ன ஆறு மாதக் கணக்கு?

பொதுவாக நம் வழக்கமான வருவாய்க்கு, அதாவது, *Plan A*க்கு வருகிற ஆபத்துகள் தாற்காலிகமானவை. அவை அடுத்த ஓரிரு மாதங்களுக்குள் சரியாகிவிடும் என்று நம்பலாம். அதனால், ஆறு மாதச் செலவுகளுக்குத் தேவையான தொகை கைவசம் இருந்துவிட்டால் அதை *Plan B* என்று எடுத்துக்கொள்ளலாம்.

ஒருவேளை, அந்த நெருக்கடி ஒன்பது மாதங்களுக்கோ ஓராண்டைத் தாண்டியோ நீடித்தால்?

அதற்கும் வாய்ப்பு உண்டுதான். ஆனால், அதுபோன்ற பெரிய நெருக்கடிகள் மிக மிக அரிதாகத்தான் வருகின்றன. அந்தச் சூழ்நிலைகளில் நாம் வேறு திட்டங்களைச் *(Plan C)* சிந்திக்கவேண்டியிருக்கும்.

எடுத்துக்காட்டாக, ஒருவருக்கு வேலை போய்விட்டது. பல மாதங்களாக முயன்றும் இன்னொரு வேலை கிடைக்கவில்லை என்றால், அவர் முதல் ஆறு மாதங்களுக்குத் தன்னுடைய நெருக்கடி நேர நிதியை எடுத்துச் செலவுசெய்வார். அதன்பிறகு, நீண்டகாலச் சேமிப்பைத் தொடுவார், அல்லது, அவருடைய வீட்டில் இன்னொருவர் வேலைக்குச் சென்று வருமானத்தைப் பெற முயல்வார்கள்... இதுபோல் சூழ்நிலைக்கேற்பத் தீர்மானித்துக் கொண்டு செயல்படவேண்டியதுதான்.

ஆக, ஆறு மாதச் செலவுகளை நெருக்கடி நேர நிதியாக எடுத்துவைப்பது ஒரு நல்ல பழக்கம். 'ம்ஹூம், இது போதாது' என்று நினைக்கிறவர்கள் அதை 9 மாதமாகவோ, ஓராண்டாகவோ நீட்டிக்கொள்ளலாம்.

இந்த நெருக்கடி நேர நிதியை எங்கே எடுத்துவைக்க வேண்டும்?

நெருக்கடி நேர நிதியின் முதல் மற்றும் ஒரே நோக்கம், நெருக்கடி வரும்போது அது உங்களுக்குச் சட்டென்று கிடைக்கவேண்டும். அதனால், இந்தத் தொகையை ஏழு கடல், ஏழு மலை தாண்டி எங்கோ இருக்கும் ஒரு வங்கியில் போட்டுவைக்கக்கூடாது, நிறைய வட்டி வரும் என்று யாருக்காவது கடன் கொடுக்கக்கூடாது, பங்குச்சந்தை விறுவிறுவென்று ஏறுகிறது என்று அங்கே முதலீடு செய்யக்கூடாது, ஐந்து ஆண்டுகளுக்குத் திரும்ப எடுக்கமுடியாதபடி தடை செய்கிற திட்டங்களில் சிக்கவைக்கக்கூடாது, தங்கம், வெள்ளி, நிலம் போன்ற எளிதில் விற்கமுடியாத சொத்துகளில் அதை முடக்கக்கூடாது... சுருக்கமாகச் சொல்வதென்றால், அது வெறும் பணமாக உங்களுக்குக் கைக்கெட்டும் தொலைவில் இருக்கவேண்டும்.

அப்படியானால் அந்தப் பணத்தை வீட்டுக்குள்ளேயே ஒரு பெட்டியில் போட்டுப் பூட்டிவைத்துவிடலாமா?

செய்யலாம். ஆனால், அதைவிட நல்ல யோசனை, வீட்டுக்கு அருகிலுள்ள ஒரு வங்கியில் ஓர் எளிமையான சேமிப்புக் கணக்கு தொடங்கி அங்கு அந்தப் பணத்தைப் போட்டுவைத்துவிடலாம். அதற்கு வருகிற வட்டி மிகவும் குறைவாகதான் இருக்கும். ஆனால், உங்களுக்குத் தேவைப்படும்போது சட்டென்று வங்கிக் கிளைக்கோ ATMக்கோ சென்று பணத்தை எடுத்துப் பயன்படுத்தலாம். நமக்கு அதுதானே முக்கியம்?

இன்னொரு வங்கிக் கணக்கெல்லாம் எதற்கு? ஏற்கெனவே உள்ள வங்கிக் கணக்கிலேயே ஒரு மூலையில் இந்தத் தொகையையும் போட்டுவைக்கக்கூடாதா?

கண்டிப்பாகக் கூடாது. வழக்கமாகச் செலவு செய்கிற கணக்கு வேறு, நெருக்கடி நேர நிதிக் கணக்கு வேறு. அதைத் தனியாக இன்னொரு வங்கிக் கணக்கில் எடுத்துவைக்கத்தான் வேண்டும்.

இல்லாவிட்டால் ஏதாவது ஒரு சூழ்நிலையில் நம்மையும் அறியாமல் நெருக்கடி நேர நிதியில் கை வைத்துவிடுவோம்.

அடுத்து, நெருக்கடி நேர நிதியைக் கண்ட நேரத்தில் தொடக்கூடாது. உண்மையான நெருக்கடி வந்தால்தான் அதை எடுத்துப் பயன்படுத்தவேண்டும்.

நெருக்கடி என்பதன் வரையறை ஒவ்வொருவருக்கும் ஒவ்வொருமாதிரி இருக்கலாம். அதனால், உங்கள் வீட்டைப் பொறுத்தவரை நெருக்கடி என்றால் என்ன, எப்போது இந்தத் தொகையைத் தொடலாம் என்று உங்களுக்குள் ஒரு விதிமுறை போட்டுக்கொள்ளுங்கள். குறிப்பாக, கணவர், மனைவிக்கிடையில் இந்த விஷயத்தில் தெளிவான புரிந்துகொள்ளல் இருக்கவேண்டும். நெருக்கடி நேர நிதி கைக்கெட்டும் தொலைவில் இருக்கிறது என்பதற்காகக் கண்ட செலவுகளுக்கும் அதில் கை வைக்கக்கூடாது.

சரி, உண்மையான நெருக்கடி வந்துவிட்டது. அப்போது நெருக்கடி நேர நிதியை எப்படி எடுத்துச் செலவுசெய்வது?

முதலில், நெருக்கடி நேர நிதி என்பது அமுதசுரபி இல்லை, அது ஒரு வரையறுக்கப்பட்ட தொகை என்பதை மனத்தில் கொள்ளவேண்டும். அதாவது, உங்களிடம் ஒரு குறிப்பிட அளவு பணம்தான் உள்ளது. அதை அந்த நெருக்கடி முடியும்வரை இயன்ற அளவு சிக்கனமாகச் செலவுசெய்யவேண்டும். அந்த நேரத்தில் ஒவ்வொரு ரூபாயும் ஆயிரம் ரூபாய்க்குச் சமம் என்பதால், வீண் செலவுகளைக் கண்டிப்பாகத் தவிர்க்கவேண்டும்.

அடுத்து, நெருக்கடி தீர்ந்தவுடன், அந்த நெருக்கடி நேர நிதியைப் பழைய நிலைக்கு உயர்த்துவதற்குத் திட்டமிடவேண்டும். எடுத்துக்காட்டாக, ஐந்து லட்சம் நெருக்கடி நேர நிதியாக வைத்திருந்த ஒருவர் ஒரு குறிப்பிட்ட நெருக்கடியின்போது அதில் இரண்டு லட்சத்தை எடுத்துச் செலவழித்திருக்கிறார் என்றால், அவருடைய நெருக்கடி நேர நிதி இப்போது மூன்று லட்சமாகக் குறைந்திருக்கும். அதனால், மீதமுள்ள இரண்டு லட்சத்தை இட்டு நிரப்புவதற்கு அவர் திட்டமிடவேண்டும். அப்போதுதான் அது அடுத்த நெருக்கடியின்போது உதவும்.

அதேபோல், நீங்கள் பல ஆண்டுகளாக நெருக்கடி நேர நிதியைத் தொடவே இல்லை என்றாலும், பணவீக்கத்தினால் அதன் மதிப்பு

குறைந்திருக்கும். அதாவது, இந்தக் காலகட்டத்தில் நீங்கள் பயன்படுத்தும் பொருட்கள், சேவைகளின் மதிப்பு உயர்ந்திருக்கும், அதனால் உங்களுடைய மாதச் செலவுகள் கூடியிருக்கும். அதனால், உங்களுடைய பழைய ஆறு மாத நெருக்கடி நேர நிதி இப்போது நான்கு மாதத்துக்குத்தான் போதும். இதுபோன்ற சூழ்நிலைகளிலும் நீங்கள் அந்தத் துண்டு விழுகிற தொகையைத் திட்டமிட்டு நிரப்பவேண்டும்.

ஆனால், நான் இப்போதுதான் வேலை செய்யத் தொடங்கியிருக்கிறேன். அல்லது, என் சம்பளம் மிகவும் குறைவு. ஆறு மாதச் செலவுகளுக்குத் தேவையான தொகை என்னிடம் இப்போது இல்லை. நான் என்ன செய்வது?

எல்லாப் பெருஞ்சொத்துகளும் ஒரு ரூபாயில்தான் தொடங்குகின்றன. அதனால், இப்போதைக்கு உங்களிடம் கூடுதலாக இருக்கும் சேமிப்பைக் கொண்டு ஒரு நெருக்கடி நேர நிதிக் கணக்கைத் தொடங்குங்கள். அதன்பிறகு நீங்கள் சேமிக்கும் தொகையையெல்லாம் அதில் கொஞ்சங்கொஞ்சமாகச் சேருங்கள். ஆறு மாதச் செலவுகள் என்ற இலக்கை எட்டியதும் 'ஹையா, ஜாலி' என்று ஒரு குத்தாட்டம் போட்டுவிட்டு அந்தக் கணக்கை மறந்துவிடுங்கள். அதன்பிறகு, உங்கள் வாழ்க்கையில் உண்மையான ஒரு நெருக்கடி வரும்வரை அப்படி ஒரு கணக்கு இருப்பதே உங்களுக்குத் தெரியக்கூடாது. அதில் இருக்கும் பணத்தை வேறு எதற்காகவும் நீங்கள் பயன்படுத்தக்கூடாது.

சுருக்கமாகச் சொல்வதென்றால், எந்த நேரத்திலும் நம்முடைய ஆறு மாதச் செலவுகளுக்கான தொகை நெருக்கடி நேர நிதியில் பாதுகாப்பாக இருக்கவேண்டும். அதைச் சேமித்துத் தனியாக எடுத்துவைத்தபிறகுதான் மற்ற எல்லா முதலீடுகளைப்பற்றியும் சிந்திக்கவேண்டும். ஏனெனில், *Plan B* இல்லாவிட்டால் *Plan A*ஐ நிம்மதியாகச் செயல்படுத்தமுடியாது.

★★★

22. செலவுகள் பலவிதம்

ஒரு திருமணத்துக்கு நூறு பேர் வருகிறார்கள் என்றால், அந்தத் திருமணத்தை நடத்துகிறவர்கள் அந்த நூறு பேரையும் ஒரேமாதிரியாகத்தான் கவனிப்பார்களா?

கண்டிப்பாக இல்லை. அவர்கள் சிலரை இயல்பாக வரவேற்பார்கள், சிலரை இன்னும் கூடுதல் அக்கறையுடன் பார்த்துக்கொள்வார்கள், வேறு சிலரை விழுந்து விழுந்து கவனிப்பார்கள்.

வந்திருக்கிற எல்லாரும் விருந்தினர்கள்தான் எனும்போது, அவர்களைக் கவனிப்பதில் இப்படி ஒரு வேறுபாடு ஏன்? விருந்தினர்களில் சிலருக்குமட்டும் கூடுதல் கவனம் கிடைப்பது எதனால்?

இதற்குப் பல காரணங்கள் இருக்கலாம். சிலர் முதன்மையான உறவினர்களாக இருப்பார்கள், இன்னும் சிலர் அந்தத் திருமணத்துக்குப் பெரிய அளவில் உதவியிருப்பார்கள், வேறு சிலர் முந்தைய குடும்ப விழாவில் 'என்னை நீங்க சரியா மதிக்கவே இல்லை' என்று முகம் சுருக்கியிருப்பார்கள்... இப்படி வெவ்வேறு காரணங்களால் அவர்களையெல்லாம் இன்னும் நன்றாகக் கவனிக்கவேண்டும், மகிழ்ச்சியாக வைத்துக்கொள்ளவேண்டும், அவர்கள் ஏதேனும் குறை சொல்வதற்கு ஒரு வாய்ப்பைக் கொடுத்துவிடக்கூடாது என்று திருமண வீட்டார் நினைக்கக்கூடும்.

ஆக, ஒரு விழாவுக்கு வருகிற பலரில் யாரை எப்படிக் கவனிக்கவேண்டும் என்று நமக்குத் தெரியவேண்டுமென்றால், முதலில் நாம் அந்தப் பலரை வகைப்படுத்திப் புரிந்துகொள்ள வேண்டும். அப்போதுதான் இந்த வகைக்கு இப்படிப்பட்ட கவனிப்பு என்கிற தெளிவு நமக்குக் கிடைக்கும்.

நம்முடைய செலவுகளும் அப்படித்தான். எல்லாச் செலவுகளும் ஒன்றில்லை. ஒவ்வொன்றும் ஒவ்வொரு விதம். அதைப் புரிந்துகொண்டு செலவுகளைச் சரியான வகைபாட்டில் அடுக்கி, ஒவ்வொரு வகைபாட்டுக்கும் ஒவ்வொரு செயல்முறையைத் தீர்மானித்துக்கொண்டால் அவற்றைக் கையாள்வது மிக எளிதாகிவிடும்.

எடுத்துக்காட்டாக, நம்முடைய செலவுகளை அவை எப்போதெல்லாம் செய்யப்படுகின்றன என்கிற அடிப்படையில் இப்படிப் பிரிக்கலாம்:

- நாள்தோறும் செய்கிற செலவுகள் (எடுத்துக்காட்டு: பால் வாங்குதல்)
- வாரத்தில் ஓரிரு முறை செய்கிற செலவுகள் (எடுத்துக்காட்டு: காய்கறி வாங்குதல்)
- வாரந்தோறும் செய்கிற செலவுகள் (எடுத்துக்காட்டு: வண்டிக்குப் பெட்ரோல் போடுதல்)
- மாதத்தில் ஓரிரு முறை செய்கிற செலவுகள் (எடுத்துக்காட்டு: உணவகத்துக்குச் சென்று சாப்பிடுதல்)
- மாதந்தோறும் செய்கிற செலவுகள் (எடுத்துக்காட்டு: மின்சாரக் கட்டணம்)
- காலாண்டுதோறும், அதாவது, மூன்று மாதங்களுக்கு ஒரு முறை செய்கிற செலவுகள் (எடுத்துக்காட்டு: குழந்தையின் பள்ளிக் கட்டணம்)
- அரையாண்டுதோறும், அதாவது, ஆண்டுக்கு இரு முறை செய்கிற செலவுகள் (எடுத்துக்காட்டு: காப்பீட்டுப் பிரீமியம் செலுத்துதல்)

- ஆண்டுதோறும் செய்கிற செலவுகள் (எடுத்துக்காட்டு: சொத்து வரி செலுத்துதல்)
- எப்போதாவது (அதாவது, சில, பல ஆண்டுகளுக்கு ஒரு முறை) செய்கிற செலவுகள் (எடுத்துக்காட்டு: புதிய கார் வாங்குதல்)
- எதிர்பாராமல் செய்கிற செலவுகள் (எடுத்துக்காட்டு: மருத்துவக் கட்டணம்)

மேலுள்ள வகைபாடு ஓர் எடுத்துக்காட்டுதான். இதை நீங்கள் இன்னும் நுட்பமாகப் பிரிக்கலாம். அதேபோல், எந்தச் செலவு எந்த வகையில் வரும் என்பதும் நபருக்கு நபர் மாறுபடும். எடுத்துக்காட்டாக, நான் மாதத்தில் ஓரிரு நாட்கள் உணவகத்துக்குச் சென்று சாப்பிடுவதாகச் சொல்கிறேன், நீங்கள் வாரந்தோறும் உணவகத்தை நாடுகிறவராக இருக்கலாம். எப்படி வரவுகள் ஒவ்வொருவருக்கும் தனித்துவமானவையோ, அதேபோல்தான் செலவுகளும்.

அதனால், உங்களுடைய செலவுகளைச் சற்றுக் கூர்ந்து பார்த்து, உங்களுக்குச் சரி என்று தோன்றுகிறபடி வகைப்படுத்துங்கள். அவை ஒவ்வொன்றையும் எப்படிக் கையாள்வது என்று யோசியுங்கள்.

எடுத்துக்காட்டாக, நீங்கள் நாள்தோறும் கடைக்குச் சென்று பால் வாங்குகிறவர் என்றால் அதற்குக் கையிலுள்ள பணத்தைப் பயன்படுத்துவீர்கள், அப்படியானால் அதற்கேற்ப மாதத்துக்கு ஒரு நாளோ, வாரத்துக்கு ஒருநாளோ நீங்கள் ATMக்குச் செல்லவேண்டும், உங்கள் வங்கிக் கணக்கிலிருந்து பால் வாங்கத் தேவையான அளவு பணத்தை எடுத்துப் பர்ஸில் வைக்கவேண்டும். இல்லாவிட்டால், தேவையான நேரத்தில் பணம் தீர்ந்துவிடும், சுடச்சுடக் காஃபி கிடைக்காது.

இன்னொருவரும் உங்களைப்போல் நாள்தோறும் கடைக்குச் சென்று பால் வாங்குகிறார். ஆனால், 'நான் பர்ஸையே தொடுவதில்லை, கடையிலுள்ள QR குறியீட்டை ஸ்கேன் செய்து டிஜிட்டல் முறையில் பணம் செலுத்திவிடுவேன்' என்கிறார். அவர் அவ்வப்போது ATMக்கு ஓடவேண்டியதில்லை. ஆனால், மாதம்முழுக்கப் பால் வாங்கவேண்டிய தொகையை வங்கிக் கணக்கில் வைத்திருக்கவேண்டும், அதை ஸ்கேன் செய்து

செலுத்துவதற்குச் சரியான நேரத்தில் மொபைல் ஃபோனை ரீசார்ஜ் செய்யவேண்டும்.

யோசித்துப்பார்த்தால் நம்முடைய எல்லாச் செலவுகளிலும் இதுபோன்ற சிக்கல்கள் இருக்கின்றன. நல்லவேளையாக, நாம் இதைப்பற்றி மிகவும் அலட்டிக்கொள்ளவேண்டியதில்லை. நம்முடைய பெரும்பாலான செலவுத் தீர்மானங்களை எடுப்பதற்கு நம்மை நாமே இந்தக் கேள்விகளைக் கேட்டுக்கொண்டால் போதும்:

- என்னுடைய மாதச் செலவுகள் குத்துமதிப்பாக எவ்வளவு?
- இதில் நான் கையிலிருந்து கொடுக்கவேண்டிய ரொக்கப் பணம் எவ்வளவு? வங்கியிலிருந்து நேரடியாகச் செல்லும் டிஜிட்டல் பணம் எவ்வளவு?
- மாதந்தோறும் என்னுடைய சம்பளத்திலிருந்து அல்லது மற்ற வருவாயிலிருந்து வரி, கடனுக்குச் செலுத்தவேண்டிய தவணைத் தொகைகளையெல்லாம் கழித்தபிறகு மீதமுள்ள தொகை இதற்குப் போதுமா? போதாது என்றால் என்னுடைய மாற்று ஏற்பாடு என்ன?
- மாதச் செலவுகளுக்கு நான் எப்போது பணம் எடுப்பேன்? எவ்வளவு எடுப்பேன்? எத்தனை முறை எடுப்பேன்?
- இந்தச் செலவுகள் அனைத்தையும் நான்தான் செய்கிறேனா? இல்லை எனில், மற்றவர்கள் (எடுத்துக்காட்டாக: கணவர், மனைவி, தந்தை, தாய், உடன்பிறந்தவர்கள், குழந்தைகள்) எந்தெந்தச் செலவுகளைச் செய்கிறார்கள்? அதற்கு நான் அவர்களுக்கு எப்போது, எவ்வளவு பணம் கொடுக்கவேண்டும்?

இன்றைய டிஜிட்டல் உலகத்தில் ரொக்கப் பணத்தின் பயன்பாடு மெல்லக் குறைந்துகொண்டிருக்கிறது. அதனால், நாமும் இந்த நவீன கருவிகளை, அதாவது, இணைய வங்கிச் சேவை, மொபைல் வங்கிச் சேவை, நிதிச் செயலிகள் போன்றவற்றைக் கற்றுக்கொள்வது நல்லது. இதன்மூலம், மாதம்முழுவதும் போதுமான பணம் கையில் இருக்கிறதா என்கிற பதற்றம் குறையும்.

அத்துடன், இதில் இன்னொரு கொசுறு நன்மையும் உண்டு. ரொக்கப் பணத்தைப் பயன்படுத்தும்போது பல இடங்களில் சரியான சில்லறை கிடைக்காது. அல்லது, அந்தப் பணத்துக்கு

ஏதாவது ஆரஞ்சு மிட்டாயை உங்கள் தலையில் கட்டிவிடுவார்கள். டிஜிட்டல் பணம் செலுத்தலில் இந்தச் சிக்கல் இல்லை.

ஆனால் ஒன்று, டிஜிட்டல் நிதிப் பரிமாற்றங்களில் மோசடிக்கு வாய்ப்புகள் உள்ளன. அதையெல்லாம் ஒழுங்காகத் தெரிந்து கொண்டு மிகுந்த கவனத்துடன்தான் இதையெல்லாம் பயன்படுத்த வேண்டும். அது உங்களுக்குப் புரியவில்லை என்றால், அல்லது, சரிப்படாது என்றால், மாதத்தில் ஒரு நாளோ இரண்டு நாளோ போதுமான அளவு பணத்தை எடுத்துப் பர்ஸில் வைத்துக்கொண்டுவிடுவது நல்லது.

மாதந்தோறும் செய்யவேண்டிய செலவுகள், குறிப்பாக, அரசாங்க, தனியார்க் கட்டணங்களுக்கென்று ஓர் அட்டவணை அல்லது நினைவூட்டல் பட்டியல் *(Reminder List)* போட்டுக்கொள்வது மிகவும் பயனுள்ளதாக இருக்கும். எடுத்துக்காட்டாக:

- 1ம் தேதி: வாடகை
- 5ம் தேதி: மின்சாரக் கட்டணம்
- 6ம் தேதி: DTH கட்டணம்
- 12ம் தேதி: கணவருடைய செல்ஃபோன் கட்டணம்
- 24ம் தேதி: மனைவியுடைய செல்ஃபோன் கட்டணம்
- 25ம் தேதி: கடன் அட்டைக் கட்டணம்

மேலுள்ளதுபோன்ற ஓர் அட்டவணையைத் தயாரிப்பதற்கு மிஞ்சிப்போனால் ஐந்து நிமிடம்தான் ஆகும். ஒருவேளை, நீங்கள் இதில் எதையாவது மறந்துவிட்டாலும் பரவாயில்லை, பின்னர் சேர்த்துக்கொள்ளலாம். முதலில் உங்களுக்குச் சட்டென்று நினைவுக்கு வருகிறவற்றைத் தொகுத்து ஒரு தாளில் எழுதுங்கள். அதை முகம் பார்க்கும் கண்ணாடியில் அல்லது குளிர்ப்பெட்டியின் கதவில் அல்லது வண்டிச் சாவியை மாட்டுகிற இடத்தில் என்று நீங்கள் நாள்தோறும் பார்க்கிற ஓர் இடத்தில் ஒட்டிவையுங்கள். அப்போதுதான் அதைப் பார்க்கும்போதெல்லாம் இந்தச் செலவுகள் நினைவில் நிற்கும்.

அதன்பிறகு, ஒவ்வொரு செலவாகச் செய்ததும் அதை இந்தப் பட்டியலிலிருந்து அடித்துவிடுங்கள். மாதம் முடிந்ததும், அந்தத்

தாளை இன்னொரு தாளில் அப்படியே காப்பியடித்து அடுத்த மாதத்துக்குப் பயன்படுத்திக்கொள்ளுங்கள். அவ்வளவுதான்.

சிலர் இந்தப் பட்டியலைக் கையால் எழுதாமல் டிஜிட்டல் முறையில் எழுதுவார்கள். எடுத்துக்காட்டாக, *Google Calendar* என்கிற இலவசச் செயலி இருக்கிறது. நாம் மாதந்தோறும் செய்கிற செலவுகளையும், அவற்றுக்குரிய நாட்களையும் இதில் ஒரு முறை சேர்த்துவிட்டால் போதும். அதன்பிறகு ஒவ்வொரு மாதமும் அந்தந்த நாளில் நம்முடைய செல்ஃபோனுக்கு நினைவூட்டலை அனுப்பிவிடும்.

ஒருவேளை, உங்களுக்கு ஒன்றுக்கு மேற்பட்ட நினைவூட்டல்கள் தேவைப்பட்டால், அதற்கும் வழி உண்டு. 'பத்தாம் தேதி செலுத்தவேண்டிய கட்டணத்துக்கு ஐந்தாம் தேதியிலிருந்து நான்கைந்து நினைவூட்டல்களை அனுப்பு' என்று சொல்லிவிட்டால் போதும், *Google Calendar* உங்கள் கட்டளையை அப்படியே நிறைவேற்றும்.

மாதச் செலவுகள், கட்டணங்களின் பட்டியலை நீங்கள் கையால் எழுதுகிறீர்களா அல்லது டிஜிட்டலில் தட்டுகிறீர்களா என்பது உங்கள் விருப்பம். நீங்கள் அந்தப் பட்டியலின்படி நடக்கிறீர்களா, ஒழுங்காக அந்தந்த நாளில் அந்தந்தக் கட்டணத்தைச் செலுத்துகிறீர்களா என்பதுதான் இங்கு முக்கியம்.

இந்தச் சிறு ஒழுக்கத்தின்மூலம் உங்களுக்குக் கிடைக்கப்போகும் மிகப் பெரிய நன்மை, எந்தக் கட்டணத்தையாவது செலுத்த மறந்துவிடுவதால் வரக்கூடிய சிரமங்கள் குறையும். எடுத்துக்காட்டாக, சரியான நாளில் மின்சாரக் கட்டணத்தைச் செலுத்தாவிட்டால் உங்களுக்கு மிகவும் தேவையான நேரத்தில் உங்களுடைய மின்சார இணைப்பு துண்டிக்கப்படக்கூடும். எதற்கு அந்தத் தொல்லை?

இதில் இன்னொரு நன்மையும் இருக்கிறது. சில நிறுவனங்கள் கட்டணங்களைக் காலம் தாழ்த்திச் செலுத்துகிறவர்களுக்கு அபராதம் விதிப்பார்கள். அந்தந்தக் கட்டணத்தை அந்தந்த நாளில் செலுத்திவிட்டால் இந்த வீண் செலவைத் தவிர்க்கலாம்.

குறிப்பாக, கடன் அட்டைக்கான தொகையை உரிய நாளில் செலுத்தாவிட்டால் அபராதம்மட்டுமின்றி, அந்தத் தொகைக்கான

வட்டியையும் நாம் செலுத்தவேண்டியிருக்கும், அது ஒவ்வொரு நாளும் கண்டபடி எகிறும்.

அதனால், எல்லாச் செலவுகளையும், கட்டணங்களையும் கடைசி நாளில், அல்லது, அதற்கு ஓரிரு நாட்கள் முன்னதாகச் செலுத்திவிடும் பழக்கத்தை வளர்த்துக்கொள்வது நல்லது. இந்தத் தொகைகள் மாதாமாதம் பெரிய அளவில் மாறுவதில்லை என்பதால், இதற்கு வேண்டிய பணத்தை முன்கூட்டியே ஒதுக்கிவைத்துவிடவேண்டும், அதை மற்ற செலவுகளுக்குப் பயன்படுத்தக்கூடாது.

இதனுடன் தொடர்புடைய இன்னொரு நல்ல பழக்கம், நமக்கு மாதந்தோறும் வருகிற Billகளைக் கூர்ந்து கவனித்துவிட்டுப் பணம் செலுத்துவது. அதாவது, பில்லில் 582 ரூபாய் போட்டிருக்கிறது என்றால் சட்டென்று அதைச் செலுத்திவிடக்கூடாது. அது எப்படிக் கணக்கிடப்பட்டுள்ளது என்று பார்க்கவேண்டும். அதில் ஏதாவது பிழைகள் இருப்பதாகத் தெரிந்தால் உடனடியாக அந்த நிறுவனத்தைத் தொடர்புகொண்டு புகார் செய்யவேண்டும்.

இது ஒரு பெரிய விஷயமா என்று சிலர் நினைப்பார்கள். பெரிய, மிகப் பெரிய நிறுவனங்கள்கூடத் தங்களுடைய பில்லில் தவறு செய்யக்கூடும். சில நேரங்களில் அது மென்பொருள் (Software) பிழையாக இருக்கும், சில நேரங்களில் மனிதப் பிழையாக இருக்கும். எதுவானாலும் நம் பணம் வீணாகக்கூடாது.

இந்தப் பழக்கத்தைக் கடைகளில் பொருள் வாங்கும்போதும் பின்பற்றவேண்டும். அதாவது, 'கம்ப்யூட்டர் பில்தானே? எல்லாம் சரியாத்தான் இருக்கும்' என்று அலட்சியமாகப் பணத்தைக் கொடுத்துவிட்டு வரக்கூடாது. சில நேரங்களில் 20 ரூபாய்ப் பொருளுக்கு 40 ரூபாய் பில் போட்டிருப்பார்கள், அல்லது அரைக் கிலோ அரிசியை மூன்று கிலோ என்று கணக்கிட்டிருப்பார்கள், 50% தள்ளுபடி என்று அறிவித்திருந்த இடத்தில் 30%தான் தள்ளுபடி கொடுத்திருப்பார்கள்... இப்படிக் கடைகளின் பில்களில் ஏராளமான பிழைகள் இருக்கலாம்.

அதனால், எந்த பில்லையும் ஒருமுறை படித்துவிட்டுப் பணம் கொடுப்பதுதான் சரி. ஒருவேளை, அந்தக் கடையில் உங்களுக்குப் பின்னால் சிலர் வரிசையில் காத்திருக்கிறார்கள் என்றால், பணம்

கொடுத்துவிட்டு பில்லைப் படித்துப் பார்க்கலாம். ஏதாவது பிழை இருந்தால் உடனடியாக அங்குள்ள வாடிக்கையாளர் சேவைப் பிரிவை அணுகிப் பேசவேண்டும், பிழையைச் சரி செய்து நீங்கள் கூடுதலாகக் கட்டிய பணத்தைத் திரும்பப் பெற்றுவிட்டுதான் அந்தக் கடையைவிட்டு வெளியில் வரவேண்டும். ஏனெனில், அது உங்கள் பணம், உங்கள் உரிமை.

★★★

23. ஓர்ரூவாக்கு ரெண்டு பழம்

கரகாட்டக்காரன் திரைப்படம் நினைவிருக்கிறதா? படத்தை விடுங்கள், அதில் வருகிற 'வாழைப்பழ' நகைச்சுவை நினைவிருக்கிறதா?

கவுண்டமணி செந்திலிடம் ஒரு ரூபாயைக் கொடுத்து இரண்டு வாழைப்பழம் வாங்கிவரச் சொல்வார். செந்திலும் கடைக்குச் சென்று இரண்டு வாழைப்பழங்களை வாங்குவார், ஆனால், அதில் ஒரு வாழைப்பழத்தை அவரே தின்றுவிட்டு, மீதமுள்ள இன்னொரு வாழைப்பழத்தைமட்டும் கவுண்டமணியிடம் கொடுப்பார், 'இன்னொரு பழம் எங்கே?' என்று கவுண்டமணி கேட்க, 'அந்த இன்னொரு பழம்தான் இது' என்று அடாவடி செய்வார்.

நகைச்சுவை இருக்கட்டும். நாம் இதில் வருகிற வாழைப்பழத்தின் விலையைமட்டும் கவனிப்போம்: இரண்டு பழம் ஒரு ரூபாய், ஆக, ஒரு பழத்தின் விலை அரை ரூபாய், ஐம்பது பைசா.

இன்றைக்கு நாம் கடைக்குப் போய் ஐம்பது பைசா கொடுத்தால் நமக்கு ஒரு வாழைப்பழம் கிடைக்காது. ஏனெனில், இப்போது அதன் விலை ஐந்து ரூபாய், அல்லது, அதைவிட அதிகம்.

ஐம்பது பைசா வாழைப்பழம் எப்படி ஐந்து ரூபாய் ஆனது? அதன் விலை பத்து மடங்காக உயர்ந்தது ஏன்?

கரகாட்டக்காரன் திரைப்படம் 1989ல் வெளிவந்தது. அதாவது, 35 ஆண்டுகளுக்குமுன்னால் ஒரு வாழைப்பழத்தின் விலை ஐம்பது பைசா. இப்போது 2024ல் அது பத்து மடங்காகிவிட்டது.

இந்த விலையேற்றம் ஒரே நாளில் நடந்திருக்காது. ஐம்பது பைசா என்பது சில நாட்களில் எழுபத்தைந்து பைசா என மாறியிருக்கும், அங்கிருந்து ஒரு ரூபாய், ஒன்றரை ரூபாய் என்று படிப்படியாக உயர்ந்து இப்போது ஐந்து ரூபாய், ஆறு ரூபாய்க்கு வந்துள்ளது. முப்பத்தைந்து ஆண்டுகளில் மிக மெதுவாக நடந்த விலையேற்றம் இது. அதனால், யாரும் இதைக் கவனித்திருக்கமாட்டார்கள்.

வாழைப்பழம்மட்டுமில்லை, நாம் அன்றாடம் பயன்படுத்துகிற பால், அரிசி, பருப்பு, காய்கறிகள், பழங்கள் போன்றவற்றின் விலையும், பள்ளிக் கட்டணம், மருத்துவக் கட்டணம், வாடகை என்று எல்லாம் இந்தக் காலகட்டத்தில் குறிப்பிடக்கூடிய அளவு உயர்ந்துதான் இருக்கும். அதுதான் உலக இயல்பு.

பொருளாதார வல்லுனர்கள் இதை விளக்குவதற்குப் 'பணவீக்கம்' (Inflation) என்ற சொல்லைப் பயன்படுத்துகிறார்கள். உண்மையில் பணம் வீங்குவதில்லை. அதைக் கொண்டு நாம் வாங்கக்கூடிய பொருட்கள், சேவைகளின் மதிப்பு ஆண்டுக்கு ஆண்டு வீங்கிவிடுகிறது.

பணவீக்கம் என்பது சதவிகிதக் கணக்காகச் சொல்லப்படுகிறது. எடுத்துக்காட்டாக, 2024 ஆகஸ்ட் மாதத்தின் முடிவில் இந்தியாவில் 3.65% பணவீக்கம் இருந்ததாகப் புள்ளிவிவரங்கள் சொல்கின்றன. இதன் பொருள், சென்ற ஆண்டு ஆகஸ்ட் மாதத்தில் ஒரு பேனா 100 ரூபாய்க்கு விற்றது என்றால், இப்போது அதன் விலை 103 ரூபாய் 65 பைசா.

அதற்காக இந்தியாவில் எல்லாப் பொருட்களும் துல்லியமாக 3 ரூபாய் 65 பைசா விலை உயர்ந்துள்ளன என்று நினைத்துக் கொள்ளக்கூடாது. இந்தக் காலகட்டத்தில் ஒவ்வொரு பொருளின் விலையும் ஒவ்வொருவிதமாக உயர்ந்திருக்கும், சில பொருட்களின் விலை குறைந்திருக்கவும் வாய்ப்புண்டு. அப்படிப்பட்ட ஏற்ற இறக்கங்களையெல்லாம் கூட்டிக் கழித்துப் பார்க்கிறபோது, சராசரியாக 3.65% பணவீக்கம் இருந்திருக்கிறது.

'பணவீக்கமெல்லாம் அரசாங்கத்தின் தலைவலி. நாம் ஏன் அதைப்பற்றிக் கவலைப்படவேண்டும்?' என்று சிலர் நினைப்பார்கள். அது மிகவும் தவறான எண்ணம். சம்பாதிக்கிற, செலவு செய்கிற, சேமிக்கவும் முதலீடு செய்யவும் தன்னுடைய வருங்காலத்தைச் சிறப்பாக்கிக்கொள்ளவும் விரும்புகிற ஒவ்வொருவரும் பணவீக்கத்தைப்பற்றித் தெரிந்துகொள்ளவேண்டும். ஏனெனில், பணவீக்கம் நம் ஒவ்வொருவருடைய நிதித் திட்டத்தையும் பாதிக்கக்கூடியது.

இதைப் புரிந்துகொள்வதற்கு, இந்தியாவின் பணவீக்கம் 5% என்று வைத்துக்கொள்வோம். அப்படியானால், இந்த மாதம் நீங்கள் உங்களுடைய வீட்டுச் செலவுகள் அனைத்துக்கும் ரூ. 10,000 செலவழிக்கிறீர்கள் என்றால், அடுத்த ஆண்டு இதே மாதத்தில் நீங்கள் ரூ. 10,500 செலவழிக்கவேண்டியிருக்கும். ஏனெனில், நீங்கள் வாங்கும் பொருட்கள், சேவைகள் அனைத்தும் சராசரியாக 5%, அதாவது, ரூ. 500 உயர்ந்திருக்கும்.

இந்தக் கணக்கை அடுத்தடுத்த ஆண்டுகளுக்குத் தொடர்வோம்:

மூன்றாம் ஆண்டு	:	ரூ. 11025
நான்காம் ஆண்டு	:	ரூ. 11576
ஐந்தாம் ஆண்டு	:	ரூ. 12155
ஆறாம் ஆண்டு	:	ரூ. 12763
ஏழாம் ஆண்டு	:	ரூ. 13401
எட்டாம் ஆண்டு	:	ரூ. 14071
ஒன்பதாம் ஆண்டு	:	ரூ. 14775
பத்தாம் ஆண்டு	:	ரூ. 15513

ஆக, பத்து ஆண்டுகளில் உங்களுடைய மாதச் செலவுகள் அரை மடங்கு கூடிவிட்டன. அடுத்த ஆறே ஆண்டுகளில் இது இருபதாயிரத்தைத் தாண்டிவிடும். அதாவது, பதினாறு ஆண்டுகளில் உங்களுடைய மாதச் செலவுகள் இருமடங்காகிவிடும்.

நல்லவேளையாக, இந்தக் காலகட்டத்தில் உங்களுடைய வருவாயும் கிட்டத்தட்ட இதே சதவிகிதத்தில் உயர்ந்திருக்கும். அதனால், முதல்

ஆண்டில் மாதம் ரூ. 10,000 செலவழித்த ஒருவர் பதினாறாவது ஆண்டில் மாதம் ரூ. 20,000 செலவழிக்கிற நிலையில்தான் இருப்பார். ஆனால், இதை அவர் உணர்ந்து திட்டமிடாவிட்டால் திடீரென்று நிறையச் செலவாகிறது என்று தோன்றும், அவருடைய மற்ற திட்டங்கள் பாதிக்கப்படும்.

இன்னொரு விஷயம், மேலுள்ள 5% கணக்கு அரசாங்கம் சொல்லும் பணவீக்கம். இதோடு கூடுதலாக நாமே உருவாக்குகிற ஒரு பணவீக்கமும் உண்டு. அதை *Lifestyle Inflation* (வாழ்க்கைமுறைப் பணவீக்கம்) என்கிறார்கள்.

எடுத்துக்காட்டாக, இப்போது நீங்கள் வீட்டுக்குமுன்னால் தள்ளுவண்டியில் வருகிற ஒருவரிடம் காய்கறி வாங்குகிறீர்கள். கொஞ்சம் வசதி வந்ததும் சூப்பர் மார்க்கெட்டுக்குச் சென்று காய்கறி வாங்குகிறீர்கள். தள்ளுவண்டியில் ஒரு கிலோ உருளைக்கிழங்கு நாற்பது ரூபாயாக இருந்தது. சூப்பர் மார்க்கெட்டில் அதன் விலை ஐம்பது ரூபாய். ஆக, நீங்கள் கிலோவுக்கு ரூ.10 கூடுதலாகச் செலுத்துகிறீர்கள். அதாவது, உருளைக்கிழங்கின் விலை உங்களுடைய வாழ்க்கைமுறைப் பணவீக்கத்தால் 25% கூடுதலாகிவிட்டது.

அதற்காக எல்லாரும் தள்ளுவண்டியில்தான் காய்கறி வாங்கவேண்டும் என்று பொருளில்லை. இதுபோல் நாம் நம்முடைய வாழ்க்கைமுறை வளர்ச்சிக்காகச் செலவழிக்கும் கூடுதல் தொகையையும் செலவுக் கணக்கில் கொண்டுவரவேண்டும் என்பதுதான் இங்கு முக்கியம்.

அரசாங்கப் பணவீக்கம், வாழ்க்கைமுறைப் பணவீக்கம் ஆகிய இரண்டையும் சேர்த்துப் பார்க்கும்போது, நம்முடைய செலவுகள் கிட்டத்தட்ட ஏழெட்டு ஆண்டுகளுக்கு ஒருமுறை இருமடங்காகிவிடும். இதை உணர்ந்து அதற்கேற்பத் திட்டமிட்டுக் கொள்ளவேண்டும். ஏதாவது செலவுகள், குறிப்பாக, வாழ்க்கைமுறை மேம்பாட்டினால் வந்த கூடுதல் செலவுகளைக் குறைக்க இயலும் என்றால், அதற்கான முயற்சிகளை எடுக்கவேண்டும். இவையெல்லாம் நம்முடைய சேமிப்பை, முதலீட்டை மேம்படுத்தக்கூடிய நல்ல பழக்கங்கள்.

எடுத்துக்காட்டாக, என் நண்பர் ஒருவர் வாரம் ஒருமுறை வண்டியை

எடுத்துக்கொண்டு பக்கத்திலிருக்கிற ஒரு கிராமத்துக்குச் சென்று அங்குள்ள சந்தையில் வீட்டுக்குத் தேவையான காய்கறிகளை யெல்லாம் வாங்கிவருகிறார். இதன்மூலம் விவசாயிகளிடம் நேரடியாக வாங்குகிற மன நிறைவும் கிடைக்கிறது, செலவும் குறைகிறது, காய்கறிகளும் மிகப் புதியவையாக உள்ளன என்கிறார் அவர்.

இதை எல்லாரும் செய்யமுடியுமா என்றால், சிரமம்தான். ஆனால், நம் ஒவ்வொருவருக்கும் இதுபோல் சின்னச் சின்னச் சேமிப்பு வாய்ப்புகள் இருக்கும். அவற்றைத் தேடுகிறோமா, பயன்படுத்திக்கொள்கிறோமா என்பதைமட்டும் சிந்தித்தால் போதும்.

எடுத்துக்காட்டாக, நீங்கள் செல்ஃபோனுக்கு மாதம் ரூ. 250 செலவழிக்கிறீர்கள் என்று வைத்துக்கொள்வோம். உங்கள் வீட்டில் நான்கு செல்ஃபோன் இணைப்புகள் உள்ளன. அதனால், மொத்தம் ரூ. 1000 செலவாகிறது.

இப்போது, நீங்கள் உங்கள் செல்ஃபோன் சேவை நிறுவனத்தைத் தொடர்புகொண்டு, 'நான் உங்களிடம் மொத்தமாக 4 இணைப்புகள் வாங்கியுள்ளேன். ஏழெட்டு ஆண்டுகளாக உங்கள் சேவையைத் தொடர்ந்து பயன்படுத்திக்கொண்டிருக்கிறேன். எனக்கு ஏதாவது தள்ளுபடிச் சலுகை கொடுங்கள்' என்று உரிமையுடன் கேட்கலாம், 'இல்லாவிட்டால் வேறு நிறுவனத்துக்கு மாறிவிடுவேன்' என்று செல்லமாக மிரட்டக்கூடச் செய்யலாம்.

எந்த நிறுவனமும் தன்னுடைய வாடிக்கையாளரை இழக்க விரும்பாது. ஏதாவது ஒரு சலுகையைக் கொடுத்து உங்களைத் தொடர்ந்து மகிழ்ச்சியாக வைத்திருக்கவேண்டும் என்றுதான் அவர்கள் நினைப்பார்கள். அந்தச் சலுகை 10%ஆக இருந்தால்கூட உங்களுக்கு மாதம் ரூ. 100 மிச்சம்தானே?

இதுபோல் சேவை நிறுவனங்களிடம் அவ்வப்போது பேரம் பேசித் தொடர் செலவுகளைக் குறைப்பது, அல்லது, கூடுதல் வசதிகளைப் பெறுவதை ஒரு பழக்கமாகவே செய்கிறவர்கள் இருக்கிறார்கள். இதுகுறித்து அவர்கள் எந்தக் குற்றவுணர்ச்சியும் கொள்ளவேண்டியதில்லை. ஏனெனில், நிறுவனங்கள் நஷ்டப்பட்டுக் கொண்டு உங்களுக்குச் சேவை வழங்கப்போவதில்லை. தங்களால்

கொடுக்க இயலுகிற தள்ளுபடியைத்தான் அவர்கள் கொடுப்பார்கள். நீங்கள் கேட்காவிட்டால் கொடுக்கமாட்டார்கள். அவ்வளவுதான்.

ஆக, உங்களுடைய பேரம் பேசுதலின்மூலம் அவர்களுடைய லாபம் குறைகிறது, உங்களுடைய செலவும் குறைகிறது. மற்றபடி யாருக்கும் எந்த இழப்பும் இருக்காது. இதை ஒரு சுரண்டலாக நினைக்கவேண்டியதில்லை.

உண்மையில், பேரம் பேசுவது என்பது ஒரு சிறந்த, பயனுள்ள, பணத்தைக் கணிசமாகச் சேமித்துத்தரக்கூடிய ஒரு கலை. இதைச் சரியாகப் பயன்படுத்தவேண்டுமென்றால், நாம் வாங்கும் பொருட்கள், சேவைகளின் விலை எப்படிக் கணக்கிடப்படுகிறது என்பதை நாம் தெரிந்துகொள்ளவேண்டும்.

ஒரு நிறுவனம் ஒரு பொருளைத் தயாரிப்பதற்கு 20 ரூபாய் செலவழிக்கிறது என்றால், பொதுமக்களுக்கு அந்தப் பொருள் 20 ரூபாய்க்குக் கிடைக்காது, கிடைக்கமுடியாது.

ஏனெனில், அந்தப் பொருள் அந்த நிறுவனத்திடமிருந்து பல கைகள் மாறித்தான் பொதுமக்களிடம் வருகிறது. எடுத்துக்காட்டாக, மும்பையில் தயாராகும் ஒரு பொருளை முதலில் தென்னிந்திய மொத்த விற்பனையாளர் வாங்குவார், அவரிடமிருந்து தமிழ்நாட்டு மொத்த விற்பனையாளர் வாங்குவார், அவரிடமிருந்து சென்னையின் மொத்த விற்பனையாளர் வாங்குவார், அவரிடமிருந்து உங்கள் பகுதியைச் சேர்ந்த ஒருவர் வாங்குவார், அவரிடமிருந்துதான் உங்கள் வீட்டருகிலுள்ள கடைக்கு அது வரும். நிறுவனத்துக்கும் உங்களுக்கும் இடையிலுள்ள இவர்கள் எல்லாரும் அந்தப் பொருளில் ஒரு குறிப்பிட்ட சதவிகிதத்தை லாபமாக எடுத்துக்கொள்வதால், 20 ரூபாய்ப் பொருளின் விலை 40 ரூபாயாகிவிடுகிறது.

ஆனால், இந்த 40 ரூபாய் என்பது MRP (Maximum Retail Price), அதாவது, அதிகபட்சச் சில்லறை விலை என்றுதான் அழைக்கப்படுகிறது. அப்படியானால், இதை யாரும் 40 ரூபாய்க்குமேல் விற்கக்கூடாது, உங்களுக்குக் கட்டுப்படியாகும் என்றால், அதைவிடக் குறைவாக விற்கலாம்.

உங்களுக்கு இந்தப் பொருளை விற்கும் கடைக்கு இந்தப் பொருள் ரூ.38க்குக் கிடைக்கிறது என்று வைத்துக்கொள்வோம். அவர்கள்

அதை ரூ.40க்கு விற்றால், அவர்களுக்கு ரூ. 2 லாபம். அதாவது, 5% லாபம்.

ஒருவேளை, அவர்கள் உங்களுக்கு ஒரு ரூபாய் தள்ளுபடி கொடுத்தால்? அல்லது, நீங்கள் பேரம் பேசி அதை ரூ.39க்கு வாங்கினால்?

அப்போதும் அவர்களுக்கு ரூ. 1 லாபம் உண்டு. அதாவது, 2.5% லாபம் உண்டு.

உண்மையில் நாம் வாங்குகிற பெரும்பாலான பொருட்கள் கணிசமான விற்பனை லாபச் சதவிகிதத்தைக் (Profit Margin) கொண்டவை. அதனால்தான் பல கடைகள் 50% தள்ளுபடி, ஒன்று வாங்கினால் ஒன்று இலவசம் என்றெல்லாம் சலுகைகளை அள்ளி வழங்குகின்றன. இதையெல்லாம் செய்தபிறகும் அவர்களுக்கு அதில் கணிசமான லாபம் இருக்கும் என்பதுதான் உண்மை.

அதனால், MRPல் பேரம் பேசுவதற்கு நாம் தயங்கவேண்டியதில்லை. அவர்களுக்குக் கட்டுப்படியாகும் என்றால் கொடுப்பார்கள், நம் செலவு குறையும். கட்டுப்படியாகாது என்றால் கொடுக்க மாட்டார்கள், அவ்வளவுதான்.

ஆக, வாயுள்ள பிள்ளை சேமிக்கும். இப்படி அவ்வப்போது துண்டுதுண்டாகச் சேமிக்கும் தொகைகளைச் சேர்த்துப் பார்த்தால் மாதச் செலவுகள் குறையும், சேமிப்பு பெருகும். கூச்சப்பட்டுக்கொண்டு கேட்காமல் இருப்பதால் நமக்குதான் இழப்பு.

ஆனால் ஒன்று, இந்தப் பேரம் கேட்டலை நிறுவனங்கள், அநியாய விலை சொல்கிற மனிதர்களிடம்மட்டும் வைத்துக் கொள்ளலாம். இது ஒரு பழக்கமாக, சவாலாக, 'இந்த விலையைக் குறைத்துக் காட்டுகிறேன் பார்' என்கிற வீம்பாக மனத்தில் பதிந்துவிட்டால், யார் எந்த விலை சொன்னாலும், அது சரியான விலையாக இருந்தாலும்கூட வேண்டுமென்றே குறைத்துக் கேட்கத் தொடங்கிவிடுவோம். இதனால் நேரடியாகப் பாதிக்கப்படுகிறவர்கள் யார் என்றால், சாலையோரங்களில், பூங்காக்களின் வாசல்களில், மின்சார ரயில்களிலெல்லாம் கூடைகளை ஏந்திக்கொண்டு, தள்ளுவண்டிகளைத் தள்ளிக்கொண்டு எதிர்ப்படுகிற குறுவணிகர்கள், அதாவது, தங்கள் பொருட்களை

மிகக் குறைவான லாபத்துக்கு விற்பனை செய்கிற, அதையே தங்கள் வாழ்வாதாரமாகக் கொண்டிருக்கிற எளிய மனிதர்கள்தான்.

இந்தக் குறுவணிகர்கள் பல நேரங்களில் அன்றன்றைய விற்பனையைக் கொண்டு அன்றைய வீட்டுச் செலவுகளைச் செய்கிறவர்களாக இருப்பார்கள். அதனால், அவர்கள் ஏதேனும் செலவு நெருக்கடியில் இருக்கும்போது நாம் சற்று அழுத்திப் பேரம் பேசினால், சட்டென்று இறங்கிவந்துவிடுவார்கள். இதன்மூலம் அவர்களுடைய லாபம் கணிசமாகக் குறையலாம், நஷ்டம்கூட வரலாம். அப்போது நாம் செய்தது சேமிப்பு இல்லை, சுரண்டல்.

அதனால், இதுபோன்ற குறுவணிகர்கள் தங்களுடைய பொருட்களுக்கு நியாயமான விலையைத்தான் சொல்கிறார்கள் என்று நமக்குத் தோன்றினால், வெறும் வீம்புக்காக அவர்களிடம் பேரம் பேசாமல் கேட்ட விலையைக் கொடுத்துவிடலாம். நம் பகுதியிலுள்ள இதுபோன்ற குறுவணிகங்கள், சிறுதொழில்களை ஊக்குவிப்பது நம்முடைய சமூகக் கடமையும்கூட.

★★★

24. ஒழுங்கற்ற செலவுகள்

நாம் மாதந்தோறும் செய்கிற செலவுகள் பெரும்பாலும் நம்முடைய அந்தந்த மாதச் சம்பளம் அல்லது மற்ற வருவாயிலிருந்து செல்கிறவையாக இருக்கும். அதனால், இதற்கு இவ்வளவுதான் செலவாகும் என்று அவற்றை முன்கூட்டியே ஊகிப்பதும், திட்டமிடுவதும், பெரிய சிக்கலின்றிச் செலவுசெய்வதும் எளிது.

ஆனால், ஆண்டுக்கு ஒருமுறையோ, சில மாதங்களுக்கு ஒருமுறையோ வரும் செலவுகள் அப்படியில்லை. அவை திடீரென்று எதிர்ப்படுகின்றன. ஒரு குறிப்பிட்ட மாதத்தில் அவற்றைச் செலுத்தவேண்டியிருக்கிறது. ஒப்பீட்டளவில் அவை மாதச் செலவுகளைவிடப் பெரியவையாகவும் உள்ளன. அதனால், அவற்றுக்கு ஒழுங்காகத் திட்டமிடாவிட்டால் நம்முடைய வரவுக்கும் செலவுக்கும் நடுவில் எதிர்பாராத துண்டு விழக்கூடும்.

அதுபோன்ற நேரங்களில் பெரும்பாலானோர் சட்டென்று நெருக்கடி நேரத் தொகையில் கைவைத்துவிடுவார்கள், பிறகு கையில் பணம் கிடைக்கும்போது அதை இட்டு நிரப்பிவிடுவார்கள்.

ஆனால், நிதி ஒழுக்கத்தின்படி பார்த்தால், இது நல்ல பழக்கம் இல்லை. ஏனெனில், இப்படி அடிக்கடி நெருக்கடி நேரத் தொகையில் கை வைப்பதால் நெருக்கடி என்பதன் பொருள் நம் மனத்தில் சற்று மசங்கலாகிவிடும். எல்லாவற்றையும் நெருக்கடியாக நினைக்கப் பழகிவிடுவோம், எதற்கெடுத்தாலும் அதிலிருந்து பணம் எடுக்கத் தொடங்கிவிடுவோம். அதன்பிறகு, வருங்காலத்தில்

உண்மையான நெருக்கடி ஏதாவது வரும்போது நம்மிடமிருக்கும் தொகை அதைச் சமாளிக்கப் போதாவது.

நெருக்கடி என்பது எதிர்பாராமல் வரும் செலவு. ஆண்டுச் செலவுகளோ, சில மாதங்களுக்கு ஒருமுறை செய்யும் செலவுகளோ எதிர்பாராதவை இல்லை. அதனால், அவற்றுக்குத் தனியாகத் திட்டமிடவேண்டும், தனியாகப் பணத்தை ஒதுக்கிவைக்கவேண்டும்.

அதற்குமுன்னால், மாதச் செலவுகளுக்கு வெளியில் நாம் செய்கிற ஒழுங்கற்ற *(irregular)*, அதாவது, இந்த மாதத்தில் கொஞ்சம், அந்த மாதத்தில் கொஞ்சம் என்று செய்யவேண்டியுள்ள செலவுகள் என்னென்ன, அவற்றை எந்த மாதத்தில் செய்யவேண்டியுள்ளது, அவற்றுக்கான தொகை எவ்வளவு ஆகியவற்றைப் பட்டியல் போடவேண்டும். எடுத்துக்காட்டாக:

- மார்ச்: ஆயுள் காப்பீட்டுப் பிரீமியம் ரூ. XXXXX
- மே: சொத்து வரி ரூ. XXXX
- ஜூன்: பள்ளிக் கட்டணம் ரூ. XXXXX
- ஆகஸ்ட்: மருத்துவக் காப்பீட்டுப் பிரீமியம் ரூ. XXXXX

இந்தப் பட்டியலை ஒருமுறைமட்டும் போட்டால் போதாது. அதன்பிறகு, அந்தப் பட்டியலை அவ்வப்போது புதுப்பித்துக் கொண்டே இருக்கவேண்டும். அதாவது, பழைய செலவுகள் முடியும்போது, புதிய செலவுகள் வரும்போது அதற்கேற்ப இந்தப் பட்டியலை மேம்படுத்தவேண்டும். இதன்மூலம், அவை எதிர்பாராத செலவுகளாக மாறிவிடாதபடி பார்த்துக்கொள்ளலாம்.

பட்டியல் தயாரானதும், அதிலுள்ள அனைத்துச் செலவுகளையும் அந்தந்த மாதத்தில் உங்களுக்கு நினைவுபடுத்துகிற Reminderகளை உருவாக்கவேண்டும். எடுத்துக்காட்டாக, மே 10ம் தேதி செலுத்த வேண்டிய தொகையைப்பற்றிய நினைவூட்டல் உங்களுக்கு ஏப்ரல் 20ம் தேதியே வந்துவிடவேண்டும். அப்போதுதான் கடைசி நாளுக்கு முன்பாகப் பணத்தைச் செலுத்தி எந்த அபராதத் தொகையும் இல்லாமல் பார்த்துக்கொள்ளலாம்.

மாதச் செலவுகளைப் பட்டியலிட்டபோது Google Calendar போன்ற ஒரு நினைவூட்டல் செயலியை இதற்குப் பயன்படுத்தலாம் என்று

பார்த்திருந்தோம். அதே சேவையை இதுபோன்ற ஒழுங்கற்ற செலவுகளுக்கும் பயன்படுத்தலாம். ஆனால், அவ்வப்போது வரும் நினைவூட்டல்களைக் கவனமாகப் பார்த்து உடனுக்குடன் நடவடிக்கை எடுக்கவேண்டும். அப்போதுதான் இந்த அமைப்பால் உங்களுக்குப் பயன் இருக்கும்.

அடுத்து, இந்தச் செலவுகளுக்கென்று ஒரு *Working Backwards* திட்டம் உருவாக்கவேண்டும். அதாவது, எந்த நாளில் எந்தச் செலவு வருகிறது என்று பார்த்து அதிலிருந்து குறிப்பிட்ட மாதங்கள் பின்னால் சென்று அதற்கென்று பணம் சேர்க்கத் தொடங்கவேண்டும்.

எடுத்துக்காட்டாக, மார்ச் மாதத்தில் நாம் ஆயுள் காப்பீட்டுப் பிரீமியம் ரூ.16,000 செலுத்தவேண்டும் என்றால், அங்கிருந்து நான்கு மாதங்கள் பின்னோக்கி வந்து, அதாவது, முந்தைய ஆண்டின் நவம்பர் மாதத்தில் தொடங்கி மாதந்தோறும் ரூ.4,000 இதற்கென்று தனியாக எடுத்துவைக்கலாம். அது சிரமம் என்றால், எட்டு மாதங்கள் முன்பாகத் தொடங்கி மாதந்தோறும் ரூ.2,000 எடுத்துவைக்கலாம். உங்களுக்கு எது கட்டுப்படியாகும் என்பதை மனத்தில் வைத்துத் திட்டமிடுங்கள்.

ஒரு விஷயம், இந்தக் கூடுதல் செலவுகள் பெரும்பாலும் தனியாக வருவதில்லை, அதேபோன்ற மற்ற செலவுகளுடன் சேர்ந்துதான் வரும். எடுத்துக்காட்டாக, ஆயுள் காப்பீட்டுக்குப் பணம் சேர்க்கிற அதே நேரத்தில் நீங்கள் இரண்டு மாதம் கழித்து வருகிற சொத்து வரிக்கும் பணம் சேர்த்துக்கொண்டிருக்கக்கூடும். அப்போது மாதந்தோறும் இதற்குத் தனியாக ஒரு தொகை, அதற்குத் தனியாக ஒரு தொகை என்று எடுத்துவைக்கவேண்டியிருக்கும்.

இப்படித் தனித்தனியாகக் கணக்கிட விரும்பாதவர்கள் மொத்தமாக எல்லா ஆண்டுச் செலவுகளையும் கூட்டி அதைப் பன்னிரண்டால் வகுத்து ஒவ்வொரு மாதமும் அவ்வளவு தொகையைக் கூடுதலாகச் சேமிக்கலாம். ஆனால், சில பெரிய செலவுகள் ஆண்டின் முற்பகுதியிலேயே வந்துவிடக்கூடும். அப்போது உங்களிடம் போதுமான பணம் இருக்குமா என்பதைமட்டும் கவனமாகப் பார்த்துக்கொள்ளுங்கள்.

ஆங்கிலத்தில் இதை *Cash Flow* என்கிறார்கள். அதாவது, பண ஓட்டம்,

பணம் எப்போது நம் கைக்கு வருகிறது, எவ்வளவு வருகிறது, அதை எப்போது, எவ்வளவு செலவுசெய்யவேண்டும், அந்த நேரத்தில் நம் கையில் அவ்வளவு பணம் இருக்குமா என்கிற கணக்கு. இதை மிகக் கவனமாகக் கணக்கிடவேண்டும். இல்லாவிட்டால் எதிர்பாராத அதிர்ச்சிகளைச் சந்திக்கவேண்டியிருக்கும்.

எடுத்துக்காட்டாக, ஜனவரியில் ரூ.5,000, ஃபிப்ரவரியில் ரூ.5,000, மார்ச்சில் ரூ.5,000 என்று பணத்தைச் சேமிக்கிற ஒருவருக்கு மார்ச் மாதத்தில் ரூ.25,000க்குப் பெரிய செலவு ஒன்று இருந்தால், இந்தத் திட்டமிடல் தவறானது என்று பொருள். ஏனெனில், மார்ச் மாதத்தில் அவரிடம் ரூ. 15,000தான் இருக்கும். அப்போது அவர் முதல் மூன்று மாதங்களில் கூடுதல் தொகையைச் சேமிக்கவேண்டும், அல்லது, முந்தைய ஆண்டில் மிஞ்சிய சேமிப்பைப் பயன்படுத்தவேண்டும், அல்லது, அந்தச் செலவை மே, ஜூன் மாதத்துக்குத் தள்ளமுடியுமா என்று பார்க்க வேண்டும்.

இப்படி ஆண்டுமுழுவதும் வருகிற எல்லாச் செலவுகளையும் மனத்தில் வைத்து, பின்னோக்கிச் சென்று கணக்கிட்டபிறகு, ஒவ்வொரு மாதமும் நீங்கள் கூடுதலாக எடுத்துவைக்கவேண்டிய மொத்தத் தொகை எவ்வளவு என்று பாருங்கள். இந்த மொத்தத் தொகை உங்களுக்குக் கட்டுப்படியாகுமா என்று சிந்தியுங்கள், தேவைப்பட்டால் மீண்டும் திட்டமிடுங்கள்.

இந்தத் திட்டத்தை எங்கு உருவாக்குவது?

நிதித் திட்டமிடலைப் பொறுத்தவரை உங்களுடைய மிகச் சிறந்த நண்பர், Google Sheets என்ற எளிய, இலவச மென்பொருள். Spreadsheet (விரிதாள்) எனப்படும் இந்த மென்பொருள் எண்கள், கணக்கீடுகள், பட்டியல்கள், வரைபடங்களுக்கெல்லாம் மிகவும் ஏற்றது. இதை ஒருமுறை பழகிக்கொண்டுவிட்டீர்களென்றால் உங்களுடைய ஒட்டுமொத்த நிதிக் கணக்குகளையும் இதிலேயே செய்யத் தொடங்கிவிடுவீர்கள்.

எடுத்துக்காட்டாக, ஒவ்வொரு மாதமும் நீங்கள் இந்த ஒழுங்கற்ற செலவுகளுக்கு எவ்வளவு சேமித்திருக்கிறீர்கள், அதில் எவ்வளவு செலவிட்டிருக்கிறீர்கள், கைவசம் உள்ள மீதித் தொகை எவ்வளவு என்பதையெல்லாம் இந்த விரிதாளில் மிக எளிமையாகப்

பட்டியலிடலாம். அதன்பிறகு, மாதம் ஒருமுறையோ இருமுறையோ இதைத் திறந்துபார்த்தால் போதும்.

ஒழுங்கற்ற செலவுகளுக்கான இந்தக் கூடுதல் தொகையை எங்கு எடுத்துவைப்பது?

இதற்குப் பல வழிகள் இருக்கின்றன. ஆனால், அவற்றுள் மிக எளிமையான, சிக்கலில்லாத வழி, *RD* எனப்படும் *Recurring Deposit*. அதாவது, மாதந்தோறும் ஒரு குறிப்பிட்ட தொகையைத் திரும்பத் திரும்ப இட்டுவைத்தல், இப்படிச் சில மாதங்களுக்கு இட்டுவைத்தபிறகு அந்தத் தொகையை மொத்தமாக எடுத்துச் செலவுசெய்தல்.

இதில் இன்னொரு நன்மை, *RD*க்குச் சிறு வட்டியும் உண்டு. அதனால், உங்கள் பணம் சும்மா இருக்கப்போவதில்லை, அதுவும் தொடர்ந்து வளர்ந்துகொண்டுதான் இருக்கும்.

பெரும்பாலான வங்கிகளில் இணையத்தில் *RD*களைத் தொடங்கலாம், மாதச் சம்பளம் வந்ததும் சட்டென்று அதில் ஒரு குறிப்பிட்ட தொகை தானாகச் சேரும்படி கட்டளையிடலாம். இப்படிச் செய்வதன்மூலம் உங்களுடைய ஒழுங்கற்ற செலவுகளுக்குத் தேவையான பணம் எப்போதும் உங்கள் கையில் இருக்கும்.

ஒவ்வொரு செலவுக்கும் ஓர் *RD* தொடங்குவதெல்லாம் நிறைய வேலை என்று அலுத்துக்கொள்கிறவர்கள் உள்ளார்கள். அப்படிப்பட்டவர்கள் தங்களுடைய வழக்கமான சேமிப்புக் கணக்குடன் கூடுதலாக (அதே வங்கியில் அல்லது வேறொரு வங்கியில்) இன்னொரு சேமிப்புக் கணக்கைத் தொடங்கி அதில் இந்தத் தொகையைத் தொடர்ந்து போட்டுவைக்கலாம். அந்த இரண்டாவது கணக்கைக் கண்ட நேரத்தில் தொடக்கூடாது, எந்தச் செலவுக்காக அந்தப் பணத்தைச் சேமிக்கிறீர்களோ அந்தச் செலவுக்குமட்டும்தான் அதைப் பயன்படுத்தவேண்டும். இந்த ஒழுக்கம் ஒரு கட்டாயத் தேவை.

ஒழுங்கற்ற செலவுகளுக்கு மாதாமாதம் ஒரு குறிப்பிட்ட தொகையைச் சேமிப்பது நீங்கலாக, வேறு சில வழிகளும் இருக்கின்றன:

1. உங்களுக்குத் தீபாவளி, பொங்கல் போன்ற நேரங்களில் போனஸ் வருவதுண்டு என்றால், அந்தத் தொகையை இதுபோன்ற ஒழுங்கற்ற செலவுகளுக்கென்று ஒதுக்கிவைக்கலாம்

2. உங்களிடம் FD (Fixed Deposit) எனப்படும் நிலையான இட்டுவைப்பில் கணிசமான தொகை இருந்தால், அதில் ஓரிரு FDகளை இதுபோன்ற ஒழுங்கற்ற செலவுகளுக்கென்று ஒதுக்கிவிடலாம். அதாவது, அந்த FDகளிலிருந்து ஆண்டுதோறும் வருகிற வட்டிப் பணத்தைக் கொண்டு ஒழுங்கற்ற செலவுகளைச் செய்துகொள்ளலாம்

★★★

25. எந்த விலை நல்ல விலை?

எங்கள் வீட்டருகில் ஓர் உணவகம். அதில் மூன்று பிரிவுகள்:

- முதல் பிரிவு, *Self Service*, அதாவது, நமக்கு நாமே திட்டம். உணவைப் பரிமாறுவதற்கெல்லாம் யாரும் இருக்கமாட்டார்கள். சமைக்கும் இடத்துக்கு அருகில் சென்று நாமே உணவை வாங்கிக்கொள்ளவேண்டும். அந்தத் தட்டை வைத்துச் சாப்பிடுவதற்கு உயரமான மேசைகள் இருக்கும், ஆனால் நாற்காலிகள் கிடையாது. நின்றபடிதான் சாப்பிடவேண்டும்.
- இரண்டாவது பிரிவு, *Service*, அதாவது, நமக்கு அவர்கள் உணவு பரிமாறுவார்கள். பிளாஸ்டிக் நாற்காலியில் உட்கார்ந்துகொண்டு பொறுமையாகச் சாப்பிடலாம்.
- மூன்றாவது பிரிவு, *Air-conditioned*, அதாவது, குளுகுளு அறையில், மெத்மெத் நாற்காலியில் வசதியாகச் சாப்பிடலாம்.

ஆனால், இந்த மூன்று பிரிவுகளுக்கும் சமையலறை ஒன்றுதான். அதாவது, ஒரே இட்லி, தோசை, சப்பாத்தியைத்தான் மூன்று வெவ்வேறு இடங்களில் வெவ்வேறுவிதமாக வழங்குகிறார்கள். அதற்கேற்ப வெவ்வேறு விலை வைக்கிறார்கள்.

அதாவது, முதல் பிரிவில் 20 ரூபாய்க்குக் கிடைக்கிற இட்லி இரண்டாவது பிரிவில் 25 ரூபாய், மூன்றாவது பிரிவில் 30 ரூபாய். அதே மாவு, அதே பானை, அதே வேகவைத்தல், அதே சமையல்காரர், ஆனால், விலைமட்டும் வெவ்வேறு.

பெருநகர உணவகங்களில் மிகப் பரவலாகக் காணப்படுகிற இந்த மூன்றடுக்கு விலையைப்பற்றி முதன்முறையாகக் கேள்விப்பட்ட போது நான் அதிர்ந்துபோனேன், 'என்னய்யா அநியாயம் இது? இதே இட்லியை உள்ளே ஏஸியில உட்கார்ந்து சாப்பிட்டா ஒன்றரை மடங்கு விலையா?' என்று திகைப்புடன் கேட்டேன்.

மேலோட்டமாகப் பார்த்தால், என்னுடைய கேள்வி நியாயமானதுதான் என்று தோன்றும். ஆனால், ஓர் உணவுப் பொருளின் விலை என்பது அதைத் தயாரிப்பதற்கு ஆகும் செலவுமட்டுமில்லை, அதை நமக்கு வழங்குவதற்குச் செய்யப்படும் கூடுதல் செலவுகளையும் அதில் சேர்க்கவேண்டும். முதல் பிரிவில் இல்லாத நாற்காலி, தனி மேசை, மின்சாரம், பரிமாறுவோருக்கான சம்பளம் ஆகியவற்றையெல்லாம் சேர்த்துப் பார்க்கும்போது, இருபது ரூபாய் இட்லி முப்பது ரூபாயாக எகிறுவது இயல்புதான்.

ஒருவேளை, நீங்கள் சிக்கனம் பார்க்கிறவர், குறைந்த செலவில் சாப்பிடவேண்டும் என்று நினைக்கிறவர் என்றால், முதல் பிரிவில் சாப்பிட்டுவிட்டுச் சென்றுவிடலாம். என்றைக்காவது நண்பர்கள், உறவினர்களுடன் கொண்டாட்டமாக வெளியில் சாப்பிட வரும்போது இரண்டாவது அல்லது மூன்றாவது பிரிவுகளில் நுழையலாம். இது முழுக்க முழுக்க உங்களுடைய தீர்மானம்தான். நீங்கள் இந்தப் பிரிவில்தான் சாப்பிடவேண்டும், இவ்வளவு பணம்தான் கொடுக்கவேண்டும் என்று கடைக்காரர் உங்களை வற்புறுத்தமாட்டார்.

பலருக்குத் தெரியாத விஷயம், இது உணவுப்பொருட்களுக்கு மட்டுமில்லை, நாம் வாங்கிப் பயன்படுத்துகிற எல்லாப் பொருட்களுக்கும் பொருந்தும்.

எடுத்துக்காட்டாக, ஒரு பிஸ்கட் பொட்டலத்தைப் பேருந்து நிலையத்தில் வாங்கினால் பத்து ரூபாய். இருநூறடி தள்ளியிருக்கிற சூப்பர் மார்க்கெட்டுக்குள் நுழைந்து வாங்கினால் ஒன்பது ரூபாய். இன்னும் ஆராய்ந்தால் வேறு எங்காவது அதே பிஸ்கட் பொட்டலம் எட்டு ரூபாய், ஐந்து ரூபாய்க்குக்கூடக் கிடைக்கக்கூடும்.

ஆங்கிலத்தில் இதை *Differential Pricing* என்கிறார்கள். அதாவது, ஒரே பொருளுக்கு வெவ்வேறு இடங்களில், வெவ்வேறு சூழ்நிலைகளில், வெவ்வேறு விலை வைப்பது. இது ஏமாற்று இல்லை, உலகெங்கும்

பயன்பாட்டில் உள்ள, எல்லாராலும் ஒப்புக்கொள்ளப்பட்டிருக்கிற, சட்டப்படியான விற்பனை முறைதான்.

நாம் மாதந்தோறும் வீட்டுக்கென்று பல்வேறு பொருட்களை வாங்குகிறோம். அரிசி, பருப்பு, நிலக்கடலையில் தொடங்கிப் பற்பசை, சோப்பு, தின்பண்டங்கள் என்று இந்தப் பட்டியல் நீளும். இவற்றையெல்லாம் ஒரே இடத்தில் வாங்குவது நமக்கு வசதியாக இருக்கும். ஆனால், அந்தப் பொருட்கள் வேறு எங்கேனும் இன்னும் குறைந்த விலைக்குக் கிடைக்கக்கூடும் என்று தெரிந்தால், அப்படி விலை ஒப்பீடு செய்யாமல் அனைத்தையும் ஒரே இடத்தில் வாங்குவது சரிதானா என்கிற கேள்வி எழும்.

அப்படியானால், ஒவ்வொரு மாதமும் பத்துப் பதினைந்து கடைகளுக்குச் சென்று நம் பட்டியலில் உள்ள ஒவ்வொரு பொருளையும் தேடிப் பார்த்து விலை விசாரிக்கவேண்டுமா? இந்த விலைகள் அனைத்தையும் ஒப்பிட்டுப் பார்த்தபிறகுதான் எதை எங்கு வாங்கவேண்டும் என்று தீர்மானிக்கவேண்டுமா?

தேவையில்லை. அப்படி மாதாமாதம் பல கடைகளுக்குச் சென்று விலை விசாரிப்பதற்கு ஆகும் நேர முதலீட்டுடன் ஒப்பிடும்போது, நீங்கள் சேமிக்கும் தொகை மிகக் குறைவாகத்தான் இருக்கும்.

அதற்குப்பதிலாக, இந்த விலை ஒப்பீட்டை *(Price Comparison)* ஓர் ஆறு மாதத் திட்டமாகப் பொறுமையாகச் செயல்படுத்தலாம்:

1

நம் வீட்டுக்கு அல்லது அலுவலகத்துக்குப் பக்கத்தில் இருக்கிற நான்கைந்து சிறிய, பெரிய, நடுத்தர அளவுக் கடைகளை எடுத்துக்கொள்ளலாம். இவை அந்தந்தப் பகுதியில் நன்கு அறியப்பட்ட, பல வாடிக்கையாளர்களைக் கொண்ட கடைகளாக இருக்கவேண்டும்.

ஏனெனில், நம் மக்கள் மிகவும் அறிவாளிகள். எந்தக் கடையில் பொருட்கள் சரியான விலையில் கிடைக்கின்றன என்பதைக் கண்டுபிடித்து, அந்தக் கடைக்குத்தான் தங்களுடைய ஆதரவை வாரி வழங்குவார்கள். மளிகை, காய்கறி, பழங்கள், அன்றாடப் பயன்பாட்டுப் பொருட்கள் விற்கப்படுகின்ற ஒரு கடையில் தொடர்ந்து வாடிக்கையாளர் கூட்டம் இருக்கிறது என்றால்,

அவர்கள் விலை விஷயத்தில் சரியாக நடந்துகொள்கிறார்கள் என்று ஓரளவு துல்லியமாகக் கணித்துவிடலாம்.

மாறாக, *Convenience Stores* எனப்படும் வசதிக் கடைகளில் பெரும்பாலான பொருட்கள் முழுவிலையில்தான் கிடைக்கும். பெரிய தள்ளுபடிகள், சலுகைகளெல்லாம் இருக்காது. சட்டென்று ஒரு பொருளை வாங்கவேண்டும் என்கிற தேவை உள்ள மக்கள் அந்தக் கடைகளைப் பயன்படுத்திக்கொள்வார்கள், விலையைப் பார்க்கமாட்டார்கள்.

நாம் இந்தப் பொருட்களை மாதந்தோறும் வாங்கப்போகிறோம். அதனால், வசதிக் கடைகளைவிட, அதே பொருட்களை மலிவாக விற்கும் கடைகளைத்தான் நம்முடைய பரிசோதனையில் சேர்க்கவேண்டும்.

ஒரு விஷயம், மலிவான விலை என்பதை மலிவான தரம் என்று நினைத்துவிடக்கூடாது. எடுத்துக்காட்டாக, இந்தக் கடையில் அரிசி ஐம்பது ரூபாய், அந்தக் கடையில் அதே அரிசி நாற்பது ரூபாய் என்றால், சட்டென்று இரண்டாவது கடைக்குத் தாவிவிடக்கூடாது. முதல் கடையில் உள்ள அரிசியும் இரண்டாவது கடையில் உள்ள அரிசியும் ஒரே தரம் என்றால்தான் இந்தக் கணக்கு சரி. இல்லாவிட்டால், நம்முடைய ஒப்பீடு செல்லாது.

ஆக, தரத்தில் சமரசம் செய்துகொள்ளாமல், அதே தரத்திலான பொருட்களைக் குறைந்த விலைக்கு வாங்க முயல்கிறோம். அதுதான் சரியான ஒப்பீடு, அறிவார்ந்த ஒப்பீடு.

2

இப்படி நாம் தேர்ந்தெடுத்த கடைகளை மாதம் ஒன்றாக எடுத்துக்கொண்டு, அந்த மாதத்துக்கான அனைத்துப் பொருட்களையும் மொத்தமாக அதே கடையில் வாங்கவேண்டும். அதற்கு அவர்கள் தருகிற பில்லைப் பாதுகாப்பாக எடுத்துவைக்க வேண்டும்.

சில கடைகளில் தரமில்லாத தாளில் பில்லை அச்சிடுவார்கள். இன்னும் சிலர் *Thermal Printing* எனப்படும் வெப்ப அச்சிடல் தொழில்நுட்பத்தைப் பயன்படுத்துவார்கள். இந்தப் பில்களெல்லாம் விரைவில் மங்கிப்போய் அழிந்துவிடும். அதனால், ஒவ்வொரு

மாதமும் நாம் பொருட்களை வாங்கும் பில்களை நம்முடைய செல்ஃபோனில் புகைப்படம் எடுத்து வைத்துக்கொள்வது நல்லது.

3

இரண்டாவது மாதத்துக்கான பொருட்களை வாங்கியதும், அந்தப் பில்லை முதல் மாதத்தின் பில்லுடன் ஒப்பிட்டுப் பார்க்கலாம். ஒவ்வொரு பொருளும் முதல் கடையிலும் இரண்டாவது கடையிலும் என்ன விலையில் கிடைக்கிறது என்று சிந்திக்கலாம்.

இந்த இரு பில்களுக்கும் நடுவில் பல வாரங்கள் இருப்பதால், அநேகமாக எல்லாப் பொருட்களின் விலையும் சற்று உயர்ந்திருக்கும், அல்லது தாழ்ந்திருக்கும். அதனால், 1%லிருந்து 5%வரை உள்ள விலை வேறுபாடுகளைப் பொருட்படுத்தவேண்டியதில்லை. அதற்குமேல் உள்ள விலை வேறுபாடுகளைமட்டும் கூர்ந்து கவனிக்கவேண்டும்.

அடுத்தடுத்த மாதங்களில் உங்களிடம் மேலும் மேலும் புதிய பில்கள் சேர்ந்துகொண்டிருக்கும். அதாவது, நீங்கள் மூன்று, நான்கு அல்லது ஐந்து கடைகளின் பொருள் விலைகளை ஒப்பிட்டு அலசுவீர்கள். இதன்மூலம், எந்தக் கடையில் எந்த வகைப்பொருட்கள் சரியான விலையில் கிடைக்கின்றன என்று உங்களுக்கு ஓரளவு புரியத் தொடங்கும்.

4

மேற்சொன்ன ஒப்பீட்டை இணையம் சார்ந்த மளிகைக்கடைகள் *(Online Grocery Sites)* அல்லது மொபைல் செயலிகளுக்கும் செய்யலாம். அங்கும் சில பொருட்கள் மிகக் குறைந்த விலையில் கிடைக்கக்கூடும்.

ஆனால், இணைய, மொபைல் கடைகளில் விலைகள் மிக விரைவாக ஏறி, இறங்கும். திடீரென்று ஒரு பெரிய சலுகை கொடுப்பார்கள். அடுத்த நாள் அதைத் தூக்கிவிடுவார்கள். அதனால், இவற்றை முழுமையாக நம்பி ஒரு தீர்மானத்துக்கு வர இயலாது.

அதேபோல், இந்தத் தொழில்நுட்பக் கடைகளில் இவ்வளவு ரூபாய்க்கு வாங்கவேண்டும் என்கிற குறைந்தபட்ச ஆர்டர் மதிப்பு இருக்கும். மலிவாகக் கிடைக்கிறது என்பதற்காக ஒரே ஒரு பால்

பாக்கெட்டெல்லாம் வாங்கமுடியாது. அதையும் நீங்கள் நினைவில் வைத்துக்கொள்ளவேண்டும்.

5

நிறைவாக, இந்த ஒப்பீடுகளின் அடிப்படையில் உங்களுடைய வழக்கமான மாதப் பயன்பாட்டுப் பொருட்களை எங்கு வாங்கவேண்டும் என்கிற திட்டத்தை நீங்கள் உருவாக்கலாம். அதாவது, எந்தெந்தப் பொருட்களை எங்கு வாங்கலாம் என்கிற ஒரு மனப் பதிவை ஏற்படுத்திக்கொள்ளலாம்.

இதன்மூலம், ஒரே இடத்தில் எல்லாப் பொருட்களையும் வாங்கிக்கொண்டிருந்த நீங்கள் இப்போது இரண்டு அல்லது மூன்று இடங்களில் அவற்றை வாங்கத் தொடங்குவீர்கள். நீங்கள் வாங்கும் பொருட்களில் பெரும்பாலானவை உங்களுக்கு மலிவான விலையில் கிடைக்கும். மாதந்தோறும் இது உங்களுக்குக் கணிசமான ஒரு தொகையை மிச்சப்படுத்தும்.

இதில் இன்னொரு நன்மை, விலை ஒப்பீடு என்கிற பழக்கம் உங்கள் மூளையில் நுழைந்துவிட்டால், அது உங்களைக் கவர்ந்து உள்ளிழுத்துவிடும். எந்தப் பொருள் எந்தக் கடையில் என்ன விலைக்குக் கிடைக்கிறது என்கிற தகவலெல்லாம் மிக இயல்பாக உங்கள் நினைவில் நிற்கத் தொடங்கிவிடும், அவற்றை மனக்கணக்காகவே ஒப்பிட்டுச் சரியான தீர்மானத்துக்கு வரப் பழகிவிடுவீர்கள். பொருட்களைச் சரியான விலையில்மட்டும்தான் வாங்கவேண்டும் என்பதை ஒரு சுவையான விளையாட்டைப்போல் ஆக்கிக்கொண்டுவிடுவீர்கள்.

'ஆனால், இந்த விலை ஒப்பீட்டுப் பழக்கமெல்லாம் தேவைதானா? இதனால் உண்மையில் மதிப்புண்டா?' என்று சிலர் கேட்பார்கள். 'எல்லாப் பொருட்களையும் ஒரே இடத்தில் வாங்கினால் என்ன பெரிய இழப்பு? மிஞ்சிப்போனால் சில நூறு ரூபாய்கள் கூடுதலாகச் செலவாகும். அவ்வளவுதானே? அதை மிச்சப்படுத்துவதற்கு இவ்வளவு மெனக்கெடவேண்டுமா?'

முதலில், சில நூறு ரூபாய்கள் என்பது எல்லாருக்கும் 'சிறிய தொகை' இல்லை. அதை மிச்சப்படுத்துவது சிலருக்கு மிகப் பெரிய விஷயமாக இருக்கக்கூடும், அது அவர்களுடைய பொருளாதாரச் சுமையைக் குறைக்கக்கூடும்.

ஒருவேளை, உங்களுக்கு அந்தத் தொகை ஒரு பெரிய சுமையாகத் தோன்றாவிட்டால், நீங்கள் விரும்பும் இடத்தில் விரும்பும் பொருட்களை வாங்கிக்கொள்ளலாம். அதில் எந்தத் தவறும் இல்லை. அந்த வசதிக்கு நீங்கள் ஒரு கூடுதல் விலை கொடுக்கிறீர்கள் *(Price of Convenience)* என்பதைமட்டும் உணர்ந்தால் போதும்.

அதே நேரம், இந்த மனநிலை உங்களுடைய பெரிய செலவுகளில் நுழைந்துவிடாமல் பார்த்துக்கொள்ளுங்கள். எடுத்துக்காட்டாக, நாளைக்கே நீங்கள் ஒரு துவைக்கும் இயந்திரத்தையோ, கணினியையோ, செல்ஃபோனையோ வாங்குகிறீர்கள் என்றால், நான்கைந்து இடத்தில் விலை விசாரித்துச் சரியான இடத்தில் வாங்கினால் பல ஆயிரம் ரூபாய்கள் மிச்சமாகும்.

ஆக, விலை ஒப்பீடு என்பது எல்லாருக்கும் தேவைதான். சிலர் பத்து ரூபாய்ப் பொருளைக்கூட இன்னும் மலிவாக வாங்கமுடியுமா என்று பார்ப்பார்கள். வேறு சிலர் பத்தாயிரம் ரூபாய்ப் பொருளுக்குமட்டும் அப்படிச் சிந்திப்பார்கள். அவ்வளவுதான் வேறுபாடு.

இன்றைய உலகில் எதையும் நினைத்ததும் வாங்கவேண்டும் என்கிற மனநிலை பரவலாகிக்கொண்டிருக்கிறது. குறிப்பாக, சம்பாதிக்கத் தொடங்கியுள்ள இளைஞர்கள் வாழ்க்கையை அனுபவிக்கிறேன் பேர்வழி என்று நுகர்வுப் பண்பாட்டில் திளைக்கிறார்கள், நமக்கு இது தேவையா, தேவையில்லையா என்றெல்லாம் சிந்திக்காமல் எதையெதையோ வாங்கிக் குவிக்கிறார்கள். நிறுவனங்களும் வண்ணமயமான தொடர் விளம்பரங்கள், விதவிதமான விலைச் சலுகைகள், 10 நிமிட டெலிவரி, வட்டியில்லாக் கடன் போன்றவற்றின்மூலம் வாடிக்கையாளர்களுடைய இந்த மனநிலையை நன்கு பயன்படுத்திக்கொள்கிறார்கள்.

நாம் இந்தச் சிக்கலில் காயப்பட்டுவிடாமல் தடுக்கவேண்டுமென்றால், விலை ஒப்பீட்டுப் பழக்கம்தான் அதற்கு நல்ல பாதுகாப்பு அரண்.

அதாவது, நாம் வாங்க விரும்பும் பொருளைக் கண்டிப்பாக வாங்கலாம், தடையில்லை. ஆனால், அதை உடனடியாக வாங்கிவிடக்கூடாது. குறைந்தது ஓரிரு இடங்களிலாவது விலை விசாரித்தபிறகுதான் அதை வாங்கவேண்டும் என்று நமக்கு நாமே ஒரு கட்டுப்பாட்டை விதித்துக்கொள்ளவேண்டும்.

எடுத்துக்காட்டாக, ஒரு புதிய செல்ஃபோனின் விளம்பரத்தைப் பார்க்கிறோம். அதை 10 நிமிடத்தில் நம் வீட்டு வாசலுக்கே கொண்டுவந்து கொடுப்பதாக ஓர் இணையதளம் உறுதியளிக்கிறது. உடனே, நம் கை துறுதுறுக்கிறது.

ஆனால், நம்முடைய சுய கட்டுப்பாட்டின்படி, நாம் அந்த செல்ஃபோனை உடனடியாக வாங்கக்கூடாது. இன்னும் ஓரிரு இடங்களில் அதன் விலை என்ன என்று விசாரிக்கவேண்டும், அந்த விலைகளை ஒப்பிடவேண்டும், சரியான விலையில்தான் அதை வாங்கவேண்டும்.

இந்த ஒப்பீட்டைச் செய்யும்போது, '10 நிமிடத்தில் டெலிவரி' என்கிற 'வசதி'க்கு நாம் கொடுக்கவிருந்த மிகப் பெரிய விலை நமக்குப் புரியவரும். ஓரிரு நாட்கள் காத்திருந்தால் வேறோர் இடத்தில் அதே செல்ஃபோனை 20% குறைந்த விலைக்குப் பெற்றுவிடலாம் என்று தெரிந்துகொள்வோம், அல்லது, 'இப்போது என்னிடம் இருக்கிற செல்ஃபோனே நன்றாகத்தானே இருக்கிறது? எனக்கு எதற்கு இன்னொரு புதிய செல்ஃபோன்?' என்று ஞானம் பெற்றுவிடுவோம்.

★★★

26. படைத்தலைவர் ஆவோம்

அரை லிட்டர் பால் பாக்கெட்டின் விலை ரூ. 23. அதையே ஒரு லிட்டர் பாக்கெட்டாக வாங்கினால் 23 + 23 = ரூ.46 இல்லை, ரூ.45தான்.

இதன் பொருள், ஒருவேளை உங்கள் வீட்டுக்கு நாள்தோறும் ஒரு லிட்டர் பால் தேவைப்படுகிறது என்றால், அதை இரண்டு அரை லிட்டர் பாக்கெட்களாக வாங்குவதற்குப்பதிலாக ஒரு லிட்டர் பாக்கெட்டாக வாங்கிக்கொண்டால் உங்களுக்கு ஒரு ரூபாய் மிச்சமாகும். இதை ஆண்டுமுழுக்கச் செய்தால் ரூ.365 சேமிக்கலாம்.

உண்மைதான். ஆனால், இது வெறும் விலைக் கணக்குதான். அந்தச் சேமிப்பினால் நமக்கு ஏதேனும் இழப்பு உண்டா என்பதையும் நாம் யோசிக்கவேண்டும்.

நாள்தோறும் இரண்டு அரை லிட்டர் பால் பாக்கெட்களை வாங்குகிறவர்கள் காலையில் ஒரு பாக்கெட்டைமட்டும் பிரித்துக் காய்ச்சுவார்கள், இன்னொரு பாக்கெட்டைக் குளிர்ப்பெட்டியில் வைப்பார்கள். பின்னர் மாலையில் அந்த இன்னொரு பாக்கெட்டைக் காய்ச்சிப் பயன்படுத்துவார்கள்.

ஒரு லிட்டர் பால் பாக்கெட்டை வாங்குகிறவர்களுக்கு இந்த நெகிழ்வுத்தன்மை *(Flexibility)* இல்லை. அவர்கள் முழுப் பாக்கெட்டையும் காலையிலேயே காய்ச்சிவிடவேண்டும், அதில்

காலையில் பயன்படுத்திய பால் போக மீதமுள்ள பாலைக் கெடாமல் பாதுகாக்கவேண்டியது அவர்களுடைய பொறுப்புதான்.

ஆக, ரூ. 365ஐ மிச்சப்படுத்துவது முக்கியம் என்று நினைக்கிறவர்கள் நெகிழ்வுத்தன்மையை விட்டுத்தரவேண்டும், நெகிழ்வுத்தன்மை முக்கியம் என்று நினைக்கிறவர்கள் அந்தக் கூடுதல் தொகையைச் செலுத்தவேண்டும். இவற்றுள் எதைத் தேர்ந்தெடுப்பது என்பது ஒவ்வொருவருக்கும் மாறுபடும்.

இன்றைக்கு அநேகமாக எல்லாப் பொருட்களும் பல அளவுகளில், பல விலைகளில் கிடைக்கின்றன. அவை ஒவ்வொன்றும் ஒவ்வொரு தேவையை நிறைவுசெய்கின்றன. அதனால், நாம் அவற்றின் விலையைமட்டும் ஒப்பிடாமல், நம்முடைய பயன்பாடு எப்படிப்பட்டது என்பதையும் சிந்தித்துத்தான் தீர்மானிக்கவேண்டும்.

எடுத்துக்காட்டாக, ஐந்து ரூபாய் பிஸ்கெட் பொட்டலத்தின் அளவு 30 கிராம் என்று வைத்துக்கொள்வோம். அதே பிஸ்கெட்டைப் பத்து ரூபாய்ப் பொட்டலமாக வாங்கினால் அதில் 60 கிராம் பிஸ்கெட் இருக்கும் என்று நாம் எதிர்பார்க்கிறோம். ஆனால், உண்மையில் அதில் 50 கிராமும் இருக்கலாம், 70 கிராமும் இருக்கலாம். இது ஒவ்வொரு பிஸ்கெட்டுக்கும் மாறுபடும்.

இந்தச் சூழ்நிலையில், குறைந்த பணத்துக்கு நிறைய எடை தருகிற பொட்டலத்தைத்தான் வாங்குவேன் என்று நாம் பிடிவாதம் பிடிக்கக்கூடாது. அப்படி நினைக்கிறவர்கள் இரண்டு கிலோ பிஸ்கெட் பொட்டலத்தை வாங்கிவிட்டு இத்தனை பிஸ்கெட்களை வைத்துக்கொண்டு என்ன செய்வது என்று தெரியாமல் திணறவேண்டியதுதான்.

இன்றைய சூப்பர் மார்க்கெட்களில் விதவிதமான பொருட்கள் விதவிதமான அளவுகள், விலைகளில் அடுக்கப்பட்டிருக்கின்றன. போதாக்குறைக்கு ஒரே பொருளை விதவிதமான பெயர்களிலும் விற்கிறார்கள். எடுத்துக்காட்டாக, "Gold" என்ற பெயரில் ஒரு புகழ் பெற்ற தேநீர் பிராண்டு இருக்கிறது என்றால், அதே நிறுவனம் "Gold Green", "Gold Lite", "Gold Premium", "Gold Ultra" என்று நான்கு துணைபிராண்டுகளை உருவாக்கிவிடுகிறது. இவை அனைத்தும் கடையில் அருகருகில் வைக்கப்பட்டிருக்கின்றன. எல்லாம்

பார்ப்பதற்குக் கிட்டத்தட்ட ஒரேமாதிரி இருக்கின்றன. அதனால், இவர்களில் யார் மைக்கேல், யார் மதன், யார் காமேஸ்வரன் என்று புரியாமல் நாம் திகைக்கிறோம்.

இன்னொரு பிரச்சனை, பல பொருட்களின் அளவுகள் 50 கிராம், 100 கிராம் என்று முழு எண்களாக இருப்பதில்லை. 37.2 கிராம், 43.8 கிராம் என்று ஒவ்வொருவரும் ஒவ்வொருவிதமாகப் புள்ளி வைத்துக் கோலம் போடுகிறார்கள்.

எனக்கென்னவோ நிறுவனங்கள் இந்தக் குழப்பங்களைத் திட்டமிட்டு உருவாக்குவதாகத் தோன்றுகிறது. அதாவது, நாம் இரண்டு வெவ்வேறு பொருட்களை எளிதில் ஒப்பிட்டுத் தீர்மானிக்கமுடியாதபடி ஒரு மசங்கல் நிலையை உண்டாக்கிவிடுகிறார்கள். நாமும் சிறிது நேரம் முயன்றுபார்த்துவிட்டு, 'இது நமக்குச் சரிப்படாது' என்று ஏதாவது ஒரு பொருளைக் குத்துமதிப்பாகத் தேர்ந்தெடுத்துவிடுகிறோம். இதனால், தேவையில்லாத பொருட்களை வாங்குவது, தேவையான பொருளைத் தேவையில்லாத அளவுகளில் வாங்குவது, அப்படி வாங்கியவை காலாவதித் தேதியைத் (Expiry Date) தாண்டி வீணாவது என்று பல சிக்கல்கள் வருகின்றன.

இந்த நோய்க்கு ஒரு சிறப்பான மருந்து இருக்கிறது: எப்போதும் பட்டியலோடு கடைக்குள் நுழைவது.

முன்பெல்லாம் மாதம் பிறந்ததும் குடும்பத் தலைவர்கள் அந்த மாதத்துக்குத் தேவையான மளிகைப் பொருட்களைப் பட்டியல் போடுவார்கள். பின்னர் அந்தப் பட்டியலைப் பக்கத்திலிருக்கும் மளிகைக்கடையில் கொடுத்துவிட்டால் போதும், சில மணிநேரங்களில் எல்லாப் பொருட்களும் அழகாகப் பொட்டலம் கட்டப்பட்டு வீட்டுக்கு வந்துவிடும்.

இப்போதும் நாம் இந்த வழிமுறையைப் பின்பற்றுகிறோம். ஆனால், அந்தப் பட்டியலை மனத்துக்குள் வைத்துக்கொள்கிறோம். அதனால், தேவையானவற்றைமட்டும் தேவையான அளவுகளில்மட்டும் சரியாக வாங்குவதில்லை.

அடுத்த மாதம் உங்களுடைய வீட்டுத் தேவைகள் அனைத்தையும் பேனா பிடித்துத் தாளில் எழுதுங்கள், அல்லது, செல்ஃபோனில் தட்டச்சு செய்யுங்கள். அந்தப் பட்டியல் எந்தக் குழப்பத்துக்கும்

இடமளிக்காமல் தெளிவாக இருக்கவேண்டும். அதாவது:

- பொருளின் பெயர்
- பிராண்டு பெயர் (ஏதேனும் இருந்தால்)
- தேவையான அளவு அல்லது எண்ணிக்கை

எடுத்துக்காட்டாக, 'அமுல் வெண்ணெய் 100 கிராம்', 'கவின்கேர் ஷாம்பூ 250 மிலி'... இப்படி நமக்குத் தேவையானவை என்னென்ன, எவ்வளவு என்று முன்கூட்டியே சிந்தித்து எழுதப்பட்ட பட்டியலோடுதான் கடைக்கு, அல்லது பொருட்கள் விற்கப்படும் இணையதளத்துக்கு, அல்லது மொபைல் செயலிக்குச் செல்லவேண்டும்.

அதன்பிறகு, அந்த இடத்தில் பட்டியல்தான் அரசர். நீங்கள் அவருக்குக் கீழே பணிபுரியும் படைத்தலைவர். அவர் இட்ட கட்டளைகளை நிறைவேற்றவேண்டியதுதான் உங்கள் வேலை.

அதாவது, உங்களிடம் உள்ள பட்டியலை வரிவரியாகப் படித்து அதிலுள்ள பொருட்களை எடுத்துக் கூடையில் போடும் வேலையைத்தான் நீங்கள் செய்யவேண்டும், கடையில் நின்று 'இதற்குப் பதில் அதை வாங்கினால் என்ன?' என்று யோசித்துக்கொண்டிருக்கக்கூடாது. ஏனெனில், நீங்கள் ஏற்கெனவே யோசித்துவிட்டீர்கள், இப்போது அதைச் செயல்படுத்தப்போகிறீர்கள், அவ்வளவுதான்.

இதற்கு ஒரே விதிவிலக்கு, நீங்கள் எழுதிவைத்திருக்கும் பொருளுக்கு இணையான, அல்லது, அதைவிடச் சிறப்பான இன்னொரு பொருள் நல்ல தள்ளுபடி விற்பனையில் கிடைத்தால், அதைக் கருத்தில் கொள்ளலாம். எடுத்துக்காட்டாக, 'அமுல் வெண்ணெய் 100 கிராம்' என்று உங்கள் பட்டியலில் உள்ளது. ஆனால், கடையில் அதே தரத்திலான இன்னொரு வெண்ணெய் 30% தள்ளுபடியில் கிடைக்கிறது என்றால், நீங்கள் இந்தக் கேள்விகளைக் கேட்டுக்கொள்ளவேண்டும்:

- இந்தப் பொருள் எனக்கும் என் வீட்டில் உள்ள மற்றவர்களுக்கும் பிடித்ததுதானா? எங்கள் வழக்கத்தை மாற்றி இதை வாங்குவதால் ஏதேனும் சிக்கல் வருமா?

- தள்ளுபடி விலையில் கிடைக்கும் இந்தப் பொருள் எப்போது காலாவதியாகிறது? (சில கடைகளில், அடுத்த ஓரிரு நாட்களில் காலாவதியாகும் பொருட்களைப் பெரிய தள்ளுபடியில் தள்ளிவிடுவார்கள். அதனால், நாம் விலையைமட்டும் பார்க்கக்கூடாது. அந்தக் காலாவதியாகும் நாளுக்குள் நம்மால் அந்தப் பொருளைப் பயன்படுத்திவிட இயலுமா என்பதையும் சிந்திக்கவேண்டும்.)
- இந்தத் தள்ளுபடி விலைக்கும் நான் வழக்கமாக வாங்கும் பொருளின் விலைக்கும் இடையில் எவ்வளவு வேறுபாடு? இந்தச் சேமிப்புக்காக நாங்கள் எங்களுடைய வழக்கத்தை மாற்றிக்கொள்ள விரும்புவோமா?

இந்தக் கேள்விகளுக்கான பதில்கள் எந்தப் பொருளை வாங்கலாம் என்கிற தெளிவை உங்களுக்குக் கொடுக்கும். ஒருவேளை அதன்பிறகும் குழப்பமாகதான் உள்ளது என்றால், இந்தச் சலுகை உங்கள் மனத்தை மாற்றுமளவு வலுவாக இல்லை என்று பொருள். அதனால், வழக்கமாக வாங்கும் பொருளையே வாங்கிவிடுவது நல்லது.

சில நேரங்களில், 'ஒன்று வாங்கினால் ஒன்று இலவசம்' என்ற விளம்பரச் சலுகை உங்களைச் சுண்டியிழுக்கும். 'அட, பாதி விலை' என்று சட்டென்று அந்தப் பக்கம் தாவவேண்டாம். சற்றுப் பொறுமையாகச் சிந்தித்தால், அது உண்மையில் பாதி விலை இல்லை என்பது புரியும்.

நீங்கள் வழக்கமாக ஒரு சோப்பை இருபது ரூபாய்க்கு வாங்குகிறீர்கள் என்று வைத்துக்கொள்வோம். கடைக்காரர் அதே சோப்பைப் பத்து ரூபாய்க்கு விற்றால், அதுதான் பாதி விலை.

ஆனால், 'ஒன்று வாங்கினால் ஒன்று இலவசம்' என்பது அப்படி வேலை செய்வதில்லை. இங்கு நீங்கள் 20 ரூபாயை முழுமையாகச் செலுத்தவேண்டும், பதிலுக்கு உங்களுக்கு இரண்டு சோப்புகள் கிடைக்கும். அந்தச் சோப்புகள் ஒவ்வொன்றின் விலை 10 ரூபாய்தான் என்றாலும், இங்கு உங்களுடைய செலவு (Expense/Cost) குறையவில்லை, அந்தச் செலவுத் தொகையின்மூலம் வாங்கிய பொருட்களின் எண்ணிக்கைதான் கூடியிருக்கிறது (More Quantity).

இதனால், 'ஒன்று வாங்கினால் ஒன்று இலவசம்' என்னும் விலைச் சலுகை நம்மை இன்னும் கூடுதலான பொருட்களை வாங்கச்செய்கிறது. அவற்றின் சராசரி விலை சரிபாதியாகக் குறைந்திருந்தாலும், நாம் தேவைக்கு மேல் பொருட்களை வாங்கிவைக்கிறோம். அவற்றைப் பயன்படுத்துவதற்கு நமக்கு ஓரிரு மாதங்கள் ஆகலாம். அதற்குள் அவை கெட்டுப்போகலாம், தொலைந்துபோகலாம், நிறைய இருக்கிறது என்கிற மகிழ்ச்சியில் நாம் அவற்றைப் பயன்படுத்தும் அளவு கூடலாம்... இவையெல்லாம் தேவையில்லாத பின்விளைவுகள்.

அதற்காக, இதுபோன்ற விளம்பரச் சலுகைகளைப் பயன்படுத்தவே கூடாது என்று சொல்லவரவில்லை. சலுகை இருக்கிறது என்பதற்காக எதையும் வாங்காமல், அது நமக்குத் தேவையா, அந்தப் பொருளுக்கு நாம் தரும் விலை சரியா என்று சிந்தித்துச் செயல்படவேண்டும்.

ஒருவேளை, நம் பட்டியலில் இல்லாத சில பொருட்கள் கடையில் நம்மைக் கவர்ந்திழுத்தால்?

'காற்று வாங்கப் போனேன், ஒரு கவிதை வாங்கிவந்தேன்' என்கிற வரியெல்லாம் திரைப்படத்தில்மட்டும்தான் எடுபடும், மளிகைக்கடைக்குச் சரிப்படாது. அங்கு நம்முடைய பட்டியலில் 'காற்று' என்று இருந்தால் நாம் காற்றைத்தான் வாங்கவேண்டும், கவிதையை வாங்கக்கூடாது.

ஆனால், கடைக்காரர்கள் அப்படி ஒழுக்கத்தோடு செயல்படுவதற்கு நம்மை அனுமதிக்கமாட்டார்கள். மக்களைச் சுண்டியிழுக்கிற சிறிய, பெரிய பொருட்கள் எவை என்று அவர்களுக்குத் தெரியும். அவற்றைக் கடையின் வெவ்வேறு பகுதிகளில் அழகாகக் காட்சிப்படுத்தியிருப்பார்கள். அவற்றைப் பார்த்து மயங்கினால் பணமும் வீணாகும், வீட்டில் தேவையில்லாத பொருட்களும் (அதாவது, குப்பையும்) சேரும்.

அதனால், பட்டியலோடு கடைக்குள் நுழைகிறவர்கள் அந்தப் பட்டியலை முறையாகப் பின்பற்றுவதுதான் சரி. ஒருவேளை, அதில் இடம்பெறாத, நாம் மறந்துவிட்ட பொருட்கள் கண்ணில் பட்டால் எடுத்துப் போட்டுக்கொள்ளலாம், தேவையில்லாத எதையும் வாங்கக்கூடாது.

இன்றைய இளைஞர்கள் பலர் இந்தக் கண்டிப்பான விதிமுறையை விரும்புவதில்லை. 'நாம சம்பாதிக்கறதே செலவு செய்யறதுக்குத்தானே ப்ரோ' என்று விருப்பம்போல் எதையெதையோ வாங்கிக் குவிப்பதுதான் இப்போதைய வழிமுறையாக இருக்கிறது. இதற்கு *'Retail Therapy'*, அதாவது, பொருட்களை வாங்குவதன்மூலம் மனத்தை மகிழ்ச்சிப்படுத்தித் தேற்றுவது என்று ஒரு பெயர்கூட வைத்திருக்கிறார்கள்.

ஆனால், பொருட்களைவிட அனுபவங்கள்தான் மனிதனுக்கு நீடித்த மகிழ்ச்சியைத் தருகின்றன என்கிறார்கள் உளவியலாளர்கள். அதாவது, ஒரு புதுப் பொருளை வாங்கும்போது கிடைக்கிற மகிழ்ச்சி தாற்காலிகமானதுதான், அது ஓரிரு நாட்களில், மிஞ்சிப்போனால் ஓரிரு வாரங்களில் பழகிவிடும். அதன்பிறகு அதன்மூலம் அதேபோன்ற ஒரு மகிழ்ச்சி நமக்குக் கிடைக்காது. இன்னொரு பொருளைத் தேடத் தொடங்கிவிடுவோம்.

எனவே, வணிக நிறுவனங்கள் திட்டமிட்டு உருவாக்கியிருக்கிற 'செலவு செய்வதன்மூலம் இன்பத்தைப் பெறலாம்' என்ற போலியான நம்பிக்கையைத் தள்ளிவிடுங்கள். எதை வாங்குவது, எவ்வளவு வாங்குவது என்கிற பட்டியல் தரும் ஒழுங்கு உங்களுக்கு ஆண்டுதோறும் பல்லாயிரம் ரூபாய்களை மிச்சப்படுத்தும். நம் செலவுகள் நம் கட்டுப்பாட்டில் இருக்கின்றன என்கிற அந்த உணர்வு தரும் மகிழ்ச்சியை அனுபவியுங்கள்.

★★★

27. தள்ளுபடித் தந்திரங்கள்

இப்போதெல்லாம் தீபாவளி, பொங்கல், நவராத்திரி, விடுதலை நாள், குடியரசு நாள் என்று எந்த விழாவானாலும் இணையதளங்களும் செல்ஃபோன் செயலிகளும் புகழ்பெற்ற கடைகளும் சிறப்பு விற்பனை அறிவித்துவிடுகிறார்கள். செய்தித்தாள், தொலைக்காட்சி, வானொலி, இணையம் என்று எதைத் திறந்தாலும் இந்த விற்பனை விழாக்களின் விளம்பரங்கள்தான். அநேகமாக எல்லாப் பொருட்களுக்கும் 50%, 60% என்று தொடங்கி 90%வரைகூடத் தள்ளுபடியை அள்ளி வீசுகிறார்கள். மக்களும் 'நான் இதை வாங்கிட்டேன், நீ என்ன வாங்கினே?' என்று பரபரப்போடு பேசிக்கொள்வதன்மூலம் இவர்களுக்குக் கூடுதல் விளம்பரம் செய்கிறார்கள்.

என் நண்பர் ஒருவர் இந்தச் சிறப்பு விற்பனைகளின்போதெல்லாம் ஒரு நகைச்சுவையைத் துணுக்கைத் திரும்பத் திரும்பச் சொல்வார், 'நீ இதுமாதிரி தள்ளுபடி விற்பனையைப் பயன்படுத்திக்கிட்டா 50% பணம் மிச்சம்ங்கறது உண்மைதான். ஆனா, நீ அதைப் பயன்படுத்திக்காட்டி 100% பணம் மிச்சம்.'

இவர் சொல்வது உண்மையா? இந்தத் தள்ளுபடி விற்பனைகள் எல்லாம் மோசமானவையா? நாம் அவற்றைப் பயன்படுத்திக்கொள்வது தவறா?

தொலைக்காட்சிப் பெட்டி வாங்க விரும்பும் ஒருவர் அதற்கென்று முப்பதாயிரம் ரூபாயை ஒதுக்கிவைத்திருக்கிறார். அப்போது ஒரு

சிறப்பு விற்பனை நாள் வருகிறது. அதில் அவர் தேர்ந்தெடுத்த அதே தொலைக்காட்சிப் பெட்டி 40% தள்ளுபடியில் கிடைக்கிறது. அதாவது, முப்பதாயிரம் ரூபாய்த் தொலைக்காட்சியைப் பதினெட்டாயிரம் ரூபாய்க்கு வாங்கிவிடுகிறார். இதில் அவருக்குப் பன்னிரண்டாயிரம் ரூபாய் மிச்சமாகிறது.

இன்னொருவர் தொலைக்காட்சி வாங்குகிற எண்ணத்திலேயே இல்லை. இப்போது அவர் வீட்டிலிருக்கும் தொலைக்காட்சி நன்றாகத்தான் இயங்கிக்கொண்டிருக்கிறது. ஆனால், 40% தள்ளுபடி என்ற விளம்பரத்தைப் பார்த்ததும் ஆசைப்பட்டு அதை வாங்கிவிடுகிறார். இவரும் அதே பதினெட்டாயிரத்தைத்தான் செலவழித்திருக்கிறார். ஆனால், அவருக்குப் பன்னிரண்டாயிரம் ரூபாய் மிச்சமாகவில்லை, பதினெட்டாயிரம் ரூபாய் கூடுதலாகச் செலவாகியிருக்கிறது. இன்னும் பச்சையாகச் சொல்வதென்றால், வீணாகியிருக்கிறது.

இதைக் கேட்டதும் சிலர் சினத்துடன் பாய்ந்து வருவார்கள், 'அந்தத் தொகை எப்படி வீணாகும்? பழைய தொலைக்காட்சியைவிடப் புதிய தொலைக்காட்சியில் படம் இன்னும் நன்றாகத் தெரியும், சிறப்பான வசதிகளெல்லாம் இருக்கும். அதற்குப் பதினெட்டாயிரம் ரூபாய் கொடுக்கக்கூடாதா?' என்பார்கள்.

கொடுக்கலாம். ஆனால், பழைய தொலைக்காட்சி நன்றாக இல்லை என்று அவர் உணர்ந்து, புதிய தொலைக்காட்சி வேண்டும் என்று தானே விரும்பிக் கொடுக்கவேண்டும். அப்போது பதினெட்டாயிரம் என்ன, ஐம்பதாயிரம்கூடச் செலவழிக்கலாம். அப்படியில்லாமல், ஏற்கெனவே இருக்கிற தொலைக்காட்சியில் எந்தக் குறையும் இல்லாதபோது தள்ளுபடிக்கென்று அவர் தொலைக்காட்சியை மாற்றினால் அது வீண் செலவுதான்.

ஆக, நமக்குத் தேவையான ஒரு பொருளைத் தள்ளுபடி விற்பனையின்போது குறைந்த விலையில் வாங்குவது சரி. தேவையில்லாத பொருட்களைத் தள்ளுபடி இருக்கிறது என்பதற்காக வாங்கிக் குவிப்பது தவறு. இந்த எளிய விதிமுறையை ஒவ்வொரு விற்பனை விளம்பரத்தைப் பார்க்கும்போதும் சொல்லிக்கொள்ளவேண்டும்.

சிலர் தள்ளுபடி விற்பனையைப் பணத்தை மிச்சப்படுத்தப் பயன்படுத்திக்கொள்ளாமல், வாழ்க்கைமுறையை மேம்படுத்தப் பயன்படுத்திக்கொள்வார்கள். அதாவது, தள்ளுபடியைப் பயன்படுத்திக்கொண்டு முன்பைவிடக் கூடுதல் விலையுள்ள, உயர்ந்த தரம், கூடுதல் வசதிகளைக் கொண்ட பொருளை வாங்குவார்கள்.

எடுத்துக்காட்டாக, புதிய தொலைக்காட்சிக்கு ரூ. 30,000 பட்ஜெட் போட்டிருந்த ஒருவர், அதற்கென்று ஒரு குறிப்பிட்ட தொலைக்காட்சியைத் தேர்ந்தெடுத்துவைத்திருக்கிறார். பின்னர், சிறப்பு விற்பனையின்போது ரூ. 50,000 விலையுள்ள இன்னொரு தொலைக்காட்சியை அவர் 40% தள்ளுபடியில் வாங்குகிறார். அதாவது, இப்போதும் அவர் ரூ. 30,000தான் செலவழிக்கிறார். ஆனால், தான் வாங்க விரும்பியதைவிடச் சிறப்பான இன்னொரு தொலைக்காட்சியை வாங்கிவிடுகிறார்.

இங்கும் மேற்சொன்ன அதே விதிமுறை பொருந்தும்: அந்த ஐம்பதாயிரம் ரூபாய்த் தொலைக்காட்சியில் இருக்கும் கூடுதல் வசதிகள் அவருக்குத் தேவைப்பட்டால், அவர் அந்தத் தள்ளுபடியைப் பயன்படுத்திக்கொள்ளலாம். இல்லாவிட்டால், முப்பதாயிரம் ரூபாய்த் தொலைக்காட்சியைத் தள்ளுபடியிலோ, தள்ளுபடி இல்லாமலோ வாங்குவதுதான் சிறந்தது.

இன்னொரு விஷயம், மாபெரும் சிறப்புத் தள்ளுபடி என்று அறிவிக்கப்படுகிற எல்லாம் உண்மையில்லை. பல நேரங்களில் விற்பனை விழாவுக்கு முன்னதாகப் பொருட்களின் விலையைப் பொய்யாக ஏற்றி, அதில் தள்ளுபடி கொடுக்கிறார்கள். எடுத்துக்காட்டாக, 100 ரூபாய் விலையுள்ள ஒரு பொருளின் விலையை 125 ரூபாய் என்று மாற்றுவார்கள். அதன்பிறகு, அதில் 20% தள்ளுபடி கொடுத்து, 'நீங்கள் வெறும் ரூ. 100 செலுத்தினால் போதும்' என்பார்கள்.

வேறு சில பொருட்கள் ஆண்டுமுழுவதும் தள்ளுபடியில்தான் கிடைக்கும். அதாவது, விளம்பர நோக்கத்துக்காக அவற்றின் விலை நிரந்தரமாகக் குறைக்கப்பட்டிருக்கும். அந்தப் பொருட்களை விற்பனை விழாவின்போது வாங்குவதால் உங்களுக்கு எந்தக் கூடுதல் பலனும் இல்லை.

ஆக, தள்ளுபடிச் சதவிகிதம் எவ்வளவு என்பதைப் பார்ப்பதைவிட, இந்தப் பொருளின் உண்மையான மதிப்பு என்ன, இப்போது இது அந்த விலையைவிடக் குறைவாகக் கிடைக்கிறதா என்பதைத்தான் நாம் பார்க்கவேண்டும். அப்போதுதான் சரியான பொருளைச் சரியான விலையில் வாங்கமுடியும். இணையத்தில் கிடைக்கும் விலை பின்தொடர்தல் *(Price Tracker)* கருவிகள் இதற்கு உதவலாம்.

சில தளங்களில் 'இந்தத் தள்ளுபடி இன்றைக்குமட்டும்தான்' என்று அறிவித்திருப்பார்கள், அல்லது, 'இன்னும் 3 நிமிடம் 18 விநாடிகளில் இந்தச் சலுகை காணாமல் போய்விடும்' என்பார்கள். இவை பெரும்பாலும் ஏமாற்று வேலைகள்தான். ஒரு வாரம் கழித்துச் சென்று பார்த்தாலும் அதே பொருள் அதே தள்ளுபடியில் கிடைக்கும். அப்போதும் 'இந்தத் தள்ளுபடி இன்று நள்ளிரவுடன் முடிந்துவிடும்' என்று அவர்கள் உங்களை வளைக்கப்பார்ப்பார்கள்.

அதனால், 'உடனடியா வாங்கு, இல்லாட்டி அவ்ளோதான்' என்று மிரட்டுகிற தள்ளுபடி அறிவிப்புகளைப் பார்த்துப் பதறவேண்டாம். அது உங்களுக்குள் *Fear Of Missing Out (FOMO)*, அதாவது, 'ஒருவேளை இது நமக்குக் கிடைக்காம போயிடுமோ' என்கிற அச்சத்தை உண்டாக்கி விற்பனையைக் கூட்டும் தந்திரம்தான்.

ஏனோ, தள்ளுபடி, சலுகை, விலைக் குறைப்பு, ஒன்று வாங்கினால் ஒன்று இலவசம் என்பதுபோன்ற விளம்பரங்களைப் பார்க்கும்போதெல்லாம் நமக்குள் இருக்கிற தர்க்கச் சிந்தனை காணாமல் போய்விடுகிறது. சட்டென்று அந்த அறிவிப்பில் மயங்கி எதையாவது வாங்கிவிடுகிறோம். ஒருவேளை உங்களுக்கு அந்தச் சிக்கல் இருக்கிறது என்றால், அதிலிருந்து தப்புவதற்குச் சில எளிய விதிமுறைகளை வகுத்துக்கொள்ளலாம்:

- தேவையில்லாத பொருட்கள் எந்தத் தள்ளுபடியில் கிடைத்தாலும் வாங்குவதில்லை
- தேவையான பொருளாக இருந்தாலும், தள்ளுபடி விலையில் கிடைத்தாலும், உடனே வாங்குவதில்லை. அதை ஏன் வாங்குகிறோம், அதற்கு இந்த விலை சரிதானா என்று குறைந்தது ஓரிரு வரிகள் சிந்திக்கவேண்டும், நமக்கு நாமே உறுதிப்படுத்திக்கொள்ளவேண்டும். அதன்பிறகுதான் வாங்கவேண்டும்

- முடிந்தால், மேற்சொன்ன உறுதிப்படுத்தலில் நம் நண்பர்கள், கணவர்/மனைவி, பிள்ளைகள், பெற்றோரையும் ஈடுபடுத்தலாம். அதாவது, இந்தக் காரணத்தால் இதை வாங்குவதாக இருக்கிறேன் என்று அவர்களிடம் சொல்லிக் கருத்து கேட்கலாம். ஒருவேளை அவர்கள் எதிர்மறையாக ஏதாவது சொன்னால் எரிச்சலடையாமல், முகம் சுளிக்காமல், அந்தக் கருத்து சரிதானா என்று சிந்திக்கவேண்டும். நம்முடைய வாங்குதலில் நமக்குத் தெரியாத ஓட்டைகளை மற்றவர்கள் கண்டுபிடிக்கக்கூடும்

மேற்சொன்ன வடிகட்டல் சற்று நேரம் பிடிக்கிற வேலைதான். ஆனால், மயக்கத்தில் எதையும் வாங்கிவிடாமலிருப்பதற்கு இதைவிடச் சிறந்த வழி இல்லை.

இணையக் கடைகள், செல்ஃபோன் செயலிகள் இதுபோன்ற திடீர் வாங்குதல்களை எளிமையாக்கும்வகையில் நம்முடைய கடன் அட்டை *(Credit Card)*, பற்று அட்டை *(Debit Card)*, வங்கிக் கணக்கு விவரங்களையெல்லாம் வாங்கிவைத்துக்கொள்கின்றன. சிலர் *Digital Wallet* எனப்படும் எலக்ட்ரானிக் பணப்பையில் நம்முடைய பணத்தை முன்கூட்டியே வாங்கிச் சேமித்துவிடுகிறார்கள். இதனால், நாம் ஏதாவது ஒரு பொருளை வாங்கவேண்டுமென்றால் அதற்கு மிக எளிதாகப் பணம் செலுத்திவிடலாம். ஒரே ஒரு முறை கிளிக் செய்தால் அல்லது தேய்த்தால் போதும், ஆர்டர் போட்டுவிடலாம்.

இந்த ஏற்பாடுகளெல்லாம் நமக்கு மிகவும் வசதியாக இருப்பது உண்மைதான். ஆனால், சிந்திக்காமல் எதையாவது வாங்கிவிட்டுச் சிரமப்படுகிறவர்களுக்கு இது ஒரு வலைதான். இதில் சிக்காமல் இருக்கவேண்டுமென்றால், இணையதளங்கள், செயலிகளில் நம்முடைய பணம் செலுத்தல் தகவல்களைச் *(Payment Details)* சேமிக்கக்கூடாது. ஒவ்வொருமுறையும் கிரெடிட் கார்டு அல்லது டெபிட் கார்டு அல்லது வங்கித் தகவல்களைத் தேடி எடுத்துத்தான் தட்டச்சு செய்யவேண்டும்.

ஆர்வத்துடன் எதையாவது வாங்கும்போது கிரெடிட் கார்டைக் கண்டுபிடித்து ஒவ்வோர் எண்ணாகத் தட்டுவது ஓர் இடைஞ்சல்தான். ஆனால், இந்தச் சிறு தடை *(Friction)* நம்மைத் தர்க்கரீதியில் சிந்திக்கவைக்கக்கூடும் என்கிறார்கள். அதாவது, ஒரே

கிளிக்கில் ஆர்டர் போடுகிறவர்களைவிட, இப்படிச் சிரமப்பட்டு ஆர்டர் போடுகிறவர்கள் தேவையில்லாத வாங்குதல்களைத் தவிர்க்கும் வாய்ப்பு கூடுதலாகிறது.

கிரெடிட் கார்டு அல்லது *Buy Now Pay Later (BNPL)* எனப்படும் கடனில் பொருட்களை வாங்கும் வசதிகளைப் பயன்படுத்துகிறவர்கள் இந்த விஷயத்தில் இன்னும் கவனமாக இருக்கவேண்டும். ஏனெனில், அவர்கள் தள்ளுபடிக்கு மயங்கித் தேவையில்லாத பொருட்களை வாங்கிக் குவித்தால், தங்களையும் அறியாமல் வரவுக்கு மேல் செலவு செய்துவிடுகிற ஆபத்து இருக்கிறது. அதன்பிறகு அந்தத் தொகைக்கு வட்டி, அதைச் செலுத்தாவிட்டால் அபராதம் என்று மாதந்தோறும் ஏகப்பட்ட தொகை கரைந்துகொண்டிருக்கும்.

தள்ளுபடி என்றதும் தடாலென்று விழுந்துவிடுகிறவர்களுக்குப் பயன்படக்கூடிய இன்னொரு நல்ல உத்தி, ஒவ்வொரு விற்பனை நாளுக்கும் இவ்வளவு ரூபாய்தான் செலவு செய்வது என்று ஒரு வரம்பு அமைத்துக்கொள்வது. எடுத்துக்காட்டாக, 'தீபாவளிக்கு இத்தனை ஆயிரம்தான் செலவு செய்வேன்' என்று கட்டுப்பாடு விதித்துக்கொண்டால் கண்டபடி வாங்கிக் குவிக்கமாட்டோம். நமக்குத் தேவையான பொருட்களைமட்டும் கணக்கிட்டு, திட்டமிட்டு வாங்குவோம்.

★★★

28. தேவைகள், விருப்பங்கள்

இணையத்தில் எங்கு பார்த்தாலும் இரட்டைக் கட்சிகள்தான். இவர்கள் நீலம் என்றால் அவர்கள் சிவப்பு. இரண்டுக்கும் ஒன்றுக்கொன்று ஒத்துப்போகாது. இருதரப்பினரும் மற்றவரைக் கண்டபடி விமர்சித்துப் பேசுவார்கள், 'எங்கள் கட்சிதான் சிறந்தது, அந்தக் கட்சியின் வலையில் சிக்கி ஏமாந்துவிடாதீர்கள்' என்று புதியவர்களைக் கையைப் பிடித்து இழுப்பார்கள்.

நாம் சம்பாதிக்கும் பணத்தை எப்படிச் செலவு செய்வது என்பதிலும் இதுபோல் இரண்டு கட்சிகள் உண்டு. முதல் கட்சியினர் நன்கு சம்பாதித்து, நன்கு செலவழிக்கவேண்டும், வாழ்க்கை வாழ்வதற்குத்தான் என்பார்கள். இரண்டாவது கட்சியினர் இப்போது கண்டபடி செலவு செய்தால் பின்னால் கஷ்டப்படுவீர்கள், அதனால் ஒவ்வொரு செலவையும் யோசித்துச் செய்யுங்கள், மிகவும் தேவையானவற்றுக்குமட்டும்தான் பர்ஸைத் திறக்கவேண்டும் என்பார்கள்.

வழக்கம்போல், இந்த இரண்டு கட்சிகளுக்கும் நடுவில்தான் உண்மை இருக்கிறது. அதாவது, வருகிற பணமெல்லாம் செலவழிக்கத்தான் என்று விருப்பம்போல் அள்ளி வீசுவதும் கூடாது, மொத்தப் பணத்தையும் வங்கியிலோ மற்ற முதலீடுகளிலோ ஒளித்துவைத்துவிட்டு அன்றாடச் செலவுகளில் கஞ்சத்தனம் பார்த்துக் கஷ்டப்படவும் கூடாது. இந்த இரண்டுக்கும் இடையில் சரியான சமநிலையைக் கண்டுபிடிக்கவேண்டும்.

கிராமத்தில் ஒருவருக்கு வெற்றிலை போடுவதென்றால் ரொம்பப் பிடிக்குமாம். அவர் ஒவ்வொரு நாளும் நிறையப் பணம் கொடுத்துத் தளதளவென்று புதிய வெற்றிலைகளாக வாங்குவாராம். ஆனால், அவற்றைச் சட்டென்று வாயில் போட்டு அனுபவிக்கமாட்டாராம், தன்னுடைய வெற்றிலைப் பெட்டிக்குள்தான் போடுவாராம்.

ஏனெனில், அவருடைய வெற்றிலைப் பெட்டியில் ஏற்கெனவே சில பழைய வெற்றிலைகள் இருக்கும். நேற்று வாங்கியவை, அதற்கு முந்தைய நாள் வாங்கியவை என்று அவை விதவிதமாக வாடிக் கிடக்கும். அவற்றையெல்லாம் ஏன் வீணடிக்கவேண்டும்? முதலில் பழைய வெற்றிலைகளையெல்லாம் போட்டுத் தீர்த்துவிட்டு அதன்பிறகு புதிய வெற்றிலைகளைப் போடலாம் என்று அவர் நினைப்பார், அதனால், தான் சற்றுமுன் புதிதாக வாங்கிய வெற்றிலைகளைப் பாதுகாப்பாகப் பெட்டிக்குள் வைத்துவிட்டு அந்தப் பழைய வெற்றிலைகளை வாயில் போட்டு மெல்லுவார்.

புதிய வெற்றிலைகளோடு ஒப்பிடும்போது இந்தப் பழைய வெற்றிலைகளின் சுவை குறைவாகத்தான் இருக்கும். ஆனால், காசு கொடுத்து வாங்கியதை வீணாக்க அவருக்கு மனம் வருவதில்லை.

மறுநாள், அவர் மீண்டும் புதிய வெற்றிலைகளை வாங்குவார். ஆனால், அவற்றை வாயில் போடமாட்டார். மீண்டும் நேற்று வாங்கிய பழைய வெற்றிலைகளைத்தான் போடுவார்.

இப்படியாக, இந்தக் கதை ஆண்டுமுழுவதும் தொடரும், ஆயுள்முழுவதும் தொடரும்... நாள்தோறும் காசு கொடுத்துப் புதிய வெற்றிலைகளை வாங்கினாலும் அவருக்கு எப்போதும் வாய்ப்பது பழைய வெற்றிலைச் சுவைதான்.

நாம் இந்த வெற்றிலைக் கதையை நம்முடைய வருவாய், செலவுகளுக்கும் பொருத்திப்பார்க்கலாம். இப்போது மாதாமாதம் வருகிற சம்பளத்திலிருந்து வருங்காலத்துக்காகச் சேமிப்பது முக்கியம்தான். அதே நேரம், அந்த எதிர்காலத்தைமட்டும் மனத்தில் வைத்துக்கொண்டு நிகழ்காலத்தில் சிரமப்படவேண்டும் என்று எந்த விதிமுறையும் கிடையாது. நாட்கள் போனால் திரும்ப வரப்போவதில்லை. அதனால், அனுபவிக்கவேண்டிய நேரத்தில் அனுபவிக்கவேண்டியவற்றை அனுபவித்துவிடுவதுதான் அறிவார்ந்த செயல்.

என்னுடைய நண்பர் ஒருவர் ஆண்டுதோறும் ஒரு வெளிநாட்டுக்குக் குடும்பத்துடன் சென்று திரும்புகிறார், கச்சிதமாகத் திட்டமிட்டுப் புதுப்புது நாடுகள், பண்பாடுகள், சூழல்களை மகிழ்ச்சியாகச் சுற்றிப்பார்த்துவிட்டு வருகிறார். இதற்கு அவர் வகுத்திருக்கும் பட்ஜெட், அவருடைய ஒரு மாதச் சம்பளம்.

இதைக் கேட்டதும் சிலருக்குத் தூக்கிவாரிப்போடலாம். 'ஒரு மாதச் சம்பளத்தை நான்கைந்து நாட்களில் தீர்த்துவிடுவாரா? இது முட்டாள்தனம் இல்லையா?' என்று அவர்கள் திகைக்கக்கூடும், 'அந்தப் பணத்தை அப்படியே வங்கியில் போட்டால் ஏழெட்டு ஆண்டுகளில் இருமடங்காகிவிடும், தெரியுமா?' என்று கணக்குப் போடக்கூடும்.

இதெல்லாம் என் நண்பருக்கும் தெரியும்தான். ஆனால், 'இந்தச் சுற்றுலாக்களின்மூலம் நானும் என் குடும்பமும் ஒன்றாக அனுபவிக்கிற மகிழ்ச்சியான கணங்களை வங்கியிலிருக்கும் பணம் தரப்போவதில்லை' என்கிறார் அவர். அதாவது, புது வெற்றிலையைப் பெட்டிக்குள் வைக்காமல் மகிழ்ச்சியாக வாயில் போட்டு மெல்கிறார்.

அதற்காக, அவர் கண்டபடி செலவழிக்கிறவர் என்று நினைத்துவிடவேண்டாம். ஒவ்வொரு வெளிநாட்டுச் சுற்றுலாவுக்கும் அவர் பல மாதங்கள் மிகக் கவனமாகத் திட்டமிடுவார். நிறைய ஆராய்ச்சி செய்து, பலரிடம் பேசிச் சிக்கனமான முறையில் விமானச் சீட்டுகள், தங்குமிட, போக்குவரத்து வசதிகளுக்கெல்லாம் ஆவன செய்வார். அதாவது, குறைந்த செலவில் நிறைவான பயண அனுபவத்தைப் பெற முயல்வார்.

இவருக்கு வெளிநாட்டுப் பயணம் என்றால், இன்னொருவர் நல்ல, வசதியான, பெரிய காருக்காகப் பணத்தைச் செலவழிக்கலாம், வேறொருவர் சுவையான உணவுகளைத் தேடிச் சென்று சாப்பிடலாம், மற்றொருவர் இசை நிகழ்ச்சிகள், நாடகங்களை நேரில் சென்று பார்க்கலாம், இன்னொருவர் புதுப்புது ஆடைகளை அணிந்து மகிழ விரும்பலாம்... இவையெல்லாம் அவர்களுக்குச் சரியான செலவுகள், மற்றவர்களுக்குத் தேவையில்லாத செலவுகள். இதில் எல்லாருக்கும் பொருந்தும் விதிமுறை என்று எதுவும் கிடையாது. ஒருவர் தன்னுடைய சிந்தனையை

இன்னொருவர்மீது திணிக்கக்கூடாது, வேறொருவர் பின்பற்றும் செலவு விதிமுறைகளைத் தன்னுடையதாக்கிக்கொண்டு மனம் வருந்தக்கூடாது.

பொதுவாக, செலவுகளை *Needs, Wants,* அதாவது, தேவைகள், விருப்பங்கள் என்று இரண்டாகப் பிரிக்கச்சொல்வார்கள். முதல் வகையில் உள்ளவை நாம் கண்டிப்பாகச் செய்யவேண்டிய செலவுகள். எடுத்துக்காட்டாக, வீட்டு வாடகை, மளிகை, காய்கறி, பழம் போன்றவை. இவற்றோடு ஒப்பிடும்போது, இரண்டாம் வகையில் உள்ளவற்றை நாம் கட்டாயமாகச் செய்யவேண்டியதில்லை. தேவைகள் அனைத்தையும் நிறைவுசெய்தபிறகு கையில் பணம் மீதமிருந்தால் செய்யலாம், இல்லாவிட்டால், இன்னொரு மாதத்துக்குத் தள்ளிவைத்துவிடலாம். அதுபற்றி நமக்குச் சற்று மன வருத்தம் இருக்கும். ஆனால், வேறு வழியில்லை, செலவுகளைப் பொறுத்தவரை எப்போதும் தேவைகளுக்குத்தான் முன்னுரிமை.

சிலர் இந்தத் தேவைகள், விருப்பங்களை இன்னும் நீட்டித்து *MoSCoW* போன்ற ஒரு வகைப்பாட்டு முறையைப் பயன்படுத்துகிறார்கள். இதில் இரண்டுக்குப் பதில் நான்கு வகைகள் இருக்கின்றன:

- *Must-have* (இந்தச் செலவுகளை நாம் செய்தே ஆகவேண்டும். தவிர்க்கவோ, தள்ளிப்போடவோ இயலாது.)
- *Should-have* (இந்தச் செலவுகளும் கட்டாயம் செய்யவேண்டியவைதான். ஆனால், முதல் வகையுடன் ஒப்பிடும்போது இவற்றில் சிறு நெகிழ்வுத்தன்மை இருக்கலாம்.)
- *Could-have* (இந்தச் செலவுகளை இயன்றால், பணம் கையில் இருந்தால் செய்யலாம்.)
- *Won't-have* (இந்தச் செலவுகளைக் கண்டிப்பாகச் செய்யக்கூடாது. குறைந்தபட்சம் இப்போதைய சூழ்நிலையில் செய்யக்கூடாது. பின்னர் நிலைமை மாறினால் இவற்றைப்பற்றிச் சிந்திக்கலாம்.)

நீங்கள் தேவைகள், விருப்பங்கள் என்று சிந்தித்தாலும் சரி, *MoSCoW* முறையில் செலவுகளை நான்காகப் பிரித்துக்கொண்டாலும் சரி, இன்னும் நுணுக்கமாக ஏழெட்டு வகைகளை உருவாக்கினாலும் சரி... அது உங்களுடைய வகைப்பாடாகத்தான் இருக்கவேண்டும்,

இன்னொருவர் வகுத்துக்கொடுத்ததாக இருக்கக்கூடாது. அப்படி இருந்தால் அது நெடுநாள் எடுபடாது, மனக் கசப்பையும் வருத்தத்தையும்தான் தரும்.

ஏனெனில், ஒவ்வொருவருடைய வாழ்க்கையும் தனித்துவமானது. அவர்களைச் செலுத்தும் விசைகளும் வெவ்வேறுவிதமானவை. இதைப் புரிந்துகொள்ளாமல் பெட்ரோல் வண்டியில் டீசலை ஊற்றினால் எஞ்சின்தான் கெட்டுப்போகும்.

ஒருவேளை, உங்களுடைய செலவுகள் வரவுக்குமேல் இருக்கின்றன, அல்லது, உங்களுடைய சேமிப்பு குறைவாக இருக்கிறது என்றால், அதனால் நீங்கள் உங்கள் செலவுகளைக் கட்டுப்படுத்த விரும்புகிறீர்கள் என்றால், வெளியாட்கள் யாரிடமும் அறிவுரை கேட்காதீர்கள். உங்களுடைய செலவுகளை நீங்களே ஆராய்ந்து பாருங்கள். அவற்றில் எவையெல்லாம் தவிர்க்கக்கூடியவை, குறைக்கக்கூடியவை என்று சிந்தியுங்கள். அப்படித் தவிர்த்தால், அல்லது குறைத்தால் நீங்கள் எப்படி உணர்வீர்கள் என்பதை மனத்தில் வைத்து ஒரு தீர்மானத்துக்கு வாருங்கள்.

எடுத்துக்காட்டாக, நாள்தோறும் காரில் அலுவலகம் சென்று திரும்புகிற ஒருவர் அந்தச் செலவைக் குறைக்க விரும்பிப் பேருந்தில் செல்லத் தொடங்கலாம். இதன்மூலம் அவருக்கு நிறையப் பணம் மிச்சமாகும்தான். ஆனால், அது அவருக்குக் கணிசமான வசதிக்குறைவை உண்டாக்கக்கூடும். கூட்டத்தில் முட்டி மோதி, உடையெல்லாம் வியர்வையில் நனைந்து களைப்போடு அலுவலகத்துக்குள் நுழைவது அவருடைய மனநிலையையும் செயல்திறனையும் பாதிக்கக்கூடும்.

பேருந்தில் செல்வது தவறு என்று நாம் சொல்லவில்லை. அதை அவர் விரும்பிச் செய்யவேண்டும். அவருடைய தனிப்பட்ட விருப்பங்களுக்கும் அலுவலகச் சூழலுக்கும் அது பொருந்தவேண்டும். அப்படி இல்லாவிட்டால், அவரைப் பொறுத்தவரை காருக்கான பராமரிப்புச் செலவும், பெட்ரோல் செலவும் ‘தேவைகள்’ என்ற பிரிவின்கீழ் வந்துவிடும். அதில் அவர் கை வைக்கமுடியாது.

ஆக, செலவைக் குறைப்பது என்பது வெறுமனே கால்குலேட்டரை வைத்துச் செய்கிற தீர்மானம் இல்லை. நிறையச் சிந்தித்து,

பரிசோதனைகளைச் செய்து பார்த்து, வெவ்வேறு யோசனைகளை எடைபோட்டுப் பார்த்து, அவற்றைக் கலந்து இன்னொரு புதிய யோசனையை உண்டாக்கித்தான் வெற்றியடையவேண்டும். அதற்கு நாம் நிறைய உழைக்கவேண்டும்.

இந்தச் சிந்தனையினால் இன்னொரு பலன், நாம் யார், எவை நம்மைச் செலுத்துகின்றன என்பது நமக்கு நன்றாகப் புரியத் தொடங்கும். இதில் தெளிவு கிடைக்கக் கிடைக்க, வருங்காலத்தில் நம்முடைய பணம் சார்ந்த தீர்மானங்கள் இன்னும் எளிதாகும்.

தனி நபர்களுடைய செலவுத் தீர்மானங்களிலேயே இத்தனை சிக்கல் என்றால், ஒன்றுக்கு மேற்பட்டோர் சேர்ந்து சம்பாதிக்கிற, செலவு செய்கிற குடும்ப அமைப்புகளைப்பற்றி யோசித்துக்கொள்ளுங்கள். ஒருவேளை, கணவருக்கும் மனைவிக்கும் இடையில், அல்லது, பெற்றோருக்கும் குழந்தைகளுக்கும் இடையில், அல்லது, கூட்டுக் குடும்பத்தில் உள்ள சகோதரர்களுக்கிடையில் இந்தச் செலவு வகைப்பாட்டில், அதாவது, எது தேவை, எது விருப்பம் என்பதில் முரண்கள் வந்தால், அது பெரிய சிக்கலாக மாறக்கூடும்.

எடுத்துக்காட்டாக, ஒருவர் தேவையாகக் கருதிச் செய்கிற செலவை இன்னொருவர் விருப்பமாகக் கருதி, 'நீங்கள் பணத்தை வீணடிக்கிறீர்கள்' என்று சொல்லக்கூடும். அது தனக்கு ஏன் தேவையாகிறது என்பதை இவர் ஒழுங்காக விளக்காவிட்டால், அவர் இவரை 'நிதி முட்டாளாக'வோ, பொறுப்பில்லாதவராகவோ கருதத் தொடங்குவார். பதிலுக்கு இவர் அவருடைய தேவைகளைக் கேள்வி கேட்கத் தொடங்குவார். அதன்பிறகு, வண்டி மாடுகள் ஆளுக்கு ஒரு திசையில் ஓடுகிறாற்போல் இழுபறிதான்.

இதுபோன்ற சிக்கல்களைத் தவிர்ப்பதற்கு ஒரே வழி, மனம் திறந்த உரையாடல்தான். குடும்பத்தின் நிதி வண்டியைச் சேர்ந்து இழுக்கிற இருவரும் அனைத்துச் செலவுகளிலும் ஒத்துப்போகவேண்டும் என்று கட்டாயம் இல்லை. ஒருவரை ஒருவர் புரிந்துகொண்டு, எதற்கு எவ்வளவு செலவழிக்கலாம் என்று சரியான பொது வரம்புகளை அமைத்துக்கொண்டுவிட்டால்கூடப் போதும், தொண்ணூறு சதவிகிதச் சண்டைகளைத் தவிர்த்துவிடலாம்.

★★★

29. நம்முடைய காரணம் என்ன?

பூங்காவில் மாலை நடையின்போது நான் அடிக்கடி சந்திக்கிற நண்பர் அவர். பெரிய வங்கியொன்றில் மேலாளராகப் பணியாற்றுகிறார். வருவாய் அடிப்படையில் பார்த்தால், உயர் நடுத்தர வகுப்பைச் சேர்ந்தவர்.

ஒருநாள், அவருடைய மகன் அவரிடம் வந்து, தயங்கித் தயங்கி ஒரு கேள்வியைக் கேட்டிருக்கிறான், 'அப்பா, என் க்ளாஸ்ல மத்த பசங்க எல்லாரும் தனி வீட்டுல இருக்காங்க. நாமமட்டும்தான் அபார்ட்மென்ட்ல இருக்கோம். அது ஏன்? நாம ஏழைங்களா?'

இவருக்குச் சிரிப்பு வந்துவிட்டது, 'மகனே, நாம ஏழைங்க இல்லை. இப்ப நாம இருக்கிற இந்த வீட்டோட விலையே ஒன்றரைக் கோடி ரூபாய் இருக்கும்.'

'அப்ப, அவங்க வீடு?'

'அதெல்லாம் ஏழெட்டுக் கோடி ரூபாய் இருக்கும்.'

'நம்மால அந்தமாதிரி ஒரு வீடு வாங்கமுடியாதா?'

நாமெல்லாம் சிறுவயதில் இப்படிக் கேட்டிருந்தால் நம்முடைய பெற்றோர் முதுகில் ஒரு சாத்து சாத்தித் துரத்திவிட்டிருப்பார்கள். இவர் நிறையப் படித்தவர், பிள்ளைகளைத் தோழர்களாக நடத்தவேண்டும், சிறுவயதிலிருந்தே அவர்களுக்குப் பண விஷயங்களையெல்லாம் சொல்லிக்கொடுத்து வளர்க்கவேண்டும்

என்று நினைக்கிறவர். அதனால், இந்தப் புதிருக்கான விடையை அவனுக்குப் புரியும்படி விளக்கியிருக்கிறார்.

'நம்மால ஏழெட்டுக் கோடி ரூபாய் செலவழிச்சுத் தனி வீடு வாங்கமுடியாதுன்னு இல்லை. நம்மகிட்ட இருக்கிற எல்லாச் சேமிப்பையும் திரட்டி, உங்க அம்மாகிட்ட இருக்கிற நகைங்களையெல்லாம் வித்து, அதுக்குமேல தேவைப்பட்டா கொஞ்சம் கடன் வாங்கி அந்த வீட்டை வாங்கிடலாம். ஆனா, அதே விநாடியில நம்ம சேமிப்பு பூஜ்ஜியமாகிடும். வருங்காலத்துக்காக ஒவ்வொரு ரூபாயாச் சேமிக்கத் தொடங்கணும். தனி வீடுங்கற பெருமைக்காக அந்த ஆபத்துல தலையைக் கொடுக்கறது சரியா?'

'இந்த வீடு ஒரு தனி நிலத்துல இல்லைங்கறது உண்மைதான். ஆனா, ஒரு வீட்டிலிருந்து நாம என்னவெல்லாம் எதிர்பார்ப்போமோ அதையெல்லாம் இந்த வீடு நமக்குக் கொடுக்குது. உன்னோட வகுப்புல இருக்கிற மத்த பசங்களோட வீடுங்களோட இந்த வீட்டை ஒப்பிடாதவரைக்கும் நீகூட இந்த வீட்டை மோசம்னு நினைச்சிருக்கமாட்டே.'

'ஆக, நாம நம்மோட தேவைங்களைமட்டும் சிந்திக்கும்போது, இந்த வீடே நமக்குப் போதும். மத்தவங்க என்ன நினைக்கறாங்க, அவங்க எந்தமாதிரி வீட்டுல வாழறாங்கங்கறதைப் பார்த்து நாமும் அந்தமாதிரி வாழணும்னு நினைக்கிறது வெட்டிப் பெருமைதான். ஒருவேளை, நாம கஷ்டப்பட்டு உழைச்சுப் பணம் சேர்த்து, ஒரு தனி வீட்டை வாங்கி, அந்த நிலைமைக்கு வந்தாலும்கூட, அவங்க அதுக்குள்ள இன்னும் பெரிய வீட்டுக்கு மாறியிருப்பாங்க. அப்ப நாம அந்தமாதிரி வீடு வேணும்னு நினைக்கத் தொடங்குவோம். இப்படி அடுத்தவங்களைத் துரத்திக்கிட்டு ஓடற பந்தயத்துக்கு முடிவே கிடையாது. நாம எப்பவும் மனநிறைவோட இருக்கவும் முடியாது.'

மகிழ்ச்சியைத் தொலைப்பதற்கு மிக விரைவான வழி, ஒப்பிடுவதுதான் என்று சொல்வார்கள். பந்தை வைத்து மகிழ்ச்சியாக விளையாடிக்கொண்டிருக்கிற குழந்தைகூட, இன்னொரு குழந்தையிடம் அதைவிடப் பெரிய பந்தைப் பார்த்தால் அழத் தொடங்கிவிடுகிறது. இவ்வளவு நேரம் அதற்குப் போதுமானதாக இருந்த அந்தப் பந்து இப்போது மிகச் சிறியதாக,

ஏற்றுக்கொள்ளமுடியாததாக, மாற்றவேண்டியதாகத் தெரிகிறது.

பல நேரங்களில் இதுபோன்ற ஒப்பீடுகள்தான் நம்முடைய செலவுகளைத் தீர்மானிக்கின்றன. அடுத்தவர்கள் அணிந்திருக்கும் உடைகள், நகைகள், அவர்களுடைய வீடுகள், கார்கள், அவர்கள் செல்லும் சுற்றுலாக்கள், அவர்கள் கட்டும் கடிகாரங்கள் என அனைத்தையும் பிரதியெடுப்பதில் மக்கள் ஆர்வம் காட்டுகிறார்கள். அவ்வளவு ஏன், உணவகத்திற்குச் சாப்பிடச் செல்லும்போதுகூட, 'அதோ அந்த மேசையில இருக்கிறவர் எதைச் சாப்பிடறாரோ அதையே எனக்கும் கொண்டுவாங்க' என்று சொல்கிறவர்கள் இருக்கிறார்கள்.

நம்முடைய பணத்தை எதில் செலவழிக்கவேண்டும், எவ்வளவு செலவழிக்கவேண்டும் என்பது நம் தனிப்பட்ட தீர்மானம். அது ஒவ்வொருவருக்கும் மாறுபடக்கூடியது. அதனால், அதை அவரவர்தான் தங்களுடைய சொந்த வாழ்க்கையைக் கூர்ந்து கவனித்து, சிந்தித்துத் தீர்மானிக்கவேண்டும். மற்றவர்களுடைய செலவுப் பாணிகளைப் பார்த்து இதைத் தீர்மானித்தால் நம் தேவைகள் நிறைவடையாது, பணம்தான் வீணாகும். சில நேரங்களில் இது நம்மைக் கடன் வலையிலும் சிக்கவைக்கக்கூடும்.

எடுத்துக்காட்டாக, சிலருக்குப் புதிய செல்பேசிகளின்மீது ஆர்வம் இருக்கும். இவர்கள் மூன்று மாதங்களுக்கு ஒருமுறை தங்களுடைய செல்பேசியை மாற்றிவிடுவார்கள். பழைய செல்பேசியை மிகக் குறைந்த விலைக்கு விற்றுவிட்டுப் புதியதை வாங்கிக்கொள்வார்கள். அதனால் ஏற்படுகிற கூடுதல் செலவை ஒரு பொருட்டாக நினைக்காத அளவுக்கு அவர்கள் நிறையச் சம்பாதிக்கிறவர்களாக இருக்கலாம், அல்லது, புதிய செல்பேசி தருகிற மகிழ்ச்சிக்கு அவர்கள் அந்தச் செலவைத் தரத் தயாராக இருக்கலாம், அல்லது, அவர்களுடைய சமூக நிலைக்கு இதுபோன்ற புதிய பொருட்கள் தேவைப்படலாம்... இப்படி ஒருவருடைய செலவுக்கு ஆயிரம் காரணங்கள் இருக்கும். அது அவருக்குமட்டும்தான் தெரியும்.

ஒருவேளை, உங்களுடைய நண்பர் ஒருவர் இப்படி அடிக்கடி செல்பேசியை மாற்றுகிறவராக இருந்தால், அவரைப் பார்த்து நீங்களும் மூன்று மாதங்களுக்கு ஒருமுறை உங்கள் செல்பேசியை மாற்றத்தொடங்கலாமா? அவருக்கு இருக்கும் அதே காரணம்,

அல்லது அதைப்போன்ற இன்னொரு நியாயமான காரணம் உங்களுக்கு இல்லாதவரை அது ஒரு முட்டாள்தனமான செலவாகத்தான் இருக்கும்.

பங்குச் சந்தையில் முதலீடு செய்கிறவர்கள் தாங்கள் வாங்க விரும்பும் பங்குகளின் பெயரையும், விலையையும், இந்தப் பங்கை இந்த விலையில் தாங்கள் வாங்க விரும்புவதற்கான காரணத்தையும் ஒரு தாளில் எழுதச் சொல்கிறார்கள். ஒருவேளை, அப்படி ஒரு நியாயமான காரணத்தை உங்களால் எழுத இயலாவிட்டால், அல்லது, நீங்கள் எழுதும் காரணம் உங்களுக்கே வலுவற்றதாகத் தோன்றினால், அந்தப் பங்கை வாங்கவேண்டாம் என்கிறார்கள்.

நம்முடைய செலவுகளுக்கும் நாம் இப்படி ஒரு பழக்கத்தைப் பின்பற்றலாம். ஐந்து ரூபாய், பத்து ரூபாய்ச் செலவுகளையெல்லாம் விட்டுவிடுங்கள். ஆயிரம் ரூபாய்க்குமேல் எதை வாங்குவதென்றாலும் அந்தத் தீர்மானத்தைப்பற்றி ஒரு தாளில் (அல்லது, செல்பேசியில், அல்லது, மனத்துக்குள்ளாவது) இப்படி எழுதிப் பார்க்கலாம்:

- இது என்ன வகைச் செலவு? தேவையா அல்லது விருப்பமா?
- எவ்வளவு செலவு?
- இந்தச் செலவைச் செய்ய என்னைத் தூண்டுவது எது? என்னுடைய சொந்த விருப்பமா? வீட்டிலுள்ள மற்றவர்களின் விருப்பமா? ஏதேனும் கட்டாயமா?
- இன்னொருவர் இதேபோன்ற செலவைச் செய்ததுதான் எனக்கான தூண்டுதல் என்றால், இதைச் செய்ய அவருக்கு உள்ள தேவை எனக்கும் உள்ளதா? அவருடைய தேவை எனக்குத் தெரியாது என்றால், நான் ஏன் இந்தச் செலவைச் செய்யவேண்டும்?
- இந்தச் செலவின்மூலம் எனக்குக் கிடைக்கப்போகும் பலன் என்ன? அந்தப் பலன் மதிப்பு மிக்கதா? எனக்குத் தேவையானதா? முதன்மையானதா?
- இதன்மூலம் கிடைக்கும் பலனை நான் எத்தனை நாள் பயன்படுத்துவேன்? எடுத்துக்காட்டாக, உடற்பயிற்சிக்கூடத்துக்கு (Gym) ஓராண்டுக்குச் சந்தா செலுத்திவிட்டு அதை ஒரு மாதம்மட்டும் பயன்படுத்துவது வீண் செலவுதான்

- இதற்கென்று நான் செலவழிக்கும் தொகை சரியானதா? வெவ்வேறு இடங்களில் விலையை ஒப்பிட்டு உறுதிசெய்துவிட்டேனா? இது தரும் மதிப்புடன் அந்த விலை பொருந்திப்போகிறதா? *(Value Vs Price)*
- இதற்குப் பதில் வேறு ஏதாவது மாற்றுச் செலவைச் செய்யலாமா? ஆம் எனில், அதற்கும் இதற்கும் என்ன வேறுபாடு? இவற்றுள் எது சிறந்தது?
- இந்தச் செலவு வேறு செலவுகளுக்கு வழிவகுக்குமா? எடுத்துக்காட்டாக, கார் வாங்கினால் அதற்குக் காப்பீடு வாங்கவேண்டும், பெட்ரோல், டீசலுக்குச் செலவழிக்கவேண்டும், அவ்வப்போது பழுது பார்த்தல் செலவுகள், பராமரிப்புக் கட்டணம் போன்றவை.
- இந்தச் செலவை இப்போதே செய்யவேண்டுமா, அல்லது, சிறிது தள்ளிப்போடலாமா? எவ்வளவு நாளைக்குத் தள்ளிப்போடலாம்? அதன்மூலம் என்ன இழப்பு?
- இந்தச் செலவு என்னுடைய இப்போதைய நிதி இலக்குகளுடன் பொருந்திப்போகிறதா? எடுத்துக்காட்டாக, வீடு கட்டப் பணம் சேர்த்துக்கொண்டிருக்கிற ஒருவர் அதுவரை விலை உயர்ந்த செலவுகளைத் தவிர்க்க விரும்பலாம்.

இப்படிப் பலவிதங்களில் சிந்தித்துப் பார்த்தபிறகும் ஒரு செலவு சரியானதுதான் என்று தோன்றுகிறது என்றால், அதைத் துணிந்து செய்யலாம். ஒருவேளை, பின்னர் அதை நினைத்து வருந்தவேண்டிய சூழ்நிலை ஏற்பட்டாலும் பரவாயில்லை. அது ஒரு பாடம்தான். அடுத்தமுறை இன்னொரு செலவைப்பற்றிச் சிந்திக்கும்போது இந்தக் கூடுதல் அறிவு நமக்குப் பயன்படும்.

ஒரு விஷயம். ஒவ்வொரு பெரிய செலவையும் இப்படி ஆராய்ந்து செய்வதுதான் அறிவார்ந்த செயல் என்றாலும், சில நேரங்களில் மகிழ்ச்சிக்காகவும் நல்ல நினைவுகளை உண்டாக்குவதற்காகவும் நாம் சில செலவுகளைச் செய்யவேண்டியிருக்கலாம். அவற்றை அலசிப் பார்த்து நிராகரித்துவிடக்கூடாது.

எடுத்துக்காட்டாக, உங்கள் குழந்தையின் பள்ளியில் எல்லா மாணவர்களையும் ஆண்டுச் சுற்றுலாவுக்கு அழைத்துச்செல்கிறார்கள்.

அதற்கு ஒரு குறிப்பிட்ட தொகையைக் கட்டணமாகச் செலுத்தச்சொல்கிறார்கள். ஆனால், அவர்கள் சொல்லும் இடத்தை நீங்களும் உங்கள் குழந்தைகளும் ஏற்கெனவே பார்த்திருக்கிறீர்கள். அப்படியானால், அந்தச் சுற்றுலாவுக்கான கட்டணம் தேவையற்ற செலவாகத்தான் உங்களுக்குத் தோன்றும். அதே நேரம், உங்கள் குழந்தை தன்னுடன் படிக்கிற மாணவர்களோடு மகிழ்ச்சியாக ஊர் சுற்றித் திரும்புகிற அனுபவத்துக்கென அந்தத் தொகையைச் செலவழிக்கலாம். தவறில்லை.

அதாவது, *Value Vs Price* ஆராய்ச்சியைச் செய்யும்போது மகிழ்ச்சி, மனநிறைவு, பாதுகாப்புணர்வு, பெருமிதம் போன்ற மென்பலன்களையும் கருத்தில் கொள்ளவேண்டும், அந்தச் செலவுகளை நெகிழ்வுத்தன்மையோடு அணுகவேண்டும். மிகுந்த பண நெருக்கடி இருந்தாலன்றி, இவற்றுக்கும் வாழ்வில் இடமளிப்பதுதான் நல்ல சமநிலையைக் கொடுக்கும்.

★★★

30. ஆனைக்கொரு கணக்கு, பூனைக்கொரு கணக்கு

சூப்பர் மார்க்கெட்டில் ஒரு வறுவல் பொட்டலத்துக்கு 'ஒன்று வாங்கினால் ஒன்று இலவசம்' என்று சலுகை அறிவித்திருந்தார்கள். அந்த வறுவல் எங்கள் வீட்டில் எல்லாருக்கும் மிகவும் பிடிக்கும். அதனால் இரண்டும் இரண்டும் நான்கு பொட்டலங்கள் வாங்கிக்கொண்டேன். வீட்டுக்கு வந்து அந்தப் பொட்டலங்களை என் மனைவியிடம் கொடுத்தேன்.

என் மனைவி அதில் இரண்டு வறுவல் பொட்டலங்களைமட்டும் மேசைமீது வைத்தார், மீதியிருந்த இரண்டையும் உள்ளுக்குள் எங்கோ ஒளித்துவைத்துவிட்டார்.

சிறிது நேரத்தில், குழந்தைகள் பள்ளியிலிருந்து திரும்பினார்கள், 'ஐ, சிப்ஸ்' என்று ஆசையுடன் எடுத்துப் பிரித்துச் சாப்பிட ஆரம்பித்தார்கள், நாங்களும் அவர்களோடு சேர்ந்துகொண்டோம்.

பத்து நிமிடத்தில் பொட்டலங்கள் தீர்ந்துவிட்டன. எல்லாரும் அவரவர் வேலையைப் பார்க்கச் சென்றுவிட்டோம்.

இரண்டு நாட்களுக்குப்பிறகு, 'ஏதாவது சாப்பிடறதுக்கு இருக்கா?' என்று எல்லாரும் விட்டத்தைப் பார்த்துக்கொண்டிருந்த நேரம். ஒளித்துவைத்திருந்த அந்த வறுவல் பொட்டலங்களை வெளியில் எடுத்துவந்தார் என் மனைவி. எல்லாரும் அவற்றை ஆசையுடன் தின்று தீர்த்தோம்.

ஒருவேளை, என் மனைவி இந்த உத்தியைச் செய்யாமல் முதல் நாளிலேயே நான்கு பொட்டலங்களையும் வெளியில் வைத்திருந்தால், அதே பத்து நிமிடத்தில் அவையும் தீர்ந்துபோயிருக்கும். ஒருமடங்குக்கு இருமடங்காக அப்போதே நாங்கள் இவற்றைக் காலி செய்திருப்போம். இது என் மனைவிக்கு நன்றாகத் தெரியும். அதனால்தான் பிரித்துப் பரிமாறும் சூழ்ச்சியைக் கையாண்டு வறுவல் பொட்டலங்களின் பயன்பாட்டை, அதனால் கிடைக்கும் மகிழ்ச்சியை இருமடங்காக்கிவிட்டார்.

அதாவது, அந்தப் பொட்டலங்களில் இருக்கும் வறுவலின் அளவு மாறவில்லை. ஆனால், அவை ஒரு நாளுக்குப் பதில் இரண்டு நாட்களுக்குப் பயன்பட்டிருக்கின்றன. வீட்டில் நான்கு வறுவல் பொட்டலங்கள் உள்ளன என்கிற உண்மை முதல் நாளிலேயே குழந்தைகளுக்குத் தெரியாததால், இருக்கும் வறுவலை உண்டு நிறைவடைந்தார்கள். அதனால், மீதியிருக்கும் வறுவலை இன்னொரு நாள் பயன்படுத்திக்கொள்ள இயன்றது.

இந்த எளிமையான உத்தியைப் பண விஷயத்திலும் பயன்படுத்தலாம் என்கிறார்கள் வல்லுனர்கள். குறிப்பாக, எது தேவை, எது விருப்பம் என்று பிரித்துப்பார்க்கத் தெரியாமல் (அல்லது தெரியாமல்) எல்லாப் பணத்தையும் செலவுசெய்துவிட்டுத் திகைக்கிறவர்களுக்கு இது மிகவும் நன்மை தரும்.

எடுத்துக்காட்டாக, ஒருவருடைய மாதச் சம்பளம் ஐம்பதாயிரம் ரூபாய் என்று வைத்துக்கொள்வோம். அதில் சுமார் பத்தாயிரம் ரூபாய் வருமான வரி. மீதமிருக்கும் நாற்பதாயிரம் ரூபாய் ஒவ்வொரு மாதமும் அவருடைய வங்கிக் கணக்கில் சேர்க்கப்பட்டுவிடுகிறது. அந்தப் பணத்தை அவர் ATM அட்டைமூலம் எடுத்துச் செலவு செய்கிறார், அல்லது, பற்று அட்டை (டெபிட் கார்டு), UPI போன்ற வசதிகளைப் பயன்படுத்தித் தன்னுடைய செலவுகளுக்கு நேரடியாகப் பணம் செலுத்துகிறார்.

ஆனால், இந்த முறையில் ஒரு சிக்கல், அவர் கண்டிப்பாக மாதாமாதம் செலுத்தவேண்டிய மளிகை, தொலைபேசிக் கட்டணம், பள்ளிக் கட்டணம், பால் கட்டணம் போன்ற கட்டாயத் தேவைகளுக்கும் இதே வங்கிக் கணக்கிலிருந்துதான் பணம் வருகிறது, அவர் ஆசைக்குச் செலவுசெய்யும் திரைப்படங்கள்,

வெளியில் சாப்பிடுதல் போன்ற விருப்பங்களுக்கும் இதே வங்கிக் கணக்கிலிருந்துதான் பணம் வருகிறது. ஒருவேளை அவர் இதில் கவனமாக இல்லாவிட்டால், தேவைக்கான பணத்தை விருப்பம் சாப்பிட்டு ஏப்பம் விட்டுவிடும். பலர் மாதக் கடைசியில் 'கையில காசு ரொம்ப டைட்டா இருக்கு' என்று புலம்புவது இதனால்தான்.

மன (மற்றும் பண) ஒழுக்கம் உள்ளவர்கள் இந்தச் சிக்கலை எளிதில் சமாளித்துவிடலாம். மாதந்தோறும் தங்களுடைய கட்டாயத் தேவைகளுக்கான செலவு எவ்வளவு என்று இவர்களுக்குத் தெரியும். அந்தத் தொகையை மனத்துக்குள் தேவைகளுக்காக ஒதுக்கிவைத்துவிடுவார்கள். அதைக் கழித்தபிறகு மீதியிருக்கிற தொகையைத்தான் விருப்பச் செலவுகளுக்குப் பயன்படுத்துவார்கள், இல்லாவிட்டால், சேமிப்பார்கள்.

எடுத்துக்காட்டாக, மாதந்தோறும் நாற்பதாயிரம் ரூபாய் வங்கிக் கணக்குக்கு வந்தாலும், அதில் இருபத்தைந்தாயிரம் ரூபாய் கட்டாயத் தேவைகளுக்குச் செல்லவேண்டும், மீதியுள்ள பதினைந்தாயிரம்தான் சேமிப்புக்கு, அல்லது விருப்பச் செலவுகளுக்கு. இப்படித் தெளிவாக எல்லைக் கோடு போட்டுக்கொண்டு செயல்பட்டால் எந்தச் சிக்கலும் வராது.

சரி, அந்த அளவுக்கு மனக் கட்டுப்பாடு இல்லாத ஒருவர் என்ன செய்யலாம்?

என் மனைவி செய்ததுபோல் நான்கில் இரண்டு வறுவல் பொட்டலங்களைத் தனியாகப் பதுக்கிவைக்கலாம், 'நம் கையில் நான்கு வறுவல் பொட்டலங்கள் இல்லை, இரண்டு பொட்டலங்கள்தான் உள்ளன' என்று நமக்கு நாமே சொல்லிக்கொள்ளலாம், அந்த இரண்டு பொட்டலங்களைமட்டும் ரசித்து ருசித்துச் சாப்பிடலாம்.

அதாவது, இத்தனை நாட்களாக ஒரே ஒரு வங்கிக் கணக்கைப் பயன்படுத்திக்கொண்டிருந்த அவர் இனிமேல் தேவைச் செலவுகளுக்கு ஒன்று, விருப்பச் செலவுகளுக்கு ஒன்று என இரண்டு கணக்குகளைப் பயன்படுத்தப்போகிறார். ஆனைக்கொரு கணக்கு, பூனைக்கொரு கணக்கு, இரண்டையும் கலக்காதவரை சண்டை வராது.

இந்த இரண்டாவது புதிய கணக்கு அவருடைய சம்பளப் பணம் வருகிற அதே வங்கியில் இருக்கலாம், அல்லது, வேறொரு வங்கியிலும் இருக்கலாம். இடம் எதுவாக இருந்தாலும், முதல் கணக்குக்கும் இதற்கும் எந்தத் தொடர்பும் இல்லை என்பதுபோல் அதற்கென்று தனியாக *ATM* அட்டை, பற்று அட்டை, தனி *UPI* செயலி என்று கறாராகப் பிரித்துவிடவேண்டும்.

அதன்பிறகு, ஒவ்வொரு மாதமும் சம்பளம் வந்ததும் அதில் பதினைந்தாயிரம் ரூபாயை, அதாவது, விருப்பச் செலவுகளுக்கான தொகையைமட்டும் இந்த இரண்டாவது கணக்குக்கு அனுப்பிவிடவேண்டும்.

ஒருவேளை, ஏதாவது ஒரு மாதத்தில் அவர் இதைச் செய்ய மறந்துவிட்டால்?

உண்மையில் அவர் ஒவ்வொரு மாதமும் இதை நினைவு வைத்துக்கொண்டு செய்யவேண்டிய தேவையே இல்லை. இதற்கான தானியங்கி வசதிகள் *(Automated Transfer Facilities)* இப்போது வந்துவிட்டன. அதாவது, மாதத்தின் இத்தனையாவது நாளில் இவ்வளவு பணத்தை இந்தக் கணக்கிலிருந்து இங்கு அனுப்பவேண்டும் என்று முதல் வங்கிக்குக் கட்டளையிட்டுவிட்டால் போதும், அவரே மறந்தாலும் அவருடைய வங்கி அந்த வேலையைக் கச்சிதமாகச் செய்துவிடும்.

இப்போது, அவருடைய சம்பளமான நாற்பதாயிரம் ரூபாய் தனித்தனியாகப் பிரிக்கப்பட்டுவிட்டது. முதல் கணக்கில் இருபத்தைந்தாயிரம் ரூபாய், இரண்டாவது கணக்கில் பதினைந்தாயிரம் ரூபாய். இனி அவர் கட்டாயத் தேவைகளுக்கு முதல் கணக்கைப் பயன்படுத்தவேண்டும், விருப்பத் தேவைகளுக்கு இரண்டாவது கணக்கைப் பயன்படுத்தவேண்டும். இந்த இரண்டையும் ஒருபோதும் கலக்கக்கூடாது, மாற்றிப் பயன்படுத்தக்கூடாது.

ஒருவேளை, பதினைந்தாம் தேதிக்குள் இரண்டாவது கணக்கில் இருக்கிற பணம் மொத்தமும் தீர்ந்துவிட்டால்?

வேறு வழியே இல்லை. சும்மா இருக்கவேண்டியதுதான்.

அதாவது, அந்த நேரத்தில் முதல் கணக்கில் இருக்கும் பணத்தை

நாம் தொடக்கூடாது. ஏனெனில், அது கட்டாயத் தேவைகளுக்காக ஒதுக்கப்பட்டிருக்கும் பணம். ஒளித்துவைக்கப்பட்ட இரண்டு வறுவல் பொட்டலங்களைப்போல் அது நம்மிடம் இல்லை என்று நினைத்துக்கொண்டுவிடவேண்டும். அதனால், மீதியிருக்கும் பதினைந்து நாட்களும் விருப்பச் செலவு எதையும் செய்யக்கூடாது. இனி அடுத்த மாதச் சம்பளம் வந்தால்தான் விருப்பச் செலவுகள் மீண்டும் தொடங்கும்.

இப்படி நமக்கு நாமே கட்டாயக் கட்டுப்பாடுகளை விதித்துக் கொள்வதன்மூலம் நம்முடைய பணம் சரியான விஷயங்களுக்குச் சரியான அளவில் பயன்படும், முதன்மையான செலவு எதற்காவது பணம் போதாமல் அடுத்தவர்களை எதிர்பார்க்கவேண்டியிருக்காது.

இந்த இரட்டைக் கணக்கு உத்தியைச் சிலர் மூன்றாகக்கூட நீட்டித்துக்கொள்ளலாம். அதாவது, நான் சேமிப்பைத் தனியாகப் பிரித்துவைக்க விரும்புகிறேன் என்று நினைக்கிறவர்கள் அதற்கென்று மூன்றாவதாக இன்னொரு கணக்கைத் தொடங்கிக்கொள்ளலாம். ஒவ்வொரு மாதமும் தாங்கள் சேமிக்க விரும்பும் தொகையை அங்கு அனுப்பிவைக்கலாம்.

ஆனால், மற்ற இரண்டு கணக்குகளுக்கும் இருவழிப் பாதை என்றால், இது ஒருவழிப் பாதையாக இருக்கவேண்டும்.

அதாவது, உங்களுடைய சம்பளக் கணக்கிலும், விருப்பச் செலவுகளுக்கான கணக்கிலும் நீங்கள் எளிதாகப் பணம் போடலாம், எடுக்கலாம். ஆனால், சேமிப்புக் கணக்கு பணம் போடுவதற்குமட்டும்தான். இயன்றவரை அதிலிருந்து நீங்கள் பணத்தை எடுக்கக்கூடாது. மிகவும் தவிர்க்கமுடியாத சூழலில்மட்டும்தான் அந்தப் பணத்தைத் தொடவேண்டும்.

ஆனால், மனக் கட்டுப்பாடு இல்லாதவர்களுக்கு இது சற்றுக் கடினம், சட்டென்று ஆசைப்பட்டுச் சேமிப்பில் கை வைத்துவிடுவார்கள். இதைத் தவிர்ப்பதற்கு ஒரு நல்ல வழி, இந்த மூன்றாவது கணக்கிலிருந்து பணம் எடுப்பதை வேண்டுமென்றே கடினமாக்குவது.

எடுத்துக்காட்டாக, வீட்டிலிருந்து நெடுந்தொலைவில் உள்ள ஒரு வங்கியில் இந்த மூன்றாவது கணக்கைத் தொடங்கலாம்,

அதற்கான இணையச் சேவைக்கு முப்பத்தேழு எழுத்துகளைக் கொண்ட சிக்கலான, எளிதில் நினைவில் வைத்துக்கொள்ள இயலாத கடவுச்சொல்லை *(Password)* அமைக்கலாம், *ATM* அட்டை, பற்று அட்டை, *UPI* போன்ற வசதிகளை முடக்கிவைக்கலாம்... சிரிக்காதீர்கள், இதுபோன்ற எளிய ஏற்பாடுகள் மிகவும் செயல்திறனுடன் உங்கள் சேமிப்புப் பணத்தைப் பாதுகாக்கக்கூடியவை.

ஒரு விஷயம். சேமிப்புப் பணம் எப்போதும் வங்கிக் கணக்கில் இருப்பதும் சரியில்லை. அதைச் சரியான இடங்களில் முதலீடு செய்தால்தான் ஒன்றுக்குப் பத்தாக வளர்ந்து இன்னும் பலன் கொடுக்கும். இதைப்பற்றிப் பின்னர் விரிவாகப் பார்க்கவிருக்கிறோம். இப்போதைக்கு, சேமிப்பை முதல் இரண்டு கணக்குகளில் வைக்காமல் தனியாக வேறு இடத்தில் வைக்கவேண்டும் என்பதைமட்டும் புரிந்துகொண்டால் போதும்.

★★★

பகுதி 7 : கடன் & கடன் அட்டை (Credit Card)

31. வாங்கலாமா, வேண்டாமா?

'கடன்பட்டார் நெஞ்சம்போல் கலங்கினான் இலங்கை வேந்தன்' என்று ஒரு வரியைக் கேட்டிருப்பீர்கள். இது எவ்வளவு பொருத்தமான உவமை என்பது உண்மையில் கடன்பட்டவர்களுக்குத்தான் தெரியும், அந்தக் கடனைச் சரியான நேரத்தில் திருப்பிச் செலுத்த இயலாமல் தடுமாறியவர்களுக்குத்தான் தெரியும், அதனால் அக்கம்பக்கத்தில் இருக்கிறவர்களிடமும் வெளியாட்களிடமும் அவமானப்பட்டுத் தலைகுனிந்து நின்றவர்களுக்குத்தான் தெரியும்.

இன்றைக்குக் கடன் வாங்குவது மிக எளிமையாகிவிட்டது, அது ஒரு தனிச் செயல் என்பதே தெரியாத அளவுக்குக் கடன் வாங்குதல் நவீன வாழ்க்கையுடன் இணைக்கப்பட்டுவிட்டது. எடுத்துக்காட்டாக:

- வங்கிகள் விதவிதமான கடன் வசதிகளை விளம்பரப்படுத்தி வாடிக்கையாளர்களைக் கூவி அழைக்கிறார்கள், ஆவணங்கள் கூடத் தேவையில்லை, விரல் ரேகையை வைத்துக் கடன் தருகிறோம் என்கிறார்கள்.
- கடைகளுக்குச் சென்று பொருட்களை வாங்கிவிட்டுக் கடன் அட்டையை (கிரெடிட் கார்டு) எடுத்துத் தேய்த்தால் அரை நொடியில் ஆயிரக்கணக்கில், லட்சக்கணக்கில் கடன் வாங்கிவிடலாம்.

- இணையதளங்களிலும் செல்பேசிச் செயலிகளிலும் நாம் விரும்பிய பொருட்களைத் தேர்ந்தெடுத்துவிட்டு, 'பின்னர் பணம் செலுத்துகிறேன்' என்ற பொத்தானைக் கிளிக் செய்தால் போதும். மறுநொடி அந்தப் பொருளும் அதற்கான கடனும் நமக்குச் சொந்தமாகிவிடுகின்றன.
- 'நீங்கள் பொருளெல்லாம் வாங்கவேண்டியதில்லை, எத்தனை லட்சம் வேண்டும் என்று சொல்லுங்கள், இரண்டு நிமிடத்தில் அந்தப் பணம் உங்கள் வங்கிக் கணக்கில் இருக்கும்' என்று அறிவிக்கிற செல்பேசிச் செயலிகள் பெருகிக்கொண்டிருக்கின்றன.

கடன் வாங்குவதில் இருக்கும் தொடக்க உரசலை, தடையை *(Friction/Barrier)* மிகவும் குறைத்துவிடுகிற இதுபோன்ற வசதிகளால், கடன் வாங்க விரும்பாத, அல்லது, அதற்கான தேவை இல்லாத ஒருவர்கூட மயங்கிப்போய்க் கடன் சூழலில் சிக்கிக்கொள்ளக்கூடும் என்றால், உண்மையாகக் கடன் தேவைப்படுகிற ஒருவர் எவ்வளவு எளிதாக இதில் மாட்டுவார் என்று யோசியுங்கள்.

ஏனெனில், மேற்சொன்ன வசதிகளெல்லாம் கடன் 'வாங்குவதை' மட்டும்தான் எளிமையாக்கும். அதைத் திருப்பிச் செலுத்தும் செயல்முறையும், அதை ஒழுங்காகச் செய்யாவிட்டால் வரக்கூடிய வட்டிச் சுமையும் மற்ற பின்விளைவுகளும் சிறிதளவும் மாறவில்லை. சொல்லப்போனால், அவை முன்பைவிட மோசமாகியிருக்கின்றன.

இதனால், முன்பு எப்போதும் இல்லாத அளவுக்குக் கடனைப் பற்றிய விழிப்புணர்வு தேவைப்படுகிறது. அது உண்மையில் என்ன, அதை எப்போது பயன்படுத்திக்கொள்ளலாம், எப்போது பயன்படுத்திக்கொள்ளக்கூடாது, எப்படிப் பயன்படுத்திக் கொள்ளவேண்டும், அதில் வரக்கூடிய சிக்கல்கள் என்ன, அவற்றை எப்படித் தவிர்ப்பது, கவனக்குறைவால் மிகவும் ஆழத்துக்குச் சென்றுவிட்டால் அதிலிருந்து தப்புவது எப்படி என்றெல்லாம் ஒவ்வொருவரும் தெரிந்துகொள்ளவேண்டும், நம் வாழ்க்கையையே புரட்டிப் போட்டுவிடக்கூடிய சிக்கலான இந்தத் தலைப்பை மிகக் கவனமாகவும் விழிப்புணர்வோடும் அணுகவேண்டும். கடன் எளிதில் கிடைக்கிறது என்கிற காரணத்தால்மட்டும் நாம் அதைப் பெற்றுக்கொள்ளவேண்டும், பயன்படுத்திக்கொள்ளவேண்டும் என்று எந்தக் கட்டாயமும் இல்லை.

முதலில், கடன் என்பது என்ன?

நமக்கு வருகிற வருவாய் அல்லது நம்மிடம் உள்ள சேமிப்பிலிருந்து செலவு செய்யும்போது, நாம் நம்முடைய பணத்தைச் செலவழிக்கிறோம். அந்தப் பணம் போதாதபோது, அல்லது, வேறு காரணங்களுக்காகப் பிறரிடமிருந்து பணத்தைப் பெற்றுச் செலவு செய்தால், அது கடனாகக் கருதப்படுகிறது.

இங்கு 'பிறர்' என்பது ஒரு வங்கியாக இருக்கலாம், வேறு வகை நிதி நிறுவனமாக இருக்கலாம், வட்டிக்குக் கடன் கொடுக்கிற ஒரு தனி நபராக இருக்கலாம், அல்லது, நம் மீதுள்ள அன்பால் நமக்கு உதவுகின்ற ஒரு நண்பராக, உறவினராகக்கூட இருக்கலாம். எப்படியானாலும் அது இன்னொருவருடைய பணம். அதை நாம் திருப்பிக் கொடுத்தாகவேண்டும்.

ஒருவேளை, நாம் திருப்பிக் கொடுக்காமல் ஓடிவிட்டால்?

கடன் கொடுக்கிறவர் அந்த ஆபத்திலிருந்து தன்னைப் பாதுகாத்துக்கொள்வதற்காக, அந்தக் கடனுக்கு ஈடாக அதே அளவு மதிப்புள்ள எதையாவது நம்மிடம் கேட்பார். எடுத்துக்காட்டாக, நம்மிடம் உள்ள நகைகளை ஈடாக வைத்துக் கடன் பெறலாம், வீட்டுக் கடனுக்கு ஈடாக வீட்டுப் பத்திரத்தைத் தரலாம், வண்டிக் கடனுக்கு ஈடாக வண்டி உரிமை ஆவணங்களைத் தரலாம்.

இப்படி ஈடாகத் தரப்படும் பொருட்கள் அந்தக் கடன் முழுக்கக் கட்டப்படும்வரை கடன் கொடுத்தவரிடம்தான் இருக்கும். ஒருவேளை, கடன் வாங்கியவர் ஏமாற்றிவிட்டால், அல்லது, அவரால் கடனைத் திரும்பச் செலுத்த இயலாத சூழ்நிலை வந்துவிட்டால், கடன் கொடுத்தவர் இந்தப் பொருட்களை விற்றுத் தன்னுடைய தொகையைப் பெற்றுக்கொள்வார்.

இவ்வாறு இன்னொருவரிடமிருந்து நாம் தாற்காலிகமாகப் பெற்றுப் பயன்படுத்தும் பணம்தான் 'கடன்' எனப்படுகிறது. கடன் கொடுக்கிறவரும் கடன் பெறுகிறவரும் இதுபற்றி ஓர் ஒப்பந்தம் செய்துகொள்கிறார்கள். அது தாளில் எழுதப்பட்ட ஒப்பந்தமாக இருக்கலாம், டிஜிட்டல் ஒப்பந்தமாக இருக்கலாம், அல்லது, அவர்கள் ஒருவரோடு ஒருவர் பேசி ஏற்றுக்கொண்ட ஒப்பந்தமாக இருக்கலாம். வடிவம் எதுவானாலும், அந்த

ஒப்பந்தத்தில் இதுபோன்ற தகவல்கள் இருக்கும்:

- கடன் கொடுத்தவர்
- கடன் பெற்றவர்
- கடன் பெறும் நோக்கம்
- கடனுக்கு ஈடாகக் கொடுக்கப்படும் சொத்துகள் (நகைகள், வீட்டு ஆவணங்கள், வண்டி ஆவணங்கள் போன்றவை)
- கடனைச் செயல்முறைப்படுத்தும் கட்டணம் (*Processing Fee*)
- கடன் தொகை
- திருப்பிச் செலுத்தவேண்டிய தொகை அல்லது மாதத் தவணை அல்லது வட்டி விகிதம் (இவையெல்லாம் என்ன என்று கீழே பார்ப்போம்)
- திருப்பிச் செலுத்துவதற்கான கால அளவு
- கடனை உரிய நேரத்தில் திருப்பிச் செலுத்தாவிட்டால் அதற்கான அபராதம்
- கடனை முன்கூட்டியே திரும்பச் செலுத்தும் வசதி இருந்தால், அதைப்பற்றிய தகவல்கள்

இந்தத் தகவல்களெல்லாம் நிரம்பிய இந்த ஒப்பந்தத்தில் கடன் கொடுப்பவரும் கடன் பெறுபவரும் கையொப்பமிடுகிறார்கள். கடன் தொகை கை மாறுகிறது. அந்தக் கணத்திலிருந்து இந்த ஒப்பந்தம் ஒரு சட்ட ஆவணமாகிவிடுகிறது. அதாவது, இதை மீறுவது சட்டப்படி குற்றம்.

எடுத்துக்காட்டாக, ஒருவர் இன்னொருவரிடம் பத்தாயிரம் ரூபாய் கடன் வாங்குகிறார், அதை ஓராண்டுக்கு மாதந்தோறும் ஆயிரம் ரூபாயாகக் கொடுத்துத் தீர்ப்பதாக ஒப்புக்கொள்கிறார். அதன்பிறகு, அவர் மாதாமாதம் அந்த ஆயிரம் ரூபாயைச் செலுத்தாவிட்டால் கடன் கொடுத்தவர் அவர்மீது வழக்கு தொடரலாம்.

இதனால், கடன் கொடுக்கிறவர், பெறுகிறவர் இருவரும் கடன் ஒப்பந்தத்தை மிகவும் கவனத்துடன் படிக்கவேண்டும், அதில் தங்களுடைய நலனைப் பாதிக்கக்கூடிய எந்தக் குறிப்பும் இல்லை என்பதை உறுதிப்படுத்திக்கொள்ளவேண்டும்.

இதே காரணத்தால், உண்மையான தேவை இருக்கிறவர்கள்தான் கடன் வாங்கவேண்டும். இல்லாவிட்டால் அது அவர்களாகவே தங்கள் தலையில் ஏற்றிக்கொள்கிற சுமைதான்.

நாம் கடனாகப் பெறுகிற தொகை இன்னொருவருடையது என்பதால், அதைப் பயன்படுத்துவதற்கு நாம் வாடகை தரவேண்டும். அதாவது, நமக்குப் பணத்தேவை இருந்தபோது இன்னொருவர் நமக்கு உதவுகிறார். அதற்கு நன்றி தெரிவிக்கும்விதமாக, அந்தத் தொகையை நாம் கடனாகப் பெற்றிருந்த காலகட்டம்முழுவதும் நாம் அவருக்கு ஒரு கூடுதல் தொகையைச் செலுத்தவேண்டும். இந்தக் கூடுதல் தொகை கடன் தொகையில் ஒரு குறிப்பிட்ட சதவிகிதமாக இருக்கும்.

எடுத்துக்காட்டாக, ஒருவர் பத்தாயிரம் ரூபாய் கடன் வாங்குகிறார். இது 'அசல்' எனப்படுகிறது.

ஓராண்டுக்குப்பிறகு, அவர் இந்தத் தொகையைத் திருப்பிச் செலுத்துகிறார். அப்போது அவர் பத்தாயிரம் ரூபாயைமட்டும் செலுத்தவில்லை, அதோடு ஆயிரம் ரூபாயைக் கூடுதலாகச் செலுத்துகிறார். இது 'வட்டி' எனப்படுகிறது.

பத்தாயிரம் ரூபாய் அசலுக்கு ஆயிரம் ரூபாய் வட்டி என்றால், நூறு ரூபாய் அசலுக்கு எவ்வளவு வட்டி?

$1000/10000 \times 100 = 10\%$. இது 'வட்டி விகிதம்' எனப்படுகிறது. அதாவது, நூறு ரூபாய் அசலுக்கான வட்டித் தொகைதான் வட்டி விகிதம். இதைக் கடன் கொடுக்கும்போதே தீர்மானித்துவிடுவார்கள், கடன் ஒப்பந்தத்திலும் சேர்த்துவிடுவார்கள்.

குறுகிய காலக் கடன்களில் பெரும்பாலும் வட்டி விகிதம் மாறுவதில்லை. ஆனால், வீட்டுக் கடன் போன்ற கடன்கள் நீண்ட காலத்துக்குத் தொடர்வதால், அவற்றின் வட்டி விகிதங்கள் மாறக்கூடும். இதுவும் அதே கடன் ஒப்பந்தத்தில் குறிப்பிடப்பட்டிருக்கும்.

மேலுள்ள எடுத்துக்காட்டில் கடன் தொகை ஓராண்டுக்குப்பின் வட்டியுடன் மொத்தமாகத் திரும்பச் செலுத்தப்படுகிறது. ஆனால் உண்மையில், பெரும்பாலான கடன் ஒப்பந்தங்களில் நாம் மாதத் தவணைகளைச் செலுத்தவேண்டியிருக்கும்.

தவணை *(Instalment)* என்பது, கடனுக்காக நாம் மாதந்தோறும் (அல்லது, வாரந்தோறும், மூன்று மாதங்களுக்கு ஒருமுறை) திரும்பச் செலுத்துகிற தொகை. இந்தத் தொகை எல்லா மாதங்களுக்கும் ஒரேமாதிரி அமைவதால் இதை *Equated Monthly Instalment (EMI)* என்றும் சொல்வார்கள்.

இந்த அசலுக்கு, இவ்வளவு வட்டி விகிதத்துக்கு நான் மாதந்தோறும் செலுத்தவேண்டிய *EMI* எவ்வளவு என்பது சற்றுச் சிக்கலான கணக்கு. ஆனால், அதுதான் கடன் வாங்குகிறவருக்கு மிக முக்கியமான தகவல். ஏனெனில், கடனை வாங்கிச் செலவு செய்தபிறகு இந்தத் தொகையைத்தான் அவர் மாதந்தோறும் செலுத்தவேண்டும். அது தன்னால் இயலுமா என்பதை உறுதிப்படுத்திக்கொண்டபிறகுதான் அவர் கடனையே வாங்கவேண்டும்.

எடுத்துக்காட்டாக, ஒருவர் ஐம்பது லட்ச ரூபாய் வீட்டுக் கடன் பெறுகிறார். அதற்கான வட்டி விகிதம் 9%. இந்தக் கடனை அவர் 20 ஆண்டுகளில் திரும்பச் செலுத்தவேண்டும். அப்படியானால், அவர் செலுத்தவேண்டிய *EMI* தொகை ரூ.44986.

இப்போது அவர் தன்னுடைய மாதச் சம்பளத்தை, மற்ற வருவாய்களைப் பார்க்கவேண்டும், அதிலிருந்து மாதச் செலவுகளையும் அவ்வப்போது வரக்கூடிய மற்ற செலவுகளையும் கழிக்கவேண்டும், தான் மாதந்தோறும் சேமிக்க விரும்பும் தொகையைக் கழிக்கவேண்டும். இப்போது மீதியுள்ள தொகை நாற்பத்தைந்தாயிரம் ரூபாய்க்கு மேல் இருந்தால்தான் மேற்சொன்ன கடனை அவர் வாங்கவேண்டும்.

ஒருவேளை, அந்தத் தொகை குறைவாக இருந்தால் என்ன செய்வது?

★★★

32. எதிர்மறைக் கேள்விகள்

கடன் வாங்குவது என்பது ஒருவர் ஏற்றுக்கொள்கிற மிகப் பெரிய பொறுப்பு. ஓராண்டுக்குள் முடிந்துவிடுகிற சிறிய கடன்கள்கூடக் கொஞ்சம் பரவாயில்லை. ஐந்து, பத்து, இருபது, ஏன், முப்பது ஆண்டுகளுக்குக்கூட நீளக்கூடிய கல்விக் கடன், கார் கடன், வீட்டுக் கடன், தொழிற்கடன் போன்றவற்றைத் தொடங்குமுன் பல முறை யோசிக்கவேண்டும். சரியான நீண்ட காலத் திட்டம் இல்லாமல் அந்தப் புதிர் விளையாட்டுக்குள் நுழைந்துவிடக்கூடாது.

நம் ஊரில் ஆழம் தெரியாமல் காலை விடாதே என்றும், மண் குதிரையை நம்பி ஆற்றில் இறங்காதே என்றும் இரண்டு பழமொழிகள் உண்டு. இந்த இரண்டு அறிவுரைகளும் கடன் வாங்க விரும்புவோருக்கு மிக நன்றாகப் பயன்படும்.

இங்கு ஆழம் என்பது எத்தனை ஆண்டுகளுக்கு மாதந்தோறும் எவ்வளவு தொகையைச் செலுத்தவேண்டும் என்கிற கணக்கு. அந்த ஆற்றில் இறங்குவதற்குமுன்னால், நம்மிடம் இருக்கிற குதிரை (வேலை அல்லது தொழில்) வலுவானதா, கடன் முடியும்வரை எப்பேர்ப்பட்ட வெள்ளம் பெருகிவந்தாலும் ஆற்றைத் தாண்டிச் செல்ல உதவக்கூடியதா, அல்லது, அது நீர் பட்டதும் கரைந்துவிடக்கூடிய மண் குதிரையா என்பதைப் புரிந்துகொண்டால்தான் இந்த நெடும்பயணத்தில் வெற்றி கிடைக்கும்.

பொதுவாக எல்லாருக்கும் தங்களைப்பற்றிய தன்னம்பிக்கையும், எல்லாம் சரியாகத்தான் நடக்கும் என்கிற நேர்சிந்தனையும் மிகுதியாக இருக்கும். அதில் தவறேதும் இல்லை. ஆனால், நீண்ட காலக் கடனைப்பற்றிச் சிந்திக்கும்போதுமட்டும் சற்று எதிர்மறைச் சிந்தனையையும் வளர்த்துக்கொள்வது நல்லது. அதாவது, 'என்ன பெரிய கடன்? நான் நல்லாச் சம்பாதிச்சுத் திருப்பிக் கட்டிடுவேன்' என்கிற ஒரு வரி நம்பிக்கை போதாது, நம்முடைய அடுத்த பல ஆண்டுகளைக் கூர்ந்து கவனித்து, வேண்டுமென்றே சிக்கலான, கடினமான, எரிச்சலூட்டுகிற கேள்விகளைக் கேட்டு, கடைசி ரூபாய்வரை மிகத் துல்லியமாகக் கணக்குப் போட்டபிறகுதான் கடனுக்குள் நுழையவேண்டும்.

ஏனெனில், கடனைத் திருப்பிச் செலுத்துகிற மாதத் தவணை என்பது நம்முடைய செலவுப் பட்டியலுக்குள் முதல் இடத்தில் வந்து நிற்கப்போகிறது. வீட்டு வாடகை, மளிகைப் பொருட்கள், பால், செல்ஃபோன் இணைப்பு போன்ற மற்ற செலவுகளையாவது சற்று முயன்றால் தள்ளிப்போடலாம், குறைக்கவும் செய்யலாம். ஆனால், EMI ஒரு நாள் தள்ளிப்போனாலும் சிக்கல்தான், வட்டி கூடும், அபராதம் செலுத்தவேண்டியிருக்கும், அதைவிடத் தீவிரமான நடவடிக்கைகள் எடுக்கப்படவும் வாய்ப்புண்டு.

இந்தச் சிக்கல் நீண்ட காலக் கடன்களில்மட்டும்தான் என்றில்லை. சிறுவயதில் நாம் படித்த நீதிக்கதையில் காக்கை ஒன்று ஜாடிக்குள் ஒவ்வொரு கல்லாகப் போட்டுத் தண்ணீரை மேலே கொண்டுவருமே, அதுபோல, சிறிய, குறுகிய காலக் கடன்கள் ஏழெட்டு ஒன்றாகச் சேர்ந்தால் பெரிய தலைவலியாகிவிடக்கூடும்.

அதனால், புதிய கடன்களை வாங்குவதற்குமுன்னால் ஏற்கெனவே உள்ள கடன்களைப்பற்றிச் சிந்திக்கவேண்டும், அவற்றை ஒழுங்குபடுத்தவேண்டும், முடிந்தால் முழுமையாக அடைத்துவிடவேண்டும். அதாவது, ஒரு கடனை முடித்து விட்டுத்தான் அடுத்த கடனை வாங்குவது என்பதுபோன்ற விதிமுறைகளை நமக்கு நாமே வகுத்துக்கொள்வது நல்லது.

ஒருவேளை, அதற்கு வாய்ப்பில்லாவிட்டால், நம்முடைய பழைய கடன்களுக்கான EMI மற்றும் புதிய கடனின் EMI ஆகியவற்றைக் கூட்டிப்பார்த்து அதன்மூலம் உண்டாகப்போகும் மாதச்

சுமையைப் புரிந்துகொள்ளவேண்டும். அந்தத் தொகை எங்கிருந்து வரப்போகிறது என்று சிந்திக்கவேண்டும்.

EMI கூடினால் பெரும்பாலானோர் சேமிப்பில்தான் கைவைப்பார்கள். அது தாற்காலிகமாகச் சிக்கலைத் தீர்க்கும்தான். ஆனால், தொலைநோக்கில் பார்க்கிறபோது, உங்களுடைய வருங்காலத் திட்டங்கள் பாதிக்கப்படும்.

அதனால், நாம் எதற்காகக் கடன் வாங்குகிறோம் என்பதைப்பற்றிச் சிந்திக்கவேண்டும். அதாவது, இந்தக் கடனின்மூலம் நமக்குக் கிடைக்கப்போவது என்ன? அது ஒரு சொத்தா? அதைச் சேமிப்பாகக் கருதமுடியுமா? இல்லை எனில், சேமிப்பை விட்டுக்கொடுத்து இந்தக் கடனை வாங்கவேண்டுமா?

எடுத்துக்காட்டாக, ஒருவர் வீட்டுக் கடன் *(Home Loan)* பெற்று வீடு வாங்குகிறார் என்றால், அதைத் திருப்பிச் செலுத்துவதன்மூலம் அவருக்கு ஒரு சொத்து கிடைக்கிறது. அத்துடன் அவர் வாடகையையும் மிச்சப்படுத்துகிறார். வீட்டுக் கடனைத் திரும்பச் செலுத்துவோருக்கு அரசாங்கம் வழங்குகிற வரிச் சலுகையும் அவருக்குக் கிடைக்கும். அதனால், வீட்டுக் கடன் *EMI*க்காக அவர் தன்னுடைய சேமிப்பைச் சற்று குறைத்துக்கொண்டாலும் அது ஒரு அறிவார்ந்த தீர்மானமாகத்தான் இருக்கும்.

இன்னொருவர் கல்விக் கடன் *(Educational Loan)* பெற்று வெளிநாட்டில் படிக்கிறார். அதன்மூலம் அவருக்கு இன்னும் நல்ல சம்பளத்தில் வேலை கிடைக்கும். அதனால், அந்தக் கடனைத் திருப்பிச் செலுத்துவதற்காக அவர் தன்னுடைய சேமிப்பை விட்டுக்கொடுக்க முன்வரலாம்.

வேறொருவர் தனிக் கடன் *(Personal Loan)* பெற்றுப் புதிய செல்ஃபோன் வாங்குகிறார். அவர் அந்த செல்ஃபோனை வாங்கிய விநாடியில் அது பழைய செல்ஃபோனாகிவிடுகிறது. அதை அவர் பயன்படுத்தி மகிழ்ந்தாலும், அதற்காகத் தன்னுடைய நீண்டகாலச் சேமிப்பை விட்டுக்கொடுப்பது சரியாகாது.

அதற்காக, புது செல்ஃபோன் வாங்குவது தவறு என்று சொல்லவரவில்லை. நாம் சம்பாதிப்பது செலவு செய்யவும்தான், வாழ்க்கையை அனுபவிப்பதற்கும்தான். ஆனால், அந்தச்

செலவுகளுக்காகக் கடன் வாங்கும்போது, அதற்காக நம் சேமிப்பில் கை வைக்கும்போது, நிகழ்கால மகிழ்ச்சிக்காக எதிர்கால மகிழ்ச்சியைக் குறைத்துக்கொள்கிறோம் என்று பொருள்.

இதற்குப் பதிலாக, அந்த மகிழ்ச்சிச் செலவுக்காக நாம் தனியாகச் சேமிக்கத் தொடங்கலாம், அல்லது, அதையே இலக்காகக் கொண்டு நம் வருவாயைப் பெருக்கலாம். இதுபோன்ற முறைகளின்மூலம் நம் சொந்தப் பணத்தில் அந்தச் செலவைச் செய்தால் தேவையற்ற கடன் சுமையைக் குறைக்கலாம்.

பொதுவாக, நம்முடைய EMIகளின் மொத்தச் செலவு மாத வருவாயில் 40%க்குமேல் செல்லக்கூடாது என்கிறார்கள். இதை இன்னும் குறைத்து 30% என்று சொல்கிறவர்கள் உண்டு, 50%, 60% என்று இன்னும் நீட்டுகிறவர்களும் உண்டு. இதில் உங்களுக்குச் சரியாகத் தோன்றுகிற சதவிகிதம் எது என்பதைச் சிந்தித்துத் தீர்மானியுங்கள். EMIக்குக் கொடுத்ததுபோக மீதியிருப்பதில்தான் மாதச் செலவுகளைச் செய்யமுடியும், அதற்குமேல் மீதியிருப்பதுதான் சேமிப்பு என்பதால், EMIயின் சதவிகிதம் கூடக்கூடச் சேமிப்பின் சதவிகிதம் கண்டிப்பாகக் குறையும் என்பதை மறந்துவிடவேண்டாம்.

இன்னொரு சிக்கல், பலர் தங்களுடைய இப்போதைய செலவுகளைக் கருத்தில் கொண்டு பெரிய EMIயில் கடன் வாங்கிவிடுகிறார்கள். அதன்பிறகு, அவர்களுடைய வாழ்க்கைத் தரம் உயர்கிறது, அல்லது, திருமணம், குழந்தைகள் என்று செலவு கூடுகிறது, அல்லது, எதிர்பாராத ஒரு செலவு வந்து அவர்களுடைய பொருளாதார நிலைமையை மாற்றிவிடுகிறது... இதனால், முன்பு வசதியாகத் தோன்றிய EMI இப்போது சமாளிக்கமுடியாத சுமையாகத் தோன்றலாம்.

அதனால்தான், எதிர்மறைச் சிந்தனையுடனான ஒரு தொலைநோக்குத் திட்டம் நமக்குத் தேவைப்படுகிறது. எடுத்துக்காட்டாக:

- EMIயை என்னால் சமாளிக்க இயலாவிட்டால், துண்டு விழும் தொகையை நான் எங்கிருந்து எடுக்கக்கூடும்? அதனால் வேறு என்ன சிக்கல்கள் வரக்கூடும்?

- அதன்பிறகும் என்னால் EMIயைச் செலுத்த இயலாவிட்டால், இந்தக் கடனை நான் முன்கூட்டியே முடித்துவைக்கமுடியுமா? அதற்கான சொத்துகள் என்னிடம் உள்ளனவா? இப்படி அந்தச் சொத்துகளை இழப்பதன்மூலம் எனக்கு என்ன சிக்கல்கள் வரக்கூடும்?
- இந்தக் கடன் முன்கூட்டியே முடித்துவைக்கப்படுவதை என் வங்கி ஏற்றுக்கொள்ளுமா? அதற்கு நான் ஏதேனும் அபராதம் செலுத்தவேண்டுமா? இதனால் வருங்காலத்தில் எனக்குக் கடன் கிடைப்பதில் ஏதேனும் சிக்கல்கள் வருமா?
- ஒருவேளை, என்னால் கடனைத் திரும்பச் செலுத்த இயலாவிட்டால் என்ன ஆகும்? வீடு அல்லது காரை வங்கி திரும்ப எடுத்துக்கொண்டுவிடுமா? அதற்குமேலும் நான் ஏதாவது பணம் செலுத்தவேண்டியிருக்குமா? அப்போது என்னுடைய அடுத்த நடவடிக்கை என்னவாக இருக்கும்?

இந்தப் பட்டியலைப் படிக்கும்போதே பலருக்கு எரிச்சல் வரும். ஏனெனில், இதுபோன்ற வாய்ப்புகளைப்பற்றி யாரும் சிந்திக்க விரும்புவதில்லை. இதெல்லாம் மற்றவர்களுக்குத்தான் நடக்கும், தங்களுக்கு நடக்காது என்கிற பகுத்தறிவுக்குப் பொருந்தாத நம்பிக்கையுடன் இருப்பதைவிட, ஒருவேளை இது நடந்துவிட்டால் என்ன செய்வது என்று சிந்தித்துத் திட்டமிட்டுக்கொள்வது நல்லது. இதன்மூலம் சில தேவையற்ற கடன்களை நாம் தவிர்த்துவிடுவோம், தேவையான கடன்களை எந்தச் சிக்கலும் இல்லாமல் ஒழுங்காகத் திரும்பச் செலுத்துவதற்கான செயல்திட்டமும் நமக்குக் கிடைத்துவிடும்.

ஆக, கடனைப் பொறுத்தவரை தொடக்கத்தில் எதிர்மறையாகச் சிந்தித்தால் அந்தக் கதை கண்டிப்பாக நல்லவிதமாகத்தான் முடியும். அப்படியில்லாமல், தொடக்கத்தில் நேர்விதமாகச் சிந்தித்தால் எல்லாம் ஒழுங்காகவே நடக்கக்கூடும். ஆனால், எதிர்பாராத ஒரு சிக்கல் வந்துவிட்டால் என்ன செய்வது என்று தெரியாமல் சிக்கித் திணறுவோம். உங்களுக்கு எது வசதி?

கடன் என்பது எதிர்மறையான விஷயம் இல்லை. கையில் போதுமான பணம் இல்லை என்ற காரணத்தால் ஒரு நல்ல செயலைச் செய்யமுடியாமல் தவிக்கிற, அல்லது, அதைத் தள்ளிப்போடும்

நிலைக்கு ஆளாகிறவர்களுக்கு இது மிகவும் வசதியானது. நம்மிடம் இப்போது இல்லாத பணத்தை இன்னொருவரிடமிருந்து வாங்கிக்கொண்டு அதை வட்டியுடன் திருப்பிக் கொடுத்துவிடலாம் என்கிற ஏற்பாட்டைப் பயன்படுத்திக்கொண்டு தங்கள் சொந்த வாழ்க்கையை, தொழிலை மேம்படுத்தியவர்கள் ஏராளம். அவ்வளவு ஏன், பெரிய நாடுகளெல்லாம்கூடக் கடன் வாங்கியிருக்கின்றன, வாங்கிக்கொண்டிருக்கின்றன.

அதனால், கடனை வில்லனாக நினைத்து ஒதுக்கித்தள்ள வேண்டியதில்லை. சரியானபடி பயன்படுத்திக்கொள்ளலாம். ஆனால், அது நமக்குச் சுமையாகிவிடாதபடி பார்த்துக்கொள்ள வேண்டும். குறிப்பாக, தேவையில்லாத கடன்களைத் தவிர்க்க வேண்டும். அதற்கு இந்த எதிர்மறைக் கேள்விகளும் அலசலும் மிகவும் உதவும்.

★★★

33. கசப்பு மருந்து

ஒன்றோ, இரண்டோ, பலவோ, கடனோடு வாழ்வது இன்றைக்குப் பலருக்கு இயல்பாகிவிட்டது. குறைந்தபட்சம் ஒரு வீட்டுக் கடன், அப்புறம் வண்டிக் கடன், கல்விக் கடன், திருமணக் கடன் என்று நீளும் இந்தப் பட்டியலில் சுற்றுலாவுக்கு வாங்கிய கடன், புது மொபைல் ஃபோனுக்கான கடன், வீட்டில் பெரிய பொருட்களை வாங்கிய கடன், எதற்கு என்றே கணக்கில்லாத தனிநபர் கடன் *(Personal Loan)* போன்றவையும் சேர்ந்துகொண்டுவிட்டன.

இப்படிக் கடனோடு, அல்லது, கடன்களோடு வாழவேண்டிய கட்டாயத்துக்குத் தள்ளப்பட்டவர்கள் தங்களுடைய நிதி மேலாண்மையில் மிகக் கவனமாக இருக்கவேண்டும். கையிலிருக்கும் அத்தனை கடன்களையும் முழுமையாகத் தீர்க்கும்வரை அவர்கள் ஒவ்வொரு ரூபாயையும் சிந்தித்துச் செலவழிக்கவேண்டியிருக்கும். இதனால், இவர்களைச் சுற்றியிருக்கிற மற்றவர்கள் மிக இயல்பாகச் செய்கிற பல விஷயங்களை இவர்களால் செய்ய இயலாது. அது உண்டாக்கும் மன அழுத்தம் மிகப் பெரியது.

எடுத்துக்காட்டாக, ஒருவருக்கு அலுவலகத்தில் தீபாவளி போனஸ் என்று ஒரு லட்ச ரூபாய் தருகிறார்கள். அவர் அதில் பாதியை மகிழ்ச்சியாகச் செலவழித்துவிட்டு மீதியைச் சேமித்துவைக்கிறார்.

அவருடன் பணிபுரிகிற இன்னொருவருக்கும் அதே ஒரு லட்சம் போனஸ் கிடைக்கிறது. ஆனால், அவருக்குச் சில பெரிய கடன்கள் இருப்பதால் அவர் அந்தத் தொகையின் பெரும்பகுதியை அந்தக்

கடன்களைத் திருப்பி அடைக்கச் செலவழித்துவிடுகிறார். நன்கு வேலை செய்து போனஸ் வாங்கியும் அதை விருப்பம்போல் செலவழிக்க இயலவில்லையே என்று அவருடைய மனம் வருந்துகிறது.

ஆனால் உண்மையில், அவர் தன்னுடைய போனஸ் தொகையைச் செலவழிக்காமல் இல்லை. 'கடன் சுமை இல்லாத வாழ்க்கை'யை வாங்குவதற்காக அந்தத் தொகையைச் செலவிடுகிறார். ஐந்து நட்சத்திர விடுதியில் தங்குவது, நவீன செல்ஃபோன் வாங்குவது, வெளிநாட்டைச் சுற்றிப்பார்ப்பது போன்றவற்றையெல்லாம்விட அந்த நிம்மதி மிகப் பெரிதல்லவா?

இதைச் சொல்லவும் கேட்கவும் நன்றாகத்தான் இருக்கும். அந்தச் சூழ்நிலையில் இருக்கிறவர்களுக்கு இதை ஏற்றுக்கொண்டு வாழ்வது மிகச் சிரமம். எனினும், அவர்களுக்கு வேறு வழியில்லை. வீட்டில் ஒருவருக்கு உடல்நலம் சரியில்லை என்றால் மற்ற அனைவரும் சேர்ந்து அவரைக் கவனித்துக்கொள்வதுபோல, கடன் முழுவதையும் திரும்பச் செலுத்தும்வரை அவரால் வேறு எதையும் முதன்மையாகக் கருத இயலாது, அடிப்படைத் தேவைகளைத்தவிர வேறு எதற்கும் செலவு செய்ய இயலாது. பல்லைக் கடித்துக்கொண்டு இந்தக் கசப்பு மருந்தைக் குடிக்கத்தான் வேண்டும்.

ஒருவேளை, அவர் இந்த ஒழுங்கைப் பின்பற்றாவிட்டால், அவருடைய கடன் நீண்டுகொண்டே போகும். வட்டிக்கு வட்டி, அதற்கு வட்டி என்று இன்னும் பல ஆண்டுகள் இந்த வலையில் சிக்கித் திணறவேண்டியிருக்கும்.

அதனால், கடனில் இருக்கிறவர்கள் அதை இயன்றவரை விரைவாக முடிப்பதற்குத்தான் முன்னுரிமை கொடுக்கவேண்டும். அது தாற்காலிகத் துன்பத்தைத் தந்தாலும் தொலைநோக்கில் இன்பத்தைக் கொண்டுவரும்.

கடன்களைத் திரும்பச் செலுத்தும் காலகட்டத்தில் ஒருவர் கவனிக்கவேண்டிய, பின்பற்றவேண்டிய சில நல்ல பழக்கங்கள் இவை:

1. மாதந்தோறும் செலுத்தும் கடன் தவணையை எப்போதும் மறந்துவிடக்கூடாத, நிறுத்திவிடக்கூடாத ஒரு கட்டாயச்

செலவாக நினைக்கவேண்டும். நம்முடைய வருவாயிலிருந்து அதற்கான தொகையை ஒதுக்கிவைத்துவிட்டுத்தான் மற்ற செலவுகள், சேமிப்பைப்பற்றிச் சிந்திக்கவேண்டும்.

ஆனால், இதை எல்லாராலும் பின்பற்ற இயலாது. அளவுக்கு மீறிக் கடன் வாங்கிவிட்டவர்கள், அதாவது, தங்கள் வருவாயிலிருந்து கட்டாயச் செலவுகளைக் கழித்தபின் மீதியுள்ள தொகைக்குமேல் மாதத் தவணை செலுத்தவேண்டியிருக்கிறவர்கள் அவற்றை ஒழுங்காகக் கட்ட இயலாமல் சிரமப்படக்கூடும். இந்தச் சிக்கலைப்பற்றித் தனியாகப் பேசுவோம். இப்போதைக்கு, எல்லா *EMI*களுக்கும் பணம் செலுத்த இயலுகின்ற நிலையில் இருக்கிறவர்கள் அதை ஒழுங்காகச் செய்யவேண்டும் என்பதைமட்டும் மனத்தில் வைத்துக்கொள்ளுங்கள்.

2. ஒவ்வொரு தவணையையும் எந்த நாளில் செலுத்தவேண்டும் என்பதை நன்கு நினைவில் வைத்திருந்து, அதற்கு ஓரிரு நாட்களுக்கு முன்பாகவே அவற்றைச் செலுத்திவிடவேண்டும். பெரும்பாலான வங்கிகள் கடன் தவணையைத் தானாகச் செலுத்தும் வசதியைக் *(Automatic Payment)* கொடுக்கிறார்கள். அந்தத் தொழில்நுட்பத்தைப் பயன்படுத்திக்கொள்வது நல்லது.

   ஆனால், உங்கள் கணக்கில் போதுமான பணம் இருந்தால்தான் தானியங்கித் தவணையைச் செலுத்தமுடியும். அதனால், தவணையைச் செலுத்தவேண்டிய நாளில் உங்கள் வங்கிக் கணக்கில் சரியான அளவு பணம் இருப்பதை உறுதிப்படுத்திக்கொள்ளுங்கள். இல்லாவிட்டால், தவணையும் கெட்டுப்போகும், அதற்கான தாமதக் கட்டணத்துடன், தானியங்கிப் பணம் செலுத்தல் தோல்வியடைந்ததற்கான அபராதத் தொகையையும் நீங்கள் செலுத்தவேண்டியிருக்கும்.

3. நீங்கள் வாங்கும் எல்லாக் கடன்களும் ஒன்றில்லை. ஒவ்வொரு கடனும் வெவ்வேறு வட்டி விகிதங்களைக் கொண்டிருக்கும். எடுத்துக்காட்டாக, கடன் அட்டையில் செய்கிற செலவுகளுக்கு உரிய நாளில் பணம் செலுத்தாவிட்டால் அதற்கு நீங்கள் செலுத்தவேண்டிய வட்டி மிக மிகக் கூடுதலாக இருக்கும். அதோடு ஒப்பிடும்போது வீட்டுக் கடன் அல்லது வண்டிக் கடனுக்கான வட்டி விகிதம் குறைவுதான்.

அதனால், வட்டி விகிதம் கூடுதலாக உள்ள கடன்களை இயன்றவரை விரைவாகத் தீர்த்துவிடவேண்டும். இது உங்களுக்கு ஏகப்பட்ட பணத்தை மிச்சப்படுத்தும்.

4. சில நேரங்களில், கூடுதல் வட்டி விகிதம் உள்ள கடன்களை வேறு இடத்திற்கு மாற்றி வட்டி விகிதத்தைக் குறைக்கலாம். ஆனால், இந்த வாய்ப்பு எல்லாக் கடன்களுக்கும் கிடைக்காது. உங்களுடைய கடன்களை அலசி ஆராய்ந்து முழுமையாகப் புரிந்துகொண்டு அவற்றை வேறு எங்கேனும் கொண்டுசென்றால் மாதத் தவணைச் சுமை குறையுமா, அல்லது வேறு நன்மை கிடைக்குமா என்று பாருங்கள், வாய்ப்பிருந்தால் பயன்படுத்திக்கொள்ளுங்கள்.

   குறிப்பாக, கடன் முறைமைகளை ஒழுங்குபடுத்தும் அமைப்பால் கட்டுப்படுத்தப்படாத அமைப்புகள் அல்லது தனி நபர்களிடம் நீங்கள் கடன் வாங்கியிருந்தால், அதை இயன்றவரை விரைவாக ஒரு முறையான வங்கி அல்லது நிதி நிறுவனத்துக்கு மாற்றுவது நல்லது. இதன்மூலம் உங்களுக்கு வட்டியும் குறையும், தேவையில்லாத தொந்தரவுகளும் குறையும்.

5. மாதத் தவணை என்பது ஆண்டுக்கு 12 முறை செலுத்தவேண்டியது. ஒருவேளை, உங்களால் இந்த 12ஐ 13ஆக மாற்ற இயலுமானால், அதாவது, வழக்கமான தவணைத் தொகைகளுடன் ஆண்டுக்கு ஒரு முறை கூடுதலாக ஒரு தவணையைச் செலுத்த இயலுமானால், அந்தச் சிறிய சுமை உங்களுடைய நீண்ட காலச் சுமையைக் குறைக்கும். அதாவது, உங்கள் கடன் முன்கூட்டியே முடிந்துவிடும்.

   மொத்தமாக அவ்வளவு பணம் உங்களிடம் இல்லாவிட்டாலும் பரவாயில்லை. கையில் கூடுதல் தொகை கிடைக்கும்போதெல்லாம் வழக்கமான தவணைக்கு மேல் கொஞ்சம் பணத்தைச் செலுத்திவரலாம். இதுவும் ஓரளவு பலனைத் தரும்.

   இதையே ஒழுங்கான கட்டமைப்புடன் செய்ய விரும்புகிறவர்கள் Microsavings எனப்படும் குறுஞ்சேமிப்பு உத்தியைப் பயன்படுத்தலாம். எடுத்துக்காட்டாக, உங்களுடைய கடனுக்கான மாதத் தவணை ரூ.24,000 என்று வைத்துக்கொள்வோம்.

ஒவ்வொரு மாதமும் இந்தத் தவணையை வங்கியில் செலுத்தும்போதே இன்னொரு சேமிப்புக் கணக்கில் ரூ.2,000 செலுத்திவரலாம். ஆண்டின் நிறைவில் அது வட்டியுடன் சேர்த்துச் ரூ.24,000க்குமேல் வளர்ந்திருக்கும். அதை எடுத்து உங்கள் வங்கிக்கான கூடுதல் தவணையாகச் செலுத்திவிடலாம். அதன்பிறகு, அதே கணக்கில் அடுத்த ஆண்டுக்கான கூடுதல் தவணைக்குச் சேமிக்கத் தொடங்கலாம்.

இவ்வளவு சிரமப்படுவதற்குப் பதிலாக மாதந்தோறும் ரூ.24,000க்குப் பதில் ரூ.26,000ஐச் செலுத்திவிட்டால் என்ன?

செய்யலாம். ஆனால், அதை உங்களுக்குக் கடன் கொடுத்திருக்கிற வங்கி அனுமதிக்கவேண்டும். சில வங்கிகள் தவணைத் தொகைக்குமேல் செலுத்தப்படும் தொகைகளுக்குக் கூடுதல் கட்டணம் விதிக்கக்கூடும். இதை நன்றாக விசாரித்துக்கொண்டு செயல்படுங்கள்.

அதேபோல், வீட்டுக் கடனைத் திரும்பச் செலுத்துகிறவர்களுக்குச் சில வருமான வரிச் சலுகைகள் உண்டு. இந்தக் கூடுதல் EMI அந்த வரிச் சலுகைகளைப் பாதிக்கக்கூடும். இதையும் சரியாகக் கணக்கிட்டுப்பார்த்துத் தீர்மானியுங்கள்.

6. ஏற்கெனவே ஓரிரு கடன்கள் திரும்பச் செலுத்தப்பட்டுக் கொண்டிருக்கும்போது, அவை அனைத்தும் (அல்லது, அவற்றில் வட்டி விகிதம் மிகக் கூடுதலாக உள்ள கடன்கள் அனைத்தும்) முழுமையாகத் தீரும்வரை ஆடம்பரச் செலவுகளை இயன்றவரை குறைக்கலாம், கண்டிப்பாகச் செய்யவேண்டும் என்கிற செலவுகளுக்குமட்டும் முன்னுரிமை கொடுக்கலாம்.

இதை மிகக் கண்டிப்பாகப் பின்பற்றினால் திரையரங்கத்துக்குச் செல்வது, உணவகத்தில் சாப்பிடுவது, ஊர் சுற்றிப்பார்ப்பது போன்றவற்றையெல்லாம்கூடத் தடை செய்யவேண்டியிருக்கும். அப்படிக் கண்டிப்பாக இருக்கிறவர்கள் உண்டு. ஆனால், அது பலருக்குச் சலிப்பையும் சோர்வையும் உண்டாக்கிவிடும். அதனால், கட்டாயச் செலவுகளுக்குமேல் விரும்பிச் செய்கிற செலவுகளுக்கென்று ஒரு சிறு பட்ஜெட் ஒதுக்கிக்கொள்ளலாம்.

7. இந்தக் காலகட்டத்தில் கண்டிப்பாக இன்னொரு கடன் வாங்கக் கூடாது. அது நிலைமையை மிகவும் சிக்கலாக்கிவிடும்.

ஒருவேளை, அந்தச் செலவு தவிர்க்கமுடியாதது என்றால், அதற்குக் கடன் வாங்கத்தான் வேண்டும் என்கிற சூழ்நிலை ஏற்பட்டால்கூட, அதற்கான கூடுதல் மாதத் தவணையை எப்படிச் சமாளிக்கப்போகிறீர்கள் என்பதை முதலில் சிந்தியுங்கள். திட்டம் இல்லாமல் இறங்காதீர்கள்.

தீர்க்கப்படாத கடன் என்பது எப்போதும் நம் முதுகில் ஏறி உட்கார்ந்திருக்கிற குரங்குதான். அதைச் சட்டென்று இறக்கிவிடமுடியாது, அதோடு வாழப் பழகிக்கொள்வதும் சரிப்படாது. சற்றுப் பொறுமையாகச் சிந்தித்து, திட்டமிட்டு, நிதி ஒழுக்கத்தின்மூலம்தான் அதைக் கொஞ்சங்கொஞ்சமாகச் சமாளிக்கவேண்டும். இது மிகக் கடினமான, எரிச்சலூட்டுகிற, பொறுமையைச் சோதிக்கிற செயல்முறைதான். எனினும், இதன்மூலம் கிடைக்கப்போகிற நிம்மதிப் பெருமூச்சைக் கற்பனை செய்துபாருங்கள். அந்த மகிழ்ச்சிக்கு இந்த விலை சரிதான்.

★★★

34. மதிப்பைக் கூட்டும் மதிப்பெண்

பெரியவர்கள் சிறுவர்களை வாழ்த்தும்போது, 'நாலு பேர்கிட்ட நல்ல பேர் வாங்கணும்' என்பார்கள். இதன் பொருள், ஊருக்குள் யாராவது நம்மைப்பற்றி விசாரித்தால் அவர்கள் நல்லவிதமாகப் பேசவேண்டும், 'அவர் நல்லவர், நீங்கள் அவரோடு பழகலாம்' என்று மனமாரப் பரிந்துரைக்கவேண்டும். அப்போதுதான் வாடகைக்கு வீடு கிடைப்பதில் தொடங்கித் திருமணம், வேலை, சொந்தத் தொழில் என்று எல்லாம் நிறைவேறும்.

கடன் வாங்குவதைப் பொறுத்தவரை, நாலு பேரிடம் நல்ல பேர் வாங்கினால் போதாது. 'இவர் வாங்கிய கடனை முறையாகத் திருப்பிச் செலுத்திவிடுவார்' என்று ஊரிலிருக்கிற எல்லாரிடமும் (அதாவது, எல்லா வங்கிகள், நிதி நிறுவனங்களிடமும்) நல்ல பேர் வாங்கவேண்டும். இவர்களில் ஒரே ஒருவரிடம் கெட்ட பெயர் வாங்கினால்கூட வருங்காலத்தில் நமக்குக் கடன் கிடைப்பது சற்றுச் சிக்கலாகிவிடும்.

உண்மையில், கடன் வாங்குகிற, அதைத் திருப்பிச் செலுத்துகிற விஷயத்தில் நாம் எவ்வளவு 'ஒழுங்கானவர்கள்' என்பதைச் சுட்டிக்காட்டுகிற ஒரு குறியீடுகூட இருக்கிறது. அதன் பெயர், CIBIL மதிப்பெண்.

CIBIL என்பது Credit Information Bureau (India) Limited என்பதன் சுருக்கம். இது, இந்தியக் கடன் தகவல்களைத் தொகுத்துச் சொல்கிற

ஓர் அமைப்பாகும். இவர்கள் உங்களுக்கு உயர்வான மதிப்பெண் கொடுத்தார்கள் என்றால், வங்கிகளும் நிதி நிறுவனங்களும் உங்களுக்குக் கடன் கொடுக்க வரிசையில் நிற்பார்கள். மாறாக, இவர்களிடம் கெட்ட பெயர் வாங்கிவிட்டால் 'கடனெல்லாம் கிடையாது' என்று கை விரித்துவிடுவார்கள், அல்லது, வட்டி விகிதத்தை ஏற்றிவிடுவார்கள். அதாவது, மற்றவர்கள் 8% வட்டி செலுத்துகிற இடத்தில் நீங்கள் 10% அல்லது 12% செலுத்தவேண்டியிருக்கும்.

'இது என்ன அநியாயம்?' என்று கொதிக்கவேண்டாம். ஒருவருடைய CIBIL மதிப்பெண் மோசமாக இருக்கிறது என்றால், அவருக்குக் கடன் கொடுத்தால் அது திரும்பி வருவது உறுதியில்லை என்று பொருள். அப்படிப்பட்ட ஒருவருக்குக் கடன் கொடுக்க முன்வருகிறவர்கள் அந்த ஆபத்துக்கு இணையாகக் கூடுதல் வட்டியை எதிர்பார்ப்பது இயல்புதானே?

ஆக, நம்முடைய CIBIL மதிப்பெண்ணை நல்லபடியாகப் பராமரிப்பது நம் பொறுப்பு. இளவயதில் யோசிக்காமல் கண்டபடி கடன் வாங்கி, அதை ஒழுங்காகத் திருப்பிச் செலுத்தாமல் தள்ளிப்போட்டு CIBIL மதிப்பெண்ணைக் கெடுத்துக்கொண்டுவிட்டால், பின்னர் படிப்பு, வீடு வாங்குதல், கார் வாங்குதல் போன்ற பெரிய செலவுகளுக்குக் கடன் கிடைக்காது, அல்லது, வட்டி எகிறிவிடும்.

CIBIL மதிப்பெண் என்பது 300லிருந்து 900க்குள் இருக்கிற ஓர் எண். நாம் எந்த அளவு 900க்கு அருகில் இருக்கிறோமோ அந்த அளவுக்கு நம்முடைய கடன் வரலாறு நன்றாக இருக்கிறது என்று பொருள்.

ஒருவர் தன்னுடைய CIBIL மதிப்பெண்ணைத் தெரிந்துகொள்ள வேண்டுமென்றால், CIBIL நிறுவனத்தின் இணையத்தளத்துக்குச் (https://www.cibil.com/) சென்று ஒரு படிவத்தை நிரப்பினால் போதும், அவருடைய CIBIL மதிப்பெண், அவர் இதுவரை வாங்கியிருக்கிற, திரும்பச் செலுத்தியிருக்கிற கடன்களைப்பற்றிய தகவல்கள், அதில் இருக்கக்கூடிய சிக்கல்கள் என அனைத்தும் ஒரு முழுமையான அறிக்கையாகக் கிடைக்கும்.

இந்த அறிக்கை நம்முடைய வரலாறுதான் என்றாலும், இதை நாம் கவனமாகப் படிக்கவேண்டும். ஏனெனில், சில நேரங்களில்

நாம் வாங்காத கடன்கள் இதில் இடம்பெறக்கூடும், அல்லது, ஒழுங்காகத் திரும்பச் செலுத்திய கடன்கள் செலுத்தப்படாததாகக் காண்பிக்கப்படக்கூடும். அதுபோன்ற நேரங்களில் உடனடியாக *CIBIL*ஐத் தொடர்புகொண்டு புகார் செய்யவேண்டும், சிக்கலைத் தீர்க்கவேண்டும். இல்லாவிட்டால், செய்யாத தவற்றுக்குத் தண்டனை அனுபவிக்கவேண்டியிருக்கும்.

CIBIL வழங்கும் இந்த அறிக்கை இலவசம்தான். ஆனால், இதை ஆண்டுக்கு ஒருமுறைதான் பயன்படுத்த இயலும்.

வேறு சில நிதி நிறுவனங்கள், மொபைல் செயலிகளும் நம்முடைய *CIBIL* மதிப்பெண்ணைப் பெற்றுத்தருவதாக விளம்பரம் செய்கிறார்கள். நாம் இவர்களுடைய சேவையையும் பயன்படுத்திக்கொள்ளலாம். ஆனால், நமக்கு நம்முடைய *CIBIL* மதிப்பெண்ணைச் சொல்கிற அதே நேரத்தில் இவர்களும் அந்தத் தகவல்களைத் தங்களுடைய தொழில் வளர்ச்சிக்குப் பயன்படுத்திக்கொள்வார்கள் என்பதை நினைவில் கொள்ளுங்கள். அதனால், இயன்றவரை *CIBIL*இடமே மதிப்பெண்ணை நேரடியாகக் கேட்டுத் தெரிந்துகொள்வது நல்லது.

அதாவது, ஆண்டுக்கு ஒருமுறை *CIBIL* இணையத்தளத்துக்குச் சென்று நம்முடைய கடன் மதிப்பெண், மற்ற தகவல்களை வாங்கிச் சரிபார்க்கவேண்டும், அதில் ஏதேனும் பிழைகள் இருந்தால் புகார் செய்யவேண்டும். இது ஒரு மிக நல்ல நிதிப் பழக்கம்.

இதை மறக்காமல் செய்வதற்கு ஒரு வழி, உங்கள் பிறந்தநாள், அல்லது திருமணநாளுடன் இதை இணைத்துவிடுங்கள். ஓரிரு ஆண்டுகளுக்கு இப்படிச் செய்தீர்களென்றால் பின்னர் இது தானாக நினைவுக்கு வரத் தொடங்கிவிடும்.

அதன்பிறகு, ஆண்டின் மற்ற நாட்களில் யாராவது 'சிபில் ஸ்கோர் பார்த்துச் சொல்லறேன்' என்று கேட்டால், 'வேண்டாம்' என்று மறுத்துவிடுங்கள். இந்த இடைத்தரகர்களிடம் பேசுவதைவிட *CIBIL*இடமே பேசுவதுதான் நமக்கு நல்லது.

நல்ல CIBIL மதிப்பெண்ணைப் பராமரிப்பது எப்படி?

முதலில், எல்லாக் கடன் தவணைகளையும் உரிய நாளில் கட்டிவிடவேண்டும். எப்போதாவது ஓரிரு நாள் தள்ளிச்

செலுத்துகிறீர்கள் என்றால் பரவாயில்லை, அதை அடிக்கடி செய்யக்கூடாது.

அதேபோல், நம்மிடம் இருக்கும் கடன் அட்டைகளுக்கான (கிரெடிட் கார்டு) பில்களையும் உரிய நாளில் செலுத்திவிடவேண்டும். இல்லாவிட்டால், இதுவும் நம்முடைய CIBIL மதிப்பெண்ணைப் பாதிக்கும்.

கடன் அட்டைகளை வழங்குகிறவர்கள் நமக்கு ஒரு ‘கடன் வரம்பை’ (Credit Limit) வழங்கியிருப்பார்கள். எடுத்துக்காட்டாக, ஒரு கடன் அட்டைக்கான உங்கள் கடன் வரம்பு ரூ 1 லட்சம் என்றால், அதைப் பயன்படுத்தி நீங்கள் வாங்கும் பொருட்களின் மொத்த மதிப்பு ஒரு லட்சத்தைத் தாண்டக்கூடாது.

ஒரு குறிப்பிட்ட மாதத்தில் நீங்கள் கடன் அட்டையைப் பயன்படுத்தி அறுபதாயிரம் ரூபாய்க்குப் பொருட்களை வாங்குகிறீர்கள் என்று வைத்துக்கொள்வோம். இப்போது உங்கள் கடன் வரம்பு நாற்பதாயிரமாகக் குறைந்துவிடும். அதாவது, மீதமிருக்கிற நாட்களில் நீங்கள் நாற்பதாயிரம் ரூபாய்க்குத்தான் பொருட்களை வாங்கமுடியும்.

இப்போது, உங்களுக்குக் கடன் அட்டை பில் வருகிறது. அதில் குறிப்பிடப்பட்டிருக்கிற தொகையாகிய ரூ 60,000ஐ நீங்கள் செலுத்திவிடுகிறீர்கள். இதன்மூலம் உங்கள் கடன் வரம்பு மீண்டும் ஒரு லட்சத்துக்கு உயர்ந்துவிடும். ஏனெனில், நீங்கள் இதுவரை வாங்கிய எல்லாப் பொருட்களுக்கும் பணம் செலுத்திவிட்டீர்கள். அதனால் அந்தத் தொகைக்கும் நீங்கள் வேறு பொருட்களை வாங்கலாம்.

சுருக்கமாகச் சொன்னால், ரூ 1 லட்சம் கடன் வரம்பு கொண்ட ஒரு கடன் அட்டையைப் பயன்படுத்தி நீங்கள் மாதந்தோறும் ஒரு லட்ச ரூபாய்க்குப் பொருட்களை, சேவைகளைக் கடனில் வாங்கலாம். ஆக, ஆண்டுக்கு 12 லட்ச ரூபாய்வரை கடன் வாங்கலாம்.

ஆனால், 12 லட்ச ரூபாய் வரம்பு இருக்கிறது என்பதற்காக நீங்கள் அவ்வளவு கடன் வாங்கவேண்டும் என்று கட்டாயமில்லை. தேவைக்குமட்டும் கடன் அட்டையைப் பயன்படுத்துங்கள்.

இயன்றவரை கடன் வரம்பை நெருங்காதீர்கள். இவையெல்லாம் உங்கள் *CIBIL* மதிப்பெண்ணைப் பாதிக்கக்கூடியவை.

இதுபோன்ற குறிப்புகளையெல்லாம் பார்த்துவிட்டுப் பலர் *CIBIL* மதிப்பெண் என்றாலே அஞ்சுகிறார்கள். ஆனால், சரியாகப் பயன்படுத்தினால் அது ஒரு மிகச் சிறந்த கருவி.

டிஜிட்டல்மயமாகிவிட்ட இன்றைய உலகில் எல்லாக் கடன் பரிமாற்றங்களையும் ஒரே இடத்தில் தொகுத்து *CIBIL* மதிப்பெண்ணைப் போன்ற ஓர் அளவுகோலை உருவாக்க இயன்றுள்ளது. இது கடன் கொடுக்கிறவர்களுக்கும் சரி, கடன் வாங்குகிறவர்களுக்கும் சரி, மிகவும் பயன்படுகிறது.

முன்பெல்லாம் ஒருவர் கடன் வாங்கவேண்டும் என்று வங்கிக்குச் செல்கிறார் என்றால், அவரைப்பற்றி அந்த வங்கிக்கு ஒன்றும் தெரியாது. அவர் நல்லவராகவே இருப்பினும், எதை நம்பிக் கடன் கொடுப்பது என்று அவர்கள் தயங்கக்கூடும்.

சிலர் வீடு, நகை போன்றவற்றை வைத்துக் கடன் பெறுவார்கள். அதுபோன்ற சொத்துகள் இல்லாதவர்கள் என்ன செய்வது? அவர்களுடைய நிதித்தேவை உண்மையானதாகவே இருப்பினும், அவர்கள் முறையாகக் கடனைத் திருப்பிச் செலுத்துகிற எண்ணம் கொண்டவர்களாகவே இருப்பினும் வங்கி அவர்களுடைய கடன் விண்ணப்பத்தை நிராகரிக்கக்கூடும்.

ஆனால் இன்றைக்கு, *CIBIL* அறிக்கை நம்முடைய கடன் வரலாற்றைக் கூர்ந்து கவனித்து அதை ஓர் எண்ணின்மூலம் தரநிலைப்படுத்திவிடுவதால், வங்கிகளும் நிதி நிறுவனங்களும் நம்மைப்பற்றி நன்கு தெரிந்துகொள்ள இயலுகிறது. இதனால் சரியான நபர்களுக்குக் கடன் கிடைக்கிறது, அவர்கள் கண்டவர்களிடம் சென்று கூடுதல் வட்டிக்குக் கடன் வாங்கிச் சிரமப்படவேண்டியதில்லை.

இன்னொருபக்கம், இதன்மூலம் கடன் கொடுக்கிறவர்களுக்கும் ஆபத்து குறைகிறது, வருவாய் பெருகுகிறது. வருங்கால நிதி உலகில் இந்த மதிப்பெண்ணுக்கு இன்னும் கூடுதல் மதிப்பு இருக்கும் என்பது உறுதி.

அதனால், நம்முடைய இரத்த அழுத்தம், சர்க்கரை அளவு, எடை போன்றவற்றைக் கட்டுக்குள் வைத்துப் பராமரிப்பதுபோல், கடன் மதிப்பெண்ணையும் ஒழுங்காகப் பராமரிக்கவேண்டிய தேவை இருக்கிறது. அதுதான் வருங்காலத்தில் தேவை உள்ளபோது நமக்குக் கடன் கிடைக்கக் கைகொடுக்கும்.

★★★

35. கடன் மறுகட்டமைப்பு

ஒருவருடைய கடன் சுமை எல்லை மீறினால் என்ன ஆகும்? அதாவது, அவர் வாங்கியிருக்கும் கடன்களுக்காக மாதந்தோறும் செலுத்தவேண்டிய ஒட்டுமொத்தத் தவணைத் தொகை, அவருடைய மாத வருமானத்தைவிடக் கூடுதலாக இருந்தால்? இதற்குமேல் அவருடைய வருமானத்தை உயர்த்துவதற்கு எந்த வழியும் தென்படாவிட்டால்?

இந்தச் சூழ்நிலையில் அவர் கண்டிப்பாக ஓரிரு கடன்களையாவது ஒழுங்காகச் செலுத்த இயலாமல் போகும். அதற்கு வட்டி, அபராதம் என்று எல்லாமாகச் சேர்ந்து அவருடைய சுமை இன்னும் கூடும், அவருடைய வாழ்க்கை மேலும் சிக்கலாகும்.

இன்னொருபக்கம், அவருக்குக் கடன் கொடுத்த வங்கிக்கும் இதனால் இழப்புதான். கடன் வாங்கியவர்களிடமிருந்து அசலும் வட்டியும் ஒழுங்காகத் திரும்பி வராதபோது, அது வங்கிக்கும் சுமையாகிவிடுகிறது.

ஆங்கிலத்தில் இதுபோன்ற சூழல்களை *Lose:Lose* என்பார்கள். அதாவது, இருதரப்புக்கும் இழப்பு, யாருக்கும் நன்மையில்லை.

தீர்வில்லாத இப்படிப்பட்ட சூழ்நிலைகளில் இருதரப்பினரும் முறைத்துக்கொண்டு நின்றால் சரிப்படாது. இருவரும் கலந்து பேசவேண்டும், கொஞ்சம் விட்டுக்கொடுக்கவேண்டும், அப்போதுதான் இருவருக்கும் கொஞ்சமாவது நன்மை கிடைக்கும்.

வங்கிக்காரர்கள் ‘நீங்கள் மாதத் தவணைகளை ஒழுங்காகக் கட்டினால்தான் ஆச்சு’ என்று மேலும் மேலும் அபராதமும் வட்டியும் போட்டுக்கொண்டு செல்வதுதான் சட்டப்படி சரி. ஆனால், அப்படிச் செய்தால் அவர்கள் கொடுத்த கடன் திரும்பி வரும் என்பதற்கு எந்த உத்தரவாதமும் இல்லை. ஏனெனில், கடன் வாங்கியவருடைய இப்போதைய சூழ்நிலை சரியில்லை. பழைய தவணைகளையே ஒழுங்காகக் கட்ட இயலாமல் சிரமப்படுகிறவர் புதிய வட்டிகளையும் அபராதங்களையும் எங்கிருந்து கட்டுவார்?

அதேபோல், கடன் வாங்கியவரும் தான் தவறவிடும் தவணைகளையும் அதற்கு வருகிற அபராதத் தொகைகளையும் தன்னுடைய வங்கிக் கணக்கையும் பார்த்துத் திகைத்துக்கொண்டிருந்தால் எதுவும் நடக்காது. எக்குத்தப்பாகச் சிக்கிக்கொண்டுவிட்டோம் என்பதைப் புரிந்துகொண்டு, அதிலிருந்து ஏதாவது ஒரு வகையில் வெளியில் வருவதற்கான வழியைத் தேடவேண்டும்.

அந்தக் காலத்தில் கடன் சுமை மிகுதியாகும்போது அதற்குப் பயந்து ஊரை விட்டு ஓடியவர்களெல்லாம் உண்டு. ஆனால், அது ஒரு முழுமையான தீர்வு இல்லை. அத்துடன், சட்டப்படி குற்றம். ஓடிப்போனவர் எங்கே மாட்டிக்கொண்டுவிடுவோமோ என்கிற அச்சத்துடன்தான் காலத்துக்கும் வாழவேண்டும்.

அத்துடன், இன்றைய டிஜிட்டல் காலத்தில் எல்லாம் கணினிமயமாகி இணைக்கப்பட்டுவிட்டன. யாரும் எங்கும் ஓடவும் முடியாது, ஒளியவும் முடியாது.

அப்படியானால் என்னதான் செய்வது?

‘சாட்சிக்காரன் காலில் விழுவதைவிடச் சண்டைக்காரன் காலில் விழலாம்’ என்று ஒரு பழமொழி உண்டு. அதாவது, கடன் வாங்கியவரும் கடன் கொடுத்தவரும் நேரடியாகப் பேசவேண்டும், வாய்ப்புள்ள ஒரு தீர்வைக் கண்டறியவேண்டும்.

Loan Restructuring (கடன் மறுகட்டமைப்பு) என்று அழைக்கப்படுகிற இந்த உரையாடலைப் பெரும்பாலும் கடன் வாங்கியவர்தான் தொடங்கிவைக்கவேண்டியிருக்கும். ஏனெனில் அவர்தான் தன்னுடைய நிதிச் சூழலை நேரடியாக அறிந்திருக்கிறார். தன்னால் ஒரு கடனை (அல்லது, பல கடன்களை) ஒழுங்காகத் திரும்பச்

செலுத்த இயலாது என்பதை அவர்தான் முதன்முதலாகப் புரிந்துகொள்வார். அப்போது அவர் இந்நிலைமையை மாற்றுவதற்கு இந்த வழக்கமான வழிகளைப் பயன்படுத்த இயலுமா என்று சிந்திக்கவேண்டும்:

- செலவுகளைக் கடுமையாகக் குறைப்பது. அதாவது, அடிப்படைச் செலவுகளைமட்டும் செய்துவிட்டு மற்ற அனைத்தையும் நிறுத்திவைப்பது
- மாத, ஆண்டு வருமானத்தைக் கூட்டுவது
- கையிலிருக்கும் சொத்து எதையாவது விற்பது
- வேறு எங்காவது குறைந்த வட்டியில் கடன் வாங்கி இந்தக் கடன்களை அடைக்க இயலுமா என்று. எடுத்துக்காட்டாக, நண்பர்கள், உறவினர்களிடம் கடன் உதவி பெறுவது

ஒருவேளை, இந்த வழிகளெல்லாம் சரிப்படாது, அல்லது, போதாது என்று அவருக்குத் தோன்றினால், உடனடியாக அவர் தனக்குக் கடன் கொடுத்த வங்கியை அணுகவேண்டும், தன்னுடைய நிலையை விளக்கிச் சொல்லி, 'முன்பு உங்களிடம் கடன் வாங்கியபோது நான் கையொப்பமிட்ட ஒப்பந்தத்தின்படி செயல்பட இயலாத நிலைமையில் இருக்கிறேன், என்ன செய்யலாம்?' என்று கேட்கவேண்டும்.

இப்போது, கடன் கொடுத்த வங்கி அவர் சொல்வதெல்லாம் உண்மைதானா என்று ஆராயும். அதோடு, இதற்குமுன் அவர் மாதத் தவணைகளை ஒழுங்காகச் செலுத்தியிருக்கிறாரா, அதில் ஏதேனும் சிக்கல் உண்டா, சமீபத்திய மாதத் தவணைகள் என்ன ஆகியிருக்கின்றன, அதற்கு அவர் சொல்லும் காரணம் பொருத்தமாக இருக்கிறதா என்றெல்லாம் சிந்தித்துத் தீர்மானிப்பார்கள். தேவைப்பட்டால், அந்தக் காரணங்களை நிரூபிப்பதற்கான சான்றுகளைக் கேட்பார்கள்.

எடுத்துக்காட்டாக, 'எனக்குத் திடீரென்று வேலை போய்விட்டது. உடனடியாக வேறு வேலை கிடைக்கவில்லை. அதனால்தான் கடனைத் திரும்பச் செலுத்தச் சிரமப்படுகிறேன்' என்று ஒருவர் சொல்கிறார். அப்படியானால், தான் வேலைநீக்கம் செய்யப்பட்ட கடிதத்தையோ, மின்னஞ்சலையோ அவர்

சமர்ப்பிக்கவேண்டியிருக்கும். அத்துடன், வேலையில் இருந்தவரையில் அவர் தன்னுடைய மாதத் தவணைகளை ஒழுங்காகச் செலுத்தியிருக்கவேண்டும். அப்போதுதான் வங்கிக்கு அவர்மீது நம்பிக்கை வரும், 'இவர் நல்ல மனிதர்தான். ஏதோ, இப்போது சூழ்நிலை சரியில்லை. அதனால்தான் கடனைச் செலுத்த இயலாமல் சிரமப்படுகிறார். நிலைமை ஒழுங்காகும்வரை அவருடைய கடன் சுமையைக் குறைப்பதற்கு நாம் என்ன செய்யலாம்?' என்று சிந்திப்பார்கள்.

கடன் மறுகட்டமைப்பு என்றால், பழைய கடனில் மீதியிருக்கும் தொகைக்கு வேறுவிதமான கட்டமைப்பை உருவாக்குவது. எடுத்துக்காட்டாக, இன்னும் ஐந்து ஆண்டுகளுக்குக் கட்டவேண்டிய கடனை ஏழு ஆண்டுகளாக நீட்டிக்கலாம், வட்டி விகிதத்தைக் குறைக்கலாம், மீதமிருக்கிற வட்டியைமட்டும் ஒரு புதிய கடனாக மாற்றலாம், தாற்காலிகமாகச் சில மாதங்களுக்கான தவணையை ஒத்திவைக்கலாம்... வங்கி அலுவலர்கள் இந்த உத்திகளில் ஏதேனும் ஒன்றையோ பலவற்றைக் கலந்தோ பயன்படுத்தி ஒரு புதிய கடனை, அதற்கான விதிமுறைகளை வடிவமைப்பார்கள்.

இப்படி உருவாக்கப்படுகிற இந்தப் புதிய கட்டமைப்பு கடன் வாங்கியிருப்பவரின் இப்போதைய நிதி நிலைமைக்குப் பொருந்தவேண்டும். அதாவது, இத்தனை நாட்களாகக் கடனைத் திரும்பச் செலுத்த இயலாமல் சிரமப்பட்டவர், 'இந்தப் புதிய விதிமுறைகளின்கீழ் என்னால் மாதத் தவணைகளை ஒழுங்காகச் செலுத்த இயலும்' என்று ஒப்புக்கொள்ளவேண்டும். அப்போதுதான் அவருக்கும் நிம்மதி, கடன் கொடுத்த வங்கிக்கும் நிம்மதி.

இதையடுத்து, பழைய கடன் புதிய வடிவில் செயலுக்கு வரும். கடன் வாங்கியவர் இந்தப் புதிய விதிமுறைகளின்படி மாதத் தவணைகளைச் செலுத்தத் தொடங்கவேண்டும். இப்போது அவர் முன்பைவிடக் கூடுதல் கவனத்துடன் இருக்கவேண்டும். ஏனெனில், இது அவருக்கு வழங்கப்பட்டிருக்கும் இரண்டாவது வாய்ப்பு. இதை ஒழுங்காகப் பயன்படுத்திக்கொண்டால்தான் வருங்காலத்தில் அவருக்கு வேறு புதிய கடன்கள் கிடைக்கும்.

ஆனால், இந்தக் கூடுதல் வாய்ப்பு எல்லாருக்கும் கிடைத்துவிடாது. உண்மையிலேயே ஒருவர் கடனை அடைக்கக்கூடியவராக

இருக்கவேண்டும், அதைத் திரும்பச் செலுத்தவேண்டும் என்கிற நல்லெண்ணத்துடன் இருக்கவேண்டும், சூழ்நிலையால்மட்டும் அவருடைய நிதி நிலைமை பாதிக்கப்பட்டிருக்கவேண்டும், அது தெளிவான சான்றுகளுடன் நிரூபிக்கப்பட்டிருக்கவேண்டும். அப்போதுதான் வங்கிகள் கடன் மறுகட்டமைப்புக்கு ஒப்புக்கொள்ளும்.

கடன் சுமையில் திணறுகிறவர்களுக்கு இந்த மறுகட்டமைப்பு ஒரு நிம்மதிப் பெருமூச்சைக் கொண்டுவருவது உண்மைதான். ஆனால், இதில் சில எதிர்மறைப் பின்விளைவுகளும் உள்ளன. எடுத்துக்காட்டாக, ஒருவருடைய கடன் மறுகட்டமைக்கப்பட்டுள்ளது என்கிற தகவல் அவருடைய CIBIL மதிப்பெண்ணைக் கடுமையாகப் பாதிக்கும். அத்துடன், அவர் முன்பைவிடக் கூடுதலான ஆண்டுகளுக்கு இந்தக் கடனைச் செலுத்தவேண்டியிருக்கும், அதனால், அவர் செலுத்துகிற வட்டித்தொகையும் கூடும்.

சில நேரங்களில், கடன் மறுகட்டமைப்புக்கென்று கூடுதல் கட்டணம் விதிக்கப்படலாம், அல்லது, புதிய கடனின் வட்டி விகிதம் பழைய கடனைவிடக் கூடுதலாகக்கூட இருக்கலாம். இவையெல்லாம் சிக்கலிலிருந்து விடுபடுவதற்கான கூடுதல் செலவுகள் என்று எடுத்துக்கொள்ளவேண்டியதுதான். வேறு வழியில்லை.

அதே நேரம், இந்தக் கடன் சுமையிலிருந்து நிரந்தரமாக வெளியில் வருவதற்கான வழிகளை அவர் தொடர்ந்து தேடிக்கொண்டிருக்கவேண்டும். எடுத்துக்காட்டாக, கூடுதல் திறன்களை வளர்த்துக்கொண்டு மாத வருமானத்தை உயர்த்துவது, ஆண்டுக்கு ஒருமுறை கிடைக்கிற போனஸ் போன்ற தொகைகளை வேறு எதற்கும் பயன்படுத்தாமல் கடனைத் திரும்பச் செலுத்துவதற்கென்று ஒதுக்கிவிடுவது, வீட்டில் இன்னொருவர் வேலைக்குச் சென்று சம்பாதிக்க இயலுமா என்று பார்ப்பது... இதுபோல் ஏதாவது ஓர் உத்தியைப் பயன்படுத்திக் கடனைத் தீர்ப்பதில்தான் அவருடைய முழுக் கவனமும் இருக்கவேண்டும்.

தேவைப்பட்டால், இதற்கென்று ஒரு நிதி ஆலோசகரை அணுகி உதவி கேட்கலாம். அவர்கள் அவருடைய இப்போதைய சொத்துகள்,

வருமான மூலங்கள், திறமைகள், வாய்ப்புகள் போன்றவற்றை ஆராய்ந்து, ஒழுங்குபடுத்தி, கடன்களை இயன்றவரை விரைவாகத் திரும்பச் செலுத்துவதற்கான வழிகளைச் சுட்டிக்காட்டுவார்கள். அவர்கள் சொல்லும் கடுமையான வழிமுறைகள் கசப்பு மருந்தைப்போல்தான் இருக்கும். மூக்கைப் பிடித்துக்கொண்டு குடித்துவிடப் பழகினால் தொலைநோக்கில் பெரிய நன்மைகள் உண்டு.

கடன் என்பது பல கதவுகளைத் திறக்கக்கூடிய சாவி. ஆனால், அதைச் சரியாகப் பயன்படுத்தாவிட்டால் காலில் கட்டப்பட்ட கனமான இரும்புக் குண்டைப்போல் கீழே இழுக்கத் தொடங்கிவிடும். அதனால், நிதி மேலாண்மையின்மூலம் கடனில்லா வாழ்க்கையை அமைத்துக்கொண்டுவிட்டவர்கள்தான் பெரிய வெற்றியாளர்கள்.

அதற்கு வாய்ப்பில்லாதபோது, இருக்கிற கடன்களைச் சரியாகக் கையாளக் கற்றுக்கொள்ளவேண்டும், அதன்பிறகு, கடனில்லா வாழ்க்கை என்கிற இலக்கை நோக்கித் தொடர்ந்து முன்னேறவேண்டும். நாம் சம்பாதிக்கிற வேறு எந்தச் சொத்தையும்விட மிகப் பெரிய சொத்து இதுதான்.

★★★

36. அட்டை மேல் அட்டை

சில மாதங்களுக்குமுன்னால், CC Geeks என்று அழைக்கப்படும் கிரெடிட் கார்டு (கடன் அட்டை) விரும்பிகளைப்பற்றிய கட்டுரையொன்றைப் படித்தேன். அதில் ஒருவர் தன்னிடம் 51 கடன் அட்டைகள் இருப்பதாகக் குறிப்பிட்டிருந்தார்.

எதற்காக இத்தனைக் கடன் அட்டைகள்? ஒன்றோ, இரண்டோ போதாதா?

'என்னுடைய தேவைகளுக்கேற்ப நான் கடன் அட்டைகளைத் தேர்ந்தெடுத்து வாங்குகிறேன்' என்கிறார் அவர், 'ஒவ்வொரு பொருளையும் வாங்குவதற்குமுன்னால் அதற்கு ஏற்ற கடன் அட்டை எது என்று சிந்தித்துப் பயன்படுத்துவேன். அதனால் எனக்கு இவ்வளவு கடன் அட்டைகள் தேவைப்படுகின்றன.'

என்னதான் மாறுபட்ட தேவைகள் இருந்தாலும் ஐம்பது கடன் அட்டைகள் என்பது கொஞ்சம் 'டூ மச்'தான். ஆனால், இன்றைக்கு நம்மைச் சுற்றியிருக்கிற பலர் குறைந்தது நான்கைந்து கடன் அட்டைகளை வைத்திருக்கிறார்கள். அவற்றை மாற்றி மாற்றிப் பயன்படுத்துவதன்மூலம் பணத்தை மிச்சப்படுத்துகிறார்கள், சேமிக்கிறார்கள், சம்பாதிக்கிறார்கள்.

கிரெடிட் கார்டு என்பது எளிதில் கடன் வாங்குகிற ஒரு கருவி. அவ்வளவுதானே? அதை வைத்து எப்படிப் பணமெல்லாம் சம்பாதிக்கமுடியும்?

இதைப் புரிந்துகொள்ளவேண்டுமென்றால், கடன் அட்டைகள் உண்மையில் எப்படி இயங்குகின்றன என்பதைப்பற்றிய ஒரு சிறு அறிமுகம் தேவைப்படும். அதன்பிறகு, அவற்றை இந்த *CC Geeks* எப்படிப் பயன்படுத்துகிறார்கள், அந்த உத்திகள் நமக்குச் சரிப்படுமா, அல்லது, நாம் அவற்றிலிருந்து ஒதுங்கியிருப்பதே நல்லதா என்பதையெல்லாம் பார்க்கலாம்.

கடன் அட்டை என்பது பணம் செலுத்துவதற்கான ஒரு கருவி *(Payment Instrument)*. ஒரு கடையில் பொருள் வாங்கிவிட்டுச் சட்டைப்பையிலிருந்து பணத்தை எடுத்துக் கொடுப்பதற்குப் பதிலாக, இந்த அட்டையைப் பயன்படுத்துகிறோம், அதன்மூலம் அந்தப் பொருளுக்கோ வேறொரு சேவைக்கோ பணம் செலுத்துகிறோம்.

நமக்குக் கடன் அட்டையைக் கொடுக்கிற வங்கி நம்மோடு ஓர் ஒப்பந்தம் செய்துகொள்கிறது. சிக்கலான அந்தச் சட்ட ஆவணத்தை மிகவும் சுருக்கி எளிமையாகச் சொல்வதென்றால் அது இப்படி இருக்கும்:

- இந்தக் கடன் அட்டை எங்கெல்லாம் பெற்றுக்கொள்ளப் படுகிறதோ, அங்கெல்லாம் நீங்கள் இதைப் பயன்படுத்திப் பணம் செலுத்தலாம்
- ஆனால், இப்படி நீங்கள் செலுத்தும் பணம் ஒரு மாதத்துக்கு இத்தனை ரூபாய்க்குள் இருக்கவேண்டும் *(Credit Limit)*
- மாதம் முடிந்ததும் நாங்கள் உங்களுக்கு ஓர் அறிக்கை அனுப்புவோம். அதில் நீங்கள் அந்த மாதத்தில் கடன் அட்டையைப் பயன்படுத்திச் செய்த எல்லாச் செலவுகளும் குறிப்பிடப்பட்டிருக்கும். நீங்கள் அதைப் படித்துப்பார்த்துவிட்டு, அடுத்த சில நாட்களுக்குள் அந்தப் பணத்தைச் செலுத்திவிட வேண்டும் (அதாவது, மாதம்முழுக்க எங்களிடம் வாங்கிய கடனைத் திரும்பச் செலுத்தவேண்டும்). அதற்கான கடைசி நாளும் *(Due Date)* அந்த அறிக்கையில் குறிப்பிடப்பட்டிருக்கும்.
- ஒருவேளை, உங்களால் அந்தத் தொகையை *(Total Amount Due)* முழுக்கச் செலுத்த இயலவில்லை என்றால், அதில் ஒரு பகுதியைமட்டும் *(Minimum Amount Due)* செலுத்தினால் போதும்.

மீதியுள்ள தொகையை *(Balance Amount Due)* உங்கள் வசதிப்படி மெதுவாகச் செலுத்தலாம். ஆனால், அதற்கு நீங்கள் இத்தனை சதவிகிதம் வட்டி *(Interest Rate)* செலுத்தவேண்டும்.

- நீங்கள் மேற்சொன்ன *Total Amount Due* அல்லது *Minimum Amount Due*வைக் கட்ட மறந்துவிட்டால், அதற்கு அபராதம் செலுத்தவேண்டும். அத்துடன், செலுத்தாத பணத்துக்கு வட்டியும் கட்டவேண்டும்.
- இதுபோன்ற சிக்கல்கள் எதுவும் இல்லாமல் நீங்கள் முறையாகக் கடன் அட்டையைப் பயன்படுத்துகிறீர்கள், உரிய தொகையை உரிய நேரத்தில் செலுத்துகிறீர்கள் என்றால், நாங்கள் உங்களுக்குச் சில பரிசுகளைக் *(Rewards)* கொடுப்போம். அவை பணமாகவோ, பொருட்களாகவோ, வேறு சலுகைகளாகவோ இருக்கலாம்.
- இந்தக் கடன் அட்டைச் சேவையை வழங்குவதற்காக நாங்கள் உங்களிடம் ஒரு கட்டணம் பெற்றுக்கொள்வோம் *(Joining Fee)*. அத்துடன், ஆண்டுக்கு ஒருமுறை புதுப்பிப்புக் கட்டணமும் *(Renewal Fee)* உண்டு. *(LTF (Life Time Free)* என்று அழைக்கப்படும் சில கடன் அட்டைகளில் இந்தக் கட்டணங்கள் இருக்காது.)

இந்த எளிமையான பட்டியலைப் படிக்கவே நமக்கு மூச்சு முட்டுகிறது. அப்படியானால், இவற்றைச் சட்ட மொழியில் எழுதிய அந்த உண்மை ஆவணம் எப்படி இருக்கும் என்று கற்பனை செய்துகொள்ளுங்கள். உண்மையில் அதை யாரும் படிப்பதில்லை, கடன் அட்டை வரப்போகிறது என்கிற மகிழ்ச்சியில் சட்டென்று அதில் கையொப்பமிட்டுவிடுவார்கள். பின்னால் ஏதாவது சிக்கல் வரும்போதுதான் அதைப் படித்துப் பார்த்து வருந்துவார்கள்.

நீங்கள் ஒரு கடன் அட்டையைப் பயன்படுத்தி ஒரு கடையில் 1000 ரூபாய்க்கு ஒரு சட்டை வாங்குகிறீர்கள் என்று வைத்துக்கொள்வோம். அந்தத் தொகையை நீங்கள் உடனடியாகச் செலுத்தப்போவதில்லை, அடுத்த மாதக் கடன் அட்டை அறிக்கை வந்தபிறகுதான் செலுத்துவீர்கள்.

ஆனால், நீங்கள் செலுத்தும் 1000 ரூபாயை வங்கி அந்தக் கடைக்காரருக்கு அப்படியே கொடுத்துவிடாது. அதில் வணிகர்

கட்டணம் (*Merchant Charge*) எனப்படும் சிறு பகுதியைக் கழித்துக்கொண்டு மீதமுள்ள தொகையைத்தான் கொடுப்பார்கள்.

எடுத்துக்காட்டாக, வணிகர் கட்டணம் 2% என்று வைத்துக் கொண்டால், 1000 ரூபாயில் 20 ரூபாயைக் கழித்துக்கொண்டு 980 ரூபாயைத்தான் வங்கி அந்தக் கடைக்காரருக்குத் தரும். கழிக்கப்பட்ட ரூ.20 அவர்களுடைய வருவாய்.

இப்படி இந்தியாமுழுக்க, உலகம்முழுக்க லட்சக்கணக்கான கடன் அட்டைகள் நாள்தோறும் திரும்பத் திரும்பப் பயன்படுத்தப்படும்போது அந்தக் கடன் அட்டைகளை வழங்கிய வங்கிகளுக்கு எத்தனை கோடி வருவாய் வரும் என்று யோசியுங்கள். அந்த வருவாயைக் கொண்டுதான் அவர்கள் கடன் அட்டையை நடத்துகின்ற தங்களுடைய வலைப்பின்னலை (*Credit Card Network*) அமைத்துப் பராமரிக்கிறார்கள், ஏமாற்றுப் பேர்வழிகளைத் தடுத்து நிறுத்துகிறார்கள், திரும்பி வராத கடன்களை ஈடுகட்டுகிறார்கள், அத்துடன், அதில் ஒரு சிறு பகுதியை வாடிக்கையாளர்களுக்குப் பரிசளிக்கிறார்கள்.

Credit Card Rewards எனப்படும் இந்தப் பரிசுகள் இப்போது உலகம்முழுக்கப் பேசப்படும் தலைப்பாகிவிட்டன. அதாவது, டிஜிட்டல்மயமாகிவிட்ட இன்றைய உலகில் எப்படியும் நம்முடைய பெரும்பாலான செலவுகள் கடன் அட்டைகளின் வழியாகத்தான் நடைபெறுகின்றன. இந்த வாய்ப்பைப் பயன்படுத்திக் கொஞ்சம் பணம் சம்பாதிக்கலாம் என்று வாடிக்கையாளர்கள், குறிப்பாக இளைஞர்கள் நினைக்கிறார்கள், அதற்கென்று திட்டமிட்டு வேலை செய்கிறார்கள்.

எடுத்துக்காட்டாக, ஒரு குறிப்பிட்ட கடையில் ஒரு குறிப்பிட்ட கடன் அட்டையைப் பயன்படுத்தி வாங்கப்படும் மளிகைப் பொருட்களுக்கு 5% கூடுதல் தள்ளுபடி கொடுக்கிறார்கள் என்று வைத்துக்கொள்வோம். ஒருவர் மாதந்தோறும் பத்தாயிரம் ரூபாய்க்கு மளிகைப் பொருட்களை வாங்குகிறார். அவர் அவற்றை அங்கும், இங்கும் வாங்காமல் எப்போதும் அந்தக் குறிப்பிட்ட கடையிலேயே வாங்கினார் என்றால், மாதத்துக்கு 500 ரூபாய் சேமிக்கலாம். அதாவது, ஆண்டுக்கு 6000 ரூபாய் சேமிப்பு!

அதே நபர் ஒரு விமான டிக்கெட் பதிவு செய்கிறார் என்றால்,

அதற்கு இந்தக் கடன் அட்டையைப் பயன்படுத்தமாட்டார். ஏனெனில், இதில் விமான டிக்கெட்களுக்கு எந்தத் தள்ளுபடியும் கிடைக்காது. அதற்கு அவர் வேறொரு கடன் அட்டையை வைத்திருப்பார். அதைப் பயன்படுத்திச் சில நூறு (அல்லது சில ஆயிரம்) ரூபாய்களை மிச்சப்படுத்திவிடுவார்.

இப்படி நாம் நாள்தோறும் செய்கிற எல்லாச் செலவுகளுக்கும் ஏதாவது ஒரு பரிசைக் கொடுக்கிற ஏதாவது ஒரு கடன் அட்டை இருக்கிறது. அந்தக் கடன் அட்டைகள் எல்லாம் நம்மிடம் இருந்துவிட்டால், மாதந்தோறும் பல ஆயிரம் ரூபாய்களை மிச்சப்படுத்தலாம்.

ஆனால், ஒருவர் அத்தனை கடன் அட்டைகளை வாங்குவது எளிதில்லை. ஏனெனில், கடன் அட்டைக்கான விண்ணப்பம் என்பது வங்கிகளால் மிகக் கவனமாகப் பரிசோதிக்கப்படுவது. அவர்கள் எல்லாருக்கும் கடன் அட்டைகளைக் கொடுத்துவிடமாட்டார்கள். கண்ணில் விளக்கெண்ணெயை விட்டுக்கொண்டு ஒவ்வொரு தகவலையும் ஆராய்ந்து, 'இவர் ஒழுங்காக மாதந்தோறும் பணத்தைத் திருப்பிக் கொடுப்பார்' என்பதை உறுதிப்படுத்திக்கொண்டுதான் கொடுப்பார்கள்.

அடுத்து, இந்தக் கடன் அட்டைகள் எல்லாம் இலவசமில்லை. குறிப்பாக, நிறையப் பரிசுகளைக் கொடுக்கிற கடன் அட்டைகளுக்குக் கட்டணமும் கூடுதலாக இருக்கும். இருபது அட்டைகளை வைத்துக்கொண்டு ஒவ்வொன்றுக்கும் சராசரியாக ஆண்டுக்கு 500 ரூபாய் கட்டணம் செலுத்திக்கொண்டிருந்தால் அதற்கே பத்தாயிரம் ரூபாய் செலவாகும். அதைத் தாண்டிப் பரிசுகள் வந்தால்தான் நமக்கு லாபம்.

இப்படிப் பல சிக்கல்கள் இருப்பதால், மக்கள் நான்கைந்து கடன் அட்டைகளுடன் நிறுத்திக்கொள்கிறார்கள், அவற்றைச் சரியாகப் பயன்படுத்தி இயன்றவரை நிறையப் பணத்தை மிச்சப்படுத்த முயல்கிறார்கள்.

ஆனால், அட்டை வழியாக வாங்கினாலும் கடன் கடன்தான். ஒரு கடன் அட்டைக்குப் பதில் நான்கைந்து கடன் அட்டைகளை வைத்துக்கொண்டு அனைத்தையும் ஒழுங்காகப் பயன்படுத்தி, அவற்றுக்குச் செலுத்தவேண்டிய பணத்தை உரிய நேரத்தில்

செலுத்துவது மிகப் பெரிய தலைவலி. எப்போதாவது ஒரே ஒரு கடன் அட்டைக்கான பணத்தைச் செலுத்த மறந்துவிட்டால் போதும், அதற்கு விதிக்கப்படுகிற அபராதத் தொகை உங்களுடைய பரிசுகளையெல்லாம் தூக்கிச் சாப்பிட்டுவிடும்.

அப்படியானால், நாம் என்ன செய்யலாம்? CC Geeksஐப்போல் நாமும் கடன் அட்டையை ஒரு வருமானம் மூலமாக மாற்றிக்கொள்ளவேண்டுமென்றால், அதற்கு என்ன வழி?

★★★

37. சலுகை வலைகள், சமாளிக்கும் வழிகள்

குளிர் மிகுதியாக உள்ள நாட்களில் நாம் தடிமனான சட்டை போடுகிறோம். சில மாதங்களுக்குப்பின் குளிர் குறைந்து வெயில் கூடிவிட்டால், மெலிதான அரைக்கைச் சட்டைகளுக்கு மாறுகிறோம். அதேபோல், அலுவலகத்துக்கு அணிகிற சட்டை வேறு, நண்பர்களோடு கொண்டாட்டம் என்றால் இன்னொரு சட்டை, ஏதாவது திருமண விழாவில் கலந்துகொள்கிறோம் அல்லது கோயிலுக்குச் செல்கிறோம் என்றால் வேறொரு சட்டை.

இப்படிச் சூழலைப் பொறுத்து உடையைத் தீர்மானிப்பதுபோல்தான் கடன் அட்டைகளும். நம்முடைய பயன்பாடு என்ன என்பதுதான் நமக்கு எப்படிப்பட்ட கடன் அட்டை(கள்) தேவை என்பதைத் தீர்மானிக்கிறது.

எடுத்துக்காட்டாக, ஒருவர் வீட்டில் இரண்டு கார்களும் ஒரு பைக்கும் இருக்கிறது என்றால், அவருக்கு மாதந்தோறும் பெட்ரோல் செலவு பல ஆயிரங்கள் இருக்கும். அதனால், பெட்ரோல் செலவில் பணத்தை மிச்சம் செய்யக்கூடிய ஒரு கடன் அட்டையை அவர் தேர்ந்தெடுத்து வாங்குவார்.

இன்னொருவர் ஒரே ஒரு கார்தான் வைத்திருக்கிறார். ஆனால் அதையும் எப்போதாவது குடும்பத்தோடு வெளியில் செல்லும்போதுதான் எடுக்கிறார். மற்ற நாட்களில் பொதுப்

போக்குவரத்தைத்தான் பயன்படுத்துகிறார். இவர் அந்தக் கடன் அட்டையை வாங்கினால் அதன்மூலம் பெரிதாக எந்தப் பயனும் இருக்காது.

இதேபோல், அடிக்கடி வெளியூருக்கோ வெளிநாட்டுக்கோ பறக்கிறவர்கள், நட்சத்திர விடுதிகளில் தங்குகிறவர்கள், பெரிய உணவகங்களுக்குச் சென்று சாப்பிடுகிறவர்கள், நிறைய உடைகளை வாங்குகிறவர்கள், இணையத்தில் ஏகப்பட்ட பொருட்களை வாங்கிக் குவிக்கிறவர்கள் என்று வெவ்வேறு வகை மனிதர்களுக்கு வெவ்வேறு வகைக் கடன் அட்டை பயனுள்ளதாக இருக்கும்.

சிலர் இதில் ஒன்றுக்கு மேற்பட்ட வகையிலும் வரக்கூடும். அப்போது அவர்கள் ஒன்றுக்கு மேற்பட்ட கடன் அட்டைகளை வாங்கிக்கொள்ளலாம். ஆனால், அந்த எண்ணிக்கை பத்து, இருபது என்று எகிறிவிடக்கூடாது. ஏனெனில், யாராலும் ஒரே நேரத்தில் அத்தனை வகைச் செலவுகளைச் செய்ய இயலாது. எப்படிச் சிந்தித்தாலும் எல்லாருக்கும் ஏதாவது இரண்டு அல்லது மூன்று வகைச் செலவுகள்தான் மிகுதியாக இருக்கும். அதற்கேற்ற ஓரிரு கடன் அட்டைகள் அவர்களுக்குப் போதும். மற்றவை வீண் செலவுதான்.

ஆனால், சில கடன் அட்டைகள் இலவசமாகவே கிடைக்கின்றனவே! அவற்றால் எந்தச் செலவும் இல்லை எனும்போது, அவற்றை விருப்பம்போல் பத்துப் பதினைந்து வாங்கி வைத்துக்கொள்ளலாமில்லையா?

கடன் அட்டை இலவசம் என்றாலும், அதனால் வருகிற தொல்லைகள் இலவசமில்லை. ஓசியாகக் கிடைக்கிறது என்பதற்காக ஏழெட்டு ஃபினாயில் பாட்டில்களை, அதாவது, கடன் அட்டைகளை வாங்கி வைத்துக்கொண்டால், ஒவ்வொரு செலவையும் எந்தக் கடன் அட்டையில் செய்தால் கூடுதல் நன்மை என்கிற குழப்பம் வரும். ஒவ்வோர் அட்டையிலும் ஒவ்வொரு விதிமுறை இருக்கும் என்பதால், அட்டைகளின் எண்ணிக்கை கூடக்கூட இதைக் கணக்கிட்டு, ஒப்பிட்டுத் தீர்மானிப்பது ஒரு ராக்கெட் அறிவியல்போல் ஆகிவிடும். பொருள் வாங்குவதற்கு ஆகும் நேரத்தைவிட, அதற்குப் பணம் செலுத்துவதற்குக் கூடுதல் நேரம் ஆகும். அப்படித் தீர்மானித்துப் பணம் செலுத்தியபிறகும்,

தவறான அட்டையைத் தேர்ந்தெடுத்துவிட்டோமோ என்கிற குடைச்சல் உள்ளுக்குள் இருந்துகொண்டே இருக்கும்.

இன்னும் சிலர் கூடுதல் சலுகைகளுக்காகக் கூடுதல் செலவு செய்கிற வலையிலும் சிக்கிக்கொண்டுவிடுவார்கள்.

எடுத்துக்காட்டாக, நீங்கள் 900 ரூபாய்க்கு ஒரு பொருள் வாங்குகிறீர்கள். அதற்கு இந்த அட்டையில் பணம் செலுத்தினால் 1% சலுகை. அந்த அட்டையில் 1.5% சலுகை. ஆனால், அதற்கு நீங்கள் ஆயிரம் ரூபாய்க்குச் செலவு செய்யவேண்டும் என்று ஒரு விதிமுறை இருக்கும். வெறும் 100 ரூபாய் கூடுதலாகச் செலவழித்தால் அரைச் சதவிகிதம் கூடுதல் நன்மை என்று ஏதாவது ஒரு பொருளை வாங்குவீர்கள்.

இங்கு நீங்கள் முதல் அட்டையில் ரூ.900 செலுத்தி 1% சலுகையைப் பெற்றிருந்தால் உங்களுக்கு ரூ.9தான் நன்மையாகக் கிடைத்திருக்கும். அதற்குப் பதிலாக இரண்டாவது அட்டையில் ரூ.1000 செலுத்தி 1.5% சலுகையைப் பெற்றதன்மூலம் உங்களுக்கு ரூ.15 நன்மை கிடைத்திருக்கிறது. அதாவது, 6 ரூபாய் கூடுதலாகச் சம்பாதித்துள்ளீர்கள்.

ஆனால், இந்த ஆறு ரூபாய்க்காக நீங்கள் நூறு ரூபாய் மதிப்புள்ள ஒரு பொருளை வாங்கியிருக்கிறீர்கள். திடீரென்று சிந்தித்து அவசரமாகத் தேர்ந்தெடுத்ததால் அது தேவையில்லாத பொருளாக இருக்கத்தான் வாய்ப்புகள் அதிகம். அதனால், உண்மையில் நீங்கள் 6 ரூபாய் சம்பாதித்தீர்களா? அல்லது, 94 ரூபாய் இழந்தீர்களா?

ஆக, கடன் அட்டைகளை வாங்கி வைத்துக்கொண்டு அவற்றுக்கேற்பச் செலவு செய்வது என்பது சட்டையைத் தைத்துவிட்டு அதற்கேற்ப உடலைக் குண்டாக்கி, இளைக்கச்செய்வதைப்போன்றது. நம் செலவுகளுக்கேற்ற கடன் அட்டை என்பதுதான் சரி.

பல அட்டைகளை வைத்திருப்பதில் இன்னொரு சிக்கல், இவை ஒவ்வொன்றுக்கும் ஒவ்வொரு நாளில் பில் வரும். இது 5ம் தேதி, அது 8ம் தேதி, இன்னொன்று 12ம் தேதி என்று இடியாப்பச் சிக்கல்தான். அத்தனை நாட்களையும் ஒழுங்காக நினைவில் வைத்திருக்கவேண்டும், அல்லது, எங்காவது குறித்துவைக்கவேண்டும்,

ஒழுங்காகப் பணம் செலுத்தவேண்டும். அதன்பிறகு, நாம் எந்தச் சலுகைக்காகச் செலவு செய்தோமோ அந்தச் சலுகையெல்லாம் ஒழுங்காக வந்திருக்கிறதா என்று சரிபார்க்கவேண்டும்... இந்தத் தலைவலிகளையெல்லாம் தவிர்க்கவேண்டுமென்றால், நம் செலவுகளை ஆராய்ந்து பார்த்து அவற்றுக்கேற்ற ஓரிரு கடன் அட்டைகளைமட்டும் வைத்துக்கொள்வதுதான் மிகச் சிறந்த வழி.

கடன் அட்டைகளில்மட்டுமின்றி, 'டெபிட் கார்டு' எனப்படும் பற்று அட்டைகளிலும் இதுபோன்ற பரிசுகள், சலுகைகள் கிடைப்பதுண்டு. கடன் அட்டை வாங்க விரும்பாதோர் அவற்றைப் பயன்படுத்திக்கொள்ளலாம். அங்கு நீங்கள் உங்களுடைய வங்கிக் கணக்கிலிருந்துதான் பணத்தை எடுத்துச் செலவு செய்யப்போகிறீர்கள் என்பதால், ஒழுங்காகப் பணத்தைச் செலுத்தாமல் மறந்துவிடுவோமோ, அதற்கு அபராதமும் வட்டியும் செலுத்தவேண்டியிருக்குமோ என்கிற கவலை கிடையாது.

மளிகைப் பொருட்கள், உணவகங்கள், பயணம், உடைகள், தொலைதொடர்பு என்று பலவிதமான செலவுகளைக் கொண்டவர்கள் எந்தச் செலவை எந்த அட்டையில் செய்வது என்று ஒரு சிறு பட்டியல் போட்டுக்கொள்ளலாம். அதாவது, எந்தச் செலவுக்கு எந்த அட்டையில் மிகக் கூடுதலான சலுகைகள் கிடைக்கின்றன என்று முன்கூட்டியே சிந்தித்து ஓர் அட்டவணையை உருவாக்கிக்கொள்ளலாம். எடுத்துக்காட்டாக:

- மளிகைப் பொருட்களை இந்த இணையதளத்தில் வாங்கும்போது இந்த அட்டையைப் பயன்படுத்துவேன், கடைக்கு நேரில் சென்று வாங்கினால் வேறோர் அட்டையைப் பயன்படுத்துவேன்
- அரசாங்கத்துக்கு வரி கட்டும்போது இந்த அட்டையைப் பயன்படுத்துவேன்
- எலக்ட்ரானிக் பொருட்கள் வாங்கினால் இந்த அட்டையைப் பயன்படுத்துவேன்...

இப்படி ஓர் அட்டவணை நம் கையில் இருந்தால், அதைச் சில மாதங்களுக்கு ஒழுங்காகப் பயன்படுத்தினால், எல்லாச் செலவுகளிலும் நல்ல சலுகைகளைப் பெறலாம். அதன்பிறகு, அவை நமக்கு மனப்பாடமாகிவிடும். சரியான நேரத்தில் சரியான

அட்டையை எடுக்கத் தொடங்கிவிடுவோம்.

ஆனால், இந்த அட்டைச் சலுகைகளெல்லாம் நிரந்தரமில்லை. கடன் அட்டையை வழங்குகிற வங்கி நினைத்தால் எந்த நேரத்திலும் தன்னுடைய சலுகைகளைத் திரும்பப் பெற்று விடலாம், அல்லது, சதவிகிதத்தைக் குறைத்துவிடலாம். அதனால், வங்கியின் அறிவிப்புகள், மின்னஞ்சல்களைக் கூர்ந்து கவனித்துக்கொண்டிருக்கவேண்டும். இதுபோன்ற மாற்றங்கள் நடக்கும்போது சட்டென்று நம்முடைய அட்டவணையையும் மாற்றியமைத்துக்கொள்ளவேண்டும்.

சிலர் கடன் அட்டைகளின்மூலம் நிறைய நன்மைகளைப் பெறவேண்டும் என்பதற்காக அவற்றைத் தவறான முறையில் பயன்படுத்துவதுண்டு. எடுத்துக்காட்டாக, ஓர் அட்டையில் காப்பீட்டுக்கான பிரீமியம் தொகையைச் செலுத்தினால் 5% சலுகை என்று வைத்துக்கொள்வோம். அந்த அட்டையை வைத்திருக்கும் ஒருவர் இந்த 5%க்கு ஆசைப்பட்டுத் தன்னுடைய அண்ணன், மச்சான், பக்கத்து வீட்டுக்காரர், அலுவலகத் தோழருடைய காப்பீடுகளுக்கெல்லாம் பிரீமியம் செலுத்துகிறார். இதனால் ஒரே மாதத்தில் ஒரு லட்ச ரூபாய் பிரீமியம் கட்டுகிறார். அதில் 5%, அதாவது ரூ 5000 சம்பாதிக்கிறார்.

இதைப் பார்த்துக்கொண்டு அவருடைய வங்கி சும்மா இருக்குமா? ஒரே மாதத்தில் நீங்கள் எப்படி இத்தனைக் காப்பீடுகளுக்குப் பிரீமியம் செலுத்தினீர்கள் என்று விசாரிப்பார்கள். மோசடி தெரியவந்தால் அவருடைய கடன் அட்டை முடக்கப்படும்.

அதனால், கடன் அட்டைகளைப் பயன்படுத்தும்போது அவற்றின் விதிமுறைகள், கட்டுப்பாடுகளையெல்லாம் முறையாகத் தெரிந்துகொண்டு சிறு பிசிறும் இல்லாமல் பின்பற்றவேண்டும். அதாவது, தன்னுடைய உண்மையான செலவுகளுக்குமட்டும்தான் கடன் அட்டையைப் பயன்படுத்தவேண்டும். பரிசுக்கு ஆசைப்பட்டுப் புதிய செலவுகளை உருவாக்கக்கூடாது. குறிப்பாக, அடுத்தவர்களுடைய செலவுகளுக்குப் பணம் செலுத்துகிறேன் என்று இறங்கினால் நீங்கள் ஆபத்தான வழியில் நுழைகிறீர்கள் என்று பொருள்.

ஒன்றுக்கு மேற்பட்ட கடன் அட்டை வைத்திருக்கிறவர்கள்

தங்களுடைய நாட்காட்டியிலோ நாட்குறிப்பிலோ செல்ஃபோனிலோ கணினியிலோ எந்த அட்டைக்கு என்றைக்கு எவ்வளவு பணம் செலுத்தவேண்டும் என்பதைக் குறித்துக்கொள்ளவேண்டும். அதற்குத் தேவைப்படும் பணத்தை முன்கூட்டியே எடுத்துவைத்துவிடவேண்டும். அதன்பிறகு, உரிய நாளில் பணத்தைச் செலுத்திவிட்டு, வங்கியிடமிருந்து உறுதிப்படுத்தல் செய்தி வருகிறதா என்று பார்க்கவேண்டும். வராவிட்டால், உடனடியாக அவர்களைத் தொடர்பு கொண்டு விளக்கம் கேட்கவேண்டும்.

ஏனெனில், கடன் அட்டை மூலம் வாங்குகிற கடனுக்கு வட்டி விகிதம் மிக மிகக் கூடுதலாக இருக்கும். அதனால், கடன் அட்டைக்கான பில்லைச் சரியான நாளில் கட்டுவது நம்முடைய முதன்மைக் கடமைகளில் ஒன்றாக அமையவேண்டும்.

சுருக்கமாகச் சொன்னால்:

- நம் செலவுகளுக்கேற்ற சில கடன் அட்டைகள்மட்டும்
- சலுகைக்கென்று கூடுதல் செலவுகளைச் செய்வதில்லை
- பிறருடைய செலவுகளை இழுத்துப்போட்டுக்கொண்டு செய்வதில்லை
- உரிய நாளில் ஒரு ரூபாய்கூட மிச்சமில்லாமல் கடன் அட்டை பில்லைக் கட்டுவிடுவது

இந்த நான்கு விதிமுறைகளை ஒழுங்காகப் பின்பற்றினால், கடன் அட்டையும் நமக்கு ஒரு சிறு வருவாயைக் கொண்டுவரக்கூடிய நண்பனாகிவிடும்!

ஒருவேளை, இதில் ஏதேனும் ஒன்றை உங்களால் பயன்படுத்த இயலாது என்றாலும், கடன் அட்டை வேண்டாம். பற்று அட்டை, *UPI*, ரொக்கப் பணம் போன்ற மற்ற வழிகளில் செலவு செய்யப் பழகுங்கள். அதுதான் உங்களுக்கு நல்லது!

★★★

பகுதி 8 : சேமிப்பும் முதலீடும்

38. சேமிப்பும் முதலீடும்

அன்றைய அரசர்கள் தங்களுடைய செல்வத்தையெல்லாம் கருவூலம் என்கிற இடத்தில் நிரப்பிவைத்தார்கள். அதன்பிறகு, தேவை உள்ளபோது அதிலிருந்து கொஞ்சங்கொஞ்சமாக எடுத்துச் செலவழித்தார்கள்.

கருவூலம் என்பது உண்மையில் ஒரு மிகப் பெரிய, பாதுகாப்பு நிறைந்த அறைதான். பின்னாட்களில் அந்த இடத்தைப் 'பணப்பெட்டி' எடுத்துக்கொண்டது. அதன்பிறகு, அந்த இடத்தை 'வங்கிக் கணக்கு' எடுத்துக்கொண்டிருக்கிறது.

வங்கிக் கணக்குக்கும் கருவூலத்துக்கும் ஒரு பெரிய வேறுபாடு உண்டு. வங்கியில் போட்ட பணம் மெதுவாக வளர்ந்துகொண்டிருக்கும். ஆனால், கருவூலத்தில் போட்ட பணம் அப்படியேதான் இருக்கும், வளராது, தேயாது.

அதனால், நம்முடைய செலவுகளெல்லாம் போகக் கையில் இருக்கும் பணத்தை ஓர் அறையிலோ, பெட்டியிலோ, படுக்கைக்கு அடியிலோ நிரப்பிவைப்பதைவிட, அதை வங்கியில் போடுவது சிறந்தது. வங்கிக்காரர்கள் அந்தப் பணத்துக்கு ஒரு குறிப்பிட்ட சதவிகிதத்தை வட்டியாகக் கொடுப்பார்கள். பின்னர் நமக்கு ஒரு பணத்தேவை வரும்போது அந்த அசலையோ, வட்டியையோ, இரண்டையுமோ எடுத்துப் பயன்படுத்திக்கொள்ளலாம்.

‘வங்கிக் கணக்கு’ என்று பொதுவாகச் சொன்னாலும், அதற்குள் பல வகைகள், உள்வகைகள் உண்டு. இவை ஒவ்வொன்றும் வெவ்வேறுவிதமான நிதித்தேவைகளுக்கேற்ப வடிவமைக்கப்பட்டிருக்கின்றன.

அதேபோல், வங்கிகளுக்கு வெளியிலும் நம்முடைய பணத்தைச் சேமிக்கவும், முதலீடு செய்யவும் பல வாய்ப்புகள் இருக்கின்றன. எடுத்துக்காட்டாக, தங்கம், வெள்ளி, நிலம், வீடு, பங்குகள், இன்னும் பல.

இந்த வழிகளைப்பற்றியெல்லாம் ஒவ்வொன்றாகப் பார்ப்பதற்கு முன்னால், மேலுள்ள பத்தியில் இருக்கும் சேமிப்பு, முதலீடு என்கிற இரு சொற்களைக் கவனியுங்கள். மேலோட்டமாகப் பார்க்கும்போது இவை இரண்டும் கிட்டத்தட்ட ஒரேமாதிரி தோன்றினாலும், இவற்றுக்கிடையில் ஒரு நுட்பமான வேறுபாடு இருக்கிறது. அதை முதலில் புரிந்துகொள்வோம்.

‘சேமிப்பு’ என்பது சேர்த்துவைத்தல். நம் ஊரில் ‘குருவிமாதிரி பணத்தைச் சேர்த்தான்’ என்று சொல்வார்கள். இதன் பொருள், இங்கு கொஞ்சம், அங்கு கொஞ்சம் என்று சிறிதுசிறிதாகப் பணத்தையோ வேறு பொருட்களையோ திரட்டிப் பெருஞ்செல்வமாக்குவது.

உலகின் மிக எளிய சேமிப்புக் கருவி, சிறுவயதில் நாம் எல்லாரும் பயன்படுத்தியிருக்கக்கூடிய உண்டியல்தான். அதில் ஒரு ரூபாய், இரண்டு ரூபாய் என்று அவ்வப்போது போட்டுவந்தால், சில மாதங்களுக்குப்பின் நூறு ரூபாயாகவோ, இருநூறு ரூபாயாகவோ திரும்பக் கிடைக்கும். அதைக் கொண்டு நமக்கு வேண்டிய ஒரு பொருளை வாங்கிக்கொள்ளலாம்.

ஆக, சேமிப்பதற்குப் பெரிய அறிவோ, கருவிகளோ தேவையில்லை. சேமிக்கவேண்டும் என்கிற எண்ணமும், ஒழுக்கமும் இருந்தால் போதும். எழுதப்படிக்கத் தெரியாதவர்கள்கூட அரிசிப் பானையில் பணத்தைச் சேர்த்துத் தங்கம் வாங்கிய கதைகள் உண்டு.

முதலீடு என்பது சேமிப்பை இன்னும் விரைவாக்குகிறது. அதாவது, ஒருவர் வேலை செய்து சேமித்த பணம் சும்மா ஓர் உண்டியலுக்குள்ளோ, பெட்டிக்குள்ளோ தூங்காமல், அதுவும் வேலை செய்கிறது, அதன்மூலமும் அவருக்குக் கூடுதல் செல்வம் கிடைக்கிறது.

எடுத்துக்காட்டாக, ஒருவர் மாதந்தோறும் பத்தாயிரம் ரூபாய் சம்பாதிக்கிறார். அதில் குடும்பச் செலவுகளெல்லாம் போக அவருக்கு ஐந்நூறு ரூபாய் மிச்சமாகிறது. அதை ஓர் உண்டியலில் போட்டுவைக்கிறார். ஓராண்டுக்குப்பின் அவருக்கு 12 × 500 = 6000 ரூபாய் கிடைக்கிறது. இது சேமிப்பு.

இதே மனிதர் அந்தப் பணத்தை உண்டியலில் போடாமல் தன்னுடைய வங்கிக் கணக்கில் போடுகிறார் என்று வைத்துக்கொள்வோம். அவருடைய வங்கி அவருக்கு ஆண்டுக்கு 5% வட்டி தருகிறது. அதாவது, 100 ரூபாய் பணத்தை அந்த வங்கிக் கணக்கில் போட்டுவிட்டு, அடுத்த ஓராண்டுக்கு அதை எடுக்காமல் வைத்திருந்தால், 105 ரூபாய் திரும்பக் கிடைக்கும்.

ஒருவேளை, அவர் ஆறு மாதத்திலேயே பணத்தை எடுத்துவிட்டால்?

பரவாயில்லை, ஆறு மாதத்துக்கான வட்டி 2 ரூபாய் 50 காசு அவருக்குக் கூடுதலாகக் கிடைக்கும்.

இதன்படி, நம்முடைய நண்பர் தன்னுடைய மாதச் சேமிப்பான ரூ. 500ஐ வங்கிக் கணக்கில் போடத் தொடங்குகிறார். அந்தத் தொகை இப்படி வளர்கிறது:

- முதல் மாதத்தில் போட்ட ரூ.500க்கு அடுத்த 11 மாதங்களுக்கு வட்டி கிடைக்கும்
- இரண்டாவது மாதத்தில் போட்ட ரூ.500க்கு அடுத்த 10 மாதங்களுக்கு வட்டி கிடைக்கும்
- பதினொராவது மாதத்தில் போட்ட ரூ.500க்கு ஒரு மாதத்துக்கான வட்டி கிடைக்கும்.

இப்படிப் பார்த்தால், அந்த ஆண்டின் முடிவில் அவருக்கு ரூ.6000 கிடைக்காது. அதைவிடக் கூடுதலான ஒரு தொகை கிடைக்கும். ஏனெனில், இப்போது அவர் செய்தது சேமிப்பு இல்லை, முதலீடு.

இந்தக் கூடுதல் தொகை எங்கிருந்து வந்தது?

முன்பு அவர் உண்டியலில் பணத்தைப் போட்டபோது, அந்தப் பணம் சும்மா உண்டியலுக்குள் தூங்கிக்கொண்டிருந்தது. ஆனால் இப்போது அவர் வங்கிக் கணக்கில் பணத்தைப் போடுகிறபோது, அந்தப் பணம் சும்மாத் தூங்குவதில்லை. அந்த வங்கி அந்தப்

பணத்தை வேறு யாருக்காவது கடன் கொடுத்துச் சம்பாதிக்கிறது. அப்படிச் சம்பாதித்த பணத்தில் ஒரு பகுதியை வட்டி என்ற பெயரில் அவருக்குத் திரும்பக் கொடுக்கிறது.

இங்கு வங்கிக் கணக்கு என்பது ஓர் எடுத்துக்காட்டுதான். இதைப்போல் அவர் வேறு பல வழிகளில், பல சொத்துகளில் முதலீடு செய்யலாம். அந்த முதலீடுகளின் தன்மை, அவற்றில் இருக்கும் ஆபத்து, முதலீடு செய்யும் காலகட்டம் போன்றவற்றைப் பொறுத்து அவருக்கு வெவ்வேறுவிதமான பலன்கள் கிடைக்கும்.

எடுத்துக்காட்டாக, ஒருவரிடம் ஐந்து லட்ச ரூபாய் இருக்கிறது. அவர் இந்தப் பணத்தைத் தன்னுடைய வங்கிக் கணக்கில் வைத்திருந்தால், ஆண்டுக்கு 4%, அதாவது, இருபதாயிரம் ரூபாய் வட்டி கிடைக்கும்.

அதே வங்கியில் *Fixed Deposit* எனப்படும் வைப்பு நிதி வசதியும் இருக்கிறது. அவர் தன்னுடைய பணத்தை அங்கு முதலீடு செய்கிறார். இதன்மூலம் அவருக்கு ஆண்டுக்கு 6%, அதாவது, முப்பதாயிரம் ரூபாய் வட்டி கிடைக்கிறது.

அவர் வங்கிக்கே செல்லாமல் அந்தப் பணத்தைத் தங்கத்தில் போடுகிறார். அந்த ஆண்டு தங்கத்தின் விலை 9% உயர்கிறது. அதன்மூலம் அவருக்கு நாற்பத்தைந்தாயிரம் ரூபாய் லாபம் கிடைக்கிறது.

மேற்சொன்ன மூன்றும் முதலீடுகள்தான். இரண்டிலும் முதலீட்டுத் தொகை *(Invested Amount)* ஒன்றுதான், ஆனால், மூன்றின்மூலம் கிடைக்கும் பலன் *(Returns)* வேறுபடுகிறது.

இதே நபர் வேறு சில முதலீடுகளைப் பயன்படுத்தி 10%, 15% லாபம்கூடச் சம்பாதிக்கலாம். ஆனால், லாபச் சதவிகிதம் கூடக்கூட, முதலீட்டில் உள்ள ஆபத்து *(Risk)* கூடுகிறது.

எடுத்துக்காட்டாக, மேற்சொன்ன தங்க முதலீட்டில் 9% லாபம் வரும் என்பது கட்டாயமில்லை. அந்த ஆண்டு தங்கத்தின் விலை 2% உயரலாம், அல்லது 5% சரிந்துவிடலாம். இதன்மூலம் அவருடைய லாபம் குறையும், அல்லது நஷ்டம்கூட வரும்.

அதனால், ஒரு முதலீட்டில் எவ்வளவு லாபம் என்பதைமட்டும் பார்க்கக்கூடாது. என்னமாதிரியான முதலீடு, அது எவ்வளவு

பாதுகாப்பானது, அரசாங்கம் இதை அங்கீகரித்திருக்கிறதா, முதலீட்டைப் பெற்றுக்கொள்ளும் நபரை எந்த அளவுக்கு நம்பலாம் என்று பல விஷயங்களை ஆராய்ந்தபிறகுதான் முதலீட்டுத் தீர்மானங்களை எடுக்கவேண்டும்.

'முதலீடெல்லாம் எனக்குச் சரிப்படாது. சேமிப்பே போதும்' என்று சொல்கிறவர்கள் இருக்கிறார்கள். இது முற்றிலும் தவறான, அவர்களுடைய வருங்காலத்தை எதிர்மறையாகப் புரட்டிப்போடக்கூடிய சிந்தனை. காரணம், பணவீக்கம்.

நாம் ஏற்கெனவே பணவீக்கத்தைப்பற்றிப் பார்த்திருக்கிறோம். அதன்படி, நம்மிடம் உள்ள பணம் ஆண்டுக்கு ஆண்டு மெதுவாக மதிப்பிழந்துகொண்டிருக்கிறது.

எடுத்துக்காட்டாக, இந்தியாவின் பணவீக்கம் 5% என்று வைத்துக்கொள்வோம். இதன் பொருள், இன்றைய ரூ. 100 என்பது, ஓராண்டுக்குப்பின் ரூ. 95க்குச் சமம். இன்னும் ஓராண்டு காத்திருந்தால் அதன் மதிப்பு ரூ. 90க்குக் கீழே சென்றுவிடும். மேலும் ஆண்டுகள் செல்லச் செல்ல இந்த மதிப்பு பாதியாக, கால்வாசியாகச் சுருங்கிவிடும்.

ஆக, சேமிப்பு போதும், முதலீடு வேண்டாம் என்று நினைக்கிறவர்களுடைய பணம் நொடிக்கு நொடி தன்னுடைய மதிப்பை இழந்துகொண்டிருக்கிறது. அவர்கள் அதை முதலீடு செய்து சிறிதேனும் லாபம் சம்பாதித்தால்தான் பழைய மதிப்பையாவது தக்கவைக்கலாம், அல்லது, அதன் மதிப்பைக் கூட்டலாம்.

சேமிப்பைமட்டும் விரும்புகிறவர்கள், தங்களிடமிருக்கும் பணத்தை எங்கும் முதலீடு செய்ய மறுக்கிறவர்கள் அதற்கு இரண்டு காரணங்களைச் சொல்கிறார்கள்:

1. எல்லா முதலீடுகளிலும் சிறிதளவு ஆபத்தாவது இருக்கிறது. அதாவது, நாம் போட்ட பணம் திரும்பிவராமல் போவதற்கான வாய்ப்பு உள்ளது. இதை நாங்கள் விரும்பவில்லை
2. வெவ்வேறு வகை முதலீடுகளைப் புரிந்துகொண்டு, அவற்றை ஒப்பிட்டு, நம்முடைய தேவைகள், எதிர்பார்ப்புகளுடன் பொருத்திப்பார்த்துச் சரியான தீர்மானத்துக்கு வருவது

சற்றுச் சிக்கலான வேலை. இதை எப்படிச் செய்வது என்று எங்களுக்குத் தெரியவில்லை, அல்லது, நாங்கள் இதைச் செய்ய விரும்பவில்லை

நிதி நோக்கில் சிந்திக்கும்போது, இந்த இரண்டு காரணங்களும் வலுவற்றவை. இதை நாம் சரியாகப் புரிந்துகொண்டால்தான் முதலீட்டின்மீது இருக்கும் அச்சம் விலகும், நம்முடைய பணம் தன்னுடைய மதிப்பை இழந்து தேயாது, நமக்காகக் கூடுதலாக உழைக்கும்.

★★★

39. ஆபத்து Vs பலன்கள்

'கடலைவிடத் துறைமுகம்தான் பாதுகாப்பானது. ஆனால், கப்பல் துறைமுகத்தில் தங்குவதற்காகக் கட்டப்படவில்லை' என்று ஓர் ஆங்கிலப் பொன்மொழி உண்டு. இதன் பொருள், ஒரு செயலைச் செய்வதற்குமுன் அதில் இருக்கக்கூடிய ஆபத்துகளைமட்டும் பார்க்கக்கூடாது. அதைச் செய்வதன்மூலம் வரக்கூடிய பலன்களையும் பார்த்து, இரண்டையும் ஒப்பிட்டுத்தான் தீர்மானிக்கவேண்டும்.

இதுவொன்றும் பெரிய அப்பாடக்கர் சூத்திரமெல்லாம் இல்லை. இதை நாம் நாள்தோறும் மிக இயல்பாக, சிறிதும் சிந்திக்காமல் செய்துகொண்டிருக்கிறோம். அந்த அளவுக்கு நம் மூளையில் அழுத்தமாகப் பதிவாகியிருக்கிற செயல்பாடு இது.

எடுத்துக்காட்டாக, ஒரு சாலையைக் கடப்பதற்குமுன் இருபுறமும் பார்க்கிறோம், எந்த வண்டியும் தென்படவில்லை என்றால் சாலையைக் கடக்கிறோம். ஒருவேளை, வண்டிகள் தென்பட்டால், அவை எத்தனைத் தொலைவில் உள்ளன, எவ்வளவு விரைவாக வருகின்றன, அந்தச் சாலையின் அகலம் என்ன, நாம் அதைக் கடப்பதற்கு எவ்வளவு நேரமாகும், நம் கையில் இருக்கக்கூடிய பெட்டி, கனமான பை போன்றவை நம் விரைவை எந்த அளவுக்குக் குறைக்கும் என்றெல்லாம் சிந்திக்கிறோம். அதன்

அடிப்படையில் சரியான, பாதுகாப்பான நேரத்தில் சாலையைக் கடக்கிறோம்.

சில நேரங்களில், அது ஒரு முதன்மையான நெடுஞ்சாலையாக இருக்கும். அங்கு தொடர்ச்சியாக நிறைய வண்டிகள் வந்துகொண்டிருக்கும். அப்போது நாம் நெடுநேரம் காத்திருக்க வேண்டியிருக்கலாம். அல்லது, போக்குவரத்துக் காவலர் ஒருவர் நமக்காக வண்டிப் போக்குவரத்தை நிறுத்தி உதவலாம். அல்லது, நாம் கண்ட இடத்தில் குறுக்கில் ஓடாமல், சற்றுத் தொலைவில் உள்ள போக்குவரத்து நிறுத்தத்துக்குச் சென்று, நடப்பதற்கான பச்சை விளக்கு விழுந்தபின் பொறுமையாகச் சாலையைக் கடக்கலாம். அல்லது, நாம் இன்னும் சற்றுத் தொலைவில் உள்ள நடைப்பாலத்தில் ஏறி, இறங்கிச் சாலையின் மறுபக்கத்துக்குச் சென்றுவிடலாம்.

சுருக்கமாகச் சொல்வதென்றால், உடனடியாகவோ, சிறிது நேரம் கழித்தோ நாம் அந்தச் சாலையைப் பாதுகாப்பாகக் கடந்துவிடுகிறோம், யாரும் வண்டிகளைப் பார்த்து அஞ்சி வீட்டுக்குத் திரும்பிப்போய்விடுவதில்லை.

இந்த எடுத்துக்காட்டு மொத்தமும் சாலையைக் கடப்பதற்குமட்டு மின்றி, முதலீட்டுக்கும் பொருந்தும். சாலையின் ஒருபக்கத்தில் நின்றுகொண்டு, விரைந்தோடும் வண்டிகளைப் பார்த்து அஞ்சிக்கொண்டிருப்பதா, துணிந்து குறுக்கில் நடப்பதா, சரியான இடத்தில் பச்சை விளக்கைப் பார்த்தபின் சாலையைக் கடப்பதா, நடைப்பாலத்தில் ஏறிப் பாதுகாப்பாக நின்றுகொண்டு அதே வண்டிகளைக் கண்டு உரக்கச் சிரிப்பதா என்று அந்தந்தச் சூழ்நிலையைப் பொறுத்து நாம் தீர்மானிப்பதைப்போல்தான் நம் முதலீட்டுத் தீர்மானங்களும்.

சாலையைக் கடப்பதற்கான அனைத்து வழிகளிலும் சிறிதேனும் ஆபத்து உண்டு. வழியைப் பொறுத்து ஆபத்தின் சதவிகிதம் மாறுபடும். அதை மனத்துக்குள் கணக்கிட்டுத்தான் நாம் ஒரு தீர்மானத்துக்கு வருகிறோம். அதுபோல, எல்லா முதலீடுகளிலும் ஆபத்து உள்ளது. ஆனால், அந்த ஆபத்தின் சதவிகிதம் ஒவ்வொரு முதலீட்டுக்கும் வேறுபடும்.

எடுத்துக்காட்டாக, ஒரு பெரிய அரசு வங்கியில் பணம் போடுவதில் உள்ள ஆபத்தும், பங்குச் சந்தையில் பணம் போடுவதில் உள்ள ஆபத்தும் ஒன்றில்லை. அது 1%, இது 20% என்று நிகழ்தகவுச் சதவிகிதம் மாறலாம். ஆனால், ஆபத்து உண்டு.

அதேபோல், வெவ்வேறு முதலீட்டு வாய்ப்புகளில் பலன்களும் வெவ்வேறுவிதமாக இருக்கும். அவை உறுதியாகச் சொல்லப்படலாம், அல்லது, பழைய வரலாற்றின் அடிப்படையிலோ, மற்ற நிகழ்வுகளின் அடிப்படையிலோ கணிக்கப்படலாம். இந்த எண்ணிக்கையும் வாய்ப்புக்கு வாய்ப்பு மாறும், நேரத்தைப் பொறுத்தும் மாறும்.

எடுத்துக்காட்டாக, நிரந்தர இட்டுவைப்பில் *(Fixed Deposit)* உங்களுக்கு 5% வட்டி தருவதாக உங்கள் வங்கி உறுதியளிக்கிறது. இந்தச் சதவிகிதம் அடுத்த ஆண்டு 4.5% எனக் குறையலாம், அல்லது 5.5% என்று ஏறலாம். எதுவானாலும் உங்களுக்கு அது முன்கூட்டியே தெளிவாகத் தெரிந்துவிடும், 4% என்று சொல்லிவிட்டு 5% தரமாட்டார்கள், 3% எனக் குறைக்கவும் மாட்டார்கள்.

ஆனால், பங்குச்சந்தை முதலீடுகள் அப்படியில்லை. அங்கு 20% வருவாய் வரலாம், அல்லது 20% இழப்பும் நேரலாம்.

ஒரு விஷயம், இங்கு நாம் பார்க்கும் சதவிகிதங்கள், தொகைகள், மற்ற எண்கள் எல்லாம் நம் உரையாடலுக்காகக் கொடுக்கப்படுகின்ற கற்பனைத் தகவல்கள்தான். உண்மையான தகவல்கள் இல்லை. அதனால், இவற்றை அடிப்படையாக வைத்து உங்கள் முதலீட்டுத் தீர்மானங்களை எடுக்கவேண்டாம். கற்றுக்கொள்வதற்கான எடுத்துக்காட்டுகளாகமட்டும் இவற்றை எடுத்துக்கொள்ளுங்கள்.

ஆக, நிரந்தர இட்டுவைப்பில் ஆபத்து குறைவு, வருவாயும் குறைவு. பங்குச்சந்தையில் ஆபத்து கூடுதலாக இருக்கும், அதற்கேற்ப, வரக்கூடிய பலன்களும் கூடுதலாக இருக்கும். அப்படியானால், இந்த இரண்டில் நீங்கள் எதைத் தேர்ந்தெடுப்பீர்கள்?

சிலர், 'எனக்கு என்னுடைய பணம் பாதுகாப்பாக இருக்கவேண்டும். அதன்மூலம் வருகிற வருவாய் குறைந்தாலும் பரவாயில்லை' என்பார்கள். அதனால் இவர்கள் முதல் வாய்ப்பைத் தேர்ந்தெடுப்பார்கள், நான்கைந்து சதவிகித வட்டியைப்

பெற்று, அதற்கேற்பத் தங்கள் வாழ்க்கையை, செலவுகளை அமைத்துக்கொள்வார்கள், மன நிறைவோடு இருப்பார்கள்.

இன்னும் சிலர், 'இந்தப் பணம் எனக்கு இப்போதைக்குத் தேவையில்லை. அதனால், நான் சற்று ஆபத்துக்குத் துணிகிறேன்' என்பார்கள். அதனால் இவர்கள் இரண்டாம் வாய்ப்பைத் தேர்ந்தெடுப்பார்கள். அதன்மூலம் அவர்களுக்கு நிறைய வருவாய் வரலாம். அல்லது, முதலுக்கே மோசமாகிவிடலாம். பலன் எதுவானாலும், அது அவர்கள் சிந்தித்துத் தீர்மானித்த செயல்தான்.

இதில் நல்ல செய்தி என்னவென்றால், நமக்கு இந்த இரண்டு முதலீட்டு வழிகள்மட்டுமில்லை, பத்துப் பதினைந்து வழிகள் இருக்கின்றன. சொல்லப்போனால், நூற்றுக்கணக்கான குறுவழிகள் இருக்கின்றன. அவை அனைத்திலும் குறிப்பிட்ட அளவு ஆபத்து உண்டு, அதற்கேற்பப் பலனும் உண்டு. சற்றுச் சிந்தித்து, நமக்குப் பொருத்தமான, குறைந்த ஆபத்துள்ள, அதே நேரம் நல்ல பலனைத் தரக்கூடிய முதலீட்டு வழிகளை நாம் தேர்ந்தெடுக்கலாம்.

முந்தைய பத்தியில் 'வழிகளைத் தேர்ந்தெடுக்கலாம்' என்று பன்மையில் சொல்லப்பட்டிருப்பதை நினைவில் கொள்ளுங்கள். இதன் பொருள், சாலையைக் கடப்பதுபோல் இங்கு ஒரு தீர்மானம் போதாது. நாம் ஒன்றுக்கு மேற்பட்ட தீர்மானங்களை எடுக்கவேண்டியிருக்கும். அதாவது, நாம் நம் பணத்தை வெவ்வேறு வழிகளில் முதலீடு செய்யவேண்டியிருக்கும், அவை அனைத்தையும் தொகுத்துப் புரிந்துகொள்ளவேண்டியிருக்கும், அவ்வப்போது தேவையான மாற்றங்களைச் செய்யவேண்டியிருக்கும்.

எடுத்துக்காட்டாக, உங்களுடைய முதலீட்டுத் தொகை பத்து லட்ச ரூபாய் என்றால், அதில் மூன்று லட்சத்தை நிரந்தர இட்டுவைப்பிலும் இரண்டு லட்சத்தைப் பங்குகளிலும் ஒரு லட்சத்தைத் தங்கத்திலும் மீதி நான்கு லட்சத்தைப் பரஸ்பர நிதி எனப்படும் *Mutual Fund* திட்டங்களிலும் போட்டுவைக்கலாம். இன்னொருவர் அதே பத்து லட்ச ரூபாயில் ஏழு லட்சத்தை நிரந்தர இட்டுவைப்பிலும் மூன்று லட்சத்தைத் தங்கத்திலும் முதலீடு செய்யலாம். இப்படி ஒவ்வொருவருடைய முதலீட்டுத் திட்டமும் வெவ்வேறு காரணங்களால் மாறுபடும். சொல்லப்போனால்,

ஒரே நபருடைய முதலீட்டுத் திட்டம்கூடச் சில ஆண்டுகளுக்கு ஒருமுறை மாறிக்கொண்டே இருக்கும்.

இந்தத் திட்டமிடல் இத்துடன் நின்றுவிடுவதில்லை. அடுத்த படியாக, பங்குச் சந்தைத் தொகையை எந்தப் பங்குகளில் முதலீடு செய்வது, எந்தப் பரஸ்பர நிதித் திட்டங்களில் பணத்தைப் போடுவது, தங்கத்தைக் கட்டியாக வாங்குவதா, நகையாக வாங்குவதா, டிஜிட்டல் தங்கம் போதுமா என்றெல்லாம் நாம் சிந்தித்துத் தீர்மானிக்கவேண்டியிருக்கும்.

இன்னொருபக்கம், கிரிப்டோகரன்சி போன்ற திட்டங்கள் ஆசை காட்டும். சிலர், 'எங்ககிட்ட ஒரு லட்சம் போட்டா, அஞ்சு வருஷத்துல ரெண்டு கோடி வரும்' என்று கண்ணடிப்பார்கள். இவையெல்லாம் பெரிய ஆபத்துதான் என்று தெரியும். ஆனாலும் சற்றுத் துணிந்து கொஞ்சம் பணம் போட்டால் என்ன என்று மனம் கேட்கும், சூதாடிப்பார்க்கத் தோன்றும்.

இப்படிப்பட்ட ஆசைகளில் தவறில்லை. இவற்றில் நிறையச் சம்பாதித்தவர்களும் உண்டு, நிறைய இழந்தவர்களும் உண்டு. அதனால், இதுபோன்ற முயற்சிகளைத் தவிர்த்துவிடலாம், அல்லது, சிறு அளவில், நம்முடைய முதன்மை முதலீட்டுத் திட்டத்தை நொறுக்கிவிடாதபடி வைத்துக்கொள்ளலாம்.

இதையெல்லாம் கேட்பதற்குத் தொடக்கத்தில் மலைப்பாகத்தான் இருக்கும். ஆனால், இந்த நுட்பங்களைச் சரியாகப் புரிந்துகொண்டுவிட்டால், ஒரே ஒருமுறை பல மணிநேரம் அமர்ந்து, சிந்தித்து, முறையாகத் திட்டமிட்டுவிட்டால், அதன்பிறகு இவற்றைச் செயல்படுத்துவதற்கு ஆண்டுக்கு 2 மணிநேரம் போதும். மற்ற அனைத்தையும் தானியங்கித் தொழில்நுட்பம் செய்துவிடும். அத்துடன், ஆசைகாட்டும் புதிய திட்டங்களை எப்படிக் கையாள்வது என்பதற்கான தெளிவான விதிமுறைகளும் நம்மிடம் இருக்கும்.

மேற்சொன்ன திட்டமிடலைக்கூட நாமே செய்யவேண்டும் என்று கட்டாயமில்லை. இதற்கென்றே நிதி, முதலீட்டு வல்லுனர்கள் இருக்கிறார்கள். அவர்களோடு உட்கார்ந்து பேசினால்

உங்களுடைய சொத்துகள், கடன்கள், கடமைகள், வருவாய், செலவுகள், வருங்காலத் தேவைகள், ஆபத்துக்குத் துணியும் திறன் போன்றவற்றை ஆராய்ந்து ஒரு தனித்துவமான திட்டத்தை உருவாக்கிக் கொடுத்துவிடுவார்கள். அதன்பிறகு அதை நீங்கள் செயல்படுத்தலாம், அல்லது, அந்தப் பொறுப்பையும் அவர்களிடமே கொடுத்துவிடலாம். இதற்கு அவர்கள் ஒரு சிறு தொகையைக் கட்டணமாகப் பெற்றுக்கொள்வார்கள்.

சிலர் இந்தக் கட்டணத்தை மிச்சப்படுத்துகிறேன் என்று தாங்களே முதலீட்டுத் திட்டமிடலையும் செயல்படுத்தலையும் செய்ய முனைவார்கள். அதில் தவறில்லை. ஆனால், இது ஏன், எப்படி, எப்போது என்றெல்லாம் முழுமையாகக் கற்றுக்கொண்டபிறகுதான் செய்யவேண்டும். அதற்கான திறமையோ நேரமோ இல்லாதபோது, வல்லுனர்களுடைய சேவையைப் பயன்படுத்திக்கொள்வதுதான் சரி.

நாம் இந்தத் தொடக்க உழைப்பின் பலன்களைப் பல ஆண்டுகளுக்குத் தொடர்ந்து அறுவடை செய்யலாம். நமக்காக நாம் உழைப்பதைவிட, நம் பணம் நமக்காக உழைக்கும்போது நன்மைகள் இன்னும் சிறப்பாக இருக்கும்!

★★★

40. அரை நூற்றாண்டுத் திட்டம்

கல்லூரியில் படிக்கும்போது, நண்பர்கள் சிலர் சேர்ந்து ஒரு சுற்றுலாவுக்குத் திட்டமிட்டோம். அதற்குத் தின்பண்டங்கள் வாங்கும் பொறுப்பு என்னிடம் ஒப்படைக்கப்பட்டது.

மொத்தம் பதினான்கு பேர். ஒவ்வொருவரும் சுமார் 150 கிராம் தின்பண்டங்களை மொசுக்குகிறார்கள் என்று வைத்துக்கொண்டால், 14 × 150 = 2100 கிராம், குத்துமதிப்பாக இரண்டு கிலோ தின்பண்டங்கள் தேவைப்படும்.

நான் இந்தக் கணக்கோடு கடைக்குச் சென்றேன். வெவ்வேறு தின்பண்டங்களைத் தேர்ந்தெடுத்தேன். மொத்தம் இரண்டு கிலோ கணக்கு வந்தவுடன் நிறுத்திவிட்டேன். எல்லாத் தின்பண்டங்களையும் ஒரு பெரிய பையில் போட்டுக் கல்லூரி விடுதிக்குக் கொண்டுவந்துவிட்டேன்.

மறுநாள், திட்டமிட்டபடி சுற்றுலா தொடங்கியது. ஆனால், சில மணிநேரங்களுக்குள் தின்பண்டங்கள் தீர்ந்துவிட்டன. அதனால், எல்லாரும் என்மீது கடுப்பானார்கள், 'இன்னும் கொஞ்சம் வாங்கியிருக்கலாம்ல?' என்று உரிமையோடு கடிந்துகொண்டார்கள்.

'ஆனா, நான் சரியாத் திட்டம் போட்டுத்தான் வாங்கினேன்' என்றேன் நான்.

'அது சரி. ஆனா, இப்ப நமக்குச் சாப்பிடறதுக்கு எதுவும் இல்லையே' என்றான் ஒரு நண்பன், 'அப்படீன்னா, உன்னோட திட்டம் சொதப்பிடுச்சுன்னுதானே அர்த்தம்?'

என்னுடைய திட்டம் எப்படிச் சொதப்பியது?

முதலில், ஒவ்வொருவரும் 150 கிராம்தான் சாப்பிடுவார்கள் என்பது என்னுடைய ஊகம்தான். அதை நான் யாரிடமும் கேட்டு உறுதிப்படுத்தவில்லை. 150 என்பது 200ஆக உயர்ந்தால்கூட இன்னும் முக்கால் கிலோ தின்பண்டங்கள் தேவைப்படும்.

அடுத்து, முந்தைய நாள் இரவு நான் உறங்கியபிறகு, என்னுடைய அறைத் தோழர்கள் அந்தத் தின்பண்டப் பையிலிருந்து சில பொட்டலங்களை எடுத்துச் சாப்பிட்டு ஏப்பம் விட்டிருந்தார்கள். அதனால், இரண்டு கிலோ தின்பண்டம் என்பது ஏற்கெனவே ஒன்றரைக் கிலோவாகச் சுருங்கியிருந்தது. அதை நான் அறிந்திருக்கவில்லை.

மூன்றாவது காரணம், சில தின்பண்டங்கள் மற்றவற்றைவிடச் சுவையாக இருந்ததால், சுற்றுலாவுக்கு வந்த நண்பர்கள் அந்தக் குறிப்பிட்ட தின்பண்டங்களைமட்டும் நிறைய விரும்பித் தின்றுவிட்டார்கள். அதனால், அவை விரைவில் தீர்ந்து போய்விட்டன. இது அவர்களுக்கு ஏமாற்றமளித்தது.

நல்ல வேளையாக, இது ஒன்றும் தீர்க்கமுடியாத சிக்கல் இல்லை. நாங்கள் வண்டியை ஒரு கடையில் நிறுத்தி இன்னும் கொஞ்சம் தின்பண்டங்களை வாங்கிக்கொண்டோம். அதன்பிறகு, எங்கள் சுற்றுலா மகிழ்ச்சியாகத் தொடர்ந்தது.

அன்றைக்குக் கற்றுக்கொண்ட எளிய பாடத்தை நான் இன்றுவரை நினைவில் வைத்திருக்கிறேன். நமக்காகத் திட்டமிடுவது ஒரு கலை என்றால், பலருக்காகத் திட்டமிடுவது முற்றிலும் வேறுபட்ட இன்னொரு கலை. அங்கு நம்முடைய திட்டம் பல காரணிகளால் பலவிதங்களில் பாதிக்கப்படலாம், அதன்மூலம் நம் அன்புக்குரியவர்கள் சிரமப்படலாம். அதற்கு நாம் நேரடிக் காரணமாகிவிடுவோம். அதனால், நமக்காகத் திட்டமிடுவதைவிட, பலருக்காகத் திட்டமிடும்போது கூடுதல் பொறுப்புடன் செயல்படவேண்டும்.

ஒரு நாள் சுற்றுலாவுக்கே இப்படி என்றால், நம்முடைய குடும்பத்தின் எதிர்காலத்துக்குத் திட்டமிடுவது எத்தனைப் பெரிய பொறுப்பாக இருக்கும்! அதில் ஏதாவது தவறு நேர்ந்துவிட்டால் அது நமக்கு எத்தனைப் பெரிய குற்றவுணர்ச்சியை உண்டாக்கும்!

முன்பெல்லாம் வீட்டில் ஒருவரைக் 'குடும்பத் தலைவர்' என்பார்கள். அவர்தான் வீட்டில் எல்லாருக்காகவும் பல தீர்மானங்களை எடுப்பார். அவை ஒவ்வொன்றும் சரியாக அமையவேண்டும், இல்லாவிட்டால் நம் மனைவி/கணவர், பிள்ளைகள், உடன்பிறந்தோர், பெற்றோர் சிரமப்படுவார்கள் என்கிற அழுத்தம் அவருக்கு எப்போதும் இருக்கும்.

இன்றைய வீடுகளில் குடும்பத் தலைவர் பொறுப்பைக் கணவரும் மனைவியும் கிட்டத்தட்ட சமமாகப் பகிர்ந்துகொள்கிறார்கள். ஆனாலும், நிதித் தீர்மானங்கள் என்று வந்துவிட்டால், அவர்களில் யாரேனும் ஒருவர்தான் முதன்மைப் பொறுப்பை ஏற்றுக்கொள்ளவேண்டியிருக்கிறது. அதாவது, ஒருவர் மொத்தக் குடும்பத்தின் எதிர்காலத்துக்கான நிதித் தீர்மானங்களை எடுக்கிறார். அந்த வீட்டில் உள்ள பிள்ளைகள் படித்து, வேலைக்குச் சென்று சொந்தக் காலில் நிற்கும்வரை அவருடைய திட்டம் ஒழுங்காக நடக்கவேண்டும்.

சொல்லப்போனால், குழந்தைகள் வேலைக்குச் சென்றபிறகும் அந்தக் குடும்பத் தலைவருடைய நிதிப் பொறுப்பு முடிந்துவிடுவதில்லை. தன்னுடைய, தன் மனைவி/கணவருடைய ஓய்வு வாழ்க்கைக்கான திட்டமிடலையும் அவர் முன்கூட்டியே செய்திருக்கவேண்டும். ஏனெனில், முதுமைப் பருவத்தில் பிள்ளைகளை நம்பி வாழ்கிற பழைய முறையை இப்போது பலர் விரும்புவதில்லை. அது எதார்த்தத்திலும் சரிப்படுவதில்லை.

ஆக, ஒரு குடும்பத்துக்கான நிதித் திட்டம் என்பது அதைத் திட்டமிடுபவர், அவருடைய துணைவியின் இறுதிக்காலம்வரை அவர்களுக்குத் தேவைப்படும் பணத்தைத் தொடர்ந்து கொடுக்கவேண்டும். இவர்கள் தங்கள் பிள்ளைகளுக்கு ஏதாவது செல்வத்தை விட்டுச்செல்ல விரும்பினால், அதன்பிறகும் கொஞ்சம் பணம் மீதியிருக்கவேண்டும்.

இதன் பொருள், இந்தத் திட்டம் கால் நூற்றாண்டு, அரை நூற்றாண்டுக்கு நீளப்போகிறது. அத்தனைக் காலத்துக்கு இந்தத் திட்டம் சரியாக நிறைவேறவேண்டும். நடுவில் அவர்களாக எதையும் சொதப்பிவிடக்கூடாது, அல்லது, வெளி ஆட்கள் (நிதி அமைப்புகள், அரசாங்கம் போன்றவை) ஏதும் சொதப்பிவிடக்கூடாது. எங்கும் எந்தத் தவறும் நடந்துவிடக்கூடாது. இது கொஞ்சம் பிசகினாலும் சாப்பாட்டுக்கோ, மருத்துவத்துக்கோ, மற்ற செலவுகளுக்கோ இன்னொருவரை எதிர்பார்த்து வாழ்கிற சூழ்நிலை வந்துவிடக்கூடும். இது எப்பேர்ப்பட்ட அழுத்தம்!

நல்லவேளையாக, எங்களுடைய சுற்றுலாத் தின்பண்டத் திட்டமிடலைப்போலின்றி நிதித் திட்டமிடலுக்கு ஏராளமான கருவிகள் இருக்கின்றன. வல்லுனர்கள் பயன்படுத்துகிற சிக்கலான கருவிகளில் தொடங்கி, நம்மைப்போன்ற பொதுமக்களுக்கு ஏற்ற எளிய கருவிகள்வரை நூல்களிலும் இணையத்திலும் மொபைல் செயலிகளிலும் ஆயிரக்கணக்கில் கொட்டிக்கிடக்கின்றன, இவற்றில் எதைத் தேர்ந்தெடுப்பது என்று நாம் திக்குமுக்காடுகிற அளவுக்கு.

இந்தக் கருவிகள் நம்மிடம் சில எளிய கேள்விகளைக் கேட்கின்றன. நாம் நம்முடைய நிதி நிலைமையை, எதிர்பார்ப்புகளை, குடும்பச் சூழலைப்பற்றிச் சொன்னவுடன், அதன் அடிப்படையில் நாம் எவ்வளவு சேமிக்கவேண்டும், அதை எங்கு முதலீடு செய்யவேண்டும் என்று ஒரு திட்டத்தை உருவாக்கிக் கொடுத்துவிடுகின்றன.

ஆனால், இந்தத் திட்டத்தைக் கல்லில் எழுதப்பட்ட கல்வெட்டாக நினைத்துவிடக்கூடாது. அது ஒரு தொடக்கம். ஆண்டுக்கு ஆண்டு நம் நிதி நிலைமையும் எதிர்பார்ப்புகளும் மாறலாம், திருமணம், குழந்தைகள், அவர்களுடைய தேவைகள் என்று குடும்பச் சூழலும் மாறலாம், நாம் முதலீடு செய்கிற சந்தைச் சூழலும் மாறலாம். இந்த மாற்றங்களுக்கு ஏற்ப அந்தத் திட்டத்தை அவ்வப்போது அலசி, ஆராய்ந்து, மாற்றவேண்டியிருக்கும்.

எடுத்துக்காட்டாக, ஒருவர் தன்னுடைய இப்போதைய சூழ்நிலையின் அடிப்படையில் ஒரு நிதித் திட்டத்தை உருவாக்குகிறார். சில ஆண்டுகளுக்குப்பிறகு, அவருக்கு ஒரு பெரிய நகரத்தில் வேலை கிடைக்கிறது. அங்கு வாடகை, மளிகைப் பொருட்கள், பள்ளிக் கட்டணம், மருத்துவக் கட்டணம் என்று அனைத்துக்கும் கூடுதல்

செலவாகிறது. இப்போது அவருடைய பழைய நிதித் திட்டம் எப்படி வேலை செய்யும்? புதிய சூழலுக்கேற்ப அதை மாற்றி அமைத்தால்தான் அவர் தன்னுடைய நிதி எதிர்காலத்தைப்பற்றி நம்பிக்கையோடு இருக்கலாம்.

ஆக, குறைந்தது ஆண்டுக்கு ஒருமுறையாவது நாம் நம்முடைய நிதித் திட்டத்தைப் புரட்டிப்பார்க்கவேண்டும், ஏதாவது மாறியிருக்கிறதா என்று சிந்திக்கவேண்டும், நாம் சரியான திசையில் நடந்துகொண்டிருக்கிறோமா, ஏதாவது சொதப்புகிறதா என்று மதிப்பிடவேண்டும், அதன் அடிப்படையில் தேவையான மாற்றங்களைச் செய்யவேண்டும்.

'ஆனா, கணக்குக்கும் எனக்கும் ஆகாதே' என்று சிலர் தலையைச் சொறியக்கூடும். அவர்களுக்கும் நிதித் திட்டமிடல் தேவை என்பதால், அவர்கள் ஒரு நல்ல நிதி வல்லுனருடைய சேவையைப் பயன்படுத்திக்கொள்வது நல்லது. அதாவது, மேற்சொன்ன அனைத்தையும் அவர்கள் செய்யாமல் அவர்களுடைய நிதி ஆலோசகர் செய்வார். அதற்கு அவர் ஒரு கட்டணம் பெற்றுக்கொள்வார்.

என்னதான் நிதி வல்லுனர் எல்லாவற்றையும் செய்கிறார் என்றாலும், அவர் உருவாக்கும் நிதித் திட்டத்தை நாம் ஓரளவு புரிந்துகொள்வதுதான் நல்லது. இல்லாவிட்டால் இன்னொருவருடைய மூளையை நம்பி நம்முடைய வாழ்க்கையை அமைத்துக்கொண்டவர்களாகிவிடுவோம்.

இதையெல்லாம் முறையாகச் செய்துவிட்டால் எல்லாம் சரியாக நடந்துவிடுமா என்றால், அதற்கு யாரும் உத்தரவாதம் அளிக்க இயலாது. இத்தனைக்குப்பிறகும் எதிர்பாராத திருப்பங்கள் வரலாம். அவை நம் கையில் இல்லை.

எடுத்துக்காட்டாக, 'நான் மாதம் 20,000 ரூபாய் சேமித்தால் பதினெட்டு ஆண்டுகளில் என்னுடைய நிதி இலக்குகளை எட்டிவிடுவேன்' என்று ஒருவர் திட்டமிடுகிறார். ஆனால், அவர் தேர்ந்தெடுத்த முதலீட்டு வழிகளில் அவர் எதிர்பார்த்த அளவுக்கு வருவாய் கிடைக்கவில்லை. அதனால், அவர் இருபது ஆண்டுகள் காத்திருக்கவேண்டியிருக்கிறது, அல்லது, மாதம் 30,000

ரூபாய் சேமிக்கவேண்டியிருக்கிறது, அல்லது, முதலீட்டு வழிகளை மாற்றவேண்டியிருக்கிறது.

இங்கு எந்த முதலீட்டு வழியில் எவ்வளவு வருவாய் வரும் என்பது அவருடைய கையில் இல்லை. ஆனால், எந்த முதலீட்டு வழியில் எத்தனை ஆண்டுகளுக்கு எவ்வளவு ரூபாய் முதலீடு செய்வது என்பது அவருடைய கையில்தான் இருக்கிறது. அதில்மட்டும்தான் அவர் தொடர்ந்து கவனம் செலுத்தவேண்டும். இதை அவர் முறையாகச் செய்துகொண்டிருந்தால் அவருடைய நிதி எதிர்காலம் சிறப்பாக இருப்பதற்கான வாய்ப்புகள் பெருகும். இதுதான் நிதித் திட்டமிடலின் நோக்கமும் பலனும்.

★★★

பகுதி 9: நிதித் திட்டமிடல் (Financial Planning)

41. மூன்று உண்டியல்கள்

ஒரு சிறுவனிடம் மூன்று உண்டியல்கள் இருக்கின்றன.

முதல் உண்டியல் சிறியது. அதில் அவன் தன்னுடைய புதிய மிதிவண்டிக்குப் பணம் சேர்த்துக்கொண்டிருந்தான்.

இரண்டாம் உண்டியல் சற்றுப் பெரியது. அதில் அவன் தன்னுடைய அடுத்த ஆண்டுக்கான இன்பச் சுற்றுலாவுக்குப் பணம் சேர்த்துக்கொண்டிருந்தான்.

மூன்றாம் உண்டியல் இன்னும் பெரியது. அதில் அவன் தன்னுடைய கல்லூரிக் கட்டணத்துக்காகப் பணம் சேர்த்துக்கொண்டிருந்தான்.

இன்றைக்கு, அவனுடைய அத்தை அவனுக்கு ஐம்பது ரூபாய் கொடுத்திருக்கிறார். அந்தத் தொகையை அவன் மூன்றாகப் பிரித்து மூன்று உண்டியல்களிலும் போடுகிறான். இதன்மூலம் அவன் தன்னுடைய மூன்று இலக்குகளை நோக்கி இன்னும் சற்று முன்னேறுகிறான்.

ஆனால், இந்த இலக்குகள் மூன்றும் ஒரேமாதிரியானவை இல்லை. அதைக் கவனித்தீர்களா?

மிதிவண்டிக்கான தொகையை அவன் இன்னும் சில மாதங்களில் சேர்த்துவிடுவான். அதனால்தான் அந்த உண்டியல் சிறியதாக இருக்கிறது.

அதோடு ஒப்பிடும்போது, இன்பச் சுற்றுலாவுக்கு இன்னும் கூடுதலான பணம் தேவைப்படுகிறது. அதனால் அவன் நடுத்தர அளவு உண்டியலைப் பயன்படுத்துகிறான்.

அவன் இப்போதுதான் பள்ளியில் படித்துக்கொண்டிருக்கிறான், கல்லூரிப் படிப்பை எட்டுவதற்கு இன்னும் பல ஆண்டுகள் ஆகும். அதோடு, அதற்கு நிறையச் செலவும் பிடிக்கும். அதனால் அவன் பெரிய உண்டியலில் பணம் சேர்க்கிறான்.

மூன்று வெவ்வேறு நிதித் தேவைகள், வெவ்வேறு காலகட்டங்களில் நிறைவேறக்கூடியவை, வெவ்வேறு அளவிலானவை... இந்த மூன்று உண்டியல்கள் நம் எல்லாருடைய வாழ்க்கையிலும் உண்டு. இவற்றைக் குறுகிய கால நிதித் தேவைகள், இடைக்கால நிதித் தேவைகள், நீண்ட கால நிதித் தேவைகள் என்பார்கள்.

குறுகிய கால நிதித் தேவைகள் என்பவை அடுத்த சில நாட்களில், வாரங்களில், மாதங்களில், அல்லது, ஓரிரு ஆண்டுகளுக்குள் நிறைவேறக்கூடியவை. எடுத்துக்காட்டாக, புதிய மிக்சி வாங்குவது, பெரிய உணவகத்துக்குச் சென்று சாப்பிடுவது, நகராட்சி வரி செலுத்துவது, புதிய ஜீன்ஸ் பேன்ட் வாங்குவது போன்றவை.

இடைக்கால நிதித் தேவைகள் என்பவை அடுத்த சில ஆண்டுகளில் நிறைவேறக்கூடியவை. எடுத்துக்காட்டாக, சிறிய காரை விற்றுவிட்டுச் சற்றுப் பெரிய கார் வாங்குவது, வெளிநாட்டுச் சுற்றுப்பயணம் போன்றவை.

நீண்ட கால நிதித் தேவைகள் என்பவை பத்து அல்லது அதற்கு மேற்பட்ட ஆண்டுகளில் நிறைவேறக்கூடியவை. எடுத்துக்காட்டாக, குழந்தைகளைப் படிக்கவைப்பது, வீடு வாங்குவது, பிள்ளைகளுக்குத் திருமணம் செய்துவைப்பது, பணி ஓய்வு பெறுவது போன்றவை.

இவை மூன்றும் வெவ்வேறுவிதமாக அமைந்தாலும், மூன்றுக்கும் நாம்தான் சம்பாதிக்கவேண்டும், சேமிக்கவேண்டும், முதலீடு செய்யவேண்டும். அதனால், இந்தத் தேவைகளைப் புரிந்துகொள்வதும் அவற்றுக்காகத் திட்டமிடுவதும் அந்தத் திட்டங்கள் சரியான திசையில் செல்கின்றனவா என்பதைத் தொடர்ந்து கவனிப்பதும் நம் கடமைகளாகின்றன.

அதாவது, மேற்சொன்ன மூன்று வகைகளிலும் நம்முடைய தேவைகள் என்னென்ன, அவற்றைக் குத்துமதிப்பாக எப்போது நிறைவேற்றவேண்டும், அவற்றுக்குத் தோராயமாக எவ்வளவு செலவாகும் என்றெல்லாம் நாம் சிந்திக்கவேண்டும். அப்போதுதான் நம்முடைய நிதித் திட்டமிடல் வெறும் கனவாக இல்லாமல், எண்களின் அடிப்படையில் அமைந்த அறிவியல் திட்டமாக ஆகும், அதை நாம் எட்டுகிறோமா, இல்லையா என்கிற கேள்விக்குக் குழப்பமில்லாத பதில் கிடைக்கும், அதன் அடிப்படையில் நாம் நம்முடைய வருவாயைப் பெருக்கலாம், செலவுகளைக் குறைக்கலாம், சேமிக்கலாம், சரியாக முதலீடு செய்யலாம்.

ஆக, ஒட்டுமொத்த நிதித் திட்டமிடலுக்கும் நம் தேவைகளைப் புரிந்துகொள்வதுதான் அடிப்படை. இல்லாவிட்டால் திசை தெரியாமல் ஓடுகிறோம் என்று பொருள்.

இந்தத் தேவைகள் பெரும்பாலும் தனி நபர்களுக்கானவையாக இருப்பதில்லை. அதனால், கணவர், மனைவி, பிள்ளைகள், பெற்றோர், உடன்பிறந்தோர் என்று அந்தத் தேவைகளில் பங்குவகிப்போர் *(Stakeholders)* எல்லாரும் மொத்தமாக உட்கார்ந்து பேசவேண்டும். அப்போதுதான் எந்தத் தேவையும் விடுபட்டுவிடாமல் முழுமையான, எதார்த்தமான பட்டியலைத் தயாரிக்கலாம்.

அடுத்து, இதில் வரும் தொகைகள், குறிப்பாக, நீண்ட கால நிதித் தேவைகளுக்கான தொகைகள் அனைத்தும் பணவீக்கத்தால் பாதிக்கப்படும் என்பதை நினைவில் கொள்ளவேண்டும். எடுத்துக்காட்டாக, பத்து ஆண்டுகளுக்குப்பின் நீங்கள் உங்கள் குழந்தையை வெளிநாட்டுக்குப் படிக்க அனுப்புகிறீர்கள் என்றால், அதற்கான இன்றைய செலவைக் கணக்கிட்டால் போதாது, அன்றைக்கு அதற்கு எவ்வளவு செலவு இருக்கும் என்பதையும் ஓரளவு கணிக்கவேண்டும், அதற்கேற்பத் திட்டமிடவேண்டும்.

சரி, நம்முடைய நிதித் தேவைகளைத் தனித்தனியாகப் பிரித்துத் துல்லியமாகப் பட்டியலிட்டுவிட்டோம். அதன்பிறகு என்ன செய்வது?

மேலுள்ள எடுத்துக்காட்டில் அந்தச் சிறுவன் வெவ்வேறு காலகட்டங்களில் நிறைவேறவேண்டிய தன்னுடைய நிதித்

தேவைகளுக்காக மூன்று தனித்தனி உண்டியல்களில் பணம் சேர்க்கிறான், தனக்குக் கிடைக்கும் பணத்தை மூன்றாகப் பிரித்து இந்த உண்டியல்களில் போடுகிறான். இதே பழக்கத்தைத்தான் நாமும் பின்பற்றப்போகிறோம்.

அதாவது, ஒவ்வொரு மாதமும் சம்பளம், போனஸ், வாடகை, தொழிலில் கிடைத்த லாபம் என்று பல வகைகளில் நமக்கு வருவாய் வருகிறது. அந்தத் தொகையைக் கொண்டு நாம் நம்முடைய செலவுகளைச் செய்கிறோம். அதன்பிறகு, மீதியிருக்கிற பணத்தைச் சேமிக்கிறோம். அந்தச் சேமிப்பை ஒரே உண்டியலில் போடாமல், மூன்று தனித்தனி உண்டியல்களில் போடப்போகிறோம்.

இங்கு உண்டியல் என்பது மரத்திலோ மண்ணிலோ செய்த பெட்டி இல்லை. அது ஒரு வங்கிக் கணக்காக இருக்கலாம், பங்குச் சந்தை முதலீடாக இருக்கலாம், தங்கமாக இருக்கலாம், பரஸ்பர நிதியாக (ம்யூச்சுவல் ஃபண்ட்) இருக்கலாம்... இப்படி நமக்குக் கிடைக்கும் வெவ்வேறு வாய்ப்புகளை நாம் பயன்படுத்திக்கொள்ளவேண்டும். ஆனால், எந்த முதலீடு எந்தச் செலவுக்கானது என்பதைத் தெளிவாகப் புரிந்துவைத்திருக்கவேண்டும்.

எடுத்துக்காட்டாக, குறுகிய கால நிதித் தேவைகளுக்கான பணத்தை ஒருவர் தன்னுடைய சேமிப்புக் கணக்கிலேயே வைத்திருக்கலாம். அல்லது, எந்த நேரத்திலும் எளிதில் எடுக்கக்கூடிய, மதிப்பு அடிக்கடி ஏறி இறங்காத வேறு முதலீட்டு வகைகளைப் பயன்படுத்தலாம்.

இங்கு பணம் பாதுகாப்பாக இருக்கிறதா என்பதுதான் நமக்கு முக்கியம். ஏனெனில், நாம் இந்தப் பணத்தை விரைவில் எடுத்துப் பயன்படுத்தப்போகிறோம். அதனால், எளிதில் கிடைக்காத, அந்தப் பக்கம் போனால் 20% லாபம், இந்தப் பக்கம் வந்தால் 20% நஷ்டம் என்பதுபோன்ற தடாலடி முதலீடுகளில் அதைப் போடக்கூடாது.

இதோடு ஒப்பிடும்போது, இடைக்கால நிதித் தேவைகளுக்கான பணத்தில் நாம் சிறிது ஆபத்துக்குத் துணியலாம். ஆனால், 'ரிஸ்க் எடுக்கறது எனக்கு ரஸ்க் சாப்பிடறமாதிரி' என்று மிகவும் துணியக்கூடாது. சற்று ஆபத்து உண்டு, அதற்கேற்ப நல்ல வருவாயும் உண்டு, ஆனால், பணம் ஓரளவு பாதுகாப்பாகவே இருக்கும் என்பதுபோன்ற முதலீட்டு வழிகளைத் தேர்ந்தெடுக்கவேண்டும்.

நிறைவாக, நீண்ட கால நிதித் தேவைகளுக்கு இன்னும் பல ஆண்டுகள் இருக்கும். அதாவது, அவற்றுக்கென்று சேர்க்கப்போகும் பணத்தை நாம் உடனடியாகத் தொடப்போவதில்லை. அதனால், நாம் இன்னும் சிறிது கூடுதல் ஆபத்துக்குத் துணியலாம், இவற்றில் ஆண்டுக்கு ஆண்டு லாபமும் நஷ்டமும் மாறி மாறி வந்தாலும், தொலைநோக்கில் பார்க்கும்போது இதன்மூலம் கிடைக்கும் சராசரி வருவாய் நன்றாக இருக்கும் என்று நம்பலாம்.

ஆனால் ஒன்று, தேவை எதுவானாலும், அரசாங்கத்தால் நியமிக்கப்பட்ட அமைப்புகளால் முறையாக அங்கீகரிக்கப்பட்ட, வரையறுக்கப்பட்ட, ஒழுங்குபடுத்தப்பட்ட, போதுமான வரலாற்றைக் கொண்ட, வல்லுநர்களால் நடத்தப்படுகிற முதலீடுகளில் மட்டும்தான் நம்முடைய பணத்தைப் போடவேண்டும். ஆபத்துக்குத் துணிகிறேன் பேர்வழி என்று ஏமாற்றுக்காரர்களிடம் மாட்டிக்கொண்டுவிடக்கூடாது.

எடுத்துக்காட்டாக, 'அடுத்த தெருவுல ஒரு தொழிலதிபர் இருக்கார். அவரோட தொழிலுக்கு அவசரமாப் பணம் தேவைப்படுது. மாசம் 20% வட்டி தர்றதாச் சொல்றார்' என்பதுபோன்ற ஆசைச்சொற்களுடன் பலர் நம்மை அணுகுவார்கள். இவர்கள் நமக்கு நன்கு தெரிந்தவர்களாக, பண விஷயத்தில் நல்ல அறிவாளிகளாகக்கூட இருக்கலாம். ஆனால், இவர்கள் முன்வைக்கும் இந்த முதலீட்டு வாய்ப்புகள் முறையானவை இல்லை. இவற்றை நம்பிப் பணத்தைப் போட்டுவிட்டு ஏமாந்து நின்றால் காவல்துறையோ, அரசாங்கமோ நமக்கு உதவ முயலும். ஆனால், பணம் திரும்பக் கிடைக்கும் என்பதற்கு எந்த உத்தரவாதமும் இல்லை.

'ஆனால், எனக்கு இந்த வாய்ப்பைப்பற்றிச் சொன்னவர் என்னுடைய சொந்தச் சித்தப்பா பையன், அவர் எப்படி என்னை ஏமாற்றுவார்?' என்று சிலர் கேட்கலாம். அவர்கள் நினைவில் வைத்துக்கொள்ளவேண்டிய விஷயம், உங்களுக்கு இந்தச் செய்தியைச் சொல்பவர் உங்களை ஏமாற்ற நினைக்காமல் இருக்கலாம். ஆனால், அவருக்கு இந்த விஷயம் எப்படித் தெரிந்தது? ஒருவேளை, அவருக்கு இதைச் சொன்னவர் ஏமாற்றுப் பேர்வழியாக இருந்தால்? அப்போது உங்கள் சித்தப்பா பையனும் ஏமாந்து, நீங்களும் ஏமாந்துவிடுவீர்களல்லவா?

அதனால், முதலீடு என்று வந்துவிட்டால் முறையான வல்லுனர்களைத்தவிர யாரையும் நம்பக்கூடாது. நாளைக்கு நானே உங்களைத் தொலைபேசியில் அழைத்து 'இந்தத் திட்டத்தில் பணம் போடுங்கள்' என்று சொன்னாலும், 'நீங்கள் எந்தத் தகுதியில் இதைச் சொல்கிறீர்கள்? இந்த முதலீடு எந்த அமைப்பால் கட்டுப்படுத்தப்படுகிறது? அந்த அமைப்பு உங்களை அங்கீகரித்திருக்கிறதா? அதற்கான அடையாள அட்டை உங்களிடம் உள்ளதா? நான் போடும் பணத்துக்கு என்ன உத்தரவாதம்? இந்தப் பணத்தை வைத்து நீங்கள் என்ன செய்வீர்கள்? எப்படி என் முதலீட்டுக்கான வருவாயைக் கொடுப்பீர்கள்? நாளைக்கே ஏதாவது சிக்கல் வந்தால் யார் என்னுடைய பணத்துக்குப் பொறுப்பேற்பார்கள்?' என்றெல்லாம் கேட்கவேண்டும். இந்தக் கேள்விகளுக்குச் சரியான பதில் வராவிட்டால் அந்தத் திட்டத்தில் ஒரு ரூபாயைக்கூட முதலீடு செய்யக்கூடாது.

ஆக, நிதித் தேவைகளை மூன்றாகப் பகுத்துக்கொள்ளவேண்டும், அதற்கான பணத்தைக் கொஞ்சங்கொஞ்சமாகச் சேர்க்கவேண்டும், அதை அந்தந்தக் காலகட்டத்துக்கு உரிய முதலீடுகளில் போடவேண்டும், அந்த முதலீடு முறையாக ஒழுங்குபடுத்தப்பட்டதாக இருக்கவேண்டும்.

ஆனால், நிதித் திட்டமிடலைத் தொடங்குகிற ஒருவர் இந்த மூன்று வகை நிதித் தேவைகளுக்கான சேமிப்பை எப்படி அணுகுவது? முதலில் குறுகிய கால நிதித் தேவைகளுக்குப் பணம் சேர்த்துவிட்டுப் பிற தேவைகளைப்பற்றிச் சிந்திக்கலாமா? அல்லது, ஒரே நேரத்தில் மூன்றிலும் பணம் போடவேண்டுமா?

★★★

42. வருவாயும் வளரணும், சேமிப்பும் வளரணும்

ஒருவர் தன்னுடைய குறுகிய கால, இடைக்கால, நீண்ட கால நிதித் தேவைகளைப்பற்றிச் சிந்தித்துவிட்டார். அதற்கான தொகைகளையும் கணக்கிட்டுவிட்டார். இப்போது, அவர் அந்த மூன்று தேவைகளுக்காகவும் சேமிக்கத் தொடங்கவேண்டும்.

அதற்கு முன்னால் அவர் தன்னைத் தானே கேட்டுக் கொள்ளவேண்டிய ஒரு முதன்மையான கேள்வி: நான் என்னுடைய நெருக்கடி நேரத் தொகையைச் சேமித்துவிட்டேனா? இல்லையா?

நெருக்கடி நேரத் தொகையைப்பற்றி நாம் ஏற்கெனவே பேசியிருக்கிறோம். திடீரென்று ஏதோ ஒரு காரணத்தால் உங்களுடைய மாத வருவாய் பாதிக்கப்பட்டால் அடுத்த சில, பல மாதங்களுக்கு உங்களுடைய தனிப்பட்ட, வீட்டுச் செலவுகள், கடமைகள் அனைத்தையும் ஈடு செய்யக்கூடிய தொகைதான் இது. இந்தத் தொகையை நீங்கள் உங்களுக்கு உடனடியாகக் கிடைக்கக்கூடிய, மிகவும் பாதுகாப்பான ஓர் இடத்தில் சேமித்துவைத்திருக்கவேண்டும். உண்மையான நெருக்கடி வந்தாலன்றி அதைத் தொடக்கூடாது.

ஒருவேளை, நீங்கள் உங்களுடைய நெருக்கடி நேரத் தொகையை இன்னும் சேமிக்கவில்லை என்றால், உடனடியாக அதைத் தொடங்கவேண்டும். குறுகிய கால, இடைக்கால, நீண்ட கால நிதித் தேவைகளெல்லாம் தண்ணீர், சாப்பாடு என்றால் நெருக்கடி நேரத் தொகை என்பது ஆக்சிஜனைப்போன்றது. அந்தத் தொகையை

ஒழுங்காகச் சேமித்து ஓரமாக எடுத்துவைக்காமல் மற்ற மூன்று வகை நிதித் தேவைகளைப்பற்றி நீங்கள் சிந்திக்கக்கூடாது.

எடுத்துக்காட்டாக, ஒருவருடைய நெருக்கடி நேரத் தொகை ஒன்றரை லட்சம் என்று வைத்துக்கொள்வோம். அவர் தன்னுடைய சம்பளத்திலிருந்து மாதந்தோறும் பத்தாயிரம் சேமிக்கிறார் என்றால், அடுத்த பதினைந்து மாதங்களுக்கு இந்தத் தொகை முழுவதும் அந்த நெருக்கடி நேரத் தொகைக் கணக்குக்குக்குத்தான் போகவேண்டும்.

இந்தப் பதினைந்து மாதங்களில் அவருக்குச் சம்பள உயர்வு வரலாம், அல்லது, அவர் இன்னும் கூடுதல் சம்பளம் உள்ள ஒரு வேலைக்குத் தாவலாம், அல்லது, வேறொரு வழியில் அவருக்குக் கூடுதல் பணம் கிடைக்கலாம்... இந்தப் பணத்தையெல்லாம் அவர் தன்னுடைய நெருக்கடி நேரத் தொகைக் கணக்கில்மட்டும்தான் சேர்க்கவேண்டும். ஏனெனில், அது நிரம்பினால்தான் அவர் தன்னுடைய மற்ற நிதித் தேவைகளைப்பற்றிச் சிந்திக்கமுடியும்.

இப்படியாக, சுமார் பன்னிரண்டிலிருந்து பதினைந்து மாதங்களில் இந்தச் சேமிப்புக் கணக்கின் கையிருப்பு ஒன்றரை லட்சத்தைத் தொடும். அந்தக் கணத்திலிருந்து இப்படி ஒரு கணக்கு இருப்பதையே அவர் மறந்துவிடவேண்டும். அதாவது, நெருக்கடி இல்லாத நேரத்தில் இந்தத் தொகை இருப்பதே நமக்கு நினைவுக்கு வரக்கூடாது. இல்லாவிட்டால் அதை எடுத்து எங்கேயாவது முதலீடு செய்யலாமா, இன்னும் கூடுதல் வட்டி சம்பாதிக்கலாமா, அதை வைத்து இந்தப் பொருளை வாங்கலாமா, அந்தப் பொருளை வாங்கலாமா என்றெல்லாம் உள்ளம் தடுமாறும். இதுபோன்ற ஆசைகளுக்கு மயங்கினால் உண்மையான நெருக்கடி வரும்போது அந்தப் பணம் நம் கைக்குச் சிக்காமல் போய்விடக்கூடும்.

அதனால், நெருக்கடி நேரத் தொகையை அப்படியே ஒரு பக்கமாக விட்டுவிடுவோம். அது தேவையான நேரத்தில் நமக்குக் கை கொடுக்கும். ஒருவேளை, அடுத்த பல ஆண்டுகளுக்கு அதைத் தொடுகிற தேவையே நமக்கு ஏற்படவில்லை என்றால், நம்முடைய நிதி நிலைமை மிகவும் நன்றாக இருக்கிறது என்று பொருள்!

நெருக்கடி நேரத் தொகையைச் சேமித்தபிறகு, மேற்சொன்ன மூன்று நிதித் தேவைகளை மீண்டும் தூசு தட்டி எடுக்கவேண்டும், தேவைப்பட்டால் அவற்றை மறுபடி கணக்கிடவேண்டும்.

அதன்பிறகு, மாதந்தோறும் மிச்சமாகிற பணத்தை இந்த நிதித் தேவைகளுக்கான தனித்தனிக் கணக்குகளில் சேமிக்கத் தொடங்கவேண்டும்.

எடுத்துக்காட்டாக, ஒருவர் தன்னுடைய குறுகிய கால நிதித் தேவைகளுக்கான பணத்தைச் சேமிப்புக் கணக்கில் வைத்திருக்க விரும்புகிறார், இடைக்கால நிதித் தேவைகளுக்கான பணத்தை வைப்பு நிதிக் கணக்கில் சேமிக்க நினைக்கிறார், நீண்ட கால நிதித் தேவைகளுக்கான பணத்தை ஒரு குறிப்பிட்ட மியூச்சுவல் ஃபண்டில் சேமிக்க எண்ணுகிறார். இதனால், அவர் தன்னுடைய மாதச் சேமிப்புத் தொகையை இந்த மூன்று கணக்குகளிலும் தனித்தனியாகப் பிரித்துப் போடவேண்டும்.

ஒருவேளை, அவர் மாதந்தோறும் பதினைந்தாயிரம் ரூபாய் சேமிக்கிறார் என்றால், அதில் ஐயாயிரத்தைச் சேமிப்புக் கணக்கிலும் (குறுகிய கால நிதித் தேவைகளுக்கானது), இன்னோர் ஐயாயிரத்தை வைப்பு நிதிக் கணக்கிலும் (இடைக்கால நிதித் தேவைகளுக்கானது), மீதியுள்ள ஐயாயிரத்தை மியூச்சுவல் ஃபண்டிலும் சேர்க்கவேண்டும். இதன்மூலம் அவருடைய மூன்று நிதித் தேவைகளுக்கும் தேவையான பணம் கொஞ்சங்கொஞ்சமாகச் சேரத் தொடங்கும்.

சில மாதங்களுக்குப்பின் அவருக்குச் சம்பள உயர்வு வருகிறது. இப்போது அவர் பதினெட்டாயிரம் ரூபாய் சேமிக்கிறார். அப்படியானால், அவர் மேலுள்ள தொகையை ஆறாயிரம், ஆறாயிரம், ஆறாயிரம் என்று பிரித்துக்கொள்ளலாம். இப்படி வருவாய் வளர வளரச் சேமிப்பும் வளரவேண்டும். இது நல்ல நிதி மேலாண்மையின் அடிப்படைச் சூத்திரங்களில் ஒன்று.

ஆனால், இதையெல்லாம் மாதந்தோறும் நினைவு வைத்துக்கொண்டு அந்தந்தக் கணக்கில் பணம் போடுவது பெரிய வேலையாயிற்றே! ஒருவேளை, நாம் எதையாவது மறந்துவிட்டால்? தெரியாமல் அந்தப் பணத்தைச் செலவு செய்துவிட்டால்?

'மாதத்தின் முதல் செலவு சேமிப்பாக இருக்கவேண்டும்' என்பது நல்ல நிதி மேலாண்மையின் இன்னோர் அடிப்படைச் சூத்திரம். இதன்படி, ஒவ்வொரு மாதமும் சம்பளம் வந்த கையோடு இந்த மூன்று கணக்குகளுக்கும் பணம் சென்று சேரும்படி

தானியங்கி விதிமுறைகளை *(Automated Rules)* உண்டாக்கிவிடலாம். அதன்பிறகு, நாம் மறந்தாலும் நம்முடைய வங்கி இதை மறக்காது. சரியான நேரத்தில் பணத்தை எடுத்து மூன்று கணக்குகளுக்கும் அனுப்பிவிடும்.

ஒவ்வொரு மாதமும் மூன்று கணக்குகளிலும் ஒரே அளவு பணம்தான் போடவேண்டுமா?

அது உங்கள் விருப்பம்தான். இதில் பல வழிகள் உள்ளன:

- மூன்று நிதித் தேவைகளுக்கும் சமமான அளவில் பணம் சேர்ப்பது. அதாவது, 5000+5000+5000
- குறுகிய கால நிதித் தேவைகள் முன்கூட்டியே வரப்போகிறவை என்பதால், அவற்றுக்குக் கூடுதல் பணத்தை ஒதுக்குவது. அதாவது, 8000+4000+3000
- முதலில் குறுகிய கால நிதித் தேவைகளுக்கான கணக்கில்மட்டும் பணம் போடுவது. அங்கு நாம் திட்டமிட்டுள்ள தொகை முழுமையாகச் சேர்ந்தபிறகு, இடைக்கால நிதித் தேவைகளுக்கான கணக்கில்மட்டும் பணம் போடுவது. அது முழுக்க நிரம்பியபிறகு, நீண்ட கால நிதித் தேவைகளுக்கான கணக்கில்மட்டும் பணம் போடுவது. அதாவது, முதலில் 15000+0+0, அதன்பிறகு, 0+15000+0, அதன்பிறகு, 0+0+15000

நீங்கள் இப்படிக் கொஞ்சங்கொஞ்சமாகப் பணம் சேர்த்துக் கொண்டிருக்கும்போதே, குறுகிய கால நிதித் தேவைகளில் எவையாவது பக்கத்தில் வந்துவிடலாம், அவற்றுக்காகப் பணத்தை எடுக்கவேண்டியிருக்கலாம். அல்லது, நீங்கள் இதற்குமுன் சிந்திக்காத புதிய நிதித் தேவைகள் உண்டாகலாம். அல்லது, நீங்கள் ஒரு லட்சம் செலவாகும் என்று நினைத்த ஒரு நிதித் தேவைக்கு உண்மையில் ஒன்றரை லட்சம் செலவாகலாம். அதனால், இந்த நிதித் திட்டக் கணக்கு தொடர்ந்து மாறிக்கொண்டேதான் இருக்கும்.

அதனால், ஆண்டுக்கு ஒரு முறை உங்களுடைய நிதித் தேவைகள் அனைத்தையும் சற்று அலசி, ஆராய்வது நல்லது. முந்தைய ஓராண்டில் உங்களுடைய வாழ்க்கையில் வந்திருக்கக்கூடிய மாற்றங்களைச் சிந்தித்து, தேவைப்பட்டால் உங்களுடைய நிதித் தேவைகளையும் மாற்றி அமைக்கலாம். அதன்பிறகு,

இந்த மூன்று வகைகளிலும் நாம் எவ்வளவு சேமித்திருக்கிறோம், இன்னும் எவ்வளவு சேமிக்கவேண்டும் என்று சிந்திக்கலாம். தேவைப்பட்டால், இதிலும் மாற்றங்களைச் செய்யலாம்.

ஆனால், இந்தக் கணக்கையெல்லாம் எங்கு போடுவது? அவற்றை எப்படி ஆராய்வது?

இன்றைக்குப் பல வங்கிகளும் நிதி நிறுவனங்களும் இதுபோன்ற தனிநபர் நிதித் திட்டமிடலுக்கான மென்பொருட்கள், ஆவணங்கள், விரிதாள்களையெல்லாம் *(Spreadsheets)* வெளியிட்டுள்ளன. இவை பல்வேறு நிதிச் சேவைகளுடன் இணைந்து உங்களுடைய தகவல்கள் அனைத்தையும் விரல் நுனியில் கொண்டுவருவதாகச் சொல்கிறார்கள். வருங்காலத்தில் செயற்கை நுண்ணறிவுத் *(Artificial Intelligence)* தொழில்நுட்பத்தின் உதவியுடன் மேற்சொன்ன கணக்குகளையெல்லாம் கணினியே தானாகப் போட்டுத் தேவையான மாற்றங்களையும் செய்துவிடும் என்கிறார்கள்.

ஆனால், இது நம்முடைய வாழ்க்கைக்கு அடிப்படையான திட்டமிடல் என்பதால், இந்தக் கணக்கை நாமே போடுவதும், புரிந்துகொள்வதும்தான் தொலைநோக்கில் உதவியாக இருக்கும். அதற்குக் கணினிகளையும் மற்ற தொழில்நுட்ப வசதிகளையும் கருவிகளாகப் பயன்படுத்திக்கொள்ளலாம். மொத்தப் பொறுப்பையும் அவற்றிடம் ஒப்படைத்துவிடுவது எதிர்பாராத திகைப்புகளைக் கொண்டுவரக்கூடும்.

அதனால், நம்முடைய நிதிக் கணக்கிடலுக்கு ஒரு சிறு குறிப்பேடும் பத்து ரூபாய் விலையுள்ள பேனாவும் போதும். கணினியைப் பயன்படுத்தத் தெரிந்தவர்கள் இதே வேலைக்கு *Spreadsheet* எனப்படும் டிஜிட்டல் கணக்குப் புத்தகம் ஒன்றைப் பயன்படுத்திக்கொள்ளலாம்.

கையில் பேனா பிடித்து எழுதினாலும் சரி, கணினியில் தட்டச்சு செய்தாலும் சரி, ஆண்டுக்கு ஒருமுறை நாம் செய்யவேண்டிய வேலைகள் மிக எளிமையானவை:

- மூன்று வகை நிதித் தேவைகள், அவற்றுக்கான தொகைகளைச் சரிபார்ப்பது, தேவைகளைச் சேர்ப்பது, நீக்குவது, மாற்றுவது

- ஒவ்வொரு நிதித் தேவைக்குமான கணக்கில் எவ்வளவு பணம் உள்ளது, இன்னும் எவ்வளவு தேவை என்பதைக் கணக்கிடுவது
- மாதச் சேமிப்பை இந்த மூன்று கணக்குகளில் எப்படிப் பிரித்துப் போடுகிறோம் என்பதைப்பற்றிச் சிந்திப்பது, தேவையானால் அதை மாற்றுவது

அவ்வளவுதான். இதைச் செய்வதற்கு உங்களுக்கு ஆண்டுக்கு ஒருமுறை சுமார் ஒரு மணிநேரம் போதும். தொடக்க நிலையில் உள்ளவர்களுக்கு இந்த எளிமையான திட்டம் போதுமானது. அதற்குமேல் அலட்டிக்கொள்ளவேண்டியதில்லை.

அடுத்தடுத்த ஆண்டுகளில், உங்கள் நிதித் திட்டம் இன்னும் சிக்கலாகும். அதாவது, மூன்று தேவைகளுக்கு மூன்று கணக்குகள் என்கிற நிலைமை மாறி ஒரே தேவைக்குப் பல கணக்குகள், அவற்றுக்குள் லாபம், நஷ்டம், விகித மாற்றங்கள், கூடுதல் லாபத்துக்கான வாய்ப்புகள், அதில் உள்ள ஆபத்துகள், வரியைச் சேமிக்கும் வழிகள் என்று பல்வேறு விஷயங்களைச் சிந்தித்துக் கணக்கிடவேண்டியிருக்கும். உங்களுடைய சேமிப்பு வளர வளர இந்தச் சிக்கல்தன்மையும் கூடுவதைத் தவிர்க்கமுடியாது.

ஆனால், இத்தனை ஆண்டுகளில் அந்தச் சிக்கலோடு சேர்ந்து நீங்களும் வளர்ந்திருப்பீர்கள். அதாவது, உங்கள் நிதி அறிவு மேம்பட்டிருக்கும். அதனால், அந்தக் கூடுதல் சிக்கலை உங்களால் நன்கு புரிந்துகொள்ளவும் சமாளிக்கவும் இயலும்.

★★★

43. பிரித்தாளல்

இன்றைய நிதிச் சந்தையில் நம்முடைய குறுகிய கால, இடைக்கால, நீண்ட கால நிதித் தேவைகளுக்கான முதலீடுகளைச் செய்வதற்குப் பலவிதமான வழிகள், வாய்ப்புகள் இருக்கின்றன. இவை ஒவ்வொன்றிலும் வெவ்வேறு நன்மைகள், தீமைகள் உண்டு. அதனால், சில வழிகள் சில குறிப்பிட்ட கால முதலீடுகளுக்குமட்டும்தான் பொருந்தும். வேறு சில வழிகள் ஒன்றுக்கு மேற்பட்ட கால முதலீடுகளுக்கும் பொருந்தலாம்.

எடுத்துக்காட்டாக, நாம் வங்கிகளில், அஞ்சல் அலுவலகங்களில் அல்லது மொபைல் செயலிகளில் சேமிப்புக் கணக்குகளைத் தொடங்கலாம். இவற்றில் நாம் எப்போது வேண்டுமானாலும் பணத்தைப் போடலாம், எப்போது வேண்டுமானாலும் எடுத்துக்கொள்ளலாம். இருபத்து நான்கு மணிநேரமும் திறந்திருக்கிற *ATM* எந்திரங்களில் ஒரு மின்னணு அட்டையைச் செருகி ரகசிய எண்ணைத் தட்டினால் நமக்கு வேண்டிய பணம் சட்டென்று கிடைத்துவிடும்.

அதனால், இந்தக் கணக்கில் நாம் நம்முடைய உடனடித் தேவைகள், குறுகிய காலத் தேவைகளுக்கான பணத்தைப் போட்டுவைக்கலாம், வேண்டியபோது எடுத்துக்கொள்ளலாம்.

ஒருவேளை, அந்தப் பணம் நமக்கு உடனடியாகத் தேவைப்படாது, சில ஆண்டுகளுக்குப்பிறகுதான் தேவைப்படும் என்றால், அப்போது

அந்தத் தொகையைச் சேமிப்புக் கணக்கில் விட்டுவைப்பது சரியில்லை. ஏனெனில், அதற்குத் தரப்படும் வட்டி மிகவும் குறைவு.

அதனால், நாம் அதே வங்கியில் அல்லது அஞ்சல் அலுவலகத்தில் *FD (Fixed Deposit*, அதாவது, நிரந்தர இட்டுவைப்பு) எனப்படும் இன்னொரு சிறப்புக் கணக்கைத் தொடங்குகிறோம். அங்கு நமக்குக் கூடுதல் வட்டி கிடைக்கிறது.

எடுத்துக்காட்டாக, சேமிப்புக் கணக்கில் *3%* வட்டி என்றும், *FD*யில் *6%* வட்டி என்றும் வைத்துக்கொள்வோம். இப்போது நமக்கு முன்பைவிட இருமடங்கு வருவாய் கிடைக்கிறது.

ஆனால், இந்தக் கூடுதல் வருவாய் சும்மா வருவதில்லை. அதற்கென்று நாம் சில விஷயங்களை விட்டுக்கொடுக்கிறோம்.

எடுத்துக்காட்டாக, நாம் *FD*யில் போட்டிருக்கும் பணத்தை எந்த நேரத்திலும் எடுக்கமுடியாது. *FD*ஐத் தொடங்கும்போதே அதற்கென்று ஒரு முதிர்வுக் காலகட்டத்தைக் குறிப்பிட்டிருப்பார்கள். இந்த முதிர்வுக் காலகட்டம் வருவதற்குச் சில மாதங்களிலோ, சில ஆண்டுகளோ ஆகும். அதுவரை பொறுமையாகக் காத்திருக்கவேண்டும். அதன்பிறகு, நாம் எங்கு *FD*ஐத் தொடங்கினோமோ அந்த அலுவலகத்துக்கு நேரில் சென்று, ஒரு படிவத்தை நிரப்பி, நம்மிடம் இருக்கும் *FD* ஆவணத்தையும் கொடுத்துப் பணத்தைக் கோரவேண்டும். அடுத்த சில மணிநேரங்களில், நாம் முன்பு முதலீடு செய்த தொகையும் அதற்கான வட்டியும் நமக்குக் கிடைக்கும்.

ஒருவேளை, முதிர்வுக் காலகட்டம் வருவதற்கு முன்பாகவே நமக்குப் பணம் தேவைப்பட்டால்?

வங்கிகள் இதை விரும்புவதில்லை, வரவேற்பதும் இல்லை. முதிர்வுக் காலகட்டம் வரும்வரை நீங்கள் பணத்தைத் திரும்பக் கேட்கக்கூடாது என்றுதான் அவர்கள் எதிர்பார்க்கிறார்கள். அப்போதுதான் அவர்களால் அந்தப் பணத்தைக் கொண்டு இன்னும் கூடுதலாகச் சம்பாதித்து, உங்களுக்கு நல்ல வட்டி கொடுத்து, அவர்களும் லாபம் பார்க்கமுடியும்.

அதனால், பெரும்பாலான வங்கிகள் *FD*ஐ முன்கூட்டியே முறிப்பதற்கு ஓர் அபராதத் தொகை வைத்திருக்கிறார்கள்.

எடுத்துக்காட்டாக, 6% வட்டி உள்ள FDயிலிருந்து முன்கூட்டியே பணத்தை வெளியில் எடுத்தால் அரைச் சதவிகிதம் அல்லது 1% அபராதமாகப் பிடிக்கப்படக்கூடும்.

இன்றைய தொழில்நுட்பத்தில் FDஐத் தொடங்குவதும் அதிலிருந்து பணம் எடுப்பதும் மிக எளிதாகிக்கொண்டிருக்கிறது. அலுவலகத்துக்கெல்லாம் செல்லாமல் வீட்டில் இருந்தபடி இணையம் அல்லது மொபைல் செயலிகள் அல்லது தொலைபேசி வழி வங்கிச் சேவையின்மூலம் FDஐத் திறக்கலாம், மூடலாம். ஆனால், இந்த வசதிகளையெல்லாம் தாண்டி, FD என்பது சேமிப்புக் கணக்கைவிடச் சற்றுக் கடினமான முதலீட்டு முறை என்பதுதான் உண்மை. அதனால்தான் வங்கிக்காரர்கள் உங்களுக்குக் கூடுதல் வட்டி தருகிறார்கள்.

ஆக, உடனடியாக, அல்லது விரைவில் தேவைப்படப்போகும் பணத்தைச் சேமிப்புக் கணக்கில் விட்டுவைக்கலாம். சில ஆண்டுகளுக்குத் தேவைப்படப்போவதில்லை என்னும் பணத்தை FDக்கு மாற்றிவிடலாம். இதை மாற்றிச் செய்தால் சிக்கல்தான்.

எடுத்துக்காட்டாக, நீங்கள் அடுத்த வாரம் வாடகை செலுத்த வேண்டும் என்றால், அந்தப் பணத்தைச் சேமிப்புக் கணக்கில் விட்டுவைப்பதுதான் நல்லது. அதை FDல் போட்டுவைப்பது சரிப்படாது.

ஆனால், இரண்டு ஆண்டுகளுக்குப்பின் உங்கள் குழந்தையைப் பள்ளியில் சேர்ப்பதற்காகச் சேமித்துவைத்திருக்கும் பணத்தை FDல் போட்டுவைப்பதுதான் நல்லது. அங்கு சேமிப்புக் கணக்கு சரிப்படாது. ஏனெனில், இந்த இரண்டு ஆண்டுகளும் அந்தத் தொகை உங்களுக்குத் தேவைப்படப்போவதில்லை. அதைச் சேமிப்புக் கணக்கில் வைத்துக் குறைந்த வட்டி பெறுவதைவிட, FDல் வைத்துக் கூடுதல் வட்டி பெறலாம்.

இப்படி நம்முடைய ஒவ்வொரு செலவையும் அதற்கான தொகையையும் அது எப்போது தேவைப்படும் என்கிற குத்துமதிப்பான காலகட்டத்தையும் சிந்தித்து முதலீட்டு வழிகளைத் தீர்மானிப்பது ஒரு நல்ல பழக்கம். இதன்மூலம் நமக்கு வேண்டிய பணம் வேண்டிய நேரத்தில் கிடைக்கும், அதுவரை தன்னால் இயன்றவரை கூடுதல் வருவாயைச் சம்பாதித்துக்கொண்டிருக்கும்.

இங்கு சேமிப்புக் கணக்கு, FD என்பவை இரு எடுத்துக்காட்டுகள் மட்டும்தான். இப்படி இன்னும் பலப்பல முதலீட்டு வழிகள் இருக்கின்றன. இவை அனைத்தைப்பற்றியும் ஓரளவு தெரிந்துவைத்துக்கொண்டால் இன்னும் அறிவார்ந்த தீர்மானங்களை எடுக்கலாம், கூடுதல் வருவாயை ஈட்டலாம்.

சிலர் இந்த வழிகளைக் கலந்துகட்டியும் பயன்படுத்துவார்கள். எடுத்துக்காட்டாக, தன்னுடைய ஓய்வுக்காலத்துக்கெனச் சேமித்துவைத்திருக்கும் பணத்தை ஒருவர் நான்கைந்து வங்கிகளில் பிரித்து முதலீடு செய்யலாம். அல்லது, ஐந்து ஆண்டு FDல் கொஞ்சம், நான்கு ஆண்டு FDல் கொஞ்சம் என்று வெவ்வேறுவிதமாக முதலீடு செய்யலாம். அல்லது, FDல் பாதி, மியூச்சுவல் ஃபண்ட்களில் பாதி என்று முதலீடு செய்யலாம்... இப்படிப் பணத்தை ஒரே இடத்தில், ஒரே விதத்தில் முதலீடு செய்யாமலிருப்பதை *Diversification* (பல்வகைப்படுத்தல்) என்கிறார்கள்.

இந்தப் பல்வகைப்படுத்தலால் என்ன நன்மை?

UPI, கடன் அட்டையெல்லாம் அறிமுகமாகாத அந்தக் காலத்தில் நெடுந்தொலைவு பயணம் செய்கிறவர்கள் கையில் நிறையப் பணம் கொண்டுசெல்லவேண்டியிருந்தது. அதை அவர்கள் ஒரே இடத்தில் வைக்கமாட்டார்கள். சட்டைப் பையில் கொஞ்சம், இடுப்பு மடிப்பில் கொஞ்சம், கையிலிருக்கும் பெட்டியில் கொஞ்சம் என்று பிரித்து வைப்பார்கள். உள்ளாடைக்குள் பணத்தை ஒளித்துவைக்கிற பழக்கம்கூட இருந்தது.

நம் முன்னோர்களுடைய இந்தப் பிரித்தாளும் சூழ்ச்சிக்குக் காரணம், பணத்தை ஒரே இடத்தில் வைத்தால் அது மொத்தமாகத் திருடப்பட்டுவிடுகிற ஆபத்து இருக்கிறது. அதை வெவ்வேறு இடங்களில் பிரித்து வைத்தால், ஒரு நூறு திருடப்பட்டாலும் மீதியிருக்கிற பல நூறுகள் தப்பித்துவிடும்.

Diversification என்கிற முதலீட்டு உத்தியும் இதே வேலையைத்தான் செய்கிறது. அதாவது, உங்களிடம் இருக்கும் பணம்முழுவதையும் ஒரே வங்கியில், அல்லது ஒரே நிதி நிறுவனத்தில், அல்லது ஒரே குழுமத்தின் பங்குகளில், அல்லது ஒரே உலோகத்தில் (தங்கம், வெள்ளி போன்றவை), அல்லது ஒரே நாட்டில், அல்லது ஒரே அளவிலான நிறுவனங்களில் முதலீடு செய்யாதீர்கள், இங்கு

கொஞ்சம், அங்கு கொஞ்சம் என்று பிரித்துப் போடுங்கள், அப்போதுதான் ஒன்று சொதப்பினாலும் இன்னொன்று கை கொடுக்கும் என்கிறார்கள்.

ஆனால், இதைக் கண்மூடித்தனமாகச் செய்யக்கூடாது. நம்முடைய நிதித் தேவைகள், அவற்றுக்கான காலகட்டங்கள், அதற்கு ஏற்ற முதலீட்டு வழிகள், அவற்றின் நன்மை, தீமைகள், நாம் எந்த அளவு ஆபத்தை எதிர்கொள்ள ஆயத்தமாக இருக்கிறோம் என்பதையெல்லாம் பொறுத்து இந்தக் கலவையைத் தீர்மானிக்கவேண்டும். அதன்பிறகும் இதைத் தொடர்ந்து ஆராய்ந்துகொண்டிருக்கவேண்டும். இதில் ஏதாவது சிக்கல்கள் வந்தால், அல்லது, நாம் தீர்மானித்த கலவை மாறிப்போனால் வேண்டிய திருத்தங்களைச் செய்யவேண்டும்.

எடுத்துக்காட்டாக, ஒருவர் தங்கத்தில் 30%, வங்கிக் கணக்கில் 20%, பங்குச் சந்தையில் 50% என்று முதலீடு செய்யத் தீர்மானிக்கிறார் என்று வைத்துக்கொள்வோம். ஒரு குறிப்பிட்ட ஆண்டில் தங்கத்தின் விலை கன்னாபின்னாவென்று ஏறிவிட்டால், அந்த 30% பணம்மட்டும் விரைவாக வளர்ந்துவிடும். அதே நேரத்தில் மற்ற இரு முதலீடுகளும் மெதுவாக வளர்கின்றன, அல்லது தேய்கின்றன. இதனால், அவருடைய ஒட்டுமொத்த முதலீட்டில் தங்கம் 40% அல்லது 50% என்ற அளவைத் தொட்டுவிடக்கூடும்.

இந்தச் சூழ்நிலையில் அவர் தன்னிடமிருக்கும் தங்கத்தில் கொஞ்சத்தை விற்கவேண்டும், அந்த லாபத்தை மீதமிருக்கிற இரு வழிகளில் (வங்கி, பங்குச் சந்தை) முதலீடு செய்யவேண்டும், இதன்மூலம் அதே பழைய 30:20:50 என்ற விகிதத்தைக் கொண்டுவரவேண்டும்.

சில ஆண்டுகளுக்குப்பிறகு, தங்கத்தின் விலை தடாலென்று விழுகிறது. ஆனால், பங்குச் சந்தை நன்கு ஏறுகிறது. அப்போது அவர் பங்குகளை விற்றுத் தங்கத்தை வாங்கவேண்டும், மறுபடி 30:20:50 என்ற விகிதத்துக்குத் திரும்பவேண்டும்.

அது என்ன 30:20:50? அது ஏன் 25:25:50 என்று இல்லை?

இது ஒவ்வொரு நபருக்கும் மாறுபடும். அதாவது, Diversification என்கிற ஒரே கொள்கையை வெவ்வேறு நபர்கள் வெவ்வேறுவிதமாகப்

பயன்படுத்தக்கூடும். அவ்வளவு ஏன்? ஒரே மனிதர் 30 வயதில் வைத்திருந்த முதலீட்டு விகிதமும் 50 வயதில் வைத்திருக்கிற முதலீட்டு விகிதமும் ஒன்றாக இருக்காது.

உங்களுக்கான முதலீட்டு வழிகள் எவை, அவற்றில் எந்த விகிதத்தில் முதலீடு செய்வது என்கிற தீர்மானம் ஒரே நாளில் உங்களுக்குக் கிடைத்துவிடாது. அது மெல்லக் கற்றுக்கொள்ளவேண்டிய ஒன்று. அதற்கென்று நீங்கள் பல பரிசோதனைகளைச் செய்ய வேண்டியிருக்கலாம். அதன்மூலம் உங்களுக்குக் கொஞ்சம் இழப்பும்கூட நேரலாம். அதுவும் ஒரு பாடம் என்று எடுத்துக்கொள்ளுங்கள். ஏனெனில், பண இழப்பைப்போன்ற நல்ல ஆசிரியர் வேறு யாரும் இல்லை. அந்தப் பாடம் உங்களுக்கு எப்போதும் மறக்காது, அது உங்களை இன்னும் மேம்பட்ட நிதி வல்லுனராக்கும்.

★★★

பகுதி 10 : முதலீட்டு வழிகள்

44. முதலீட்டு வாசல்

உலகெங்கும் பெரும்பாலான மக்கள் நிதி உலகத்துக்கு முறையாக அறிமுகமாவது வங்கிகளின்மூலம்தான். அநேகமாக நம் எல்லாருடைய முதல் முதலீட்டு அனுபவம் நம் பெயரில் ஒரு சேமிப்புக் கணக்கு, அதில் சில, பல ரூபாய்கள் என்றுதான் தொடங்கியிருக்கும்.

உண்மையில், 'சேமிப்பு'க் கணக்கு என்ற பெயரே அது ஒரு முதலீட்டு வழி இல்லை என்பதைத் தெளிவாக்கிவிடுகிறது. அதாவது, நாம் இங்கு பணத்தைச் சேமித்துவைக்கலாம், அதன்மூலம் சிறிது வருவாய் (வட்டி) சம்பாதிக்கலாம். ஆனால், அந்த வருவாய் ஆண்டுதோறும் வருகிற பணவீக்கத்தை ஈடுகட்டக்கூடப் போதாது. அதனால், சேமிப்புக் கணக்கில் நம் பணம் வளராது, தேயும்.

ஆக, தன்னுடைய வருங்காலத் தேவைகளுக்காகப் பணம் சேமித்து, அதை ஆண்டுக்கு ஆண்டு போதுமான விகிதத்தில் வளர்க்கவும் விரும்புகிற ஒருவர் அதற்குச் சேமிப்புக் கணக்குகளை நம்பியிருக்க இயலாது, மற்ற முதலீட்டு வழிகளைத்தான் நாடவேண்டும்.

அதே நேரம், நாம் சேமிப்புக் கணக்குகளை முழுமையாகப் புறக்கணித்துவிடவும் இயலாது. ஏனெனில், மற்ற பல பயனுள்ள முதலீட்டு வழிகளுக்கு இதுதான் வாசலாக அமைகிறது.

எடுத்துக்காட்டாக, ஒருவர் பங்குச்சந்தையில் முதலீடு செய்கிறார் என்றால், அதற்கான பணம் அவருடைய சேமிப்புக் கணக்கிலிருந்து செல்கிறது. பின்னர் அவர் அந்தப் பங்கை நல்ல லாபத்தில்

விற்றுவிடுகிறார் என்றால், அவர் செய்த முதலீடும், அதன்மூலம் பெற்ற வருவாயும் அதே சேமிப்புக் கணக்குக்குத்தான் திரும்பி வருகிறது.

இதேபோல் நிரந்தர இட்டுவைப்பு, அரசாங்கப் பத்திரங்கள், தனியார் பத்திரங்கள், தங்கம், வெள்ளி, பிட்காயின், பரஸ்பர நிதி என்று பலவற்றுக்கும் நாம் நம்முடைய சேமிப்புக் கணக்கிலிருந்து பணம் செலுத்துகிறோம், அவற்றின்மூலம் கிடைக்கும் வருவாயையும் அதே கணக்கில் பெற்றுக்கொள்கிறோம்.

அத்துடன், நம்முடைய நிதி வாழ்க்கை என்பது வெறும் முதலீடுகள்மட்டுமில்லை. மாதாமாதம் நமக்குச் சம்பளமோ மற்ற வருவாயோ வரவேண்டும், செலவுகளுக்குப் பணம் செலுத்தவேண்டும் இதையெல்லாம் செய்வதற்குச் சேமிப்புக் கணக்கு ஒன்று தேவை.

ஆனால், இந்தச் சேமிப்புக் கணக்கில் ஏகப்பட்ட பணத்தை விட்டுவைக்கக்கூடாது. தேவையான அளவு பணத்தைமட்டும் அங்கு வைத்துக்கொண்டு, மற்றவற்றைப் பொருத்தமான பிற வழிகளுக்கு மடை மாற்றிவிடவேண்டும்.

'தேவையான அளவு பணம்' என்றால், அது எத்தனை ரூபாய்?

இதை நான் சொல்லமுடியாது. வேறு யாரும் சொல்லமுடியாது. நீங்கள்தான் கணக்கிடவேண்டும். அதற்கான குத்துமதிப்பான சூத்திரம் இது:

- உங்கள் வங்கியின் சேமிப்புக் கணக்கில் எப்போதும் இருக்கவேண்டிய குறைந்தபட்சக் கையிருப்பு (*Minimum Balance*) எவ்வளவு?
- நீங்கள் மாதந்தோறும் செய்கிற சராசரிச் செலவுகள் எவ்வளவு?
- நீங்கள் திருப்பிச் செலுத்தவேண்டிய கடன்கள் உண்டா? ஆம் எனில், அவற்றுக்கான மொத்த மாதத் தவணை எவ்வளவு?
- உங்களிடம் கிரெடிட் கார்டு உள்ளது என்றால், இந்த மாதம் அதற்குச் செலுத்தவேண்டிய தொகை எவ்வளவு?
- குழந்தையின் பள்ளிக் கட்டணம், காப்பீட்டுக்கான பிரீமியம், வீட்டு வரி போல் அடுத்த ஓரிரு வாரங்களுக்குள் நீங்கள்

செய்யப்போகிற கூடுதல் செலவுகள் எவையேனும் உண்டா? ஆம் எனில், அவற்றுக்கான மொத்தத் தொகை எவ்வளவு?

- மேற்சொன்ன செலவுகளைத் தாண்டி எதிர்பாராமல் வரக்கூடிய சிறு செலவுகளுக்கென்று நீங்கள் கையில் வைத்துக்கொள்ள விரும்பும் தொகை என்ன?

மேலுள்ள அனைத்தையும் கூட்டிப்பார்த்தால் வரும் தொகைதான் அடுத்த ஒரு மாதத்திற்கு நீங்கள் செலவழிக்கப்போகும் தொகை. இந்தப் பணம் எந்த நேரத்திலும் உங்களுக்குத் தேவைப்படும். அதனால், இதை நீங்கள் உங்களுடைய சேமிப்புக் கணக்கில் விட்டுவைக்கலாம். இதற்குமேல் உள்ள தொகையை வேறு முதலீட்டு வழிகளுக்கு அனுப்பிவிடலாம்.

நம் சேமிப்புக் கணக்கில் உள்ள தொகையானது மாதம் தொடங்கும்போது இந்தப் பக்கமாக வரும், மாதம்முழுக்கக் கொஞ்சங்கொஞ்சமாக அந்தப் பக்கமாக ஓடிவிடும். அதனால் ஆங்கிலத்தில் இதை *Liquid Cash* என்பார்கள். இந்தத் தொகையில் லாபம் வரவேண்டும் என்று நாம் எதிர்பார்க்கக்கூடாது. அதனால், கடினமான, சிக்கலான, ஆபத்து உள்ள இடங்களில் அதை முதலீடு செய்யக்கூடாது.

எடுத்துக்காட்டாக, நீங்கள் 25ம் தேதி உங்களுடைய கிரெடிட் கார்டுக்கு 20,000 ரூபாய் செலுத்தவேண்டும் என்று வைத்துக்கொள்வோம். உங்களுக்கு 1ம் தேதியே சம்பளம் வந்துவிடுகிறது. அடுத்த 25 நாட்கள் இந்தப் பணத்தைச் சும்மா வைத்திருப்பதைவிட, அதை ஒரு குறுகியகால இட்டுவைப்பில் *(Short Term Fixed Deposit)* போட்டுவைக்கலாம் என்று நீங்கள் நினைக்கலாம், 'நான் சரியாக 24ம் தேதி அந்த இட்டுவைப்பை முறித்துவிடுவேன். 25ம் தேதி எனக்குப் பணம் திரும்பக் கிடைத்துவிடும். அதைக் கிரெடிட் கார்டுக்குச் செலுத்திவிடுவேன். இதன்மூலம் எனக்கு 24 நாள் கூடுதல் வட்டி கிடைக்கும்!' என்று கணக்குப் போடலாம்.

மேற்சொன்னதுபோல் தங்களுடைய மாதச் செலவுகளுக்கான பணத்தை இங்கும் அங்கும் திருப்பிவிட்டு *(Rotation)* அதன்மூலம் கூடுதல் வருவாயைப் பெறுகிறவர்கள் இருக்கிறார்கள்தான். ஆனால், இதற்கு மிகக் கூர்மையான திட்டமிடுதலும் செயல்பாட்டு

ஒழுக்கமும் தேவை. எங்காவது ஒரு சிறு தவறு நடந்துவிட்டால்கூடத் தேவையான நேரத்தில் கையில் பணம் இருக்காது. சிக்கல்தான்.

அதனால், இயன்றவரை Liquid Cashஐ வேறு எங்கும் திருப்பிவிடாமல் சேமிப்புக் கணக்கிலேயே விட்டுவைப்பது நல்லது. இந்த விதிமுறையை மீறுவதன்மூலம் வரக்கூடிய ஆபத்துகளுடன் ஒப்பிட்டால், அதில் கிடைக்கக்கூடிய கூடுதல் வருவாய் மிகக் குறைவாகத்தான் இருக்கும்.

சில வங்கிகள் இந்தத் திருப்பிவிடலை எளிமையாக்குவதற்கென்று 'Flexible Fixed Deposits' எனப்படும் நெகிழ்வுத்தன்மையுள்ள நிரந்தர இட்டுவைப்புத் திட்டங்களை உருவாக்கியுள்ளார்கள், அதாவது, நமக்கே தெரியாமல், நாம் எதுவும் செய்யாமல் நம் பணத்துக்குக் கூடுதல் வட்டியைச் சம்பாதித்துத் தருகிறார்கள்.

எடுத்துக்காட்டாக, உங்களுடைய சேமிப்புக் கணக்கில் இருக்கவேண்டிய குறைந்தபட்சக் கையிருப்புத் தொகை ரூ 25,000. ஆனால், நீங்கள் உங்களுடைய மாதச் செலவுகளுக்காக அதில் ரூ 40,000 வைத்துள்ளீர்கள். அதாவது, அந்தக் கணக்கில் குறைந்தபட்சக் கையிருப்பைவிட ரூ 15,000 கூடுதலாக உள்ளது.

அதனால், உங்கள் வங்கி அந்த ரூ 15,000ஐத் தானாக ஒரு நிரந்தர இட்டுவைப்பாக மாற்றிவிடும். அதாவது:

- சேமிப்புக் கணக்கில் ரூ 40,000 என்று இருந்த உங்கள் கணக்கு இப்படி மாறிவிடும்:
- சேமிப்புக் கணக்கில் ரூ 25,000
- நிரந்தர இட்டுவைப்பில் ரூ 15,000

உங்களுடைய சேமிப்புக் கணக்குடன் ஒப்பிடும்போது நிரந்தர இட்டுவைப்புக்குக் கூடுதல் வட்டி கிடைக்கும். அதாவது, ரூ 15,000க்கு நீங்கள் வழக்கத்தைவிடக் கூடுதல் வட்டியைப் பெறுவீர்கள். இது உங்களுக்கு நன்மைதான்.

சில நாட்களுக்குப்பிறகு, நீங்கள் அந்த ரூ 15,000ஐச் செலவுகளுக்காக எடுத்துக்கொள்கிறீர்கள். அப்போது அந்த நிரந்தர இட்டுவைப்பு தானாக முறிக்கப்பட்டுவிடும். உங்கள் பணம் உடனடியாக உங்களுக்குக் கிடைத்துவிடும்.

இங்கு நீங்கள் உங்களுடைய பணத்தை எங்கும் திருப்பிவிடவில்லை. உங்கள் வங்கியே அதை நிரந்தர இட்டுவைப்புக்கு நகர்த்திக் கூடுதல் வட்டி தருகிறது. பின்னர் உங்களுக்கு அந்தப் பணம் தேவைப்படும்போது அந்த நிரந்தர இட்டுவைப்பை முறித்துவிடுகிறது. இப்படி ஒரு வசதி உங்கள் சேமிப்புக் கணக்கில் இருந்தால் நீங்கள் அங்கு கூடுதல் பணத்தை வைத்திருப்பதுபற்றிக் கவலைப்படவே வேண்டியதில்லை. அந்தக் கூடுதல் பணத்துக்கான கூடுதல் வட்டி உங்களுக்குக் கிடைத்துவிடும்.

அதனால், உங்கள் சேமிப்புக் கணக்கில் இந்த வசதி உள்ளதா என்று பாருங்கள். ஆம் எனில், அதை இயக்குவதற்கான வழிகளைத் தெரிந்துகொண்டு செயல்படுத்துங்கள். பெரும்பாலான வங்கிகளில் இணைய வங்கிச் சேவையின்மூலமே இதை இயக்கிவிடலாம். சில வங்கிகளில் நேரில் வந்து விண்ணப்பம் கொடுக்கச் சொல்வார்கள். உங்கள் வங்கியின் வழக்கம் என்ன என்று தெரிந்துகொண்டு அதைச் செய்துவிடுங்கள். அதன்பிறகு, உங்கள் சேமிப்புக் கணக்கும் ஒரு சிறு முதலீட்டு வழியாக மாறிவிடும்.

பொதுவாக, சேமிப்புக் கணக்குகளைப் பராமரிப்பதற்கென்று வங்கிகள் வாடிக்கையாளர்களிடம் கட்டணம் ஏதும் பெறுவதில்லை. ஆனால், *ATM*/பற்று அட்டைக்கு ஆண்டுக் கட்டணம் பெறும் வழக்கம் இப்போது வந்துவிட்டது. அத்துடன், குறைந்தபட்சக் கையிருப்பைப் பராமரிக்காவிட்டால் அதற்கு விதிக்கப்படுகிற தண்டனைத் தொகை, மற்ற வங்கிகளின் *ATM* இயந்திரத்தை மிகுதியாகப் பயன்படுத்தினால் அதற்கு விதிக்கப்படக்கூடிய கட்டணம், குறுஞ்செய்தி *(SMS)* அறிவிப்புகளுக்கான கட்டணம் என்று வேறு சில செலவுகளும் இதில் சேர்ந்துகொள்கின்றன. அதனால், உங்களுடைய சேமிப்புக் கணக்கு தொடர்பான விதிமுறைகள், கட்டணங்களைக் கூர்ந்து படித்துத் தெரிந்துகொண்டு அதை முறையாகப் பயன்படுத்துங்கள்.

பெரிய வருவாயைத் தராவிட்டாலும், சேமிப்புக் கணக்கு என்பது ஒரு பயனுள்ள, அனைவருக்கும் தேவையான அமைப்புதான். அதனால், நம்முடைய நிதி உலகில் அதற்கான இடம் என்றென்றும் இருக்கும்.

★★★

45. பாதுகாப்புக்கு முதலிடம்!

இன்றைக்கு நாம் தொலைக்காட்சியைத் தொடங்கினால் நூற்றுக்கணக்கான சானல்கள் வந்து குவிகின்றன. போதாக்குறைக்குக் கணினியிலும் மொபைல் செயலிகளின் வழியாகவும்கூடப் பலப்பல சானல்கள் கண் சிமிட்டுகின்றன. நாம் எதைப் பார்ப்பது என்று திணறிப்போகிறோம்.

ஆனால், முன்பொரு காலத்தில் இந்தியாவில் தொலைக்காட்சி என்றால் தூர்தர்ஷன்தான். வேறு சானல்களே கிடையாது. விரும்பினாலும் விரும்பாவிட்டாலும் அதைத்தான் பார்த்தாக வேண்டும்.

முதலீட்டு உலகமும் முன்பு அப்படித்தான் இருந்தது. 99.99% இந்தியர்களுக்கு 'முதலீடு' என்றாலே ஃபிக்சட் டெபாசிட் (சுருக்கமாக FD) எனப்படும் நிரந்தர இட்டுவைப்புமட்டும்தான் தெரியும். தங்களுடைய சேமிப்புக் கணக்கில் இருக்கும் பணம் இப்போதைக்குத் தேவையில்லை என்றால் அதை FDக்கு மாற்றுவார்கள். அது முதிர்ச்சியடைந்ததும் அந்தப் பணத்தை எடுத்துச் செலவு செய்வார்கள், அல்லது இன்னோர் FDயில் இட்டுவைப்பார்கள். ஏனெனில், அன்றைக்கு வேறு முதலீட்டு வழிகள் இல்லை, அல்லது, அவற்றின்மீது மக்களுக்கு நம்பிக்கை வரவில்லை.

இத்தனை ஆண்டுகள் கழித்து இன்றைக்கும் இந்தியாவில் FD ரசிகர் கூட்டம் வலுவாகத்தான் இருக்கிறது. இடையில்

மற்ற பல முதலீட்டு வழிகள் அறிமுகமாகி, பரவலாகி, பொதுமக்களிடையில் புகழ் பெற்று, அவற்றில் பணம் போடுவது மிகவும் எளிதாகிவிட்டபிறகும்கூட, 'அதெல்லாம் எனக்குச் சரிப்படாது. FDல வர்ற வட்டி போதும்' என்று சொல்கிறவர்கள் ஏராளமாக இருக்கிறார்கள். இவர்களுடைய வாழ்நாள் சேமிப்பின் பெரும்பகுதி FD வடிவில்தான் இருக்கும். 'ஐந்து ஆண்டுகளில் இந்த FD முதிர்வடையும். அதை வைத்து என் மகளுடைய கல்லூரிக் கட்டணத்தைச் செலுத்துவேன். அடுத்த நான்கு ஆண்டுகளில் இந்த FD முதிர்வடையும். அந்தத் தொகையை அவளுடைய திருமணச் செலவுகளுக்குப் பயன்படுத்திக்கொள்வேன்' என்பதுபோல்தான் இவர்களுடைய நிதித் திட்டம் அமைந்திருக்கும்.

மற்ற முதலீட்டு வழிகளுக்குப் பழகியவர்கள், அல்லது, அவற்றை விரும்புகிறவர்கள் FDஐ ஒரு முதலீட்டு வழியாகவே ஏற்பதில்லை, 'அதில வர்ற வட்டியைப் பணவீக்கமே சாப்பிட்டுடும். அதனால, FDல பணத்தைப் போடறதும் ஒண்ணுதான், அதை வீட்டுக்குள்ள பெட்டியில போட்டுப் பூட்டிவைக்கறதும் ஒண்ணுதான்' என்று இவர்கள் அலுத்துக்கொள்வார்கள்.

ஆனால், இதுபோன்ற கேலிகளையெல்லாம் தாண்டி, இந்தியாவில் ஏகப்பட்ட பணம் FDயில் முதலீடு செய்யப்பட்டிருக்கிறது, செய்யப்பட்டுக்கொண்டிருக்கிறது. பங்குச் சந்தை, தங்கம், வீடு, நிலம் போன்ற ஏற்ற இறக்கங்கள் மிகுதியாக உள்ள முதலீட்டு வழிகள் சற்று சொதப்பும்போதெல்லாம் மக்கள் FDஐ நோக்கி ஓடி வருவது வழக்கமாக உள்ளது.

இதற்குக் காரணம், FDயில் வட்டி குறைவாக இருப்பினும் போட்ட பணத்துக்கு ஆபத்து வராது என்கிற நம்பிக்கைதான். அதாவது, நாம் பத்து லட்சம் முதலீடு செய்கிறோம் என்றால், அது மெதுவாக வளர்ந்தாலும் ஒன்பது லட்சமாக ஆகிவிடாது என்று மக்கள் நம்புகிறார்கள். அதனால், 'கூடுதல் ஆபத்து, கூடுதல் வருவாய்' என்று சுண்டி இழுக்கிற மற்ற முதலீட்டு வழிகளில் நுழையத் தயங்குகிறவர்கள், தங்களுடைய எதிர்காலத்துக்கான பணம் எப்போதும் முழுப் பாதுகாப்பாக இருக்கவேண்டும் என்று நினைக்கிறவர்களுடைய முதல் விருப்பமாக FD இருக்கிறது.

உண்மையில், FDயிலும் முதலீடு மூழ்கிப்போகிற ஆபத்து உண்டு. ஆனால், அதற்கான நிகழ்தகவு (Probability) மிக மிக மிகக் குறைவு.

அதனால், இந்தியாவில் பெரும்பாலானோர் இதைத் தங்களுடைய முதன்மை முதலீட்டு வழியாகக் கருதுவதில் வியப்பில்லை.

சொல்லப்போனால், சிறியதும் பெரியதுமாக ஆபத்து உள்ள மற்ற முதலீட்டு வழிகளில் பணம் போடத் துணிகிறவர்கள்கூடத் தங்களுடைய மொத்த முதலீட்டின் ஒரு பகுதியை FDயைப்போன்ற பாதுகாப்பான இடங்களில் வைத்திருப்பார்கள். திடீரென்று மற்ற எல்லாம் சொதப்பினாலும் FD கை கொடுக்கும், ஒட்டுமொத்த இழப்பைக் குறைத்துத் தாங்கி நிறுத்தும் என்பதால், இது அவர்களுடைய இடர் மேலாண்மையின் (Risk Management) மிக முதன்மையான பகுதியாக இருக்கும்.

அதனால், முதலீட்டுக் கலையைப் பயில்கிறவர்கள் FDஐப் புறக்கணிக்கமுடியாது, புறக்கணிக்கக்கூடாது. மொத்தப் பணத்தையும் ஆபத்து மிகுந்த வழிகளில் நிரப்பிவிட்டால் சில நேரங்களில் வருவாய் எகிறும், சில நேரங்களில் கீழ்நோக்கிப் பாயும். அதன்பிறகு, இரவில் தூக்கம் வராமல் திகைத்துப்போய் உட்கார்ந்திருக்கவேண்டியதுதான்.

FDஐ எங்கு தொடங்கலாம்?

நாம் சேமிப்புக் கணக்கு வைத்திருக்கும் வங்கியிலேயே FDஐத் தொடங்கும் வசதியும் இருக்கும். அத்துடன் அஞ்சல் அலுவலகம், வங்கி அல்லாத நிதி நிறுவனங்கள் (NBFC, Non-banking Financial Companies), பல அரசு, தனியார் நிறுவனங்களிலும் FDஐத் தொடங்கலாம். நாமாக விரும்பித் தேர்ந்தெடுத்துத் தொடங்குகிற FD, சேமிப்புக் கணக்கின் கையிருப்பு ஒரு குறிப்பிட்ட மதிப்புக்குமேல் சென்றுவிட்டால் தானாகத் தொடங்கப்படும் FD என்று இரண்டு வகைகளில் நாம் முதலீடு செய்யலாம்.

FD முதலீடுகளுக்கு வழங்கப்படும் வட்டி விகிதம் அதன் முதிர்வுக் காலகட்டத்தைப் பொறுத்து அமையும். எடுத்துக்காட்டாக, 7 நாளிலிருந்து 45 நாள்வரையிலான FDகளுக்கு 3.5%, 46 நாளிலிருந்து 179 நாள்வரை 5.5%, 180 நாளிலிருந்து 365 நாள்வரை 6% என்பதுபோல் ஒவ்வொரு நிறுவனமும் ஒவ்வொரு பட்டியலை வைத்திருக்கும். அதைப் பார்த்து நமக்கு ஏற்ற FDஐத் தேர்ந்தெடுக்கவேண்டும்.

அதேபோல், FDயில் முதலீடு செய்யப்படும் தொகையைப் பொறுத்தும் வட்டி விகிதங்கள் மாறலாம். எடுத்துக்காட்டாக,

நீங்கள் ஒரு கோடி ரூபாய்க்கு 365 நாள் FD எடுக்கிறீர்கள், நான் அதே நிறுவனத்தில் ஐந்து லட்ச ரூபாய்க்கு அதே 365 நாள் FD எடுக்கிறேன் என்றால் நம் இருவருடைய வட்டி விகிதமும் வெவ்வேறாக இருக்கலாம்.

பெரும்பாலான நிறுவனங்கள் மூத்த குடிமக்களுடைய FDக்குக் கூடுதல் வட்டி அளிக்கிறார்கள். இது பொதுமக்களுக்கு வழங்கப்படும் வட்டியைவிடச் சுமார் அரைச் சதவிகிதம் கூடுதலாக இருக்கும்.

ஆக, 'FDயில பணம் போட்டா இத்தனை சதவிகிதம் வட்டி கிடைக்கும்' என்று யாராலும் பொதுவாகச் சொல்லமுடியாது. எந்த நிறுவனத்தில் முதலீடு செய்கிறீர்கள், எவ்வளவு ரூபாய் முதலீடு செய்கிறீர்கள், எத்தனை நாளைக்கு முதலீடு செய்கிறீர்கள், அதில் வரும் வட்டியை நீங்கள் மாதமாதம் செலவுக்கு எடுத்துக்கொள்கிறீர்களா, அல்லது, அந்த வட்டியையும் அதே FDயில் சேர்த்து முதலீடு செய்கிறீர்களா என்று பல கேள்விகளுக்குப் பதிலளித்தால்தான் உங்களுக்கான வட்டி விகிதம் என்ன என்று தெரியவரும்.

FDயில் இவ்வளவு ரூபாய்தான் முதலீடு செய்யலாம் என்று எந்தக் கட்டுப்பாடும் இல்லை. ஆனால், ஒரு வங்கியில் ஐந்து லட்ச ரூபாய்க்குமேல் FDயில் வைக்கவேண்டாம் என்று நிதி வல்லுனர்கள் அறிவுறுத்துகிறார்கள். அதற்கு ஒரு காரணம் உள்ளது.

இந்திய ரிசர்வ் வங்கியின்கீழ் இயங்கும் DICGC (Deposit Insurance and Credit Guarantee Corporation) என்ற அமைப்பு இந்திய வங்கிகளில் முதலீடு செய்யப்படும் தொகைகளுக்குக் காப்பீடு வழங்குகிறது. அதாவது, நீங்கள் முதலீடு செய்த வங்கிக்கு ஏதாவது சிக்கல் வந்து அந்த வங்கி மூழ்கிப்போய்விட்டால், இந்த அமைப்பு உங்களுடைய பணத்தைத் திரும்பக் கொடுத்துவிடும். ஆயுள் காப்பீடு, மருத்துவக் காப்பீட்டைப்போல் இது இட்டுவைப்புக் காப்பீடு (Deposit Insurance).

ஆனால், இந்தக் காப்பீடு ஐந்து லட்ச ரூபாய்வரைதான். ஒருவேளை, நீங்கள் அதற்குமேல் அந்த வங்கியில் முதலீடு செய்திருந்தால் அதற்கு DICGC பொறுப்பேற்காது.

இதன் பொருள், ஒரு வங்கியில் ஐந்து லட்ச ரூபாய்வரை நீங்கள் செய்யும் முதலீடுகள் மிகவும் பாதுகாப்பானவை. அந்த வங்கிக்கு ஏதாவது ஆனாலும் உங்கள் பணம் திரும்பக் கிடைத்துவிடும்.

அதனால், நீங்கள் இருபது லட்ச ரூபாய் FDயில் முதலீடு செய்ய விரும்பினால் அதை ஒரே வங்கியில் போடவேண்டாம், நான்கு வெவ்வேறு வங்கிகளில் பிரித்துப் போடுங்கள் என்று அறிவுறுத்தப்படுகிறது. இதன்மூலம் ஒவ்வொரு வங்கியிலும் உங்களுக்கு ஐந்து லட்ச ரூபாய் காப்பீடு கிடைக்கும். உங்கள் பணம் முழுப் பாதுகாப்பாக இருக்கும்.

இதற்கு இன்னொரு வழி, ஒரே வங்கியில் இருபது லட்சத்தை நான்கு வெவ்வேறு குடும்ப உறுப்பினர்கள் பெயரில் (எடுத்துக்காட்டாக, கணவர், மனைவி, இரண்டு குழந்தைகள்) தனித்த FDகளாக முதலீடு செய்யலாம். இப்போது ஒவ்வொருவருக்கும் ஐந்து லட்ச ரூபாய் காப்பீடு கிடைக்கும்.

ஆனால், இப்படி ஒரு FDஐப் பல FDகளாகப் பிரிப்பதில் சில நடைமுறைச் சிக்கல்கள் உண்டு. எந்த வங்கியில், யார் பெயரில், எவ்வளவு தொகை உள்ளது, அது எப்போது முதிர்கிறது என்றெல்லாம் தொடர்ந்து கவனித்துக்கொண்டிருக்கவேண்டும். இந்தக் கணக்குகள் அனைத்தையும் உங்களால் பொறுப்பாகப் பதிவு செய்து நிர்வகிக்க இயலும் என்றால் கண்டிப்பாக இந்த வசதியைப் பயன்படுத்திக்கொள்ளலாம்.

வங்கிகள், அரசு நிறுவனங்களைப் பொறுத்தவரை FD என்பது மிகப் பாதுகாப்பானது. அவ்வப்போது சில வங்கிகள், அரசு நிறுவனங்கள் நிதிச் சிக்கலுக்கு ஆளாகி முடங்கிப்போவது நடக்கிறதுதான் என்றாலும், ஒப்பீட்டளவில் அதற்கான வாய்ப்புகள் குறைவு.

அதனால், இவர்களுடைய FDகளின் வட்டி விகிதங்கள் குறைவாகத்தான் இருக்கும். அதுதான் பாதுகாப்புக்கு நாம் கொடுக்கிற விலை.

இவற்றுடன் ஒப்பிடும்போது, தனியார் நிறுவனங்களின் FDகள் கூடுதல் வட்டி வழங்குகின்றன. அதனால், பலர் தங்களுடைய பணத்தை அங்கு திருப்பிவிடலாம், இன்னும் கூடுதல் வருவாயைப் பெறலாம் என்று திட்டமிடுகிறார்கள்.

ஆனால், எந்த அளவுக்கு *FD*யில் வட்டி விகிதம் கூடுகிறதோ, அந்த அளவுக்கு அதில் ஆபத்து இருக்கிறது என்று பொருள். ஒரு நிறுவனம் உங்களிடமிருந்து பெற்ற பணத்தை ஒழுங்காகத் திருப்பித் தருமா என்பதை உறுதிப்படுத்திக்கொள்ளாமல், ஓரிரு சதவிகிதக் கூடுதல் வட்டிக்கு ஆசைப்பட்டு அங்கு பணத்தைப் போடக்கூடாது.

இதை எப்படி உறுதிப்படுத்துவது?

தனி நபர்கள் கடன் வாங்கினால், அதை அவர்கள் ஒழுங்காகத் திருப்பிச் செலுத்துவார்களா என்பதைச் சுட்டிக்காட்டுவதற்கு *CIBIL* என்ற மதிப்பெண் இருக்கிறது என்று பார்த்தோம். அதுபோல, பெரிய நிறுவனங்கள் தாங்கள் வாங்கும் பணத்தை முறையாகத் திருப்பிச் செலுத்துவார்களா என்பதைப் பலவிதமாக ஆராய்ந்து அவர்களுக்கு மதிப்பெண் கொடுக்கும் நிறுவனங்கள் உள்ளன. இவற்றை *CRA (Credit Rating Agency)* என்கிறார்கள்.

எடுத்துக்காட்டாக, ஒரு குறிப்பிட்ட தனியார் நிறுவனத்திற்குப் பல *CRA*க்கள் *"Highest Safety"* எனப்படும் மிக உயர்ந்த பாதுகாப்பு மதிப்பீட்டை வழங்கியிருக்கிறார்கள் என்றால், அவர்களிடம் நாம் போடும் *FD* ஒழுங்காகத் திரும்பி வரக்கூடும் என்று நம்பலாம். வேறொரு நிறுவனத்தின்மீது எல்லா *CRA*க்களும் *"High Default Risk"* என்று முத்திரை குத்தியுள்ளார்கள் என்றால், அவர்கள் நம்முடைய *FD* பணத்தைச் சுருட்டிக்கொண்டு ஓடிவிடுகிற வாய்ப்பு உள்ளது என்று பொருள்.

ஆக, தனியார் நிறுவனங்களின் *FD*யில் முதலீடு செய்யும்போது வட்டி விகிதத்தைமட்டும் பார்க்கக்கூடாது. சொல்லப்போனால், வட்டி விகிதம் மற்ற இடங்களைவிட மிகக் கூடுதலாக உள்ளது என்றால் சிறிது விழித்துக்கொள்ளவேண்டும். அவர்களுடைய கடன் மதிப்பீடுகளை, வரலாற்றை ஆராய்ந்து பார்த்துவிட்டுத்தான் தீர்மானிக்கவேண்டும். சிறு ஐயம் இருந்தாலும் அங்கு முதலீடு செய்யாமல் இருந்துவிடுவது நல்லது.

ஏனெனில், ஒருவர் *FD*ஐத் தேர்ந்தெடுப்பதற்கு முதன்மைக் காரணமே பாதுகாப்புதான். அதை எப்போதும், எந்தச் சூழ்நிலையிலும் மறந்துவிடக்கூடாது!

சுருக்கமாகச் சொல்வதென்றால், நம்பகமான, நம் பணத்தை ஒழுங்காகக் கையாண்டு, சரியாகத் திருப்பிக்கொடுக்கிற அமைப்புகளுடைய *FD*களில் ஆராய்ந்து முதலீடு செய்தால், ஓரளவு வட்டியும் கிடைக்கும், பெருமளவு பாதுகாப்பும் உறுதியாகும்.

★★★

46. பொன் விளைச்சல்

செழிப்பான விவசாய நிலங்களைப் 'பொன் விளைகிற பூமி' என்பார்கள்.

தங்கம் செடியில் காய்ப்பதில்லை. ஆனால், வயலில் விளைகின்ற நெல்லையோ மற்ற தானியங்கள், காய்கறிகள், பழங்களையோ விற்றுப் பணம் சம்பாதிக்கலாம், அந்தப் பணத்தைக் கொண்டு தங்கம் வாங்கிச் சேமிக்கலாம். இப்படித்தான் அன்றைய உலகத்தின் சிந்தனை இருந்தது.

அரசர் தொடங்கி ஏழைப் பொதுமக்கள்வரை எல்லாருக்கும் தங்கத்தின்மீது ஆசை இருந்திருக்கிறது. உடலில் நகைகளாக அணிந்துகொள்கிற தங்கம் ஒருபுறமிருக்க, பெட்டிக்குள் பூட்டிவைக்கும் தங்கமும் செல்வத்தின் அடையாளமாக இருந்திருக்கிறது. ஏதாவது திடீர்ச் செலவு என்றால் அந்தத் தங்கத்தை அடகு வைத்துக் கடன் பெறுவார்கள். பின்னர் அதைத் திருப்பிச் செலுத்தித் தங்கத்தை மீட்டுப் பாதுகாப்பாக வைத்துக்கொள்வார்கள்.

தங்கம் என்பது வளத்தின் குறியீடாக, ஒருவருடைய பெருமைக்குரிய சொத்தாக இருப்பதால்தான் குழந்தைகளைக்கூடத் 'தங்கமே' என்று கொஞ்சுகிறோம், திருமணத்துக்கு மாப்பிள்ளை, பெண் தேடும்போது, 'பையன் தங்கம்மாதிரி' என்கிறோம், வரலாற்றின் சிறப்பான பகுதிகளைப் 'பொற்காலம்' என்கிறோம்.

அதெல்லாம் சரி, தங்கம் என்பது நல்ல முதலீடா?

உங்கள் வீட்டில் தாத்தா, பாட்டி காலத்து நாட்குறிப்பு அல்லது அவர்கள் செலவுக் கணக்கு எழுதிவைத்த குறிப்பேடு ஏதேனும் இருந்தால், அதைச் சற்று புரட்டிப்பாருங்கள். இல்லாவிட்டால், இணையத்தில் தேடுங்கள். 1930களில், 1940களில், 1980களில் என்று வெவ்வேறு காலகட்டத்தில் தங்கத்தின் விலை எவ்வளவாக இருந்தது என்கிற நிலவரம் புரியும், தங்கம் தொடர்ந்து நிலையான வருவாயைத் தருகிற முதலீடாக இருந்திருப்பது விளங்கும்.

எடுத்துக்காட்டாக, 2004ல் 10 கிராம் தங்கத்தின் விலை சுமார் 5850 ரூபாய். இருபது ஆண்டுகளுக்குப்பிறகு 2024ல் அதன் விலை 80450 ரூபாய். அதாவது, 13.75 மடங்கு வளர்ச்சி. நீங்கள் 2004ல் ஒரு லட்சம் ரூபாய்க்குத் தங்கம் வாங்கி அதைச் சும்மா போட்டுவைத்திருந்தால் இப்போது அதன் மதிப்பு பதினான்கு லட்சம் ரூபாய்க்குப் பக்கத்தில் இருக்கும்.

'2004ல் யார்கிட்ட சார் ஒரு லட்ச ரூபாய் இருந்துச்சு?' என்று அலுத்துக்கொள்ளவேண்டியதில்லை. ஆயிரம், இரண்டாயிரம் என்று கைக்குக் கிடைக்கும் பணத்தில் கொஞ்சம் கொஞ்சமாகத் தங்கம் வாங்கிச் சேர்த்திருந்தாலும் இப்போது அது ஒரு கணிசமான தொகையை எட்டியிருக்கும்.

தங்கத்தைப்போலவே வெள்ளியும் உலக அளவில் மிகவும் மதிக்கப்படுகிற ஓர் உலோகம். அதில் முதலீடு செய்தவர்களும் இதேபோன்ற வளர்ச்சியைச் சந்தித்திருப்பார்கள். சதவிகிதம் சற்று முன்னே, பின்னே இருக்கலாம். ஆனால், ஆண்டுகள் செல்லச் செல்ல இவற்றின் மதிப்பு உயர்ந்துவந்திருக்கிறது என்பதில் ஐயமில்லை.

அதனால்தான், முறையான முதலீட்டு வழிகளோ கல்வியோ இல்லாத அந்தக் காலத்தில்கூடத் தங்கத்தை, வெள்ளியைச் சிறிதுசிறிதாக வாங்கிச் சேமிக்கும் வழக்கம் இருந்திருக்கிறது. மகளுக்குத் திருமணம் செய்து கொடுக்கும்போது மதிப்பு மிக்க தங்க நகைகளைப் போட்டு அனுப்பிவைத்திருக்கிறார்கள். அது தேவையான நேரத்தில் கை கொடுக்கும் என்பது அவர்களுக்குத் தெரிந்திருந்தது.

இன்றைக்கும் ஊர்முழுக்கத் தங்க நகைக் கடைகள், வெள்ளிப் பாத்திரக் கடைகள் நிறைந்திருக்கின்றன. இத்துடன் கட்டித் தங்கம் வாங்கிச் சேமிக்கிற பழக்கம் உள்ளது. இணையத்தில் டிஜிட்டல் தங்கம் விற்பனையாகிறது. தங்கத்தின் விலையைப் பின்தொடரும் மியூச்சுவல் ஃபண்ட் திட்டங்கள் உள்ளன. சில மாதங்களுக்குமுன்புவரை இந்திய அரசாங்கமே *Sovereign Gold Bond* என்ற பெயரில் பொதுமக்களுடைய தங்க முதலீட்டுக்கு வழி செய்திருந்தது.

இதனால் தங்க நகைகளாக அணிந்து மகிழுவது, வெள்ளிப் பாத்திரங்களைக் கொண்டு மதிப்பைக் காண்பிப்பது, திடீர்ச் செலவுகளுக்கு அடகு வைத்துப் பணம் பெறுவது, வருங்கால நிதித் தேவைகளுக்காக முதலீடு செய்வது என்று பல காரணங்களுக்காக மக்கள் இந்த உலோகங்களில் பணம் போடுகிறார்கள். பங்குச் சந்தை போன்ற ஏற்ற, இறக்கம் நிறைந்த முதலீட்டு வழிகளில் நிறையப் பணத்தைப் போட்டுவைத்திருக்கிறவர்கள்கூட, அந்த ஆபத்தை ஓரளவு நேர்செய்வதற்காகத் தங்களுடைய செல்வத்தின் ஒரு பகுதியைத் தங்கம், வெள்ளியில் போடுகிறார்கள். ஏனெனில், மற்ற ஆபத்தான முதலீடுகள் பெரிய அளவில் சரிந்தாலும் தங்கமும் வெள்ளியும் காப்பாற்றும், ஒட்டுமொத்த இழப்பைக் குறைக்கும் என்று இவர்கள் நம்புகிறார்கள்.

அதே நேரம், ஒட்டுமொத்தச் செல்வத்தையும் தங்கமாக, வெள்ளியாகச் சேமித்துவைப்பது நல்லதில்லை. எல்லாவிதமான முதலீடுகளும் பொருத்தமான விகிதத்தில் கலந்து இருக்கும்போதுதான் நம்மால் அனைத்து வாய்ப்புகளையும் ஓரளவு பயன்படுத்திக்கொள்ளமுடியும். அதனால், நம்முடைய ஒட்டுமொத்த முதலீட்டுத் தொகையில் ஒரு குறிப்பிட்ட சதவிகிதத்தைமட்டும் தங்கம், வெள்ளிக்கு ஒதுக்கலாம் என்று வல்லுனர்கள் பரிந்துரைக்கிறார்கள்.

குறிப்பிட்ட சதவிகிதம் என்றால் எவ்வளவு? 5% போதுமா? அல்லது, 50%, 60%வரை செல்லலாமா?

பொதுவாக, மொத்த முதலீட்டு மதிப்பில் 10 முதல் 15%வரை தங்கமும் வெள்ளியும் வாங்கலாம் என்று பரிந்துரைக்கப்படுகிறது. எனினும், இது ஒவ்வொருவருடைய தனிப்பட்ட நம்பிக்கைகள்,

இலக்குகள், ஆபத்துக்குத் துணிகிற தன்மை, ஏற்ற இறக்கங்களைத் தாங்கும் திறன் ஆகியவற்றைப் பொறுத்து மாறுபடும். உங்களுக்கு எது சரியான சதவிகிதம் என்பதை நீங்கள்தான் தீர்மானிக்கவேண்டும்.

தங்கத்தை எந்த வடிவத்தில் வாங்குவது?

நகைகளாக வாங்கும் தங்கத்தை அணிந்துகொள்ளலாம். ஆனால், தங்கத்தை நகையாக மாற்றுவதற்கென்று கடைகள் உங்களிடம் கூடுதல் கட்டணம் பெறுகின்றன. அதனால், அதன் ஒட்டுமொத்த மதிப்பு குறைந்துவிடுகிறது.

எனவே, முதலீடாகக் கருதும் தங்கம், அணிந்துகொள்வதற்காக வாங்கும் தங்கம் ஆகியவற்றைத் தனித்தனியாகப் பிரித்துக்கொள்ளலாம். முதல் வகையைத் தங்க நாணயங்களாகவோ கட்டிகளாகவோ வாங்கலாம். இரண்டாம் வகையைச் சங்கிலி, தோடு, மோதிரம் என்று நம் விருப்பப்படியும் தேவைப்படியும் வாங்கி மகிழ்ச்சியோடு அணிந்துகொள்ளலாம். இந்த இரண்டையும் கலந்து குழப்பக்கூடாது.

முன்பெல்லாம் தங்க நாணயங்கள், கட்டிகளைக் கடைகளில்தான் வாங்கவேண்டியிருந்தது. இப்போது வங்கிகளும் அவற்றை உருவாக்கி விற்கின்றன. இணையத்தில் வாங்குகிற வசதிகூட வந்துவிட்டது. எந்த வழியில் வாங்கினாலும், இவற்றுடன் சரியான தரச் சான்றிதழ் உள்ளதா என்பதை உறுதிப்படுத்திக்கொண்டு வாங்குவது நல்லது.

தங்க நகைகள், வெள்ளிப் பாத்திரங்கள், நாணயங்கள், கட்டிகளைப் பாதுகாப்பதற்கு நம் வீட்டில் ஒரு நல்ல ஏற்பாடு இருக்கவேண்டும். இல்லாவிட்டால், வங்கியில் உள்ள பாதுகாப்புப் பெட்டிகளை வாடகைக்கு எடுத்துக்கொள்ளலாம். தங்கம், வெள்ளியின் மதிப்போடு ஒப்பிடும்போது இது ஒரு சிறு செலவுதான்.

சில முதலீட்டாளர்கள் இந்த வம்பே வேண்டாம் என்று டிஜிட்டல் அல்லது தாள் வடிவத் தங்கத்துக்கும் வெள்ளிக்கும் மாறிவிட்டார்கள். அதாவது, இவர்கள் பணம் செலுத்தி வாங்கும் தங்கமோ வெள்ளியோ உலோகமாக இவர்களிடம் தரப்படாது. 'நீங்கள் இவ்வளவு தங்கம் (அல்லது வெள்ளி) வாங்கியிருக்கிறீர்கள்' என்கிற உறுதிமொழிமட்டும் தரப்படும்.

அதை ஓர் இணையதளத்திலோ, மொபைல் செயலியிலோ பார்த்துக்கொள்ளலாம். சில நேரங்களில் அச்சடித்த சான்றிதழ் ஒன்றும் வழங்கப்படலாம். இதை வைத்து வேண்டியபோது அந்தத் தங்கத்தையோ வெள்ளியையோ எளிதில் விற்றுப் பணமாக்கிக்கொள்ளலாம்.

ஆக, இவர்களும் தங்கம், வெள்ளியில்தான் முதலீடு செய்கிறார்கள். அதன் மதிப்பு உயர உயர இவர்களுக்கு வருவாய் கூடும். ஆனால், இங்கு நகை இல்லை, நாணயம் இல்லை, கட்டி இல்லை, அதையெல்லாம் பாதுகாக்கவேண்டுமே என்கிற அச்சமும் இல்லை.

அப்படியென்றால், டிஜிட்டல் முறையில் நாம் வாங்குகிற தங்கமும் வெள்ளியும் உண்மையில் எங்கே இருக்கின்றன?

இந்த உயர்விலை உலோகங்கள் அனைத்தும் நம் சார்பாக இன்னொருவரால் பாதுகாக்கப்படுகின்றன. அதனால், நம் தங்கமும் வெள்ளியும் தேயாது, தொலையாது, அதை யாராலும் திருடமுடியாது.

வழக்கமான தங்க நகைகளை வாங்கவேண்டுமென்றால், குறைந்தது சில ஆயிரம் ரூபாயாவது தேவைப்படும். ஆனால், டிஜிட்டல் முறையில் ஐந்து ரூபாய், பத்து ரூபாய்க்குக்கூடத் தங்கம் வாங்கலாம். நீங்கள் செலுத்தும் தொகைக்கேற்பத் தங்கம் உங்கள் கணக்கில் சேர்க்கப்பட்டுவிடும்.

தங்கம், வெள்ளி வாங்குவதற்கான இன்னொரு வழி, இந்த உலோகங்களின் விலையை அடிப்படையாகக் கொண்ட மியூச்சுவல் ஃபண்ட்களில் அல்லது *ETF* எனப்படுகிற *Exchange Traded Funds*இல் முதலீடு செய்வது. இவற்றின் முதலீட்டு மதிப்பானது தங்க, வெள்ளி விலையின் ஏற்ற, இறக்கங்களுக்கு ஏற்ப உயரும், தாழும். அதனால், கையில் பணம் கிடைக்கும்போதெல்லாம் இவற்றைக் கொஞ்சம் கொஞ்சமாக வாங்கிவைத்தால் சராசரியான வளர்ச்சியைக் காணலாம்.

மியூச்சுவல் ஃபண்ட்கள், *ETF*கள் என்பவை தங்கம், வெள்ளிக்குமட்டுமில்லை, இவற்றைத் தாண்டியும் நீள்கிற முதலீட்டு வழிகள். இவற்றைப்பற்றிப் பின்னர் விளக்கமாகப் பார்ப்போம். இப்போதைக்கு, இவையும் தங்க, வெள்ளி முதலீட்டுக்கு

உதவுகின்றன என்பதைமட்டும் தெரிந்துகொண்டால் போதும்.

ஒரு விஷயம். கடந்த பல ஆண்டுகளாகத் தங்கம், வெள்ளியின் விலை நன்கு உயர்ந்திருக்கிறது என்பதால், அவற்றின் மதிப்பு எப்போதும் ஏறிக்கொண்டுதான் இருக்கும் என்று நினைத்துவிடக்கூடாது. பல்வேறு காரணங்களால் இவற்றின் விலை குறைவதும் உண்டு, மறுபடி ஏறுவதும் உண்டு. அதனால்தான் நம்முடைய சொத்து முழுவதையும் தங்கத்திலும் வெள்ளியிலும் போட்டுவிடாமல் பரவலாகப் பல முதலீட்டு வழிகளைப் பயன்படுத்திக்கொள்வது நல்லது என்கிறோம்.

★★★

47. வீடு, நிலம், இன்னபிற

என்னுடைய நெருங்கிய உறவினர் ஒருவர் கோயம்பத்தூரில் சொந்த வீடு வைத்திருந்தார். அந்த ஊரிலிருந்து மாற்றலாகிப் போகும்போது அதை விற்றுவிட்டார்.

அதன்பிறகு, இன்றுவரை அவர் பல இடங்களில் வசித்திருக்கிறார். ஆனால், எங்கும் சொந்த வீடு வாங்கவில்லை. திரும்பத் திரும்ப வாடகை வீடுதான்.

'உங்க வேலை அடிக்கடி மாற்றலாகுதுன்னுதான் நீங்க சொந்த வீடு வாங்கலையா?' என்று அவரிடம் ஒருமுறை கேட்டேன்.

'அது ஒரு காரணம்' என்று சிரித்தார் அவர், 'ஆனா, அதைவிட முக்கியமான இன்னொரு காரணம் இருக்கு.'

'என்னது? பணம் இல்லைன்னு சொல்லப்போறீங்களா? உங்களுக்கு வர்ற சம்பளத்தைக் கேள்விப்பட்டா வங்கிக்காரங்க கூப்பிட்டு உட்காரவெச்சுக் கடன் கொடுப்பாங்களே!'

'பணம் ஒரு சிக்கலே இல்லை. நான் நினைச்சா இப்பவே முழுத் தொகையையும் கொடுத்து நாலு வீடு வாங்கலாம்' என்றார் அவர், 'ஆனா, நான் வாங்கமாட்டேன். எனக்கு வாடகை வீடு போதும். ஏன்னா, அதுதான் நிதி அடிப்படையில சரியான தீர்மானம்.'

'என்னங்க சொல்றீங்க? சொந்த வீடுதான் சிக்கனம், வாடகைச் செலவு இல்லைன்னு எல்லாரும் சொல்வாங்களே. அது பொய்யா?'

'முழுப் பொய்' என்றார் அவர், 'இப்படி ஆயிரம் ஆயிரமா வாடகை கொடுக்கறதுக்குப் பதிலா வீட்டுக் கடன் வாங்கி *EMI* செலுத்து, பத்துப் பதினஞ்சு வருஷத்துல அந்த வீடு உனக்குச் சொந்தமாயிடும்ன்னு என்கிட்டயும் பலர் அறிவுரை சொல்லியிருக்காங்க. அதை நம்பித்தான் கோயம்பத்தூர்ல ஒரு வீடு வாங்கினேன். ஆனா, அதுக்கப்புறம் பொறுமையா யோசிச்சுப் பார்த்தபோது அந்த அறிவுரையில கொஞ்சமும் உண்மை இல்லைன்னு கணக்குப் போட்டுத் தெரிஞ்சுகிட்டேன்' என்றபடி தன்னுடைய செல்ஃபோனில் உள்ள கணக்கிடும் செயலியைத் திறந்தார் அவர், தன்னுடைய வீடு வாங்காத் தீர்மானத்தின் பின்னாலிருக்கும் கணக்கை விளக்கத் தொடங்கினார்:

'இப்ப நான் குடியிருக்கிற வீட்டோட வாடகை ரூ 40,000. இந்தப் பகுதியில இதே அளவுல நான் ஒரு வீட்டை வாங்கணும்ன்னா அதுக்குச் சுமார் ஒன்றரைக் கோடி ரூபாய் தேவைப்படும்.'

'என்கிட்ட ஒன்றரைக் கோடி ரூபாய் இருக்கு. ஆனா, நான் வீடு வாங்கலை, அந்தப் பணத்தை வங்கியில போட்டுவெச்சிருக்கேன். அதுக்குச் சுமார் 6% வட்டி வருது. அதாவது, ஆண்டுக்கு 9 லட்ச ரூபாய், மாசத்துக்கு 75,000 ரூபாய் வருது. அதுல நாற்பதாயிரத்தை வீட்டு வாடகைக்குக் கொடுத்துட்டு மீதிப் பணத்தைச் செலவுக்கு வெச்சுக்கறேன்.'

'ஒருவேளை, நான் கடன் வாங்கி அந்த வீட்டை வாங்கறேன்னு வெச்சுக்குவோம். ஒன்றரைக் கோடி ரூபாய்க்கு 9% வட்டிக்கு, 15 ஆண்டு வீட்டுக் கடன் எடுத்தேன்னா, அதுக்கு நான் மாசாமாசம் செலுத்தவேண்டிய *EMI* தவணைத் தொகை சுமார் ஒன்றரை லட்ச ரூபாய். அதாவது, இப்ப நான் செலுத்தற வாடகையைப்போலக் கிட்டத்தட்ட நாலு மடங்கு.'

'ஆக, எப்படிக் கணக்குப் போட்டுப் பார்த்தாலும் சொந்த வீடு வாங்கறதைவிட வாடகை வீடுதான் சிக்கனம். கையில காசு பத்தலைன்னு ஊருக்கு வெளியில வீடு வாங்கிட்டு ஒவ்வொரு நாளும் அலுவலகத்துக்குப் போறதுக்கும் திரும்பி வர்றதுக்கும் ரெண்டு, மூணு மணிநேரம் பேருந்துலயோ கார்லயோ கிடந்து துன்பப்படவேண்டியதில்லை. நம்ம வீட்ல இருக்கிறவங்க புறநகர்ப் பகுதியில வசதிகளெல்லாம் போதாம அலைஞ்சு

திரியவேண்டியதில்லை. குறைஞ்ச செலவுல ஊருக்குள்ளயே நல்ல வீடாப் பார்த்துக் குடியிருக்கலாம். பிடிக்கலைன்னா அடுத்த ஆண்டு வேற இடத்துக்கு மாறிக்கலாம்.'

முன்பெல்லாம் நம் நாட்டில் வீடு வாங்குவதுதான் வளத்தின் அடையாளம் என்று எண்ணப்பட்டது. ஒருவர் எத்தனை வீடு வைத்திருக்கிறார் என்பதை வைத்து அவருடைய செல்வத்தை மதிப்பிடும் வழக்கம் இருந்தது. ஆனால் இப்போது பெரும்பாலானோர், குறிப்பாக இன்றைய இளைய தலைமுறையினர் *'Buy Vs Rent'* எனப்படுகிற, 'வீடு வாங்குவதா, அல்லது வாடகைக்கு எடுப்பதா' என்கிற கேள்விக்குள் ஆழமாக மூழ்குகிறார்கள். அதன் ஒரு கட்சியைத்தான் என்னுடைய உறவினர் மேலே விளக்கியுள்ளார். அதாவது, சொந்த வீடு வாங்குவதைவிட வாடகைக்கு வீடு பார்த்துக்கொள்வதுதான் சிறப்பு என்கிறார்.

இன்னொருபக்கம், 'நாம் குடியிருக்கிற வீடு நமக்குச் சொந்தமாக இருக்கவேண்டும். அது தரும் மன நிறைவுக்கும் அதனால் உண்டாகும் நல்ல இணைப்புகளுக்கும் ஈடு, இணை இல்லை. அதனால், சொந்த வீடு வாங்கியபிறகுதான் மீதியுள்ள எல்லாச் சேமிப்புகளையும் செய்யவேண்டும்' என்று வாதிடுகிற இன்னொரு கட்சியும் உள்ளது. இவர்கள் 'சொந்த வீட்டின் நன்மைகளை வெறும் எண்களாகக் கணக்குப் போட்டுப் பார்க்கக்கூடாது. அது ஓர் உணர்வு' என்கிறார்கள். இதுவும் சரியான வாதம்தான்.

எனவே, *'Buy Vs Rent'* ஆகிய இரண்டில் ஏதேனும் ஒன்றைத்தான் தேர்ந்தெடுக்கவேண்டும் என்று பிடிவாதம் பிடிக்காமல், இப்படி ஒரு நடுவழியைத் தேர்ந்தெடுத்துக்கொள்ளலாம்:

- குடியிருக்கிற வீட்டைச் சொந்தமாக வாங்குவது. ஆனால் அதற்காக மிகக் கூடுதலான விலையைக் கொடுத்துப் பெரிய கடனில் சிக்கிக்கொண்டுவிடக்கூடாது. சரியான இடம், சரியான அளவு, சரியான விலை என்று பார்த்து வாங்கவேண்டும். பிறர் என்ன செய்கிறார்கள் என்பதைப் பார்த்து, நம்முடைய நிலைமையைச் சிந்திக்காமல் அவர்களை அப்படியே பிரதியெடுக்க முயலக்கூடாது. வீட்டுக் கடனுக்கான தவணைத் தொகையை நம்மால் மாதந்தோறும் ஒழுங்காகச் செலுத்த இயலுமா என்பதை உறுதிப்படுத்திக்கொள்ளவேண்டும்.

அதாவது, நம் சம்பளத்தில் பெரும்பகுதியைத் தவணையாகச் செலுத்தும் நிலைமைக்குச் சென்றுவிடக்கூடாது. அவ்வப்போது பணம் கிடைக்கும்போதெல்லாம் அந்தக் கடனைக் கொஞ்சம்கொஞ்சமாக அடைத்துவரவேண்டும். கடனைத் திருப்பிச் செலுத்துவதன்மூலம் கிடைக்கும் வருமான வரிச் சலுகையைப் பெற்றுக்கொள்ளவேண்டும்.

- அந்த முதல் வீட்டைத் தாண்டிக் கூடுதல் வீடுகளை முதலீடாக எண்ணி வாங்குகிறோம், அல்லது, வாங்கி வாடகைக்கு விடுகிறோம் என்றால், ஒரு முறைக்குப் பத்து முறை சிந்திக்கவேண்டும். குறிப்பாக, கடனில் கூடுதல் வீடுகளை வாங்குவது மிகப் பெரிய பொருளாதாரச் சுமையை உண்டாக்கிவிடக்கூடும். நாம் கொடுக்கும் விலை சரியா? எவ்வளவு வாடகை வரும்? வாடகை ஒழுங்காக வருமா? சில ஆண்டுகளுக்குப்பின் இதை விற்றுவிடலாம் என்றால், எளிதில் விற்கமுடியுமா? வாங்குகிறவர்கள் இருப்பார்களா? அப்போது இதற்கு என்ன விலை கிடைக்கும்? இதன் விலை உயரும் என்பது உறுதியா? ஏன்? அதன்மூலம் நமக்குக் கிடைக்கக்கூடிய கூடுதல் வருவாய் எத்தனைச் சதவிகிதம்? அது மற்ற சேமிப்பு, முதலீட்டு வழிகளின்மூலம் கிடைக்கக்கூடிய வருவாயைவிடக் கூடுதலானதா?... இப்படிப் பல கேள்விகளைக் கேட்டுச் சிந்தித்தபிறகுதான் இரண்டாவது, மூன்றாவது வீடுகளை வாங்குவதுபற்றித் தீர்மானிக்கவேண்டும்.

'ரியல் எஸ்டேட்' எனப்படும் இந்த முதலீட்டு வாய்ப்பின்கீழ் வீடுமட்டுமில்லை, நிலம், வணிகக் கட்டடங்கள், கடைகள் என்று பல வழிகள் இருக்கின்றன. இவை அனைத்துக்கும் மேற்சொன்ன கேள்விகள் பொருந்தும். சிந்தித்துத் தீர்மானித்துச் சரியானபடி ரியல் எஸ்டேட் முதலீடுகளைச் செய்தவர்கள் குறுகிய காலத்தில் நிறையச் சம்பாதித்திருக்கிறார்கள். அப்படியில்லாமல், யாரோ சொன்னார்கள் என்று பணத்தைக் கொட்டியவர்கள் அதைத் திரும்ப எடுக்க வழியில்லாமல் திகைத்து நின்றிருக்கிறார்கள்.

நம்முடைய மொத்த முதலீடுகளில் ரியல் எஸ்டேட் எத்தனைச் சதவிகிதம் இருக்கலாம்?

தங்கம், வெள்ளிக்குச் சொன்ன அதே பதில்தான். இது உங்களுடைய

தனிப்பட்ட நம்பிக்கைகள், இலக்குகளைப் பொறுத்தது. ஆனால், ஒட்டுமொத்தச் சொத்துகளையும் ரியல் எஸ்டேட்டில் முடக்குவது தவறு. ஏனெனில், மற்ற சொத்துகளுடன் ஒப்பிடும்போது வீடு, நிலம், வண்டிகக் கட்டடங்கள் போன்றவற்றைச் சட்டென்று விற்கமுடியாது, பகுதியளவும் விற்கமுடியாது.

எடுத்துக்காட்டாக, உங்களுக்குத் திடீரென்று பத்து லட்ச ரூபாய் தேவைப்படுகிறது என்றால், அந்த மதிப்புக்கு ஒரு வீடு உங்களிடம் இருந்தால் அதை விற்கலாம். இல்லாவிட்டால், இருபது லட்ச ரூபாய் வீட்டில் பாதியைமட்டும் விற்பதற்கு வாய்ப்பில்லை.

அத்துடன், ரியல் எஸ்டேட் முதலீடுகளில் அரசாங்கப் பதிவுக் கட்டணம், ஆண்டுதோறும் செலுத்தவேண்டிய சொத்து வரி, பராமரிப்பு வேலைகள் போன்ற கூடுதல் செலவுகளும் இருக்கின்றன. இவ்வகை முதலீடுகளில் இறங்குவதற்குமுன் இதையெல்லாம் நன்கு சிந்திக்கவேண்டும்.

'நான் ரியல் எஸ்டேட்டில் முதலீடு செய்யவேண்டும், ஆனால், இதுபோன்ற தொல்லைகள் கூடாது' என்று சொல்கிறவர்கள் *REIT* எனப்படும் *Real Estate Investment Trust* வழியை முயன்றுபார்க்கலாம். இந்த நிறுவனங்கள் பல்வேறு ரியல் எஸ்டேட் சொத்துகளை வாங்கி, வாடகைக்கு விட்டுப் பராமரிக்கின்றன. அதன்மூலம் கிடைக்கும் வருவாய் இந்த நிறுவனங்களில் முதலீடு செய்தவர்களுக்குப் பிரித்தளிக்கப்படுகிறது. சுருக்கமாகச் சொல்வதென்றால், ஒரு வீட்டை ஒருவர் வாங்குவதற்குப் பதிலாக, பத்தாயிரம் பேர் சேர்ந்து நூறு வீடுகளை வாங்குகிறார்கள். பிறகு, அந்த நூறு வீடுகளில் இருந்து வருகிற வருமானத்தைப் பகிர்ந்துகொள்கிறார்கள்.

★★★

48. பங்காளி ஆகலாம்

உங்கள் தெரு முனையில் ஒரு சிறிய இட்லிக் கடை இருக்கிறது. நீங்கள் அவ்வப்போது அங்கு சாப்பிடுவதுண்டு. இட்லி, மூன்று வகைச் சட்னி, சாம்பார் என்று அனைத்தையும் சுவையாகவும் தரமாகவும் மலிவாகவும் தருகிற அந்தக் கடைக்காரரைப் பாராட்டுவதும் உண்டு.

ஒருநாள், இட்லியைச் சாப்பிட்டு ஏப்பம் விட்டபடி நீங்கள் அவருக்கு ஒரு யோசனை சொல்கிறீர்கள், 'இவ்வளவு நல்லாச் சமைக்கறீங்க. ஆனா, இப்படிச் சின்ன கடையில முடங்கிக் கிடக்கலாமா? நல்ல, பெரிய கடையா ஒண்ணை வாடகைக்கு எடுத்து, நாற்காலி, மேசையெல்லாம் போட்டு, ஏழெட்டு ஆளுங்களை வேலைக்கு வெச்சு, ஸ்விக்கி, ஜொமாட்டோ-வுல டெலிவரியெல்லாம் கொடுத்து முன்னேறவேண்டியதுதானே?'

'அதுக்கெல்லாம் நிறையப் பணம் வேணும் சார்' என்று சிரிக்கிறார் கடைக்காரர், 'எனக்கு வாய்ச்சது இதுதான்.'

அப்போது உங்களிடம் ஒரு கணிசமான தொகை இருக்கிறது, இந்தக் கடைக்காரரின் கைமணத்தை நம்பி அதை முதலீடு செய்யலாமா என்று யோசிக்கிறீர்கள்.

அதாவது, அவருடைய இட்லிக் கடையைப் பெரிதாக்குவதற்குத் தேவைப்படுகிற பணத்தில் பாதியை நீங்கள் கொடுப்பீர்கள், மீதியை அவர் தன்னுடைய சேமிப்பிலிருந்து கொடுப்பார். இந்தப்

பணத்தைக் கொண்டு தொடங்கப்படும் புதிய உணவகத்தில் நீங்கள் இருவரும் சமமான பங்குதாரர்கள். அதாவது, அதில் 50% பங்கு உங்களுடையது, 50% பங்கு அவருடையது.

இதன்படி, அவருடைய சிறு இட்லிக் கடை பெரிய அளவில் விரிவுபடுத்தப்படுகிறது. நகரின் முதன்மையான சாலையில் பளபளப்பான ஓர் உணவகத்தைத் திறந்து பலவிதமான உணவுப் பண்டங்களை விற்கிறீர்கள். மக்களும் அதற்கு நல்ல ஆதரவு தருகிறார்கள்.

ஆண்டின் முடிவில், நீங்கள் இருவரும் அந்த உணவகத்தின்மூலம் வந்த மொத்த வருமானத்தைக் கணக்கிடுகிறீர்கள், அதிலிருந்து செலவுகள், பணியாளர்களுடைய சம்பளத்தைக் கழித்துவிட்டு மீதியிருக்கும் லாபத் தொகையை ஆளுக்குப் பாதியாகப் பிரித்துக்கொள்கிறீர்கள்.

அடுத்த சில ஆண்டுகளில் உங்கள் உணவகம் இன்னும் நன்றாக முன்னேறுகிறது. பல கிளைகள் திறக்கப்படுகின்றன. லாபம் பெருகுகிறது. நீங்கள் போட்ட முதலீட்டைவிடப் பல மடங்கு சம்பாதித்துவிடுகிறீர்கள்.

ஒருவேளை, அந்த உணவகம் சரியாக நடக்காமலிருந்தால்? லாபத்துக்குப் பதிலாக இழப்பு (நஷ்டம்) ஏற்பட்டிருந்தால்?

லாபமோ, நஷ்டமோ, அந்த உணவகத்தின் பங்குதாரர்கள் என்ற முறையில் இரண்டும் உங்களுக்குத்தான். அதற்குத் துணிந்துதான் நீங்கள் அந்த உணவகத்தில் முதலீடு செய்திருக்கிறீர்கள்.

இங்கு நாம் பார்த்த உணவகத்தைப்போல் இந்தியாவிலும் உலகெங்கும் பலப்பல நிறுவனங்கள் இருக்கின்றன. அவற்றை ஒருவரோ, இருவரோ, ஏழெட்டுப் பேரோ, பல நூறு, பல்லாயிரம் பேரோ சேர்ந்து நடத்துகிறார்கள். அதாவது, அந்த நிறுவனங்களை நம்பி முதலீடு செய்கிறார்கள். அதில் வரக்கூடிய லாபத்தையோ, நஷ்டத்தையோ ஏற்றுக்கொள்கிறார்கள்.

பொதுமக்களாகிய நாமும் இந்த வணிக விளையாட்டில் கலந்துகொள்ளலாம், சில, பல நிறுவனங்களுக்குப் பகுதியளவு உரிமையாளராகலாம், அதன்மூலம் வருமானத்தையோ இழப்பையோ சந்திக்கலாம். இதுதான் 'பங்குச் சந்தை'யின் அடிப்படை.

எடுத்துக்காட்டாக, ABC என்ற நிறுவனம் தன்னுடைய தொழிலை நடத்துவதற்காகத் தலா பத்து ரூபாய் மதிப்பில் ஒரு லட்சம் பங்குகளை வெளியிடுகிறது என்று வைத்துக்கொள்வோம். இப்போது, பொதுமக்களில் யார் வேண்டுமானாலும் இந்தப் பங்குகளை வாங்கி அந்த நிறுவனத்தின் உரிமையாளராகலாம்.

நீங்கள் ABC நிறுவனத்தின் 2000 பங்குகளை 20,000 ரூபாய் கொடுத்து வாங்குகிறீர்கள். அப்படியானால், நீங்கள் அந்த நிறுவனத்திற்கு 2% உரிமையாளர் என்று பொருள்.

அடுத்த சில ஆண்டுகளில், ABC நிறுவனம் நன்கு தொழில் செய்து முன்னேறுகிறது. அதன் பங்குகள் ரூ 50 விலைக்கு உயர்ந்துவிட்டன. அப்படியானால், உங்களிடம் இருக்கும் 2000 பங்குகளின் விலை ஒரு லட்சம் ரூபாய். அதாவது, நீங்கள் செய்த முதலீடு ஐந்து மடங்கு வளர்ந்துவிட்டது.

அதற்காக, 'இப்பவே என்கிட்ட இருக்கிற பணத்தையெல்லாம் பங்குச் சந்தையில கொட்டறேன்' என்று புறப்பட்டுவிடக்கூடாது. ஒருவேளை ABC நிறுவனம் எதிர்பார்த்ததைவிட மோசமாகச் செயல்பட்டிருந்தால் அதன் பங்குகள் பத்து ரூபாயிலிருந்து ஒரு ரூபாய், இரண்டு ரூபாய் என்று தேய்ந்திருக்கும். உங்களுடைய 20,000 ரூபாய் முதலீடு பலமடங்கு சரிந்துபோயிருக்கும்.

அப்படியானால், நன்கு முன்னேறக்கூடிய நிறுவனங்களில் மட்டும் முதலீடு செய்வது பாதுகாப்பானதா?

ஆமாம். ஆனால், அதற்கும் எந்த உத்தரவாதமும் கிடையாது. அதாவது, நன்கு இயங்கிக்கொண்டிருக்கிற, லாபம் சம்பாதித்துக் கொண்டிருக்கிற நிறுவனங்களின் பங்குகள்கூடச் சந்தையில் அடி வாங்கக்கூடும். அதற்கு என்ன காரணம் என்றெல்லாம் யாருக்கும் தெரியாது.

சுருக்கமாகச் சொன்னால், வங்கியில் போட்ட பணம் ஐந்து ஆண்டுகளில் இவ்வளவு வளர்ந்திருக்கும் என்பதுபோன்ற உத்தரவாதம் எதுவும் பங்குச் சந்தையில் கிடையாது. உங்கள் பணம் வளரலாம், தேயலாம், மொத்தமாகக் காணாமல் போய்விடவும் வாய்ப்புண்டு.

இத்தனை ஆபத்துகளைத் தாண்டியும் மக்கள் பங்குச் சந்தையில்

முதலீடு செய்கிறார்கள். ஏனெனில், அங்கு கிடைக்கக்கூடிய வளர்ச்சி விகிதம் வேறு எங்கும் கிடைக்காது.

எடுத்துக்காட்டாக, *multibaggers* எனப்படும் பங்குகள் சில ஆண்டுகளுக்குள் பல மடங்குகளாக வளர்கின்றன. அதனால், அங்கு சில லட்சம் முதலீடு செய்தவர்கள் சில கோடிகளை அள்ளுகிறார்கள்.

இன்னொரு பக்கம், அந்த அளவுக்கு விரைவாக வளராவிட்டாலும், பத்து, இருபது, முப்பது ஆண்டுகளில் பல மடங்காக மதிப்பு உயர்ந்த பங்குகளும் உண்டு. 'நான் சின்னப் பையனா இருந்தப்போ எங்கப்பா வெறும் பதினேழு ரூபாய்க்கு இந்தப் பங்கை வாங்கிப் போட்டார். இப்ப அதை வெச்சு நான் ஒரு வீடே வாங்கிட்டேன்' என்று உருகுகிறவர்கள் இருக்கிறார்கள்.

இதுபோன்ற வெற்றிகரமான பங்கு முதலீடுகளின் வளர்ச்சிச் சதவிகிதத்தைக் கணக்கிட்டுப் பார்த்தால் மலைப்பாக இருக்கும். வங்கி முதலீடுகளில் அதுபோன்ற வளர்ச்சியை எப்போதும் எதிர்பார்க்கமுடியாது.

ஆக, நாம் ஏற்கெனவே பார்த்த அதே சூத்திரம்தான் இங்கும் வேலை செய்கிறது. ஆபத்து இருக்கும் இடத்தில் கூடுதல் வருவாய் இருக்கும். ஆபத்துக்குத் துணிகிறேன் என்கிறவர்கள் அந்தக் கூடுதல் வருவாயைப் பெறக்கூடும், அல்லது, சூடு படக்கூடும். எனக்கு அந்த ஆபத்தே வேண்டாம் என்கிறவர்கள் அந்தப் பக்கமே செல்லக்கூடாது.

பங்குச் சந்தைபற்றி இங்கு கொடுக்கப்பட்டிருக்கும் விளக்கங்கள் அனைத்தும் மிகவும் அறிமுக நிலையிலானவை. உண்மையில் அது மிகச் சிக்கலான, பலவிதமான கணக்கீடுகள், விதிமுறைகள், சட்டங்கள், கட்டுப்பாடுகளெல்லாம் நிறைந்த இடம். உலக அளவிலும் உள்ளூரிலும் நடக்கிற பல மாற்றங்கள், நிறுவனங்களுக்குள்ளான நடைமுறைகள், தில்லுமுல்லுகள், வழக்குகளெல்லாம் பங்குகளின் விலையைக் கடுமையாகப் பாதிக்கக்கூடும். இதையெல்லாம் கற்றுக்கொண்டு கவனமாக விளையாடத் தெரிந்தவர்கள், குறிப்பாக, பணத்தை முதலீடு செய்துவிட்டுப் பல ஆண்டுகள் காத்திருக்க இயலுகிறவர்கள் இங்கு நன்றாகச் சம்பாதிக்கிறார்கள்.

அடுத்ததாக, இப்படி விஷயம் தெரிந்தவர்களை ஆசிரியர்களாக ஏற்றுக்கொண்டு அவர்களுடைய அறிவுறுத்தலின்படி முதலீடு செய்கிறவர்கள் இருக்கிறார்கள். இவர்களும் ஓரளவு சம்பாதிக்கலாம். ஆனால், நம்முடைய முதலீட்டின் வெற்றிக்கு இன்னொருவரை நம்பியிருக்கிறோம் என்கிற எண்ணத்தைத் தவிர்க்கவேண்டுமென்றால், இவர்களும் பங்குச் சந்தையைப்பற்றி ஆழமாகத் தெரிந்துகொண்டு அதில் இறங்கவேண்டும்.

மூன்றாவதாக, பங்குச் சந்தையைக் கூடுதல் வருமானத்துக்கான வாய்ப்பாகப் பயன்படுத்துகிறவர்களும் உண்டு. அதாவது, கையில் ஒரு கணிசமான தொகையை வைத்துக்கொள்வது, எந்தப் பங்குகளின் மதிப்பு உயரக்கூடும் என்று அவர்கள் நினைக்கிறார்களோ அந்தப் பங்குகளில் அதை முதலீடு செய்வது, சில நாட்களில் அந்தப் பங்குகளின் மதிப்பு உயர்ந்ததும் சட்டென்று அந்த லாபத்தை எடுத்துக்கொண்டு வெளியேறிவிடுவது. ஒருவேளை, அந்தப் பங்குகளின் மதிப்பு குறைந்துவிட்டால், சட்டென்று வெளியேறி நஷ்டத்தைக் குறைத்துக்கொள்வது. இதைத் தொடர்ந்து கவனமாகவும் ஒழுக்கத்துடனும் செய்தால் நல்ல வருமானம் பார்க்கலாம் என்று இவர்கள் நம்புகிறார்கள். அது உண்மையில் நடக்கிறதா என்பது கேள்விக்குறிதான்.

நிறுவனப் பங்குகளை நேரடியாக வாங்குகிறவர்கள் ஒருபுறமிருக்க, *F&O, Options* எனப்படும் சிக்கலான நிதித் தயாரிப்புகளில் முதலீடு செய்து ஒரே பாட்டில் பணக்காரராக விரும்புகிறவர்களும் இருக்கிறார்கள். இவர்களில் 90% பேர் நஷ்டத்தைத்தான் சந்திக்கிறார்கள் என்று புள்ளிவிவரங்கள் சொல்கின்றன.

ஆக, பங்குச் சந்தையில் சம்பாதிக்க இயலும். ஆனால், அதற்கு நிறைய உழைக்கவேண்டும், பொறுமை வேண்டும், 'எனக்கு இப்பவே லாபம் வேணும்' என்று பிடிவாதம் பிடிக்கக்கூடாது. இதற்கெல்லாம் ஆயத்தமாக இல்லாதவர்களுக்கு இந்த இடம் சரிப்படாது.

குறிப்பாக, கடன் வாங்கிப் பங்குச் சந்தையில் முதலீடு செய்வது, கையிலிருக்கிற பணம் மொத்தத்தையும் பங்குச் சந்தையில் கொட்டுவது, அவர் சொன்னார், இவர் சொன்னார் என்று ஊர், பேர் தெரியாத பங்குகளை வாங்குவது போன்ற நடவடிக்கைகள்

துண்டை உருவக்கூடியவை. அதிலும் குறிப்பாக, 'மாதத்துக்கு 20% லாபம் தருகிறேன்' என்று யாராவது சொன்னால் சட்டென்று எதிர்த் திசையில் திரும்பி ஓடவேண்டும். அவ்வளவு லாபமெல்லாம் இங்கு யாருக்கும் கிடைப்பதில்லை, கிடைக்க வாய்ப்பும் இல்லை.

பங்குச் சந்தையில் முதலீடு செய்வது இன்று மிக எளிதாகிவிட்டது. ஒரே கிளிக்கில் எந்தப் பங்கையும் வாங்கலாம், விற்கலாம். ஆனால், எதை வாங்கவேண்டும், எந்த விலையில் வாங்கவேண்டும், எப்போது வாங்கவேண்டும், எப்போது விற்கவேண்டும், எப்போது விற்கக்கூடாது என்றெல்லாம் தெரிந்துகொள்வதுதான் பெரிய கலை. அதைக் கற்றுக்கொள்ள விரும்புகிறவர்கள் துணிந்து உள்ளே வரலாம், நன்கு படித்துப் புரிந்துகொண்டு தெளிவான சிந்தனையுடன் பங்குகளில் முதலீடு செய்யலாம், அந்தப் பங்குகள் செல்லும் திசையைக் கூர்ந்து கவனித்துத் தேவையான மாற்றங்களைச் செய்யலாம். இப்படிப் பொறுமையான அணுகுமுறையுடன் செயல்படுகிறவர்களுக்கு இங்கு நல்ல எதிர்காலம் உண்டு.

'ஆனா, இதுக்கெல்லாம் யாருக்கு நேரம் இருக்கு?' என்கிறீர்களா? கவலை வேண்டாம். இதே பங்குச் சந்தைக்குள் இன்னும் எளிதாக நுழைவதற்கு ஒரு பின்வாசல் இருக்கிறது. அதை நம்முடைய பங்கு முதலீடுகளுக்கான தலைவாசலாக அமைத்துக்கொள்ளலாம்.

★★★

49. பங்குக்கொத்து

பங்குச் சந்தை முதலீடு தொலைநோக்கில் நல்ல பலன்களைத் தரக்கூடியது. ஆனால், அதில் நேரடியாக இறங்குவதற்கு மிகுந்த உழைப்பும் நேரமும் தேவை. சந்தையை, உள்நாட்டு, உலக அரசியலை, தொழில்துறை மாற்றங்களை, மக்களுடைய பொதுவான உணர்வுநிலைகளையெல்லாம் தொடர்ச்சியாகக் கவனிக்கவேண்டும். சரியான நிறுவனங்களில், சரியான நேரத்தில், சரியான விலையில் முதலீடு செய்யவேண்டும். பின்னர் ஒருவேளை அவை மோசமான நிலைக்குச் செல்லத் தொடங்கினால் அதைச் சரியாக அடையாளம் கண்டு அவற்றிலிருந்து விலகவேண்டும். அவ்வாறன்றி வேறு காரணங்களால் சந்தை விழும்போது பதற்றப்பட்டுக் கையிலிருப்பதையெல்லாம் விற்றுவிடக்கூடாது. ஒரு நிறுவனத்திலோ, ஒரு குழுமத்திலோ, ஒரு குறிப்பிட்ட வகைப் பங்குகளிலோ, ஒரு குறிப்பிட்ட புவியியல் பகுதியிலோ, ஒரு குறிப்பிட்ட தொழில்துறையிலோ நம்முடைய முதலீடுகள் மிகுதியாகச் சேர்ந்துவிட்டால் தோட்டக்காரர் புதர்களை நறுக்கி அழகுபடுத்துவதுபோல் அவற்றை நறுக்கிச் சரியான அளவுக்குக் கொண்டுவரவேண்டும்... இப்படி இன்னும் ஏகப்பட்ட வேலைகள்.

நமக்கு நம்முடைய வேலை அல்லது தொழில்தான் முதன்மையானது. நம்முடைய பெரும்பான்மையான நேரத்தையும் மூளை

உழைப்பையும் அது எடுத்துக்கொண்டுவிடுகிறது. அதன்பிறகு மீதியிருக்கிற நேரத்தில் இத்தனையையும் செய்து நம்முடைய பங்குச் சந்தை முதலீடுகளைச் சிறப்பாக்குவது கடினம். ஆனால் அதற்காக, அதை முழுமையாக ஒதுக்கினாலும் நம்முடைய ஒட்டுமொத்த வருவாய் குறைந்துவிடும். என்ன செய்யலாம்?

ஒருவேளை, பங்குச் சந்தையைப்பற்றி நன்கு அறிந்த, மேற்சொன்ன வேலைகளையெல்லாம் ஒழுங்காகத் தொடர்ந்து செய்யக்கூடிய வல்லுனர்கள் யாராவது இருந்தால், நம்முடைய பணத்தை அவர்களிடம் ஒப்படைத்துவிடலாம். அவர்கள் நம் சார்பாக அந்தப் பணத்தைச் சரியானபடி முதலீடு செய்து நமக்கு நல்ல வருவாயைப் பெற்றுத் தருவார்கள். அதன்பிறகு, நமக்கு வேண்டியபோது அந்தத் தொகையை எடுத்துச் செலவு செய்துகொள்ளலாம், அல்லது, வருங்கால ஓய்வு வாழ்க்கைக்காக அவர்களிடமே அதைத் தொடர்ந்து வளரவிடலாம்.

ஆனால், இந்த நபர்களை எப்படி நம்புவது? ஒருவேளை, நம்முடைய பணத்தைத் தூக்கிக்கொண்டு எங்காவது ஓடிவிட்டார்களென்றால்?

கவலை வேண்டாம். இவர்கள் தனி நபர்கள் இல்லை. அரசாங்க விதிமுறைகளின்படி பதிவு செய்யப்பட்ட நிறுவனங்களிடம்தான் நாம் நம்முடைய பணத்தை ஒப்படைக்கிறோம். அவர்கள் எப்படி இயங்கவேண்டும், என்ன செய்யலாம், என்ன செய்யக்கூடாது என அனைத்துக்கும் கடுமையான கட்டுப்பாடுகள் விதிக்கப்பட்டுள்ளதால் ஏமாற்றுவதற்கான வாய்ப்புகள் மிக மிகக் குறைவு.

'எனக்குப் பங்குச் சந்தையைப்பற்றி அவ்வளவாகத் தெரியாது. தெரிந்துகொள்ள எனக்கு ஆர்வமோ, நேரமோ இல்லை. ஒருவேளை நேரம் கிடைத்துப் படித்தாலும் எனக்கு அதெல்லாம் புரியுமா என்று ஐயமாக இருக்கிறது. ஆனால், அதில் முதலீடு செய்ய விரும்புகிறேன், வளரும் சந்தையைப் பயன்படுத்திக்கொள்ள நினைக்கிறேன்' என்று சொல்கிறவர்களுக்காகவே உண்டாக்கப்பட்ட இந்த ஏற்பாடுதான் மியூச்சுவல் ஃபண்ட் எனப்படும் பரஸ்பர நிதி. இங்கு நாம் தனித்தனி நிறுவனங்களில் முதலீடு செய்வதில்லை. அவற்றைத் தொகுத்து உருவாக்கப்பட்ட நிதித் திட்டங்களில் முதலீடு செய்கிறோம்.

எடுத்துக்காட்டாக, ஒரு குறிப்பிட்ட மியூச்சுவல் ஃபண்டில் 5 நிறுவனங்கள் 10%, 20%, 20%, 30%, 20% என்ற அளவில் இருக்கின்றன என்று வைத்துக்கொள்வோம். அதில் நீங்கள் ஆயிரம் ரூபாய் முதலீடு செய்தால், அவர்கள் அதை இந்த ஐந்து நிறுவனங்களிலும் அதே விகிதப்படி முதலீடு செய்வார்கள். அதாவது, முதல் நிறுவனத்தில் ரூ. 100, இரண்டாம் நிறுவனத்தில் ரூ 200, மூன்றாம் நிறுவனத்தில் ரூ 200, நான்காம் நிறுவனத்தில் ரூ 300, ஐந்தாம் நிறுவனத்தில் ரூ 200 என்று பிரித்து முதலீடு செய்வார்கள்.

தனித்தனிப் பூக்களைத் தேர்ந்தெடுத்து வாங்குவதற்குப் பதிலாக ஏற்கெனவே தொகுக்கப்பட்ட ஒரு பூங்கொத்தை வாங்குவது வசதி. அதைப்போல்தான் இதுவும். தனிப் பங்குகள் ஒருபக்கம், அவற்றைத் தொகுத்த பங்குக்கொத்துகளாக ம்யூச்சுவல் ஃபண்ட்கள் இன்னொருபக்கம். அவரவர் வசதிக்கேற்ப இவற்றில் எதை வேண்டுமானாலும் தேர்ந்தெடுக்கலாம்.

ஒருவேளை, நீங்கள் ம்யூச்சுவல் ஃபண்ட் வழியில் செல்லாமல் இந்த ஐந்து நிறுவனங்களில் ஏதோ ஒன்றைத் தேர்ந்தெடுத்து அதில் ஆயிரம் ரூபாயை முதலீடு செய்கிறீர்கள் என்று வைத்துக்கொள்வோம். அப்போது அந்த ஒரு நிறுவனத்தின் வளர்ச்சி அல்லது தேய்வைப் பொறுத்து உங்களுடைய முதலீடு பெருகும், அல்லது, தேயும். ஒருவேளை, அந்த நிறுவனம் ஏதாவது வம்பில் மாட்டிக்கொண்டு மொத்தமாக முடங்கிப்போய்விட்டால் உங்களுடைய பணம் மொத்தமாகக் காலியாகிவிடும்.

ம்யூச்சுவல் ஃபண்டில் அந்தச் சிக்கல் இல்லை. நீங்கள் முதலீடு செய்த பணம் ஐந்து நிறுவனங்களில் பிரித்துப் போடப்பட்டிருப்பதால், ஒன்று இறங்கினாலும் இன்னொன்று ஏறி அந்த இழப்பை ஈடு செய்துவிடும். கூட்டிக் கழித்துப் பார்த்தால் பெரும்பாலான நேரங்களில் நம் முதலீடு வளர்ந்திருக்கும்.

'பெரும்பாலான நேரங்களில்' என்றால் என்ன பொருள்? மியூச்சுவல் ஃபண்டில் போட்ட முதலீடு சரியவும் வாய்ப்புண்டா?

கண்டிப்பாக உண்டு. 'ம்யூச்சுவல் ஃபண்ட்கள் சந்தை அபாயங்களுக்கு உட்பட்டவை' என்று விளம்பரங்களில் கேட்டிருப்பீர்கள். இப்பேர்ப்பட்ட பெருந்தலைகள் நன்கு ஆராய்ச்சி செய்து எடுக்கிற தீர்மானங்கள்கூடச் சொதப்பலாம். அவர்கள்

நம்பி முதலீடு செய்த பல நிறுவனங்களின் பங்குகள் ஒரே நேரத்தில் சரசரவென்று இறங்கினால், ஒட்டுமொத்த முதலீட்டு மதிப்பும் சரியத்தான் செய்யும்.

ஆக, நீங்கள் முதலீடு செய்துள்ள ம்யூச்சுவல் ஃபண்ட்களை நடத்தும் வல்லுனர்கள் தங்களிடம் இருக்கும் பணத்தை எந்தப் பங்குகளில் முதலீடு செய்கிறார்களோ, அந்தப் பங்குகள் ஏறி, இறங்குவதைப் பொறுத்து உங்கள் ம்யூச்சுவல் ஃபண்டின் மதிப்பும் ஏறலாம், இறங்கலாம். இதில் கண்டிப்பாக லாபம் வரும் என்று எந்த உத்தரவாதமும் கிடையாது.

அதே நேரம், சரியான வல்லுனர்கள் தொலைநோக்குடன் சிந்தித்து நடத்துகிற ம்யூச்சுவல் ஃபண்ட்கள் உடனடியாக ஏறி, இறங்கினாலும், நீண்ட நாள் நோக்கில் பார்க்கும்போது அவற்றின் மதிப்பு ஏறுவதற்கான வாய்ப்புகள் கூடுதலாக உள்ளன. அதனால்தான் உலகெங்கும் ஏராளமானோர் இந்த வழியில் பங்குச் சந்தைக்குள் நுழைவதை விரும்புகிறார்கள்.

ம்யூச்சுவல் ஃபண்ட்களில் இன்னொரு வசதி, மிகச் சிறிய தொகைக்கும் முதலீடு செய்யலாம். நூறு ரூபாய், ஐந்நூறு ரூபாய் என்று அவ்வப்போது கையில் கிடைக்கும் தொகையை இங்கு போட்டுக்கொண்டே வரலாம். இதன்மூலம் பெரிய நிறுவனங்களின் வளர்ச்சியைச் சிறிய முதலீட்டாளர்களாலும் பயன்படுத்திக்கொள்ள இயலுகிறது. இதனாலும் பல புதிய முதலீட்டாளர்கள் ம்யூச்சுவல் ஃபண்ட்களில் நுழைய ஆர்வம் காட்டுகிறார்கள்.

இன்றைக்கு இந்தியாவில் நூற்றுக்கணக்கான ம்யூச்சுவல் ஃபண்ட்கள் இருக்கின்றன. இன்னும் பல புதிதாக அறிமுகமாகிக்கொண்டிருக்கின்றன. இவை ஒவ்வொன்றும் வெவ்வேறு பங்குகளில், அல்லது, பங்கு அல்லாத சொத்துகளில் (எடுத்துக்காட்டாக, தங்கம், வெள்ளி, அரசாங்க, தனியார் பத்திரங்கள் போன்றவை) முதலீடு செய்கின்றன. ஒவ்வொரு வல்லுனரும் வெவ்வேறு கணக்குகள், நம்பிக்கைகளின் அடிப்படையில் இந்த முதலீடுகளைத் தீர்மானிக்கிறார். சில கணக்குகள் உடனே வெல்கின்றன, சில கணக்குகள் பொறுத்திருந்து வெல்கின்றன, வேறு சில கணக்குகள் சொதப்பிவிடுகின்றன. இவை எல்லாம் கலந்ததுதான் சந்தை.

அப்படியானால், நாம் ஒரு நல்ல ம்யூச்சுவல் ஃபண்டைக் கண்டுபிடிப்பது எப்படி? நம்முடைய பணம் பாதுகாப்பாக இருக்கவேண்டும், அதே நேரம் நல்ல வருவாயைப் பெற்றுத்தரவேண்டும். அதற்கு என்ன வழி?

நாம் ஏற்கெனவே பலமுறை பார்த்ததுபோல், ரிஸ்க் இல்லாமல் ரஸ்க் இல்லை. பாதுகாப்பான முதலீடு என்றால் வருவாய் குறைவாக இருக்கும். கூடுதல் வருவாய் வேண்டுமென்றால் சற்று ஆபத்துக்குத் துணியத்தான் வேண்டும். இது ம்யூச்சுவல் ஃபண்ட்களுக்கும் பொருந்தும்.

அதனால், நாம் முதலீடு செய்ய விரும்பும் ம்யூச்சுவல் ஃபண்ட்களைப்பற்றியும், அவற்றை நடத்துவோரைப்பற்றியும், அவர்களுடைய பழைய (அதாவது, குறைந்தது பத்தாண்டு) வளர்ச்சியைப்பற்றியும் நன்கு ஆராயவேண்டும். இது சற்றுச் சிக்கலான கலைதான். ஆனால், இதைப் பொறுமையாகக் கற்றுத்தருகிற நூல்கள், கட்டுரைகள், வீடியோக்கள் ஏராளமாக இருக்கின்றன. சில மணி நேரங்களை இதற்காக முதலீடு செய்தால் இதை நாமே கற்றுக்கொண்டுவிடலாம்.

அல்லது, ஏற்கெனவே அவற்றைக் கற்றுக்கொண்டு, சந்தையில் உள்ள ம்யூச்சுவல் ஃபண்ட்களின் தன்மையை, போக்கை நன்கு ஆராய்ந்து புரிந்துகொண்டுள்ள நிதி வல்லுனர்களிடம் உதவி பெறலாம். இந்த உதவி இரண்டு வகைகளில் அமையலாம்:

முதல் வகை, ஒரு நிதி வல்லுனரிடம் சென்று நம்முடைய நிதி நிலைமை, தேவைகள், எதிர்பார்ப்புகள், இலக்குகள், அவற்றுக்கான கால அளவுகள், நாம் எந்த அளவு ஆபத்துக்குத் துணியக்கூடும் என்பதையெல்லாம் விளக்கிச் சொல்வது. அதன்பிறகு, அவர்கள் நமக்கென்று ஒரு திட்டம் தயாரித்துத் தருவார்கள், அதாவது, எந்த ம்யூச்சுவல் ஃபண்டில் எவ்வளவு முதலீடு செய்யலாம், அதை எப்படி முதலீடு செய்யலாம் என்றெல்லாம் கணக்கிட்டுச் சொல்வார்கள். அதைச் செயல்படுத்தவேண்டியது நம்முடைய பொறுப்பு.

இந்த முதல் வகை வல்லுனர்களை *Fee Only Advisors* என்கிறார்கள். இதன் பொருள், இவர்கள் நம்மிடம் கட்டணம் பெற்றுக்கொண்டு நம் நிதித் திட்டத்தை வகுக்கிறார்கள். நாம் எந்தத் திட்டங்களில்

முதலீடு செய்கிறோமோ அங்கிருந்து இவர்களுக்கு எந்தத் தரகுத் தொகையும் (கமிஷன்) வராது. அதனால், இவர்கள் கூடுதல் பணத்துக்கு ஆசைப்பட்டுத் தவறான திட்டங்களில் நம்மை மாட்டிவிடமாட்டார்கள் என்று நம்பலாம்.

இரண்டாம் வகை வல்லுனர்கள் சற்று வேறுவிதமானவர்கள். இவர்களும் நம் நிதி நிலைமையை, தேவைகளை, இலக்குகளை அறிந்து திட்டம் வகுப்பார்கள். ஆனால், நம்மிடம் எந்தக் கட்டணமும் பெற்றுக்கொள்ளமாட்டார்கள். மாறாக, நாம் முதலீடு செய்கிற ம்யூச்சுவல் ஃபண்ட் நிறுவனங்கள் இவர்களுக்கு ஒரு தரகுத் தொகையைக் கொடுத்துவிடும். இது சுமார் 1% என்ற அளவில் இருக்கும்.

எடுத்துக்காட்டாக, நீங்கள் ஒரு குறிப்பிட்ட ம்யூச்சுவல் ஃபண்டில் ஐந்து லட்ச ரூபாய் முதலீடு செய்கிறீர்கள் என்றால், அதில் சுமார் 1%, அதாவது சுமார் 5000 ரூபாய் அந்த நிதி வல்லுனருக்குச் சென்றுவிடும். மீதியுள்ள தொகைதான் சந்தையில் தொடர்ந்து வளரும்.

'1% கமிஷனா!' என்று சிலர் திகைக்கலாம். ஆனால், அந்த நிதி வல்லுனர் தன்னுடைய திறமையான பரிந்துரைகளின்மூலம் உங்களுக்கு 3 அல்லது 4% கூடுதல் லாபத்தைப் பெற்றுக்கொடுக்கிறார் என்றால், இதன்மூலம் உங்களுக்கு லாபம்தானே!

நீங்கள் கட்டணம்மட்டும் வாங்குகிற வல்லுனரிடம் செல்வீர்களா, அல்லது, கமிஷன் பெறுகிறவரிடம் செல்வீர்களா, அல்லது, நீங்களே ஆராய்ச்சி செய்து ஒரு ம்யூச்சுவல் ஃபண்டைத் தேர்ந்தெடுப்பீர்களா என்பதெல்லாம் உங்களுடைய தீர்மானம்தான். ஒவ்வொன்றிலும் வெவ்வேறு நன்மைகள், தீமைகள் இருக்கின்றன. இதைத்தான் செய்யவேண்டும் என்று யாரும் உங்களைக் கட்டாயப்படுத்தப்போவதில்லை.

வேண்டுமென்றால், நீங்கள் இந்த மூன்றையும்கூடச் சிறு அளவில் முயன்று பார்க்கலாம். ஆறு மாதத்துக்குப்பிறகு இவற்றில் எது உங்களுக்குச் சரிப்படுகிறதோ அதில் இன்னும் ஆழமாக இறங்கலாம்.

ம்யூச்சுவல் ஃபண்ட் வழியைத் தேர்ந்தெடுக்கிறவர்கள் பங்குச் சந்தையில் நேரடியாக இறங்கக்கூடாது என்று எந்தக் கட்டாயமும் இல்லை. பல முதலீட்டாளர்கள் தங்கள் பணத்தை இந்த இரு வழிகளிலும் பிரித்து முதலீடு செய்கிறார்கள். ஆனால், இவற்றை மொத்தமாகத் தொகுத்துப் பார்க்கும்போது ஒரு சமநிலை இருக்கவேண்டும். ஒரே இடத்தில் நிறையப் பணத்தை முதலீடு செய்வது ஆபத்து. அதைமட்டும் அவ்வப்போது கவனித்துக்கொள்ளவேண்டும், தேவைப்பட்டால் மாற்றங்களைச் செய்யவேண்டும்.

★★★

50. Active கடை, Passive கடை

மியூச்சுவல் ஃபண்ட்களில் எந்தெந்தப் பங்குகளை (அல்லது வேறு சொத்துகளை) வாங்குவது, விற்பது என்று தீர்மானிப்பது ஒரு கலை. இதைச் சரியாகச் செய்தால் நல்லிசை கேட்கும். மோசமாகச் செய்தால் காது கிழியும்.

அதாவது, சரியான பங்குகளை வாங்குகிற, அவை மோசமான நிலைக்குச் சென்றுவிட்டால் சரியான நேரத்தில் அவற்றை விற்று வெளியேறுகிற மியூச்சுவல் ஃபண்ட்களின் மதிப்பு தொடர்ந்து உயர்ந்துகொண்டே இருக்கும். அப்படிப்பட்ட மியூச்சுவல் ஃபண்ட்களைத் தேடிப் பிடித்து முதலீடு செய்துவிட்டால் நாம் தனியாக எதுவும் செய்யவேண்டியதில்லை. நம் பணம் தொடர்ந்து வளர்ந்துகொண்டே இருக்கும்.

ஆனால், அவற்றை எப்படிக் கண்டுபிடிப்பது?

அதற்குமுன்னால், மியூச்சுவல் ஃபண்ட்களுக்குக் கீழுள்ள பங்குகள் எப்படித் தீர்மானிக்கப்படுகின்றன என்பதைப் பொறுத்து இவற்றை இரண்டு வகையாகப் பிரிக்கிறார்கள்: Active, Passive.

Active வகை மியூச்சுவல் ஃபண்ட்களில் நிதி மேலாளர் (Fund Manager) என்று ஒருவர் இருப்பார். அவர் அந்த மியூச்சுவல் ஃபண்ட் எந்த வகையிலானது என்பதைப் பொறுத்து வெவ்வேறு பங்குகளை, அல்லது மற்ற சொத்துகளை வாங்குவார், விற்பார்.

இதற்கேற்ப அந்த மியூச்சுவல் ஃபண்டின் மதிப்பு ஏறும், அல்லது, இறங்கும்.

எடுத்துக்காட்டாக, விவசாயம் சார்ந்த முதலீடுகளுக்கென்று ஒரு மியூச்சுவல் ஃபண்ட் தொடங்கப்பட்டிருக்கிறது என்று வைத்துக்கொள்வோம். அதன் நிதி மேலாளர் விவசாயத்துறையைத் தொடர்ந்து கவனிப்பார், அதிலுள்ள நிறுவனங்களின் ஏற்ற, இறக்கங்கள், செய்திகள், உள்ளூர், உலக மாற்றங்களையெல்லாம் சிந்திப்பார், அதன் அடிப்படையில் அந்த மியூச்சுவல் ஃபண்டில் தேவையான மாற்றங்களைச் செய்வார்.

Active மியூச்சுவல் ஃபண்ட்களின் நிதி மேலாளர் சரியான கணிப்புகளைச் செய்தால், அதற்கேற்பச் சந்தையும் செயல்பட்டால், அந்த நிதியின் மதிப்பு உயரும். இதனால், நல்ல நிதி மேலாளர்களைச் சந்தை முதலீட்டாளர்கள் மிகவும் மதிக்கிறார்கள், அவர்கள் நிர்வகிக்கும் மியூச்சுவல் ஃபண்ட்களை நம்பி வாங்குகிறார்கள்.

Passive மியூச்சுவல் ஃபண்ட்கள் சற்று வேறுவிதமானவை. இவற்றிலும் பங்குகளை வாங்குவது, விற்பது இருக்கும். ஆனால், எதை வாங்குவது, எதை விற்பது என்பதை நிதி மேலாளர்கள் தீர்மானிக்கமாட்டார்கள். அந்த மியூச்சுவல் ஃபண்டின் அடித்தளமாக அமைந்திருக்கிற குறியீடு (Index) தீர்மானிக்கும்.

குறியீடா? அதென்ன?

ஒரு பங்குச் சந்தையின் ஏற்ற இறக்கங்களை ஒட்டுமொத்தமாகத் தொகுத்து அறிவதற்கென Index/Indices எனப்படும் குறியீடுகள் பயன்படுத்தப்படுகின்றன. இந்தக் குறியீடுகள் ஒவ்வொன்றின்கீழும் பல பங்குகள் வெவ்வேறு சதவிகிதத்தில் இருக்கும். அவை ஒவ்வொன்றும் ஏறலாம், இறங்கலாம். இந்த ஏற்றங்களையும் இறக்கங்களையும் அவற்றின் விகிதக் கணக்கின்படி கூட்டிப் பார்த்து ஒட்டுமொத்தக் குறியீடு ஏறியிருக்கிறதா, அல்லது, இறங்கியிருக்கிறதா என்று தெரிந்துகொள்வார்கள்.

இவ்வாறு இந்தியப் பங்குச் சந்தையில் பயன்படுத்தப்படும் சில புகழ்பெற்ற குறியீடுகள்:

- NIFTY50 (தேசியப் பங்குச் சந்தையிலுள்ள மிகப் பெரிய 50 நிறுவனங்கள்)

- *BSE SENSEX (பம்பாய் பங்குச் சந்தையிலுள்ள 30 சிறந்த நிறுவனங்கள்)*
- *BANKNIFTY (தேசியப் பங்குச் சந்தையிலுள்ள வங்கிச் சேவை நிறுவனங்கள்)*
- *NIFTY Midcap 100 (தேசியப் பங்குச் சந்தையிலுள்ள 100 நடுத்தர அளவு நிறுவனங்கள்)*
- *NIFTY Smallcap 100 (தேசியப் பங்குச் சந்தையிலுள்ள 100 சிறு நிறுவனங்கள்)*
- *NIFTY IT (தேசியப் பங்குச் சந்தையிலுள்ள தகவல் தொழில்நுட்ப நிறுவனங்கள்)*

இந்தக் குறியீடுகள் எப்படி வேலை செய்கின்றன என்பதைப் புரிந்துகொள்வதற்கு, *ABC Index* என்ற குறியீட்டைக் கற்பனை செய்துகொள்ளுங்கள். அதன்கீழ் *A* என்ற நிறுவனத்தின் பங்கு *50%* உள்ளது, *B* என்ற நிறுவனத்தின் பங்கு *30%* உள்ளது, *C* என்ற நிறுவனத்தின் பங்கு *20%* உள்ளது.

இப்போது பங்குச் சந்தையில் *A*யின் பங்கு மதிப்பு கணிசமாக உயர்கிறது. அதே நேரத்தில் *B*யும், *C*யும் சற்றுத் தாழ்கின்றன. கூட்டிக் கழித்துப் பார்த்தால் ஒட்டுமொத்தக் குறியீடு சற்று உயர்ந்திருக்கிறது.

இது இப்போதைய நிலைமை. ஐந்து நிமிடத்துக்குப்பிறகு இதே குறியீடு சரியலாம், மீண்டும் உயரலாம். இப்படிப் பங்குச் சந்தைக் குறியீடுகள் நிமிடத்துக்கு நிமிடம் ஏறி, இறங்கிக்கொண்டுதான் இருக்கும்.

சில நாட்களுக்குப்பிறகு, *ABC Index*ஐ உருவாக்கியவர்கள் அதில் *D* என்ற இன்னொரு நிறுவனத்தைச் சேர்க்கத் தீர்மானிக்கிறார்கள். இதன்மூலம் *A, B, C*யின் விகிதங்கள் மாறிப்போகும். இது அந்தக் குறியீட்டின் மதிப்பையும் பாதிக்கும்.

Passive மியூச்சுவல் ஃபண்ட்கள் ஏதேனும் ஒரு பங்குச் சந்தையிலுள்ள ஏதேனும் ஒரு குறியீட்டைப் பின்பற்றுகின்றன. அதாவது, அந்தக் குறியீட்டில் உள்ள பங்குகளை அதே விகிதத்தில் வாங்கிக்கொள்கின்றன. அதன்பிறகு, அந்தக் குறியீட்டில் ஏதாவது

ஒரு புதிய நிறுவனம் சேர்க்கப்பட்டால், இவர்களும் அந்த நிறுவனத்தை அதே விகிதத்தில் வாங்குகிறார்கள். ஏதாவது ஒரு நிறுவனம் நீக்கப்பட்டால், இவர்களும் அந்த நிறுவனத்தை விற்றுவிடுகிறார்கள்.

இதனால், *Passive* மியூச்சுவல் ஃபண்ட்களின் அடித்தளத்திலுள்ள குறியீடு ஏறினால், இந்த மியூச்சுவல் ஃபண்ட்களின் மதிப்பும் ஏறும். குறியீடு இறங்கினால், இவற்றின் மதிப்பும் இறங்கும்.

Active மியூச்சுவல் ஃபண்ட்களுடன் ஒப்பிடும்போது, *Passive* மியூச்சுவல் ஃபண்ட்களுக்கான கட்டணம் (இதை *Expense Ratio* என்பார்கள்) மிகக் குறைவு. ஏனெனில், இங்கு பெரிய நிதி ஆலோசகர்களோ, மேலாளர்களோ, விரிவான அலசலோ தேவையில்லை. குறியீட்டைப் பார்த்து அப்படியே காப்பியடிக்கவேண்டியதுதான்.

அப்படியானால், *Passive* மியூச்சுவல் ஃபண்ட்களில் லாபமும் குறைவாக இருக்குமோ?

இந்தியாவைப் போன்ற வளரும் சந்தைகளில் பெரும்பாலான குறியீடுகள் ஆண்டுக்கு ஆண்டு ஒரு நல்ல சதவிகிதத்தில் ஏறிக்கொண்டுதான் இருக்கும். அதனால், *Passive* மியூச்சுவல் ஃபண்ட்களில் முதலீடு செய்கிறவர்கள் குறைந்த செலவில் கணிசமான லாபத்தைப் பெறலாம்.

அதே நேரம், *Passive* மியூச்சுவல் ஃபண்ட்களில் ஆபத்து இல்லை என்று எண்ணிவிடக்கூடாது. குறியீடுகளின்கீழ் இருக்கும் பங்குகளின் மதிப்பு சரியும்போது இவையும் சரியும், அதனால் நம் முதலீடு பாதிப்புக்குள்ளாகலாம்.

புரியும்படி சொல்வதென்றால், நாம் *Active* மியூச்சுவல் ஃபண்ட்களில் முதலீடு செய்தால், அந்த மியூச்சுவல் ஃபண்ட் நிறுவனத்தின் நிதி வல்லுனர்கள் நம் சார்பாக ஒவ்வொரு மரமாகப் பார்த்துச் சுவையான பழங்களைப் பறித்துக் கொண்டுவருவார்கள். நாம் *Passive* மியூச்சுவல் ஃபண்ட்களில் முதலீடு செய்தால், அந்த நிறுவனம் நன்கு பழுக்கக்கூடிய ஒரு மரத்தின் கீழ் கூடையை வைத்துக்கொண்டு உட்கார்ந்துவிடும். அங்கிருந்து விழுகிற பழங்களை நமக்குக் கொடுத்துவிடும். இங்கு வேலை குறைவு என்பதால், கட்டணமும் குறைவு.

ஆனால், இரண்டு கூடைகளில் எதில் நிறையப் பழங்கள் இருக்கும்?

Active மியூச்சுவல் ஃபண்ட்களை நடத்தும் நிறுவனங்களைக் கேட்டால், 'நாங்கள் *Passive* மியூச்சுவல் ஃபண்ட்களைவிட நிறையப் பழங்களைக் கொண்டுவருகிறோம். நீங்கள் எங்களுக்குச் செலுத்தும் கட்டணத்தைவிடக் கூடுதலான லாபத்தை நாங்கள் உங்களுக்குப் பெற்றுத்தருகிறோம்' என்கிறார்கள். ஆனால், முதலீட்டு வல்லுனர்கள் இதை முழுமையாக ஏற்பதில்லை, 'கடந்த பல ஆண்டுக் கணக்குகளைப் புரட்டிப் பார்த்தால், பெரும்பாலான மக்களுக்கு *Passive* மியூச்சுவல் ஃபண்டின்மூலம் கிடைக்கிற லாபமே போதுமானது. *Active* மியூச்சுவல் ஃபண்டின்மூலம் கூடுதல் லாபம் கிடைக்கும் என்பதற்கு எந்த உத்தரவாதமும் இல்லை' என்கிறார்கள் இவர்கள்.

இந்த இரண்டையும் தொகுத்துப் பார்த்து நாம் ஒரு தீர்மானத்துக்கு வரலாம்:

- மியூச்சுவல் ஃபண்ட்களை நன்கு அலசிப் பார்த்துப் புரிந்துகொண்டு, அவற்றுள் சிறந்தவற்றைத் தேர்ந்தெடுக்கும் திறமை உள்ளவர்கள், அல்லது, சில குறிப்பிட்ட நிதி மேலாளர்களின்மீது நம்பிக்கை வைத்திருப்பவர்கள் *Active* மியூச்சுவல் ஃபண்ட்களைத் தேர்ந்தெடுக்கலாம்
- எனக்குச் சந்தையின் ஒட்டுமொத்த வளர்ச்சிக்கேற்ற லாபம் வந்தால் போதும், அதற்காக நான் அங்குமிங்கும் திரியவோ, சில குறிப்பிட்ட வல்லுனர்களை நம்பிப் பணம் போடவோ விரும்பவில்லை என்று நினைக்கிறவர்கள் *Passive* மியூச்சுவல் ஃபண்ட்களைத் தேர்ந்தெடுக்கலாம்
- எனக்கு இரண்டும் வேண்டும் என்கிறவர்கள் இதில் கொஞ்சம், அதில் கொஞ்சம் என்று முதலீடு செய்யலாம். அதன்மூலம் கிடைக்கிற வருவாயைத் தங்களுடைய எதிர்பார்ப்புடன் ஒப்பிட்டு வேண்டிய மாற்றங்களைச் செய்யலாம்

ஆனால் ஒன்று, மியூச்சுவல் ஃபண்டின் வகை எதுவானாலும், இன்றைக்கு முதலீடு செய்துவிட்டு நாளைக்கே பலனை எதிர்பார்க்கக்கூடாது. அவ்வப்போது நஷ்டம் வந்தாலும் (அதாவது, நம்முடைய மியூச்சுவல் ஃபண்ட்களின் மொத்த

மதிப்பு நாம் முதலீடு செய்த தொகையைவிடக் குறைவாகச் சென்றாலும்) பதறக்கூடாது. அதற்கான காரணம் என்ன என்பதை ஆராயவேண்டும். வழக்கமான சந்தை ஏற்ற, இறக்கம்தான் என்றால் பொறுமையாகக் காத்திருக்கவேண்டும். மியூச்சுவல் ஃபண்டின் வகையைப் பொறுத்து அது வளர்வதற்கான காலகட்டத்தைக் கொடுத்தால்தான் அதற்கான பலன் கிடைக்கும்.

பொதுவாக, மியூச்சுவல் ஃபண்டின் லாபமானது கடந்த 1 ஆண்டில், 3 ஆண்டில், 5 ஆண்டில், 10 ஆண்டில் என்று பலவிதமாகப் பிரித்துப் பார்க்கப்படுகிறது. சில மியூச்சுவல் ஃபண்ட்கள் இந்த ஆண்டு நன்கு செயல்பட்டிருக்கலாம். ஆனால், அடுத்த ஆண்டு சொதப்பலாம். அல்லது, இந்த ஆண்டு படுமோசமாக விழுந்துவிட்டு அடுத்த ஆண்டு சிலிர்த்துக்கொண்டு எழுந்து நிற்கலாம். இதுபோன்ற மாற்றங்களெல்லாம் 3, 5, 7, 10 ஆண்டுக் கணக்கில் சரியாகிவிடும். இப்படிப் பகுத்தாய்வதன்மூலம், ஒட்டுமொத்தமாக அந்த மியூச்சுவல் ஃபண்ட் நன்கு செயல்படுகிறதா, இல்லையா என்பதைப் புரிந்துகொள்ளலாம். அதன் அடிப்படையில் நம் முதலீடுகளைத் தேர்ந்தெடுக்கலாம்.

★★★

51. அலகு குவித்தல்

எங்கள் வீட்டுக்கு அருகிலுள்ள காய்கறிக்கடையில் ஒரு தேங்காய் 45 ரூபாய். சில கிலோமீட்டர் தள்ளியுள்ள தேங்காய் மண்டியில் சென்று வாங்கினால் அதன் விலை 35 ரூபாய்தான்.

அதாவது, மொத்த விற்பனையாளரிடம் தேங்காயை நேரில் வாங்குவதன்மூலம் நாம் 10 ரூபாய் சேமிக்கலாம். அதே தேங்காயைக் கடையில் சென்று வாங்கினால் நாம் கடைக்காரருக்கு 10 ரூபாய் கூடுதலாகத் தரவேண்டும். அதுதான் அவருடைய லாபம்.

இதே கணக்கு மியூச்சுவல் ஃபண்ட் துறையிலும் உண்டு. நம்மைப் போன்ற பொதுமக்கள் மியூச்சுவல் ஃபண்ட்களில் இருவிதமாக முதலீடு செய்யலாம்:

- வழக்கமான திட்டங்கள் *(Regular Plans)* : கடையில் தேங்காய் வாங்குவதுபோல, மியூச்சுவல் ஃபண்ட் விற்பனையாளர் ஒருவரிடமிருந்து வாங்குகிறோம். அதனால், விலை (அதாவது, *Expense Ratio*) கூடுதலாக இருக்கும்.

- நேரடித் திட்டங்கள் *(Direct Plans)* : தேங்காய் மண்டியில் தேங்காய் வாங்குவதுபோல, மியூச்சுவல் ஃபண்ட் நிறுவனத்திடம் நேரடியாக வாங்குதல். அதனால், விலை குறைவு.

மேலுள்ள இரண்டு திட்டங்களும் ஒரே மியூச்சுவல் ஃபண்டில் முதலீடு செய்கிறவைதான். ஆனால், ஒன்றில் கட்டணம் கூடுதலாக இருக்கிறது. ஏனெனில், அங்கு விற்பனையாளர் ஒருவர் இருக்கிறார். அவருக்குத் தரவேண்டிய தரகுத் தொகையை (சுமார் 1%) நாம் கூடுதலாகச் செலுத்தவேண்டும்.

1% மிச்சமாகிறது என்பதற்காக எல்லாரும் நேரடித் திட்டங்களைத் தேர்ந்தெடுக்கமுடியாது, தேர்ந்தெடுக்கக்கூடாது. ஏனெனில், மியூச்சுவல் ஃபண்ட் முதலீடு தேங்காய் வாங்குவதைப்போல் எளிதானதில்லை. இதைப்பற்றி நன்கு அறிந்தவர்கள், ஏற்கெனவே நன்றாக அலசி, ஆராய்ந்து, நல்ல திட்டங்களைத் தேர்ந்தெடுத்துவிட்டவர்கள், முதலீட்டுத் தொழில்நுட்பங்களைப் பயன்படுத்தத் தெரிந்தவர்கள் நேரடித் திட்டத்தின்மூலம் வாங்கி 1%ஐ மிச்சப்படுத்தலாம். எதை வாங்குவது என்று தெரியாமல் குழம்பியுள்ளவர்கள் சரியான வல்லுனருடன் பணியாற்றி, அவர்களுடைய உதவியைப் பெறவேண்டும். அதற்கு அவர்கள் அந்த 1% தொகையைக் கூடுதலாகச் செலுத்தவேண்டியிருக்கும்.

நீங்கள் ஒவ்வொரு முறை மியூச்சுவல் ஃபண்டில் பணம் போடும்போதும், அந்தத் தொகைக்கு ஏற்ற 'அலகு'கள் (Units) உங்களுடைய கணக்கில் வரவு வைக்கப்படுகின்றன. பின்னர் எப்போது வேண்டுமானாலும் நீங்கள் அந்த அலகுகளை விற்றுக்கொள்ளலாம்.

முதலில், 'அலகு' என்றால் என்ன?

ஒரு மியூச்சுவல் ஃபண்டின் இப்போதைய மதிப்பு (NAV, அதாவது Net Asset Value, நிகரச் சொத்து மதிப்பு) 10 ரூபாய் என்று வைத்துக்கொள்வோம். நீங்கள் அதில் 1000 ரூபாய் முதலீடு செய்தால் உங்களுக்கு 100 அலகுகள் கிடைக்கும்.

இரண்டு ஆண்டுகளுக்குப்பிறகு, அந்த மியூச்சுவல் ஃபண்டின் NAV 15 ரூபாயாக உயர்ந்திருக்கிறது. அப்படியானால், உங்களிடம் இருக்கும் 100 அலகுகளின் இப்போதைய மதிப்பு 1500 ரூபாய். அதாவது, 500 ரூபாய் லாபம்.

இப்போது உங்களுக்குப் பணத் தேவை இருந்தால், நீங்கள் இந்த அலகுகளை விற்றுப் பணமாக்கிக்கொள்ளலாம். அல்லது,

அப்படியே விட்டுவிடலாம். *NAV* தொடர்ந்து உயர்ந்தால் உங்களுக்கு இன்னும் லாபம்தானே!

ஒருவேளை, நீங்கள் உங்கள் அலகுகளை விற்றால், அந்த 500 ரூபாய் லாபத்துக்கு வரி கட்டவேண்டும். அதிலும் இரண்டு வகைகள் உண்டு: ஓராண்டுக்குள்ளான முதலீடுகளிலிருந்து வரும் லாபத்துக்குக் “குறுகிய கால வருவாய் வரி”, ஓராண்டுக்குமேல் முதலீடு செய்து பெற்ற லாபத்துக்கு “நீண்ட கால வருவாய் வரி”. இவற்றில் ஏதேனும் ஒன்றைக் கட்டியபிறகு மீதியுள்ள தொகைதான் உங்களுடைய லாபம்.

மியூச்சுவல் ஃபண்ட் முதலீட்டாளர்களுக்கு எழுகிற இன்னொரு பெரிய கேள்வி: நான் எத்தனை மியூச்சுவல் ஃபண்ட்களில் பணம் போடவேண்டும்?

நம்மிடம் இருக்கிற மொத்தப் பணத்தையும் ஒரே மியூச்சுவல் ஃபண்டில் போடுவது சற்று ஆபத்துதான். ஆனால் அதற்காக அதை 20, 30 மியூச்சுவல் ஃபண்ட்களில் பிரித்துப் போடுவதும் சிக்கலை உண்டாக்கக்கூடும். இந்த இரண்டுக்கும் நடுவில், அதாவது, ஐந்து முதல் பத்து மியூச்சுவல் ஃபண்ட்களில் பணத்தைப் பிரித்து முதலீடு செய்வது சரியாக இருக்கும். இந்த மியூச்சுவல் ஃபண்ட்கள் பின்வரும் வகைகளில் அமையலாம்:

- *Large Cap Funds* (பெரிய, நிலையான நிறுவனங்களின் பங்குகளின் தொகுப்பு)
- *Mid Cap Funds* (நடுத்தர, வளரும் நிறுவனங்கள்)
- *Small Cap Funds* (சிறிய, வளரும் நிறுவனங்கள்)
- *Flexi Cap Funds* (இவை மூன்றிலும் கலவையாக முதலீடு செய்தல்)
- *ELSS Funds* (வருமான வரியைச் சேமிப்பதற்கான முதலீடுகள்)
- *Debt Funds* (நிலையான வருவாய் தரும் முதலீடுகள்)
- *Hybrid Funds* (பங்குச் சந்தையிலும், நிலையான வருவாய் தரும் பத்திரங்களிலும் கலவையாக முதலீடு செய்தல்)

- *International Funds (வெளிநாட்டு முதலீடுகள்)*
- *Gold/Silver Funds (தங்க/வெள்ளி முதலீடுகள்)*

மேலுள்ளதுபோல் இன்னும் பல வகைகள் உள்ளன. இவற்றையெல்லாம் நன்கு புரிந்துகொண்டால்தான் எதில் எவ்வளவு முதலீடு செய்வது என்கிற தெளிவு உங்களுக்குக் கிடைக்கும். குறிப்பாக, மியூச்சுவல் ஃபண்டின் வகையையும், உங்களுடைய நிதி இலக்குகள், எதிர்பார்ப்புகள், ஆபத்துக்குத் துணியும் திறன் ஆகியவற்றையும் ஒப்பிட்டபிறகுதான் இதைத் தீர்மானிக்கவேண்டும். குறிப்பாக, பங்குச் சந்தையில் எவ்வளவு சதவிகிதம் முதலீடு செய்வது, ஆபத்து அதிகமில்லாத வழிகளில் எவ்வளவு சதவிகிதம் முதலீடு செய்வது, பங்குச் சந்தைக்குள் அதிக ஆபத்துள்ள, அதிக வருவாய் வரக்கூடிய முதலீடுகளில் எவ்வளவு சதவிகிதம், குறைந்த ஆபத்துள்ள, குறைந்த வருவாய் வாய்ப்புள்ள முதலீடுகள் எவ்வளவு சதவிகிதம் என்றெல்லாம் கணக்கிடவேண்டும். சந்தையின் ஏற்ற இறக்கங்களால் இந்தக் கணக்கு தவறாகிவிட்டால், நறுக்கவேண்டிய இடத்தில் நறுக்கவேண்டும், சேர்க்கவேண்டிய இடத்தில் சேர்க்கவேண்டும்... இதையெல்லாம் செய்வதற்கு ஒரு நல்ல, அரசாங்கத்தால் அங்கீகரிக்கப்பட்ட நிதி ஆலோசகரின் உதவியைப் பெறுவது நல்லது.

இல்லாவிட்டால், நீங்களே இதைப்பற்றிப் படித்து, புரிந்துகொண்டு, உங்கள் முதலீடுகளை நீங்களே நிர்வகிக்கலாம். இது கடினமில்லை. அதற்கான ஆர்வமும், நேரமும் உங்களிடம் இருக்கவேண்டும். அவ்வளவுதான்.

மியூச்சுவல் ஃபண்ட்களில் எல்லாரும் மொத்தமாக முதலீடு செய்வதில்லை. கையில் நிறையப் பணம் வைத்திருப்பவர்கள் அப்படிச் செய்யக்கூடும். மற்றவர்கள் மாதந்தோறும், அல்லது, அவ்வப்போது கொஞ்சங்கொஞ்சமாகப் பணம் போடுவதைத்தான் விரும்புகிறார்கள். இதற்கென்று *SIP (Systematic Investment Plan)* என்ற தானியங்கித் திட்டமும் உருவாக்கப்பட்டிருக்கிறது.

இப்படிக் கொஞ்சங்கொஞ்சமாக முதலீடு செய்வதில் ஒரு நன்மை, சந்தையின் ஏற்ற இறக்கங்களுக்கேற்ப உங்களுக்குக் கூடுதலான, அல்லது, குறைவான அலகுகள் கிடைத்துக்கொண்டே இருக்கும்.

பல ஆண்டுகளுக்குப்பின் இதைக் கூட்டிக்கழித்துப் பார்க்கும்போது உங்களுக்கு ஒரு நல்ல லாபம் கிடைத்திருக்கும்.

இன்னொரு நன்மை, முதலீட்டு ஒழுக்கம், அதாவது, எதிர்காலத்துக்காக ஒரு குறிப்பிட்ட தொகையைத் தொடர்ந்து முதலீடு செய்துகொண்டே இருக்கிற பழக்கம் இல்லாதவர்களை SIP வலுக்கட்டாயமாக முதலீடு செய்யவைக்கிறது. அவர்கள் விரும்பினாலும் விரும்பாவிட்டாலும் மாதந்தோறும் ஒரு குறிப்பிட்ட நாளில் அவர்களுடைய கணக்கிலிருந்து பணம் எடுக்கப்பட்டுவிடுகிறது, முதலீடு நடந்துவிடுகிறது, அவர்களுடைய கணக்கில் அலகுகள் குவிந்துகொண்டே செல்கின்றன. இன்னொருபக்கம் அவற்றின் மதிப்பும் ஏறிக்கொண்டே இருக்கிறது. இப்படிப் பல ஆண்டுகளாகக் கண்ணுக்குத் தெரியாமல் சேமித்துப் பெரும் பணக்காரர்களானவர்கள் ஏராளமாக இருக்கிறார்கள்.

SIPயின் மறுமுனையில் SWP (Systematic Withdrawal Plan) என்ற இன்னொரு தானியங்கித் திட்டமும் உள்ளது. SIPயில் மாதாமாதம் உங்களிடமிருந்து தானாகப் பணம் எடுக்கப்படுகிறது என்றால், SWPயில் மாதாமாதம் உங்களுக்குத் தானாகப் பணம் கொடுக்கப்படும். அதாவது, மாதந்தோறும் ஒரு குறிப்பிட்ட நாளில் உங்களுடைய மியூச்சுவல் ஃபண்ட் அலகுகளை விற்று அதற்கான பணத்தை உங்கள் வங்கிக் கணக்கில் செலுத்திவிடுவார்கள். ஓய்வு பெற்றவர்கள், வேறு வருவாய் இல்லாதவர்களுக்கு இது மிகவும் வசதி.

மியூச்சுவல் ஃபண்ட் முதலீட்டாளர்கள் ஒவ்வொருவரும் வெவ்வேறு வகை மியூச்சுவல் ஃபண்ட்களில் வெவ்வேறு விகிதங்களில் பணம் போட்டிருப்பார்கள். எடுத்துக்காட்டாக, இளைஞர்கள் ஆபத்து அதிகமுள்ள மியூச்சுவல் ஃபண்ட்களைத் தேர்ந்தெடுக்கலாம், நடுத்தர வயதுள்ளவர்கள் பாதுகாப்பு அதிகமுள்ள மியூச்சுவல் ஃபண்ட்களைத் தேர்ந்தெடுக்கலாம். இப்படித்தான் செய்யவேண்டும் என்று எந்தக் கட்டாயமும் இல்லை. ஆனால், பொதுவாக இப்படித்தான் நடக்கிறது.

ஏனெனில், வயதாக ஆக, நீங்கள் சந்தையின் ஏற்ற, இறக்கங்களைத் துணிச்சலுடன் தாங்கிக்கொள்கிற தன்மை குறைகிறது. 25 வயதான ஒருவர் சந்தை 30% விழுந்தாலும் கவலைப்படமாட்டார், 'இன்னும்

சில ஆண்டுகளில் எல்லாம் சரியாகிவிடும்' என்று நம்பிக்கையோடு காத்திருப்பார். 75 வயதான ஒருவர் அப்படிச் சிந்திப்பார் என்று சொல்வதற்கில்லை.

அதனால், வயது கூடக்கூட, ஆபத்து கூடுதலாக உள்ள முதலீடுகளைக் குறைத்துக்கொண்டு, பாதுகாப்பும் நிலைத்தன்மையும் கூடுதலாக உள்ள முதலீடுகளில் பணத்தை நகர்த்துவிடவேண்டும் என்கிறார்கள். எடுத்துக்காட்டாக, இளவயதில் 60% பங்குச் சந்தை முதலீடுகள், 40% நிலையான வருவாய் முதலீடுகள் என்று இருந்த ஒருவர் நடுத்தர வயதை எட்டும்போது இதை 50:50 என்று மாற்றலாம், முதிய வயதை எட்டும்போது 30:70 என்று மாற்றலாம், அல்லது பங்குச் சந்தையிலிருந்து மொத்தமாக விலகி முழுத் தொகையையும் நிலையான வருவாயுள்ள முதலீடுகளுக்கு நகர்த்திவிடலாம்.

இதுவும் கட்டாயமில்லை. ஆனால், பொதுவாக இப்படித்தான் நடக்கிறது. உங்களுடைய ஆபத்துக்குத் துணியும் தன்மையைப் பொறுத்து நீங்கள் இதைச் செய்துகொள்ளலாம். அல்லது, உங்கள் நிதி ஆலோசகரின் அறிவுரைப்படி நடக்கலாம்.

மியூச்சுவல் ஃபண்ட்களைப்போலவே ETF (Exchange Traded Funds) என்ற இன்னொரு முதலீட்டு வாய்ப்பும் இருக்கிறது. இவையும் பங்குகளின் தொகுப்புகள்தான். ஆனால், இவை பங்குச் சந்தையில் தொடர்ந்து வாங்கி விற்கப்படுகின்றன. அதனால், இவற்றின் மதிப்பு நொடிக்கு நொடி ஏறி, இறங்கக்கூடும். அதோடு ஒப்பிடும்போது மியூச்சுவல் ஃபண்ட்களின் மதிப்பு அந்த நாளின் முடிவில்தான் தீர்மானிக்கப்படுகிறது.

இன்னொரு வேறுபாடு, உங்களுக்குப் பணம் தேவைப்படும்போது மியூச்சுவல் ஃபண்ட் அலகுகளைச் சட்டென்று விற்றுவிடலாம். அந்த நிறுவனம் அவற்றை வாங்கிக்கொண்டு பணம் கொடுத்துவிடும். ETFல் அந்த உத்தரவாதம் இல்லை. நீங்கள் ஐந்து லட்ச ரூபாய் மதிப்புள்ள ETF பங்குகளை விற்கிறீர்கள் என்றால், வேறொருவர் (அல்லது, சிலர்) அதே ஐந்து லட்ச ரூபாய் கொடுத்து அந்தப் பங்குகளை வாங்கவேண்டும். இல்லாவிட்டால், நீங்கள் காத்திருக்கவேண்டியதுதான்.

அதற்காக, *ETF* மோசம் என்று எண்ணிவிடக்கூடாது. இவை இரண்டிலும் நன்மை, தீமைகள் உண்டு. அவற்றை அலசிப் புரிந்துகொண்டு, சரியான எதிர்பார்ப்புகளுடன் உள்நுழைந்தால் இந்த இரண்டுக்கும் நம் முதலீட்டுத் தொகுப்பில் இடம் உண்டு.

★★★

பகுதி 11 : நிதிப் பழக்கமும் நிதி ஒழுக்கமும்

52. கால்குலேட்டரைத் தாண்டி...

நீங்கள் பணம் படைக்கிறீர்கள், மகிழ்ச்சி. ஆனால், எதற்காகப் படைக்கிறீர்கள்?

என்னிடம் இத்தனை லட்ச ரூபாய் உள்ளது என்று அடுக்கிவைத்து அழகுபார்ப்பதற்காகவா நாம் பணம் சேர்க்கிறோம்? யாரிடமும் கையேந்தாமல் நம்முடைய அடிப்படைச் செலவுகளைச் செய்துகொண்டு, அவ்வப்போது நாம் விரும்பும் விஷயங்களை வாங்கிக்கொண்டு, பிறருக்கு உதவிக்கொண்டு மகிழ்ச்சியாக வாழ்வதற்காகத்தான் பணம். இல்லாவிட்டால் அது வங்கிக் கணக்கிலோ, பங்குச் சந்தையிலோ உட்கார்ந்திக்கும். அது நம் பணம் என்கிற மகிழ்ச்சி நமக்கு இருக்கும்தான். அதற்குமேல்? அது ஒரு பொருளற்ற செல்வமாகத்தான் இருக்கும்.

பணம் படைக்கும் கலையில் ஓரளவுக்குமேல் ஆழமாகச் செல்கிறவர்கள் அதை ஒரு சவாலைப்போல், போட்டியைப்போல் எடுத்துக்கொடுவிடுகிறார்கள். 'என்னால் இயன்றவரை கூடுதலாகச் சம்பாதிப்பேன், அதில் இயன்றவரை கூடுதலாகச் சேமிப்பேன், அதைச் சரியான இடங்களில் முதலீடு செய்து சராசரிக்குமேல் வருவாயைப் பெறுவேன்' என்கிற (நல்ல) எண்ணங்களை இன்னும் இன்னும் நீட்டும்போது அவர்கள் பணம் படைக்கும் இயந்திரங்களாகிவிடுகிறார்கள், வாழ்க்கையை அனுபவிக்க

மறந்துவிடுகிறார்கள், தங்களைச் சுற்றியிருக்கிற அன்புக்குரியவர்கள், அதாவது, தாங்கள் யாருக்காகப் பணம் சம்பாதிக்கிறோமோ அவர்களையே துன்புறுத்தத் தொடங்கிவிடுகிறார்கள்.

எடுத்துக்காட்டாக, ஒருவர் உணவு, உடை, உறைவிடம் போன்ற அடிப்படைச் செலவுகளைத் தவிர வேறெதற்காகவும் பர்ஸைத் திறக்கமாட்டார். இதன்மூலம் மிச்சப்படுத்தும் பணமெல்லாம் அவருடைய சேமிப்பு, முதலீட்டுக் கணக்குகளில் சென்று உட்காரும், மேலும் மேலும் வளரும். அதில் அவருக்கு ஒரு பெருமை.

இன்னொருவர் இவரைப்போலவே சிக்கனமாகச் செலவு செய்கிறவர்தான். ஆனால், அவர் ஆண்டுக்கு ஒருமுறை குடும்பத்துடன் ஏதாவது ஓர் இடத்துக்கு நான்கைந்து நாள் சுற்றுலா சென்று திரும்புவார், விமானப் பயணம், நன்கு வசதியான விடுதிகள் என்று இதற்காகச் சுமார் ஒரு லட்சம் செலவழித்துவிடுவார்.

ஒருவேளை, இவர்கள் இருவரும் நண்பர்களாக இருந்தால், முதல் நபர் இரண்டாம் நபரைப் பார்த்துப் பதறுவார், ‘கடந்த பத்து ஆண்டுகள்ல நீ இப்படிச் சுற்றுலாவுக்காகச் செலவழிச்ச பணம் பத்து லட்சம் இருக்கும். அதை ஒழுங்கா முதலீடு செஞ்சிருந்தா அது இப்ப எப்படி வளர்ந்திருக்கும் தெரியுமா?’ என்பார்.

இரண்டாம் நபருக்கும் இந்தக் கணக்கு நன்றாகத் தெரியும். ஆனால், பத்து லட்சத்தை முதலீடு செய்து இருபது லட்சமாக எடுக்கிற கணக்கைப்போலவே, பத்து லட்சத்தை முதலீடு செய்து குடும்பத்துடன் நூற்றுக்கணக்கான நல்ல நினைவுகளைச் சேர்த்துக்கொள்வது, ஆண்டுமுழுவதும் வேலை செய்து களைத்த மனத்தை இந்த இடைவெளியின்மூலம் சுறுசுறுப்பாக்கித் திரும்புவது, முன்பைவிட ஊக்கத்துடன் உழைப்பது ஆகிய கணக்குகளும் அவருக்குத் தெரியும்.

பணம் படைக்கும் ஊக்கத்துடன் செயல்படுகிற பலர் ஒருகட்டத்தில் மேற்சொன்ன முதல் கணக்கை, அதாவது, பணத்தைப் போட்டுப் பணத்தை எடுக்கிற கால்குலேட்டர் கணக்கிடலைமட்டும் மதிக்கத் தொடங்கிவிடுகிறார்கள். தங்களுக்கு வருகிற சம்பளத்தின் பெரும்பகுதியை அப்படியே சேமிக்கவேண்டும், முதலீடு செய்யவேண்டும் என்று துடிக்கிறார்கள். தேவைக்குமேல்

ஒரு ரூபாய் செலவழிப்பதென்றாலும் இவர்கள் துடித்துப் போகிறார்கள்.

இப்படிப் பணத்தை வெறும் எண்ணாகமட்டும் பார்க்கிறவர்கள் 'நாளை'க்காகச் சம்பாதிப்பதாகச் சொல்லிக்கொள்கிறார்கள், 'அதாவது, இப்போது கஷ்டப்படுகிறேன். நாளைக்கு நான் மகிழ்ச்சியாக உட்கார்ந்து சாப்பிடுவேன் (அதாவது, செலவழிப்பேன்' என்கிறார்கள்.

ஆனால், பணத்துக்கு வளரும் தன்மைமட்டுமின்றி, நமக்கு வேண்டிய மகிழ்ச்சிகளை உண்டாக்கித்தருகிற தன்மையும் உண்டு என்பதை அறியாத அவர்களால் அந்த 'நாளை'ய சூழ்நிலையிலும் செலவு செய்யமுடியாது, மனம் வராது. இன்னும் ஐந்து ஆண்டுகள் போகட்டும், இன்னும் பத்து லட்சம் சேரட்டும் என்று தங்களுடைய இலக்கை நீட்டித்துக்கொண்டே இருப்பார்கள். அத்துடன், பிள்ளைகள், பேரப் பிள்ளைகளுக்கு நிறையப் பணத்தை விட்டுச்செல்லவேண்டும் என்ற ஊக்கமும் இவர்களைச் செலுத்தும். அதனால், இவர்களால் எப்போதும் செலவு செய்யமுடியாது. இவர்களுடைய செல்வம் இருந்தும் இல்லாததைப்போல்தான்.

யோசித்துப்பாருங்கள், முப்பது, நாற்பது, ஐம்பது ஆண்டுகளாக மிகவும் சிரமப்பட்டு, பல தியாகங்களைச் செய்து சம்பாதித்து, சேமித்து, முதலீடு செய்து பணத்தை வளர்த்த ஒருவர் அதன்மூலம் சிறு பலனும் பெறவில்லை என்றால் அது எப்பேர்ப்பட்ட வருத்தம்!

ஒருவேளை, அவருடைய குடும்பம் நிறையக் கடனில் இருந்தது, அல்லது, வேறு கடமைகளுக்குப் பணம் தேவைப்பட்டது என்றால், அந்தத் தேவைகளெல்லாம் நிறைவேறும்வரை அவர் இதுபோன்ற தீவிரமான பணம் படைத்தலில் தீவிரமாக ஈடுபடலாம், தேவையில்லாத செலவுகளைக் கண்டிப்பாகப் புறந்தள்ளலாம். ஆனால் அதன் நடுவிலும் அவ்வப்போது சிறு இளைப்பாறல்கள் வேண்டும். பணத்தைச் செலவழிப்பது குற்றம் என்கிற எண்ணத்தை ஆங்காங்கு தளர்த்தவேண்டும். இது உண்மையில் செலவு இல்லை, முதலீடுதான்.

எடுத்துக்காட்டாக, பேருந்தில் அலுவலகத்துக்குச் சென்று திரும்புகிற ஒருவர் நாள்தோறும் சுமார் மூன்று மணிநேரம்

நெரிசலில் அவதிப்படுவதைவிட, ஒரு கார் வாங்கிவிடலாம் என்று சிந்திக்கிறார். அதற்கு அவர் தன்னுடைய சேமிப்பிலிருந்து ஒரு கணிசமான தொகையை வெளியில் எடுக்கவேண்டியிருக்கும், அல்லது, கடன் வாங்கவேண்டியிருக்கும். இது அவருடைய தொடர்ந்த சேமிப்பைப் பாதிக்கும். அவருடைய ஓய்வு இலக்கை எட்டுவதற்கு இன்னும் ஓரிரு ஆண்டுகள் கூடுதலாகத் தேவைப்படலாம்.

ஆனால், இவையெல்லாம் கால்குலேட்டர் கணக்குகள். ஒவ்வொரு நாளும் வியர்க்க, விறுவிறுக்க அலுவலகத்துக்குச் சென்று எரிச்சலுடன் வேலையைத் தொடங்குவதைவிட, இதமாகப் பயணம் செய்து மகிழ்ச்சியுடன் அலுவலகத்தில் நுழைகிறபோது அவருடைய செயல்திறன் கண்டிப்பாகக் கூடும். அது அவருடைய முன்னேற்றத்தை விரைவாக்கலாம், பதவி உயர்வு, சம்பள உயர்வெல்லாம் அவரைத் தேடி வரலாம். அதெல்லாம் நடக்காவிட்டாலும், கஷ்டப்பட்டு உழைத்தேன், வசதியாகப் பயணம் செய்கிறேன் என்று அவருடைய மனத்தில் ஒரு நிறைவு உண்டாகும். இதெல்லாம் அந்தக் கால்குலேட்டர் கணக்கில் வராது.

ஆக, சம்பாதிப்பதையெல்லாம் செலவு செய்துவிட்டு, கூடுதல் செலவுகளுக்குக் கடன் வாங்கிக்கொண்டு 'வாழ்க்கை வாழ்வதற்கே' என்று இருப்பது ஒரு முனை. செலவுகள் அனைத்தையும் கட்டுப்படுத்தி, தனக்கென்று சிறு வசதியையும் செய்துகொள்ளாமல் பணப்பெட்டியின் அளவில்மட்டும் கண்ணை வைத்துக்கொண்டு இருப்பது ஒரு முனை. இந்த இரண்டுக்கும் நடுவில் இருக்கிற வழிதான் இதமானது, மகிழ்ச்சியானது, நன்கு சம்பாதிக்கவும், சேமிக்கவும், செலவு செய்யவும், சொத்தைப் பெருக்கவும் உதவுவது.

இந்த மனநிலை திடீரென்று ஒருநாள் வந்துவிடாது. சிறுவயதிலிருந்தே பழகவேண்டும். குறிப்பாக, பணம் என்பது ஒரு கருவிமட்டும்தான், அதைப் புறக்கணிப்பதும் தவறு, அதில் முழுமையாக மூழ்கிக்கிடப்பதும் தவறு என்கிற மனநிலையைக் குழந்தைகளுக்கு எடுத்துச்சொல்லிப் புரியவைக்கவேண்டும்.

ஏனோ, நம் குடும்பங்கள் பணத்தைப்பற்றிப் பேசத் தயங்குகிறார்கள். இதையெல்லாம் வெளியிலிருந்து யாரும் கற்றுத்தரப்போவதில்லை.

குறிப்பாக, இந்தியக் கல்விமுறையில் பொருளாதாரம் சார்ந்த பாடங்கள் அவ்வளவாக இல்லை. பணத்தை எப்படிக் கையாள்வது என்பதை ஒவ்வொருவரும் தட்டுத்தடுமாறித்தான் கற்றுக்கொள்ளவேண்டியிருக்கிறது.

இந்த இடைவெளியைப் பெற்றோர் அழகாக நிரப்பலாம். சிறுவயதில் பிள்ளைகளுக்குச் சாக்லெட் வாங்கித்தருவதில் தொடங்கி அவர்களுடைய பள்ளிக் கட்டணம், தனிப்பயிற்சிக்கான செலவுகள், கல்லூரிக் கட்டணம் என ஒவ்வொன்றும் பணத்தை எப்படிப் பார்க்கவேண்டும் என்கிற மனநிலையைக் கற்றுத்தருவதற்கான வாய்ப்புகள்தான். அதையும், 'நான் சொல்றதுதான் சரி' என்று விடாப்பிடியாகக் கற்றுத்தராமல், அவர்களோடு உரையாடுவதன்மூலம் அவர்களே இதைப் புரிந்துகொள்ளும்படி செய்வது இன்னும் நல்ல பலனைத் தரும்.

குறிப்பாக, தங்கள் குடும்பம் செலவுகளை எப்படிக் குறித்துவைக்கிறது, ஒப்பிட்டுப் பிழைகளைத் திருத்துகிறது என்பதையெல்லாம் குழந்தைகளுக்கு இயல்பாகத் தெரியப்படுத்தலாம். நாளைக்கு அவர்கள் வேலைக்குச் சென்றதும் திடுதிப்பென்று பல ஆயிரம் ரூபாய் மாதந்தோறும் வங்கிக் கணக்கில் வந்து உட்காரும்போது அதைப்பற்றி எப்படிச் சிந்திப்பது, தங்களுக்கான தனிப்பட்ட செலவுக் கணக்குகளை எப்படிப் போடுவது, எது சரியான செலவு, எது தவறான செலவு என்பதையெல்லாம் அவர்கள் எளிதில் புரிந்துகொள்வார்கள்.

ஆனால், இதையெல்லாம் செய்யவேண்டுமென்றால் முதலில் பெற்றோரிடத்தில் நிதி ஒழுக்கம் இருக்கவேண்டும். அப்போதுதான் அவர்கள் அதை அடுத்த தலைமுறைக்குக் கொண்டுசெல்லமுடியும்.

நம் சமூகம் பல தலைமுறைகளாக நிதி விஷயங்களில் பெண்களை ஈடுபடுத்தாமல் இருந்துவிட்டோம். அவர்களும் முதலில் தந்தை, பிறகு கணவர், பிறகு மகன் என்று யாராவது ஓர் ஆணைச் சார்ந்து 'எல்லாத்தையும் அவங்க பார்த்துக்குவாங்க' என்று இருக்கப் பழகிவிட்டார்கள். இந்த நிலையும் இப்போதுதான் மாறிக்கொண்டிருக்கிறது.

ஆணோ, பெண்ணோ, 'எனக்குப் பணம், காசு பத்தியெல்லாம் ஒண்ணும் தெரியாது' என்று சொல்வது பெருமை இல்லை,

இழிவு. பணத்தின் அடிப்படையைப் புரிந்துகொண்டு சரியாகக் கையாண்டால் அது நமக்கு எல்லா நன்மைகளையும் கொண்டுவந்து கொட்டும். சாப்பிடுவது, தூங்குவதைப்போல் இதுவும் ஓர் இயல்பான செயல்தான்.

அதனால், கூச்சமின்றிப் பணத்தைப்பற்றிப் பேசுவோம், மேலும் மேலும் பணம் படைப்போம்!

(நிறைந்தது)

தெளிவான எழுத்தும் ஆழமான ஆய்வும் நிறைந்த நூல்களுக்காகத் தமிழ் வாசகர்களிடையில் நன்கு அறியப்பட்டுள்ள என்.சொக்கன் புனைவு, வாழ்க்கை வரலாறு, நிறுவன வரலாறு, தன்னம்பிக்கை, சிறுவர் இலக்கியம் உள்ளிட்ட துறைகளில் இதுவரை எழுபதுக்கும் மேற்பட்ட நூல்கள், நூற்றுக்கணக்கான கதைகள், கட்டுரைகளை எழுதியுள்ளார். விரிவான ஆய்வுகள், சான்றுகளின் அடிப்படையிலான ஆழமான வரலாற்று நூல்களைத் தமிழில் எழுத இயலும், அவற்றைப் பெரும்பான்மை வாசகர்களுக்குக் கொண்டுசேர்க்கவும் இயலும் என்பதைப் பலமுறை நிரூபித்த எழுத்து வகை இவருடையது.

தமிழ், ஆங்கிலம் ஆகிய இரு மொழிகளிலும் எழுதும் சொக்கனுடைய நூல்கள் ஹிந்தி, கன்னடம், மலையாளம் உள்ளிட்ட பல மொழிகளில் மொழிபெயர்ப்பாகியுள்ளன.

www.ingramcontent.com/pod-product-compliance
Lightning Source LLC
LaVergne TN
LVHW100435051026
849518LV00004B/1498
* 9 7 8 9 3 4 8 4 3 9 8 2 6 *